நிழல் நதி

நிழல் நதி
களந்தை பீர்முகம்மது (பி. 1953)

திருநெல்வேலி மாவட்டம் நாங்குநேரி வட்டம் களக்காடு சொந்த ஊர். 1983 முதல் எழுதிவருகிறார். முதல் கதை 'தயவுசெய்து', எழுத்துலக வாழ்வின் 25ஆம் ஆண்டின் முதல் கதை 'யாசகம்'. இவ்விரண்டு கதைகளும் 'இலக்கியச் சிந்தனை'யின் ஆண்டுப் பரிசுகளைப் பெற்றன. 'இன்றைய கண்ணாடியும் நாளைய முகங்களும்', 'சுழல்', 'சிலுக்கு ஸ்மிதாவும் சுலைமான் ஹாஜியாரும்', 'பிறைக்கூத்து' என நான்கு சிறுகதைத் தொகுப்புகள் வெளியாகியுள்ளன. 'காலச்சுவடு பதிவுகளில் இஸ்லாம்' கட்டுரை நூலின் தொகுப்பாசிரியர். 'பா. செயப்பிரகாசம் படைப்புலகம்', 'சலாம் இஸ்லாம்', இஸ்லாமிய இலக்கியக் கழகத்துக்காக 'இஸ்லாமியச் சிறுகதைகள்' ஆகிய நூல்களையும் தொகுத்துள்ளார். திருப்பூர் தமிழ்ச் சங்கம், கலை இலக்கியப் பெருமன்றம், தமிழ்நாடு முற்போக்கு எழுத்தாளர்கள் – கலைஞர்கள் சங்கம், ஜோதிவிநாயகம் நினைவுப் பரிசு, லில்லி தேவசிகாமணி நினைவுப் பரிசு, சேலம் நாகப்பன் இராஜலெட்சுமி நினைவுப் பரிசு, இஸ்லாமிய இலக்கியக் கழகப் பரிசுகளும் கிடைத்துள்ளன. *காலச்சுவடு இதழின் இணையாசிரியர். தி இந்து (தமிழ்), சிந்தனைச் சரம் இதழ்களிலும் பணியாற்றியுள்ளார்.*

முகவரி : 31-B தைக்கா தெரு,
ஆழ்வார் திருநகரி அஞ்சல்,
திருவைகுண்டம் (வழி),
தூத்துக்குடி மாவட்டம் – 628 612.

மின்னஞ்சல் : *kalanthaipeermohamed@gmail.com*

களந்தை பீர்முகம்மது

நிழல் நதி

காலச்சுவடு பதிப்பகம்

● அன்பார்ந்த வாசகருக்கு,

வணக்கம்.

காலச்சுவடு நூலை வாங்கியமைக்கு நன்றி.

நூலின் உள்ளடக்கம், உருவாக்கம், அட்டைப்படம் இன்ன பிற அம்சங்கள் பற்றிய உங்கள் கருத்துகளையும் ஆலோசனைகளையும் காலச்சுவடு வரவேற்கிறது. தகவல், எழுத்து, வாக்கியப் பிழைகள் தென்பட்டால் கட்டாயம் தெரிவித்து உதவுங்கள். நூல் தயாரிப்பில் கடும் குறைபாடு இருப்பின் மாற்றுப் பிரதி உங்களுக்குக் கிடைக்கக் காலச்சுவடு ஏற்பாடு செய்யும்.

மின்னஞ்சல்: **publisher@kalachuvadu.com**

காலச்சுவடு நாகர்கோவில் தலைமையகத்துக்கும் கடிதம் அனுப்பலாம்.

தங்கள்
எஸ்.ஆர். சுந்தரம் *(கண்ணன்)*
பதிப்பாளர் — நிர்வாக இயக்குநர்

நிழல் நதி ◆ நாவல் ◆ களந்தை பீர்முகம்மது ◆ © எம்.எஸ். மரியம் பீமா ◆ முதல் (குறும்) பதிப்பு: டிசம்பர் 2022, இரண்டாம் பதிப்பு: மார்ச் 2023 ◆ வெளியீடு: காலச்சுவடு பப்ளிகேஷன்ஸ் (பி) லிட்.,, 669, கே.பி. சாலை, நாகர்கோவில் 629001

nizal nati ◆ Novel ◆ Kalanthai Peer Mohamed ◆ © M.S. Mariam Beema ◆ Language: Tamil ◆ First (Short) Edition: December 2022, Second Edition: March 2023 ◆ Size: Demy 1x8 ◆ Paper: 18.6 kg maplitho ◆ Pages: 304

Published by Kalachuvadu Publications Pvt. Ltd.,669 K.P. Road, Nagercoil 629001, India ◆ Phone: 91-4652-278525 ◆ e-mail: publications@kalachuvadu.com ◆ Printed at Clicto Print, Jaleel Towers,42 KB Dasan Road, Teynampet Chennai 600018

ISBN: 978-81-960589-8-2

03/2023/S.No.1167, kcp 4346, 18.6 (2) uss

இதயத்தில் நிறைந்த

மகள் நிலோவ்னா ஜாஸ்மினுக்கும்
மருமகன் பக்கர் என்ற சாகுல் ஹமீதுவுக்கும்

முன்னுரை

எழுதத் தொடங்கி நாற்பதாண்டுகளுக்குப் பின் நான் எழுதியிருக்கும் முதல் நாவல் இது. இத்தனை ஆண்டுகளையும் தாண்டிச் சென்று மீண்டும் என் பால்யத்தை அடைந்தேன் – ஆன்ம ரீதியாகவும் படைப்பாற்றல் ரீதியாகவும்!

நாவல் எழுதிமுடிப்பேனென்று நானே எதிர்பாராத தருணத்தில் நாவலை எழுதிவிட்டேன். 2019இல் ஆரம்பித்த நாவலை, 2022ஆம் ஆண்டுவரை கொஞ்சம்கொஞ்சமாக எழுதி முடித்தேன். எழுதத் தொடங்கும்போது ஒரு மெல்லிய கோடுதான் கதைக் களமாக இருந்தது. எங்கிருந்து எப்படித் தொடங்குவதென்றெல்லாம் ஆழமாகக் கவலைப்படவில்லை. நானே நினைத்துப் பார்க்காத இடத்தில் நாவல் தொடக்கம் கண்டது. என்ன இப்படி நடக்கிறது என்கிற அச்சமில்லாமல் தொடர்ந்தபோது, நாவல் பல வகைகளிலும் சிறியதொரு சூறாவளியைப் போல சுழன்று சுழன்று தன் இலக்கை நோக்கிச் சென்றது. என் கிராமத்துப் பெரியவர்களில் இத்தனை பேர் இப்படைப்புக் களத்துக்குள் நுழைவார்கள் என்றும் அறியாதிருந்தேன். நான் மனதார நேசித்த பலருக்கும் இந்த நாவல் தானே முன்வந்து இட மளித்ததில் எனக்குப் பெரிய மனநிறைவு உண்டாகி யிருக்கிறது. இவர்களெல்லாம் இல்லாமல் நான் இல்லை என்று உணர்கிறேன்.

இந்நாவலை எழுத்து வடிவிலிருந்து தட்டச்சு செய்ய வேண்டியிருந்தது. அதனை விரைந்து முடிக்கவென்றே தனியாகக் கணினி வசதியை

உருவாக்கித் தந்தார் கண்ணன். அத்துடன் நில்லாது நாவலை மெருகேற்றவும் சென்னைப் புத்தகக் காட்சிக்குள் அதனை முடித்துத் தரவுமாக என்னைப் பணியிலிருந்து விடுவித்து ஆனைக்கட்டியில் அமைந்துள்ள 'வானகம்' எழுத்தாளர் வதிவிடத் திட்டத்திற்கு அனுப்பிவைக்கவும் செய்தார். கர்நாடக இசைக்கலைஞர் டி.எம். கிருஷ்ணாவின் அன்னை பிரேமா ரங்காச்சாரி நடத்திவரும் வித்யாவனம் பள்ளி, சுமனசா அறக்கட்டளை, காலச்சுவடு அறக்கட்டளை ஆகியவை இணைந்து நடத்தும் எழுத்தாளர் வதிவிடத் திட்டம் இது. பதினேழு நாட்கள் முழுமையான படைப்பு மனநிலையோடு இருந்து இந்நாவலைச் செம்மைப்படுத்தினேன். கண்ணனுக்கும் இந்த அமைப்புகளுக்கும் என் நன்றி.

அந்த முகாமில் உடனிருந்த சல்மா எனக்காற்றிய உதவிகளை எப்படி விவரிக்க என்று தெரியவில்லை. எழுத்தாள ராகவும் சகோதரியாகவும் இரட்டைப் பணிகளை அவர் மேற் கொண்டிருந்தார். அந்த முகாமிற்கான மனநிலையில் நான் ஊறிநின்றதற்கு அவருடைய அண்மை முக்கியமான காரணமாகும். ராஜாத்தி என்ற சல்மாவுக்கு என் நன்றி!

இந்த எழுத்தை மெருகேற்றுவதிலும் தக்க ஆலோசனைகள் தந்ததிலும் கவிஞர் சுகுமாரன், அரவிந்தன், கலை–இலக்கியப் பெருமன்றத் தோழர் தக்கலை ஹாமீம் முஸ்தபா, 'பெயல்' அரையாண்டு ஆய்விதழின் நிர்வாக ஆசிரியர் செ.மு. நஸீமா பர்வீன் ஆகியோர் உறுதுணையாக இருந்தார்கள். நாவலின் வாசிப்பில் முன்னேறி முன்னேறிச் செல்லும்போதெல்லாம் அரவிந்தன் முன்வைத்த பார்வைகளும் பாராட்டுகளும் என் எழுத்துகளுக்கு மேலும் உரமேற்றின. இன்னொரு முனையில் நஸீமாவின் சுட்டிக்காட்டல்கள் அமைந்தன. படைப்பின் வேகத்தில் உருவான நடையில் காணப்பட்ட பெரும்பிழை களையும் சிறு பிழைகளையும் புடைத்தெடுத்துக் கச்சிதமாக்கித் தந்தார்கள் அரவிந்தனும் நஸீமா பர்வீனும்.

இதை எப்போதோ எழுதியிருக்க வேண்டும். ஆனால் மனமும் படைப்பாற்றலும் சரியாகக் கனிந்துவந்திருக்கின்ற பருவத்தில்தான் இந்த நாவலை எழுதியிருக்கிறீர்கள் என்று தோழர் ஹாமீம் முஸ்தபா உற்சாகமாகச் சொன்னபோது நான் உள்ளபடியே பேருவகை அடைந்தேன்.

இந்த நாவலுக்கு நன்மாராயம் சொன்னவர்கள் இந்த நால்வருமே! இந்நால்வருக்கும் என் நன்றிகள்.

நாவலுக்கு ஊக்கமளித்ததில் எழுத்தாள நண்பர்களான எஸ். ஷங்கர நாராயணன், கீரனூர் ஜாகிர்ராஜா, மீரான்மைதீன் ஆகியோரின் பங்களிப்புகள் உள்ளன. அவர்களுக்கும் என் நன்றிகள்!

என் பசுமைக் காலத்தை ஓவியமாக்கித் தந்த றஷ்மி அஹமது, தட்டச்சு செய்த மஞ்சு, பிழை திருத்தத்தில் உதவிய லதா, பிரேமா ஆகியோருக்கும் நன்றிகள்!

வாசகர்களாக, உங்களுக்கும் பங்கிருக்கிறது. நீங்கள் எனக் களிக்கும் பாராட்டுரைகளோ கடும் விமர்சனங்களோ அவை என்னென்னவாக இருந்தாலும் அவை என்னை மேலும் செதுக்க உதவும். இரண்டையும் ஒரே மனநிலையில் வரவேற்பேன். அடுத்த நாவல்களுக்கு நான் தயாராக அவை உதவக்கூடும். ஆகவே உங்களுக்கும் என் நன்றிகள்!

என்றும் நீங்கள் என்னுடன் இருக்கிறீர்கள்; என்றென்றும் நான் உங்களனைவரோடும் இருக்கிறேன்.

டிசம்பர் 14, 2022

அன்புடன்
களந்தை பீர்முகம்மது

மிகப்பெரும் இடைவெளிக்குப் பின்னர் அவன் அவளைப் பார்க்கிறான். இவ்வளவு அமைதியான சூழலில் ஒருவரையொருவர் பார்க்க நேரிடுமென்று இருவரும் நினைத்திருக்க மாட்டார்கள். தன் தெருவின் பழைய அமைப்பு அப்படியே மாறிப் புதிய அமைப்பாக இருப்பதை கபீர் வேதனையோடு பார்த்துக்கொண்டு வந்தான். தான் இருந்த காலத்தில் வாழ்ந்திருந்த எவரையும் அவனால் அன்று பார்க்க முடியவில்லை. தான் ஊரிலிருந்து வெளியேறிய பின், அங்கு நடந்த தெல்லாம் அவனுக்குச் செவிவழிச் செய்திகளாகத் தெரியும்; இருந்தாலும் அதனை நேரில் பார்க்கும்போது மனம் துவண்டுபோனது.

முன்னும்பின்னுமாக அவ்வப்போது திரும்பிப் பார்த்தபடியே வந்தான். எல்லா வாயிற்கதவுகளும் பூட்டியபடி கிடக்கின்றன. தங்களின் பழைய வீடுகளில் இருந்தவர்கள் மட்டுமல்ல, புதிய வீடுகளைக் கட்டியவர்களும்கூட வயிற்றுப் பிழைப்பிற்காக வெளியூர்களுக்கும் வெளிநாடுகளுக்கும் போயிருக் கிறார்கள். இப்படி அழகுறக் கட்டிவிட்டு ஏன் அப்படித் தலைதெறிக்க ஓட வேண்டும்? அவளும் அப்படித்தான்; தன் கணவரோடு மெட்ராஸுக்குப் போய் வாழ்ந்துகொண்டிருக்கிறாள்.

அந்த நினைப்பு மேலெழுந்தபோது அதை அமுக்கிவைக்க விரும்பினான். 'அவளின் வீடு இதுதானே' என்று தன்னைத்தானே கேட்டுக் கொண்டு, அந்த வீட்டை நோட்டமிடும்போது வீட்டின் கதவு திறக்கிறது. ஏதோ தன் வருகைக் காகவே திறக்கப்படுகிறதுபோல என்று அவன் தனக்குள் வேடிக்கையாக நினைத்துக்கொண்ட தும், நினைப்பை மீறி இலேசாகச் சிரிப்பு வந்தது. 'இந்த வீட்டை இப்போது யாருக்கு வாடகை விட்டுவிட்டு இவள் மெட்ராஸ் போயிருக்கிறாளோ'

என்று எண்ணி வேகமாக நகர முயன்றபோது, "கபீர்" என்று அழைக்கும் குரல் கேட்டது. ஓ, இது அவள் குரல்? விருப்பத்தை மீறித் திரும்பினான். நிற்பது சமீரா! கபீரின் கால்கள் அவளின் அழைப்பை மீறி மேலும் நகர விரும்பின. "கொஞ்சம் வந்துட்டுப் போவ மாட்டீயா," – அவளது குரல் இரங்கி நின்றது.

அவனின் படபடப்பைக் கண்டதும், தன்னை மீறி அவன் போய்விடுவான் என்று எண்ணினாள். ஆனால் வருகிறான்; மௌனமாக வருகிறான். நுழைவுக்குத் தோதாகக் கதவை இன்னும் விசாலமாகத் திறக்கிறாள். அவசரமும் பதற்றமும் கூடிய நிலை. ஏதோ ஒரு தேக்கம் அவளின் கண்களிலிருந்து உடைகின்றது.

வீடு அழகாக இருக்கிறது; சுத்தமாக இருக்கிறது; விசாலமாக இருக்கிறது. பலவிதமான அலங்காரப் பொருட்கள் ஆங்காங்கே இருக்கின்றன. சமீரா மெட்ராஸில் வசிப்பவள். அன்றாடம் இங்கு வாழ்வதுபோல இந்த வீட்டைப் பராமரிக்கிறாள்போல!

"சமீரா இப்பவும் அப்படியேதான் இருக்கா கபீரு!" என்று சில மாதங்களுக்கு முன் சபீர் சொல்லியிருந்தான். அவன் சொன்னது சரி.

அவளைப் பார்த்தான். சற்றே முடி கலைந்திருந்தது. ஒன்றிரண்டு நரைகள். காலத்தின் பயணமும் இருக்கிறதல்லவா? அவள் சற்றுநேரம் அப்படியே நின்றிருந்தாள். கண்ணில் அலைகள் ஓடின; கபீர் அவற்றைப் பார்த்தான். கொஞ்ச நேரம் தலை குனிந்து நின்றாள்.

"நல்லாயிருக்கியா கபீரு? இன்னும் கோவமாத்தான் நீ இருக்கியா?"

அந்தக் குரலின் தளும்பல். அதை ரசிக்கும் மனோபாவம் இன்னும் அவனை விட்டுப் போகவில்லை.

"நீ இப்போ பெரிய ஆளாயிட்டே... அதனால என்னையெல்லாம் மறந்துட்டியோ?"

தலையாட்ட விரும்பினாலும் சும்மா நின்றான்.

"நீ இங்கதான் இருக்கியா?"

"ஆமா கபீரு."

தலையாட்டிவிட்டு அமைதியானான்.

"நீ நல்லாயிருக்கியான்னு என்னை ஒரு வார்த்தையாவது கேக்க மாட்டியா கபீரு?"

“நீ நல்லாயிருப்பேன்னு எனக்கு நிச்சயமாத் தெரியும்.”

அவள் அழுதால் நன்றாயிருக்கும்.

“உக்காருங்க. வீட்டுல எல்லாரும் நல்லாருக்காங்களா?”

வீட்டின் பின்கட்டிலிருந்து இரண்டு பேர் வந்தார்கள். இவனைப் பார்த்ததும் அவர்கள் இருவரும் தயங்கி நின்றார்கள். அந்தப் பெண் யார்? சமீராவைப் போலவே இருந்தாள். சமீரா சொன்னாள், “இது என் மவ, உங்களுக்குத் தெரியும்தானே, சின்ன வயசுல பாத்திருக்கீங்க. இது அவ மக.”

அந்த மகளுடைய பார்வையிலிருந்தும் சின்னப் புன்னகையிலிருந்தும் கபீர் கடந்த காலத்துக்கு ஓடினான்; அதனுள்ளிருந்து இன்னொரு சமீரா எழுந்தாள். மகளின் பக்கத்திலே முழங்கால் தொடும் அளவிற்கு நிற்கிற சின்னக் குழந்தை; இவள் இன்னும் பத்து ஆண்டுகளின் பின் அதே காலத் தூரிகையால் இன்னொரு சமீராவாக மாறுவாள்.

மூவரின் முன்னே கபீர் மூன்று காலங்களுக்குள்ளும் ஒரே நொடியில் விரைந்தும் திரும்பியும் அலைபாய்ந்தபடி இருந்தான். வானமும் பூமியும் மோதிமோதிப் பெருங்குரலெழுப்பின.

கபீர் எழுந்து பிஞ்சுக் குழந்தையைத் தூக்கினான். கண்கள், கன்னங்கள், உதடுகள், நெற்றி; எல்லாம் சமீராவிடமிருந்து கடன் வாங்கிவிட்டதைப் போலவா? கபீர் அவளின் நெற்றியில் முத்தம் பதித்தான். சமீரா விதிர்விதிர்த்துத் தள்ளப்பட்டாள். காலத்தின் நேரலைக்குள் மூழ்கிச் சட்டென்று திணறி வெளிவரப் பார்த்தாள்.

❍

சபீரைத் தொடர்புகொண்டான். “மாய வசீகரமாக இருந்துச்சு சபீர்” என்று சொன்னான்.

“கபீர் நீ என்ன சொல்றே? என்னால புரிஞ்சிக்க முடியல்ல.”

“நான் கொஞ்ச நேரத்துக்கும் முன்னால சமீராவப் பார்த்தேன்; அவ மகளப் பார்த்தேன்; அவ பேத்தியைப் பார்த்தேன்.”

“ஓ பிரம்மாதம்”

“ஒரே நேரத்தில மூணு உலகத்துல இருந்தேன்.”

“என்னது என்னது, என்னென்னமோ சொல்றியே!” என்று சபீர் கேட்கும்போது கபீர் போனைத் துண்டித்தான்.

1

மஜீத் வாத்தியார் கடும் மனவாதையோடு மும்பைக்குப் போனார். ரஹ்மத்துல்லா தங்களின் வீட்டுக்கு வந்திருப்பதாக காஜா மச்சான் கடிதம் எழுதியிருந்தார். மஜீத் வாத்தியார் வீட்டில் எல்லாருக்கும் ஆச்சரியம். பாஷை தெரியாத இடத்தில் எப்படி அங்கே அவன் போய்ச் சேர்ந்தான்? ஓட்டை இங்கிலீஷ் ரஹ்மத்துல்லாவுக்குக் கரதலப் பாடம். வேறு வழியில்லை; போய்த்தான் தீர வேண்டும்; அவன் போயிருக்கிறான்; இப்போது இவர் போகிறார்.

ரஹ்மத்துல்லா சத்திழந்தும் சாரமிழந்தும் உட்கார்ந்திருந்தான். மஜீத் வாத்தியார் தான் கொண்டுவந்திருந்த அவன் துணிமணிகளை அவனை நோக்கி வீசினார். அவன் பொறுக்கிக் கொண்டான். சரபுரவென்று சகல நிகழ்ச்சிகளும் கண்முன்னே ஓடிவந்தன. சிறிய மதிப் பதற்றம்; மொத்தமாய் அவனை அந்நியனாக்கிவிட்டது. வீட்டுக்குள் நுழைவதற்கு முன்னாலேயே காஜா மச்சான் சொல்லிவிட்டார்.

“நான் என் வீட்டுக்காரியிட்ட ஒண்ணும் சொல்லிக்கிடல்ல. நீயும் அதை வந்து காட்டிக்காத மாப்பிள. ஒன் மவன் வேலைதேடி வந்திருக்கிறதா வீட்டுக்காரிட்ட சொல்லிட்டேன். நீ அவன்கிட்ட நல்லா கலகலப்பா பேசிக்க. ஒன் மவன்கிட்டேயும் நான் அதைத்தான் சொல்லி வச்சிருக்கேன்.”

மஜீத் வாத்தியார் தலையாட்டினார். “வாப்பா வும் மகனுமா நல்லா நடிச்சிறணும்.”

இருவருக்கும் நடிப்பு வந்ததாகத் தெரிய வில்லை.

படிப்பு முடியாத சமயத்தில் பம்பாயில் இவனுக்கு அப்படியென்ன வேலை கிடைத்துவிடப் போகிறது? இன்னமும் அரியர்ஸை வைத்துக்கொண்டு இவ்வளவு பெரிய பட்டணத்தில் இவனால் என்ன செய்துவிட முடியும்? சமாளிக்கும் விதமாக காஜா மச்சானிடம் எதையெல்லாமோ சொன்னார் மஜீத். என்ன சொன்னோமென்று மஜீத் வாத்தியாருக்கு அவ்வளவு உணர்வு இல்லை. காஜாவும்தான் என்னத்தைக் கேட்டிருப்பார்?

2

ரஹ்மத்துல்லா காக்காவிற்கு நேரிட்ட அவமானம் சமீராவுக்கு இடிவிழுந்துவிட்டாற் போல! அவள் மெட்ராஸுக்கு வந்து சில மாசங் கள்தானே நிறைவாகியிருக்கு. திருமணம் முடிந்து கணவன் சுலைமானோடு இந்தப் பட்டணக் கரைக்கு வரும்போது பல வேண்டுதல்களை வைத்தாள் அவனிடம். பீச்சுக்குக் கூட்டிட்டுப் போவணும், தேவி தியேட்டருக்குக் கூட்டிட்டுப் போவணும், அடையாறு ஆலமரம் பாக்கணும், மிருகக் காட்சி சாலையைச் சுத்தணும், எலெக்ட்ரிக் ட்ரெயின்ல போவணும்... அவள் இந்தக் கோரிக்கைகளை யெல்லாம் சுலைமானிடம் சொல்லும்போது கபீர் எல்லாவற்றையும் கேட்டுத் தலையாட்டிக் கொண்டிருப்பதாகப் பார்த்தாள். அவளுக்கு அதிர்ச்சியாக இருந்தது. எதிரில் உட்கார்ந்து அவள் சொன்ன சொல்லுக்கெல்லாம் சுலைமான் தான் “சரி சரி” என்று தலையாட்டினார். சமீரா மனசுக்குள் அசௌகரியப்பட்டுப் போனாள். “இதென்ன இப்படியாயிடுச்சி” என்று தலைகுனிந்தாள். ஏதோ கோளாறு.

கபீர் எதிரே உட்கார்ந்திருக்கிறானே, அது எப்படி? சுலைமானை இன்னுமின்னும் அதிக நேரம் கூர்ந்து பார்த்தாள். அவரைத் தன் மனத்துக்குள் முழுவடிவாக அனுப்ப மறுபடியும் ஒருமுறை யத்தனித்தாள். “நீ சொல்லித்தான் நான் எல்லா இடத்துக்கும் கூட்டிட்டுப் போவேனாக்கும்?” நறுக் காக நிறுத்தினார்; சிரித்தார். இவரின் குரல்கூடக் கொஞ்ச நேரத்துக்கும் முன்னால் கபீரின் குரல் போல மாறிக்கொண்டு வந்ததே? அவளுக்குள் கொஞ்சம் சஞ்சலம். தன் மனத்துக்குள் ஓரிருமுறை கேட்டுக்கொண்டாள்.

சமீராவுக்கு சுலைமானின் சிரிப்பு பிடித் திருந்தது. இவர் எல்லாவற்றிற்கும் மென்மையாகப்

பேசுகிறார்; அதிலும் அளவோடு! அவ்வளவு சீக்கிரம் கோபப்பட மாட்டார்போல! கபீருக்கு சட்சட்டென்று கோபம் வரும் ஆனால் கபீர் அப்படிப்பட்டவன் கிடையாதென்று ஊரில் எல்லாரும் சொல்லுவார்கள். அவன் அற்புதமான பையனாம்; கோபமே வராதாம். என்னவோ அவள் பார்க்காத, அறிந்திராத கபீர்போல மற்றவர்கள் அப்படியும் இப்படியுமாக ஏதாவ தொரு சமயத்தில் இவளிடமே சொல்லித் திரிவார்கள்; அவள் தனக்குள் சிரிப்பாள்! அவர்கள் ஏன் அப்படியெல்லாம் சொல் கிறார்களென்று அவளால் கொஞ்சம்கூடப் புரிந்துகொள்ள முடிந்ததில்லை; அதிலும் தன்னிடமே!

“அவன் கபீரு, எங்கேயோ பெரிய கம்பெனில வேலைக்குச் சேந்திருக்கானாமே, அவனையும் பாக்கக் கூட்டிட்டுப் போவீங்களா?” ஓங்கி உச்சமாய் எழும் குரல் அவளின் மனச்சுவர் களை அதிரவைத்தது. மனத்துக்குள் அவள் சில வார்த்தை களைச் சொல்லிக்கொண்டிருக்கிறாள் என சுலைமான் புரிந்து கொள்கிறார். என்ன சொல்ல வருகிறாள் என்று தெரியவில்லை, அவளைக் கூர்மையாக வைத்த கண் வாங்காமல் தன் முக நரம்புகளை அசையவிடாமல் பார்த்தார்.

❍

பார்க்க நினைத்த சில இடங்களைத்தான் பார்த்திருக்கிறாள் சமீரா. சுலைமான் சில சமயங்களில் ஞாயிறன்றும் வேலைக்குப் போவதால் ஊர்சுற்றிப் பார்ப்பதில் வேகமில்லை. இருந் தாலும் இனி மெட்ராஸ்தானே வசிப்பிடம், அப்புறம் எதுக்கு அவ்வளவு படபடப்பு என்று சமீரா தன்னைத் தேற்றிக்கொண் டிருக்கையில்தான் ரஹ்மத்துல்லா காக்காவின் செய்தி வந்து விழுந்துவிட்டது. அதுவும் வீட்டிலிருந்து எவ்விதத் தகவலும் வரவில்லை. ஊர்க்காரர்கள் வீட்டுத் திருமணத்திற்காக ஐஸ் ஹவுஸ் சென்றிருக்கும்போது அந்தச் செய்தி காதில் வந்து விழுந்தது. “ரஹ்மத்துல்லா, சுல்தானா வீட்டுச் சுவரேறிக் குதிச்சிட்டானாம்.”

மூளை இருட்டடித்துப்போனது மாதிரி ஆயிற்று சமீராவுக்கு! இது என்ன புதுச் செய்தி? யாரும் தகவல் தரவில்லை. எதுவாக இருந்தாலும் வாப்பாதான் கடிதம் எழுத வேண்டும்; எழுத வில்லை; கணவருக்கு இந்த விஷயம் தெரியுமோ தெரியாதோ. ஒருவேளை தெரிந்திருந்தும் தன்னிடம் மறைத்துவிட்டாரோ?

சுல்தானா இருந்த வீடுகூட ஒருமாதிரிதான். பங்கஜம்மா இறந்துபோய் வீட்டில் கிடந்திருக்கிறார். உள் தார்சா வச்ச வீடு. முன்புறம் முப்பதடி சும்மா கிடந்தது. முருங்கை மரமும் பூவரச

மரமும் கருவேப்பிலை மரமும் கொய்யா மரமும் சரிக்குச் சமமாகச் சொல்லிவைத்த அளவில் அந்த முற்றத்தில் வளர்ந்திருந்தன. பங்கஜம்மா தார்சாவில் சீலையை விரித்துப் படுப்பார். அன்றைக்குக் காலையில் உயிர்பிரியும் தருணம் வந்துவிட்ட தாகத் தெரிந்தது. அந்த முப்பதடித் தூரத்தைக் கடந்து தெருவில் போய் யாரையும் எட்டிப் பார்க்க முடியாது. மரணம் சுமுக மாகத்தான் வருகிறது. யாரை அழைத்தும் பயனில்லை. சந்தர்ப்பத்தைப் பயன்படுத்திப் பயணமாகிட விருப்பம் பங்கஜம்மாவுக்கு! நல்ல வேளையாக முன்னால் கதவு திறந்து கிடக்கிறது. தான் சீவனில்லாமல் கிடப்பதை சமீரா பார்க்கலாம், காத்தூன் பார்க்கலாம், பேச்சியா பிள்ளையோ பிரம்மநாயகமோகூடப் பார்த்துவிடலாம். அடுத்த வீட்டி லிருந்து மீரம்மாகூட வந்தால் போதும். மகன் கிருஷ்ணன் மிகவும் கஷ்டப்படுகிறான். இன்னமும் அவனுக்கு நல்ல காலம் பிறக்கவில்லை. தான் வணங்கும் கடவுள்களெல்லாம் கிருஷ்ணனைக் கைவிட்டுவிடக் கூடாது. அவருக்குள்ள ஒரே கவலை அதுதான்.

கிருஷ்ணனைத் தன் மனத்துக்குள் நினைத்தார். கிருஷ்ணனைக் காப்பாற்றும்படியாக ஒருமுறை கிருஷ்ண பரமாத்மாவையும் கையெடுத்துக் கும்பிட்டார். மகன் எதிரில் நின்றான்; கையுயர்த்தி ஆசீர்வதித்தார். முற்றத்துள் நிற்கும் பச்சைப் பச்சையான மரங்களையும் பார்த்தார். அவை தளிரோடு துளிர்த்துக் கிடந்தன. கிருஷ்ணனின் வாழ்க்கையும் பசுமையாக வேண்டிக் கடவுளைக் கும்பிட்டார். கைகள் பிரியாமல் இணைந்தன; விழிகள் மூடின.

அந்த வீடு எத்தனை மாதங்கள் சும்மா கிடந்தது? அதிர்ஷ்டம்கெட்ட வீடு என்று ஆகிவிட்டது. ஆனால் பங்கஜம் மாவோ சாமிநாதன் ஐயாவோ அப்படி அதிர்ஷ்டம் கெட்ட வர்களா? வாழ்க்கையில் நல்ல இணையாக வாழ்ந்தார்கள்; பிள்ளைகளையும் பெற்றார்கள்? என்ன செய்ய, கிருஷ்ணனைத் தவிர யாரும் தங்கவில்லை. இதனால்தான் அந்த வீட்டுக்கு அப்படியொரு பெயர். ஆனால் சுல்தானாவும் அவளின் கணவன் தஸ்தகீரும் எந்த முறைப்பாடும் இல்லாமல் அந்த வீட்டுக்கு வந்து குடியேறிவிட்டார்கள். கிருஷ்ணனின் மெட்ராஸ் அட்ரஸுக்கு மாதாமாதம் ஐந்து ரூபாய் வாடகைப் பணத்தை அவர்கள் அனுப்பிவிட வேண்டும். அது மட்டும்தான் அந்த வீட்டிற்கான நிபந்தனை. இந்த ஏற்பாட்டையும் கிருஷ்ணனுக்காக கணபதியா பிள்ளைதான் முடித்துவைத்து அவர்களைக் குடியமரவைத்தார்.

சுல்தானா வந்ததும் வீட்டுவரிசை பழையபடி உயிர்ப் புள்ளதாக மாறியது. தஸ்தகீர் திருநெல்வேலி மிட்டாய்க் கடையிலிருந்து வாரந்தோறும் திங்கள் இரவில் வருவான். செவ்வாய் முழுதும் தங்கிவிட்டுப் புதன்கிழமை காலையில் கணபதி பஸ் ஏறித் திருநெல்வேலி போய்விடுவான். சுல்தானா தன் இளம் வயதுக்கேற்றபடி இல்லை. வெற்றிலையும் புகை யிலைக் கட்டுமாக வாயில்போட்டுச் சதா சர்வ காலமும் அதக்குவாள். அவளுடைய வாய்ச் சிவப்பு புகழ்பெற்றுவிட்டது. ரஹ்மத்துல்லா அந்தச் சிவப்பில்தான் விழுந்துவிட்டானோ?

3

பம்பாயிலிருந்து மஜீத் வாத்தியார் திரும்பிய பின், குல்தூம் எதையும் கேட்டுக்கொள்ளவில்லை. அவர் பம்பாய் சென்றது ஊரில் பலருக்கும் தெரியாது. அவர் புறப்பட்ட அன்று காற்று அசைவில்லாமல் இருந்தது. ஒரு சிறிய வேப்பிலைகூட அசையவில்லை. மஜீத் வாத்தியார் அப்படிப்பட்ட பொழுதில், ஊரின் உறைநிலையில் பம்பாய் போனார். மேலும் கருக்கிருட்டான நேரம். வயல்களில் போகின்ற அவரின் உருவத்தை யாராலும் பெயர்த்தெடுத்துப் பார்க்க முடியவில்லை. வெறுமனே கைவீசிக்கொண்டு சமயாசமயங்களில் பேருந்து நிலையத்துக்கும் கோட்டைக்குமாகப் போவதுபோலவே பம்பாய்க்கும் போய்விட்டார். அவருடைய சின்ன மகன் காலையில் பஸ் ஸ்டாண்ட் போனான்; வாப்பாவுக்குப் பழக்கமான கடைக்காரரிடம் துணிப்பையைக் கொடுத்துவிட்டு வந்திருந்தான். அவர் கிழவர். உலக விஷயங்களில் அவ்வளவு நாட்டமில்லாமல் இருந்தார். அந்தக் கிழவரிடம் பராக்குப் பார்த்துப் பேசுவதுமாதிரி ஊர்க்காரர்கள் நடமாட்டத்தைத் துப்பறிந்துகொண்டு, கணபதி பஸ்ஸில் ஓடிச் சென்று ஏறிவிட்டார் மஜீத் வாத்தியார். மெட்ராஸ் சென்ட்ரல் போய் பம்பாய் செல்லும் ரயிலைப் பிடித்துக்கொண்டார். பம்பாய் போய்ச் சேர்ந்ததும் மொத்தப் பயணமும் இவ்வளவுதானா என்றிருந்தது. ஊரை விட்டு ரகசியமாய் வருவது, பதிவுகள் இல்லாமல் பஸ், ரயில்களில் ஓடிப்போய் ஏறி இடம்பிடித்து உட்காருவது, பாஷையறியாத பம்பாயில் தடம்பிடித்துப் போனதெல்லாம் தான்தானா என்று அவருக்குத் தன்மீதே சந்தேகம்.

இவ்வளவு சாதனைகளை நடத்திய பின்னரும் தன் ஜமாஅத்தைச் சேர்ந்த யாரோ ஒருவரோ இருவரோ தான் போகும் திசையெல்லாம் தன்னைக்

கண்காணித்துக்கொண்டு பின்தொடர்வதைப் போல மஜீத் வாத்தியார் சம்சயப்பட்டார். அவர் உடலின்மீது நாலு கண்கள் மேலேயும் கீழேயுமாக ஊடுருவிச் செல்கின்றன; தட்டிவிட்டுப் பார்த்தார். ம்ஹூம்... அந்தக் கண்கள் தன்மீது மேவுவதாகவே இருக்கின்றன. மனம் கதக்கதக் என்று அடித்துக்கொள்கிறது. அல்லாஹ்வின் நாமத்தைத் துதித்தபடி அரைப் பைத்தியமான மனநிலையில் அத்தனை நாட்களும் கழிந்தன.

சமீராவைக் கட்டிக்கொடுத்த வகையில் அவளும் ஆசை ஆசையாய் மெட்ராஸுக்குப் போய் சந்தோஷமாக இருக்கிறாள். புதுமணத் தம்பதிகளின் மெட்ராஸ் வாழ்க்கையில் அவலமான செய்தியைச் சொல்லிக்கொண்டு உள்ளே நுழைவது அநியாயம்; அதனால் பம்பாய் போகும்போதும் திரும்ப வரும்போதும் தன்னை அந்நிய மனுஷனாக்கிக்கொண்டார். மகளோ மருமகனோ இந்த மெட்ராஸில் இல்லையென்று அவ்வூரைக் கடக்கும்போது அவர் நினைத்துக்கொண்டார்.

4

மாலிக் சிலோனில் இருந்தார். கொழும்பு முஸ்லிம் ஹோட்டலில் வேலை. ஊர்க்காரர்கள் அங்கே கும்மிக் கிடக்கிறார்கள். முஸ்லிம் ஹோட்டல் அப்படி எத்தனையெத்தனை ஊர்ப் பேர்வழிகளை வேலைகொடுத்துக் காப்பாற்றிக்கொண்டிருந்தது என்று கணக்கிட முடியவில்லை. ஊரில் யாரைக் கேட்டாலும் கொழும்பு முஸ்லிம் ஹோட்டலில் வேலை என்று சொல்லிக்கொள்வார்கள். சிலோனில் தாங்கள் மாபெரும் வங்கியிலோ நிறுவனத்திலோ வேலைபார்த்துக்கொண்டிருப்பதைப் போல அவர்கள் சொல்லும் தோரணை இருக்கும். மாலிக்கும் அங்குதான் அடங்கியிருந்தார். புலிப்பத்து ஜமாஅத்திலுள்ள பல வீடுகள் பெரிய பணக்காரர்களின் வீடுகளென்று கருதிக்கொள்கிற மாதிரி இருந்தன. வகைவகையான கண்ணாடித் தம்ளர்கள், மெய்கண்டான் காலண்டர்கள், பிக்பென் கடிகாரங்கள், களரித் தாலாக்கள், செண்ட்டுகள், கண்ணாடி பீரோக்கள், பெரிய மரப்பெட்டிகள், மஸ்கோத்துகள், தொதல்கள்... அவர்கள் கொழும்பு ஹோட்டலில் பெஞ்ச் துடைத்துக்கொண்டிருப்பதாக ஊரில் உலவும் நக்கல்களை இப்பொருட்கள் முறியடித்துக்கொண்டிருந்தன. வீட்டுப் பெண்மணிகள் உடுத்தும் சேலைகளும் குழந்தைகுட்டிகள் அணியும் ஆடைகளும் அப்படித்தான். எல்லாரும் சிங்களத்தைத் தமிழ்போலப் பொலபொலவென்று பேசக் கற்றுக்கொண்டார்கள். ஊருக்குள் சிங்கள உரையாடல்கள் நிகழ்ந்தபடியே இருந்தன. கொழும்பு முஸ்லிம் ஹோட்டல் தொழிலாளிகளாக ஒவ்வொரு கட்டத்திலும் இரண்டொருவர் ஊருக்குள் இருந்துகொண்டிருப்பது வழக்கமாயிற்று.

எல்லாப் பெண்டாட்டிமார்களுக்கும் மாதம் தவறாமல் மணியார்டர் வந்தது; கடிதம் வந்தது. எல்லாப் புருஷன்மார்களும் கற்புநெறி தவறாமல்

ஒழுங்காய் இருப்பதாகத் தெரிகிறது. பெண்டாட்டிமார்கள் தம்தம் பிள்ளைகளை மார்பிலும் தோளிலும் வைத்துக்கொண்டு ஆவலாதி சொன்னபடி புருஷன்மார்களுக்குப் பதிலெழுதிவந்தார்கள். பள்ளிக்கூடம் செல்கின்ற பொடியன்களைப் பக்கத்தில் வைத்துக்கொண்டு ம்மாமார்கள் சேதிசொல்ல அதை அந்தப் பொடியன்கள் உள்வாங்கி எழுதுவார்கள். "அல்லாஹ் போது மானவன். வாப்பாவுக்கு ம்மா எழுதிக்கொண்டது. இங்கே நானும் பிள்ளைகளும் மாமியும் வாப்பும்மாவும் எல்லாரும் அல்லாஹ்வின் கிருபையால் நல்ல சுகம். அங்கு வாப்பா உங்கள் சௌக்கியத்தை எழுதிக்கொள்ளுங்கள்" எனக் கடுதாசிகள் போய்வந்துகொண்டிருந்தன.

வேறு யாரோ ஒரு மனுஷனின் கடிதம் சில நாள்களுக்கு வராமல் இருக்குமானால் அடுத்த வீட்டுக்காரர்களோ எதிர்வீட்டுக்காரர்களோ தத்தம் கணவருக்கு விவரம்கேட்டு எழுதுவார்கள். இப்படியாக ஊர் விஷயங்கள் சிலந்தி வலைப் பின்னலில் தப்பிக்க வழியில்லாமல் சிக்கின. எல்லோருடைய ரகசியங்களும் வெளிச்சத்தில் கிடந்தன.

ஆதம் வாத்தியார் வீட்டுக்கு என்ன குறைச்சல்? அவரின் வாப்பா அங்கே வேலைபார்த்தார். துப்பாக்கியப்பா குடும்பத்துச் சரிபாதி ஆண்களைக் கொழும்பு முஸ்லிம் ஹோட்டல் மடக்கிப் போட்டிருக்கிறது. சினா முனா வீடு எப்பேர்ப்பட்ட பெரிய வீடு? அங்குள்ள காஜா, கல்யாணம் முடிந்தவுடன் சிலோன் போய்விட்டார். பதிலுக்கு ஜொஹாராவைக் கல்யாணம் முடிக்கப்போகிற செய்யது, சிலோனிலிருந்து இன்னும் சில நாளில் வரப்போகிறாராம். கல்யாணத்துக்கு அப்புறம் இரண்டு, மூணு மாசம் ஊரில் இருப்பாராம்; அப்புறம் போய்விடுவாராம். கொண்டைக் கழுத்தி அப்பா[1]வோட மகனும் டிரைவிங் படித்துவிட்டு என்றோ ஒருநாள் சிட்டாய்ப் பறந்துவிட்டார். இப்படியாகத் தன் ஊர்க் கதைகளை வெளியூர்க் கதைகள்போல் கேட்டுக்கொண்டிருந்தது புலிப்பத்து கிராமம்.

இந்தக் கொம்பாதிக் கொம்பன்களே சிலோன், சிலோன் என்று ஆலாய்ப் பறக்கும்போது மாலிக் மட்டும் எம்மாத்திரம்? மாலிக்கின் தனித்த ஸ்டைலாக அவருடைய கண் சிமிட்டலைச் சொல்வார்கள். அந்த வீட்டில் எல்லார்க்கும் கண் சிமிட்டல் உண்டு. வாப்பா வழியில் வந்ததா, ம்மா வழியில் வந்ததா என்று அந்தக் கண் சிமிட்டலின் பூர்வீகத்தை அறிந்துகொள்ள முடிய வில்லை. பரம்பரையாக எல்லார்க்கும் இருக்கும்போது மாலிக்கின் சிமிட்டலை மட்டும் ஏன் அடையாளப்படுத்து

1. அப்பா – மரியாதை விளி

கிறார்களோ தெரியவில்லை? தூய்மையான எட்டுமுழ வேட்டியும் முழுக்கை வெள்ளைச் சட்டையுமாகப் போகிற பெரியவர் மஜீத் வாத்தியாருக்குக் கண் சிமிட்டல் இல்லையா? கடைக்குட்டி ஆசாத்துக்குக் கண் சிமிட்டல் இல்லையா? ஏன், சமீராவுக்குமே இருக்கிறதே! மகாராஜன்தான் அவளை எவ்வளவு கேலி செய்திருக்கிறான்?

மாலிக்கிற்குப் படிப்பு ஏறவில்லை. ஆசாத்துக்கும் படிப்பு ஏறவில்லை; இவர்கள் இருவருக்கும் பெரியவரான மஜீத் வாத்தியார் மட்டும் பத்தாம் வகுப்புவரைக்கும் படித்துத் தேர்வாகிக் கப்பல் வீட்டுக்காரர்கள் நடத்திய பள்ளிக்கூடத்தில் வாத்தியார் வேலைக்குப் போய்விட்டார். இதிலென்ன பெரிய வேடிக்கையென்றால், கொழும்பு முஸ்லிம் ஹோட்டலை நடத்திவரும் அதே குடும்பம்தான் ரஹ்மானியா ஆரம்பப் பாடசாலையையும் நடத்திக்கொண்டிருந்தது. படித்தவரும் படிக்காதோரும் உள்ளூரிலும் சிலோனிலுமாக ஒட்டு மொத்தமாய்க் கப்பல் வீட்டுக்காரர்களின் பிடியில்தான் இருந்துவருகிறார்கள்.

ஆசாத் சிறந்த விவசாயியாக மாறிவிட்டார். வியர்வை வழிந்தோடும் மேனியில் ஒருநாள்கூடச் சட்டை ஏறியதில்லை. வெள்ளைத் துண்டைத் தோளில் போட்டு அங்குமிங்குமாய் வயலுக்கும் தோட்டத்துக்குமாய் ஓடிக்கொண்டிருந்தார். சக்கடா வண்டியில் மாடுகளைப் பூட்டி, அவற்றின் வால்களைப் பிடித்து முறுக்கி, 'ட்ரீ ட்ரீ' என்று ஓட்டிக்கொண்டு உரக் கடைகளுக்குப் போக வெட்கப்படவில்லை. ஆசாத் குரலை ஊரே அடையாளம் கண்டுகொண்டிருக்கிறது. "எல, பேத்தனமா வண்டியை ஓட்டிக்கிட்டு வருவான் அந்த ஆளு. அவன் சத்தம் கேட்டா ஒதுங்கிப்போயி வழி வுட்டுருங்கல" என்று பெற்றோரும் பெரியோரும் ஒவ்வொருவருக்கும் புத்திமதி சொல்லியபடியே இருப்பார்கள். வயலில் வேலைசெய்ய வந்த அடியான்[2]களில் ஒருவரைப்போல ஆசாத்தும் சுழன்று சுழன்றுவந்தார். பக்கா சுறுசுறுப்பு. அடியான்களையும் அவரவர் பொண்டாட்டிமார்களையும் வாய்க்குவந்த ஊத்தையான வார்த்தைகளாலெல்லாம் ஏசியேசி வேலைவாங்கிக் கொண்டிருந்தார். என்னவோ அவருக்கு ஜமாஅத்[3]திலும் ஊர்க் காட்டிலும் எல்லாரும் லைசன்ஸ் கொடுத்துவிட்டதைப் போலத்தான்; பாலியல் உறுப்புகளை நடுத்தெருவில் கடைவிரித்தார். ஒவ்வொரு வார்த்தையும் கதவையும்

2. அடியான் – தோட்ட வேலையாள்

3. ஜமாஅத் – ஊர்க் கட்டுமானம்

ஜன்னல்களையும் தட்டித் தவிடுபொடியாக்கிவிட்டு வீடுகளுக்குள் நுழைந்தன; அடுப்பங்கரைகளுக்குள் நுழைந்தன. ஊர் அமைதியாகக் கிடந்த கிடப்புக்கு எண்டிசையும் பாலியல் வார்த்தைகளெல்லாம் பரவிக்கிடந்தன.

பெருசுகளும் குமருகளும் மூடிய கதவுகளுக்குப் பின்னே நின்றபடி ஆசாத்தை ஏசுவதுபோல ஏசிக்கொண்டு அவரின் கெட்டக்கெட்ட வார்த்தைகளையெல்லாம் மாம்பழச் சாறுபோல உறிஞ்சி ரசித்துக்கொண்டிருந்தார்கள். வாப்பா, ம்மா, காக்கா,[4] தாத்தா[5]மார்களுக்கெல்லாம் தெரியாமல் அடுப்படிக்குள்ளும் கோழிக்கூட்டுக்குப் பின்னாலுமாக நின்று வயிறு கிழியக் கிழியக் குமருகள் சிரித்தார்கள். இப்படியாகச் சமைஞ்ச பொண்ணுகள் பாலியல் கல்வியைக் கற்றுத் தேறலாயினர்.

மாலிக் நடுவுல உள்ளவர். அவர் டிப்டாப்பாய்ச் சாரமும் வெள்ளைச் சட்டையுமாய்த் தெருவுக்குள் விசுக்விசுக்கென்று போகவும் வரவுமாக இருப்பார். ஒருநாள் அப்படியாக வெள்ளை முழுக்கைச் சட்டை போட்டுக்கொண்டு திண்ணையை விட்டு இறங்கிக் கைமடிப்புகளை மடித்துவிட்டுக்கொண்டு கிழக்கிலும் மேற்கிலுமாகத் தலையை உருட்டிப் பார்த்துக்கொண் டிருந்தார். திண்ணையிலுள்ள திண்டில் பிரசிடெண்ட் அப்பா தலையைச் சாய்த்துக்கொண்டு கிடப்பதை மாலிக் கவனிக்க வில்லைபோல. (இவர் எந்த ஊருக்குப் பிரசிடெண்டாக இருந்தார் என்கிற விவரம் அரசு ஆவணங்களின்படி கிடைக்கவில்லை.) மகனின் அலங்கார ஒப்பனைகளை பிரசிடெண்ட் பார்த்துக் கொண்டே இருந்தார். "இந்த வீட்டுக்குள் உழைக்காத ஜென்மமாக இருந்துகொண்டு வாழ்க்கையை இவ்வளவு சோக்காக அனுபவித்துக்கொண்டிருப்பவன் இவன் மாத்திரம்தான். மூதேவியை எப்படியாவது படிக்கவைத்து, மூத்தவன் மஜீத்தைப் போல இவனையும் வாத்தியாராக்கிவிட வேண்டும்" என பிரசிடெண்ட் இஸ்மாயில் அப்பாவுக்கு எவ்வளவோ ஆசைகள் இருந்தன. "பன்னிக்குப் பிறந்த பய ஒண்ணுக்கும் இல்லாமப் போயிட்டான்" என்று பிரசிடெண்ட் இன்றளவும் நீட்டோலை வாசிக்கிறார்.

மாலிக் அடக்கமாய் இருக்க வேண்டாமோ? பிரசிடெண்ட் இஸ்மாயில் அப்பாவுக்குப் பொத்துக்கொண்டு வந்தது. "மூத்தவள, என்னத்தளா போட்டுச் சோக்கு பண்ணிக்கிட் டிருக்கே! என்னவோ உழைச்சுக் கொட்டினவன் மாதிரி வார்ற, போற, சொகுசா தின்னுக்கிட்டு அலையுற... ஏ, பன்னிமாடா

---

4. காக்கா – அண்ணன்
5. தாத்தா – அக்கா

நாலுகாசுக்கு ஒழைச்சுச் சாப்புடணும்னு ஒனக்குத் தோண லையா? ஓடுல எங்கயாவது" என்று முழங்கினார். அக்கம்பக்கத்தார் மட்டுமல்ல, நெல்மூட்டையை இறக்கிக்கொண்டிருந்த அடியான்களும் அவர்களின் பொண்டாட்டிமார்களும் இதைக் காதாரக் கேட்டுவிட்டார்கள். அவருக்கு என்னமோ மாதிரி ஆகிவிட்டது. அந்த மேனிக்கு வீட்டுக்குள்ளே ஓடிவிட்டார். கைகால்கள் படபடத்துக்கொண்டுவந்தன; வாப்பா என்னெல்லாம் பேசிவிட்டார்; அத்தனை அடியான்களும் நிற்கும்போது அவர் பேச வேண்டிய பேச்சா இது? பள்ளிக்கூடம் விட்டு வந்த மஜீத் வாத்தியாரிடம் சொல்லி அவனுக்கு பாஸ்போர்ட் தயார்பண்ணச் சொன்னார் பிரசிடெண்ட். மாலிக்கிற்கு எல்லாம் காதில் விழுந்தன. அந்தக் கணமே கொழும்பு முஸ்லிம் ஹோட்டல் கண்ணுக்கு முன் தோன்றியது. இப்படித்தான் எல்லாருக்குமான ஆபத்பாந்தவனாக இருக்கிறது அந்த ஹோட்டல். அதில் தான் பெஞ்சைத் துடைத்துக்கொள்ளும் காட்சியை மாலிக் கண்டார்.

இப்படியாக சிலோனுக்கு ஏற்றுமதி செய்யப்பட்டு, அதன் பின் முதன்முதலாக ஊருக்கு வந்த மாலிக்கிற்கு ஏர்வாடி யிலிருந்து வாக்கப்பட்டு வந்தாள் காத்தூன் பீவி. நல்ல திமுசுக் கட்டை மாதிரி இருப்பதாக வாலிபக் கண்கள் அவளை எடை போட்டு வேப்பமரத்து ரேடியோ ரூம் அருகே நின்றுகொண்டு சொட்டை பேசிக்கொள்ளலாயின. "இந்த ஈக்குச்சிப் பயலுக்கு வாச்ச பொண்டாட்டியைப் பாரப்பா" என்று பலபேரும் பொறாமையால் வெந்து கருகினார்கள். அவளின் நிமிர்ந்த நடையும் ஈறு தெரியச் சிரித்த சிரிப்பும் கம்பீரமாகத் துருத்திக்கொண்டு கண்களைக் குத்திய முலைகளும்! ரஹ்மத்துல்லா முதலில் சாச்சியின் முலைகளைப் பிதுக்கிப் பார்த்தும் பிசைந்துபார்த்தும்தான் இளைஞர்களின் உலகில் பிரவேசம் செய்தான்.

5

மகாராஜன் யார்? அசல் குத்தாலிங்கம் பிள்ளை மாதிரியே பின்னாளில் குறுக்கும் நெடுக்கு மாக வளர்ந்தான். ரஹ்மானியா முஸ்லிம் பள்ளிக் கூடத்தில் படிக்கும்போது அசல் பார்ப்பன வீட்டுப் பையன் கெட்டான் என்கிற மாதிரி அப்படியொரு சுத்தம். மீன், கறி, முட்டை என அவற்றின் பெயர்களைச் சொன்னாலே தன் சைவ வைராக்கியம் தன்னை விட்டுக் கழன்றுவிடு மென்று அடிக்கடி ஓங்கரிப்பான். துலுக்கப் பிள்ளைகள் வீட்டுக்குச் சேக்காளிமார்களைப் பார்க்க வந்தாலும் தாயம், கட்டம், பல்லாங்குழி, குச்சிப் பந்தயம் என மற்ற பையன்களுடன் விளை யாட வந்தாலும் அந்தந்த வீடுகளின் பண்டம் பாத்திரங்களைக்கூட ஏறெடுத்துப் பார்ப்ப தில்லை; சமையலின் வாசனையை மோப்பம் பிடிப்பதில்லை. அவற்றில் மீனோ ஆடோ கோழியோ உயிரோடு வெந்துகொண்டிருப்பதாக எண்ணிப்பார்த்துச் சிட்டாகப் பறந்துவிடுவான். இடையிலே தண்ணீர் தாகம் எடுத்தால், அப்படியே வீட்டுக்கு ஒரு ஓட்டம் ஓடிப்போய்த் தண்ணீர் மோந்து குடித்துவிட்டு விளையாட்டில் மீண்டும் வந்து இணைந்துகொள்வான். கபீருக்கும் சபீருக்கும் தெருவில் பெத்த பேரு! அவர்களையெல்லாம் தூக்கிச் சாப்பிட்டான் மகாராஜன்; ரொம்ப அடக்காம்சமான பிள்ளை. ஓங்கி ஒலிக்காத குரல்; பூமி அதிராத நடை; பெண்களைக் கண்டால்கூடத் தலைகுனிந்து நடக்கும் அந்தப் பாவனை . . . மகாராஜனிடம் கற்றுக்கொள்ள கபீருக்கும் சபீருக்கும் நிறைய பாடங்கள் இருந்தன!

“நீ என்னிடம் வா, நான் எல்லாவற்றையும் மாற்றிக்காட்டுகிறேன், உன்னைப் புது ஆளாக்கி அனுப்புகிறேன்” என்று திருநெல்வேலிக்குப் பக்கத்திலுள்ள ஒரு கல்லூரி அவனை அழைத்தது. அழைப்புக் குரலுக்குச் செவிமடுத்தான். மகாராஜன்

வீட்டில் ஆங்காரம் பண்ணி அங்கே படிக்கப் போனான். வேறொரு மகாராஜனாகத் திரும்பிவந்தான். தம்பியின் பொடுபோக்கைப் பார்த்து அரண்டுபோய்விட்டார் அண்ணன் சிதம்பரம். "ச்சேரிப் பயலாயிட்டியிலே" என்று ஒருநாள் அவனைக் கேட்டுவிட்டார். அண்ணன் அப்படிக் கேட்டுவிட்டதற்காகவே அன்றைக்குச் சாயங்காலமாக ஒரு ஹோட்டலுக்குப் போய்ப் புரோட்டா சால்னா பார்சல் வாங்கிவந்தான். எதிரே கிடந்த மனையில், தெருவிளக்கின் மங்கிப்போன ஒளியில் பார்சலைப் பிரித்துச் சாப்பிட்டான். செல்லமக்கா தற்செயலாக வெளிவந்த இடத்தில் அவனைப் பார்த்து, "ஏல மூதி, புள்ளங்க பேண்டழிக்கிற இடத்துல ஒக்காந்துக்கிட்டு என்னத்தைப் போட்டுல அவுக் அவுக்குன்னு சாப்புட்டுக்கிட்டிருக்கிற?" என்று கேட்டுவிட்டார். "ம்... புரோட்டா சால்னா சாப்பிடுதேன். நீயும் ஒரு கைக்குச் சாப்புடறயா" என்று கேட்டிருக்கிறான். என்ன கெரகத்துல கிடந்து இப்படி இவன் தறுதலைப்பயலா ஆயிட்டான் என்று மருண்டுபோன செல்லம்மக்கா நெஞ்சிலே மாறிமாறி அறைந்துகொண்டு உடனே உள்ளே ஓடிவந்தார். குத்தாலிங்கம் பிள்ளை அப்போதுதான் இலேசான மது மயக்கத்தில் வீட்டுக்குள் நுழைகிறார். எவ்வளவு குடித்தாலும், தடுமாற்றம் இல்லாமல் வருவாரே, அதுதான் பிள்ளையின் சாமர்த்தியம். "வே, ஒம்ம ரெண்டாம் புள்ளைய பாத்தீராவே, அவன் எப்புடி ஆயிட்டான்னு" என்று செல்லம்மக்கா கொட்டித்தீர்த்திருக்கிறார். அவர் மனைவியைப் பார்த்து அலட்சியமாக உதட்டைச் சுழித்தபடி, "சவத்து மூதிய விடு, அதுக்குப் பதிலா இன்னொண்ணு பெத்து வச்சுக்கிடுவம்" என்றிருக்கிறார். செல்லம்மக்காவுக்கு ஆற்றாமை தாங்க முடியவில்லை. கணவரை ஓங்கி அறைந்து விடலாம் போல இருந்தது.

கபீரிடமும் சபீரிடமும் இதைச் சொல்லிச் சொல்லி மாய்ந்தார் செல்லமக்கா. "ஏல, நீங்கள்லாம் அவனோட சேக்காளிமாரா இருக்கும்போது அவனுக்கு இந்தக் கிரகம் புடிக்கலியேள்ல. இப்ப இவனுக்கு எவன் படிச்சுக் கொடுத்திருக்கான்? அசல் துலுக்கப்பய மாதிரியே ஆயிட்டாம்ள" என்று தாய்க்காரி பிராது சொன்னதும் கபீரும் சபீரும் விழுந்து விழுந்து சிரிசிரியென்று சிரித்துத் தீர்த்திருக்கிறார்கள். மகாராஜன் கோணலாகி விட்டான் என்று இந்த இருவரும் ஏற்கெனவே தங்களுக்குள் பேசியிருக்கிறார்கள். ஆனால் இப்படியெல்லாம் வீட்டுக்குள்ளேயே தன் கொடியை மகாராஜன் ஏற்றிவைப்பான் என்று இருவரும் நினைத்திருக்கவில்லை.

மகாராஜனிடம் இன்னுமுள்ள வீரப் பிரதாபங்களை கபீரும் சபீரும் செல்லமக்காவிடம் சொல்லிவிடவில்லை; சொன்னால் செல்லமக்காவின் பாடு அவ்வளவுதான்.

செல்லமக்கா அதிரடியாகச் சொன்னார், "ஏல, இந்தப் பய நடக்குறதப் பாத்தா இவன் எத்தனை தேவுடியாளுங்ககிட்டே போய்ட்டுவந்திருப்பானோன்னு எனக்குக் கதக்கதக்கின்னு இருக்குல்ல. அவளுவளோட எத்தனை ராத்திரிக்கு நாயிமாதிரி புரண்டுகிட்டுக் கெடந்தானோ ஈனப்பய." ஆழ்ந்து அவதானிக்கின்ற பெண்கள் எல்லாவற்றையும் வென்றெடுத்துவிடுகிறார்கள். செல்லமக்கா இப்படி சொன்னதும் தங்களுக்கான வேலை மிச்சமென்று கபீரும் சபீரும் நினைத்தவர்களாக ஒருவரையொருவர் பார்க்கிறார்கள். செல்லமக்காவுக்கு இந்த அளவுக்கு உலக ஞானம் விரிந்து கிடக்கும்போது தங்களின் தலையை உள்ளே விடாமல் தற்காத்துக்கொள்ள அவர்கள் இருவருக்கும் ஏதோ ஒரு தேவதை வரம் தந்திருக்கிறாள். அவர்கள் இருவரும் வாய்மூடி அமைதியானார்கள்.

கபீர், சபீர், ரஹ்மத்துல்லா, பாண்டியன் என்ற முழுக் குழுவிலும் விடுமுறை நாட்களில் நந்தவனத்தில் உட்கார்ந்து மகாராஜன் அரற்றிய கதைகள் மதன காமராஜன் கதைகளை விழுங்கிவிடுவதாய் இருந்தன. கல்லுவிளை கனகா என்றான், அம்பாசமுத்திரம் அம்சவேணி என்றான். நம்பவா நம்ப வேண்டாமா என்று ஒவ்வொரு நண்பனும் பிறரறியாமல் உருண்டு புரண்டார்கள். இதெல்லாம் பொய்யென்று உண்மைகளை நழுவவிட்டுவிடக் கூடாது; அல்லது இதெல்லாம் உண்மையென்று நம்பிப் பொய்களுக்கு இரையாகிவிடக் கூடாது. இப்படியாக நண்பர்கள் பலபடக் குழம்பிக்கொண்டிருந்தார்கள். 'அலைகள் ஓய்வதில்லை' படம் பார்க்க எல்லாரும் ஒரே குழுவாகப் போனார்கள். வயற்காட்டைத் தாண்டி ரோட்டில் குதித்தார்கள். அப்போது இவர்களின் பார்வைகளில் படுகிற மாதிரி அந்தப் பெண் போய்க்கொண்டிருந்தாள். மகாராஜனைப் பார்த்ததும் இலேசாகச் சிரித்தாள். அவளின் காதில் விழுந்திருக்குமோ என்னவோ அல்லது அவளின் காதில் விழ வேண்டுமென்றுதான் சொன்னானோ, "இவ செம கட்டையாக்கும்." அவர்கள் எதிர்த் திசையில் இன்னும் கொஞ்ச தூரம் நகர்ந்துவந்ததும் சொன்னான், "ஏல, இவதான் முத்துமாரி. இவளை ஏற்கெனவே ரெண்டுதரம் போட்டாச்சி" என்றான். எல்லாருக்கும் நரம்பு விடைத்துக்கொள்கிற மாதிரி அவன் தன் வித்தைகளை அவிழ்த்துவிடக் கற்றுக்கொண்டான். அலைகள் ஓய்வதில்லை சுவாரசியத்தை ஒன்றுமில்லாமல் ஆக்கினான் பாவிப்பயல். "இவனுக்கு எப்படி மகாராஜன் என்ற பெயர் அமைந்தது? இயற்கையின் சதிபோல" என்றான் பாண்டியன்.

6

ரஹ்மத்துல்லா காக்கா விஷயமாக வாப்பாவுக்கும் ம்மாவுக்கும் எழுதிக் கேட்கலாமென்று சமீரா நினைத்தாள். எழுதிக் கேட்க இவளுக்கு ஒரு உள்நாட்டுக் கடிதம் வேண்டும். அதை அவள் சுலைமானிடம்தான் கேட்க வேண்டும். எழுதிய பின்னும் அதைக் கணவனிடம் கொடுத்துத்தான் தபால் பெட்டியில் போடச் சொல்ல வேண்டும். அவன் என்ன ஏது என்று கேட்டால் என்ன பதில் சொல்வது? ஊரில் அடிபட்ட விசயம் இதுவரை கணவனின் கவனத்திற்குப் போகாமலா இருக்கும்?

ஆனால் ரஹ்மத்துல்லா காக்கா தங்களின் குடும்ப கௌரவத்தைச் சுத்தமாக அழித்துவிட்டானென்பதில் சமீராவுக்குச் சந்தேகமில்லை. தன் திருமணம் முடியும்வரைக்கும் அவனுக்கும் சுல்தானாவுக்கும் இடையில் யாதோர் உறவும் இருந்ததாகத் தெரியவில்லை. இந்த நான்கைந்து மாதங்களுக்குள் அவளின் வீட்டுக்குள் போகு மளவுக்குத் தன் காக்கா இருந்திருக்கிறானே, அவளால் கொஞ்சமும் சமாதானமாக முடிய வில்லை. காக்காவுடன் கபீரும் சபீரும் மற்றவர் களும் சுற்றிச் சுற்றி வந்தார்கள். அவர்களுக்கு மத்தி யில் இவன் ஏன் இப்படியானான்? காக்காவுக்கு நேர்ந்த இந்த அவலத்தை கபீர் எப்படிப் பார்ப்பான்? அவன் சந்தோஷப்படுவானோ, நன்றாக வேண்டும் என்று நினைத்துக்கொள்வானோ?

வாப்பா ஜமாஅத் தலைவராயிருக்கிறார். அவருக்கு எவ்வளவு வேக்காடாய் இருக்கும்? நாலு பேர் நாலு விதமாய்க் கேள்விகள் கேட்பார் கள், வாப்பா அதையெல்லாம் எப்படி தாங்கிங் கொள்வார்? அலிபாத்துமாள் விஷயத்தில் ஊரில் என்னென்னவெல்லாம் நடந்தன? அந்தக்

குடும்பத்தை ஊரைவிட்டுக் காலிபண்ணவைத்துவிட்டார்கள். அலிபாத்துமாள் குடும்பமென்ன சாதாரணத் தலைக்கட்டா? அடேயப்பா, ஊரைச் சுற்றிலும் அவர்களின் சொந்தக்காரர்கள் இருக்கத்தானே செய்தார்கள்? ஆனால் அவள் தன் மச்சானுக்குக் குழந்தையுண்டாகிவிட்டாள் என்றதும், மொத்தமாய் ஊர்ச் சொந்தபந்தமெல்லாம் அந்தக் குடும்பத்தைக் கைவிட்டு விட்டதே. ஊரில் அன்னம் தண்ணீர் புழங்கக் கூடாது, யாரும் பேச்சுவார்த்தை வைத்துக்கொள்ளக் கூடாது என்றதும் ஒரே நாள் ராத்திரியில் ஒட்டுமொத்தக் குடும்பமும் எப்படி ஊரை விட்டு வெளியேறியது என்கிற ரகசியத்தை யாராலும் அறிந்துகொள்ள முடியாமல் போய்விட்டது! இந்த மாதிரி தங்களுக்கும் நேருமோ?

சுலைமானுக்குத் தெரிந்தால், அவர் ரொம்ப துக்கப் படுவார். இந்தக் குடும்பத்தின் மருமகனாக வந்ததற்காகத் தான் ரொம்பவும் பெருமைப்படுவதாகத் தன்னிடம் ஒருமுறை சொல்லியிருப்பதை சமீரா நினைத்துப் பதற்றமடைந்தாள்.

கடிதம் எழுத வேண்டாமென்று முடிவெடுத்தாள். அதை எழுதித் தானே தன் கணவனிடம் பிடிபடுவதைவிட எதையும் தெரியாதவள்போல இருந்துவிடலாம்.

புது மணப்பெண் வாசம் கரைந்துவிட்டது.

○

கபீர் ஊரில் தனிமைப்பட்டிருந்தான். அநேகமாக எல்லா நண்பர்களும் ஊரை விட்டுப் போய்விட்டார்கள். ஏதேதோ ஊர்களில் என்னென்னவோ வேலைகள் அவர்களுக்குக் கிடைத்திருந்தன. எல்லாருடைய படிப்பும் அரைகுறையாக நின்றுபோயிருந்தது. அதற்கெல்லாம் ஏதோ ஒன்று காரணமாக இருந்தது. ஆனால் இதுதான் காரணமென்று யாராலும் சொல்ல முடியவில்லை. சபீர் மட்டும் பட்டம் வாங்கியிருந்தான். பாண்டியன், கல்லூரிப் பக்கமே போக முடியவில்லை. பரமசிவத் தேவரால் அவனைப் படிக்கவைக்க முடியாமல் ஆனது. அவருக்கு என்ன பிரச்சினை? ஊர்த் தலையாரி அவர்; தலையாரிச் சம்பளமெல்லாம் ஒரு சம்பளமா?

முதல் பட்டதாரி ஆனவன் சபீர். அந்தச் சான்றிதழோடு பட்டணம் போய்ச் சேர்ந்தான். ஊர் வெறிச்சோட ஆரம்பித்தது அப்போதுதான்.

யாரும் கபீருக்குக் கடிதம் எழுதவில்லை. இவ்வளவு நாளாக எல்லாருடைய அரைஞாண் கயிறுகளும் பிணைந்திருந்தும்

நிழல் நதி

என்ன பயன்? கடிதம் போட வேண்டாமா? ஆங்காங்கே வேலை தேடிப் போனவன்கள் வேலைகளில் சேர்ந்தான்களா இல்லையா என்றும் தெரியாமல்போனது. ஆனால் சபீர் கபீருக்குக் கடிதம் எழுதினான். ராஜேந்திரன் கொட்டாப்புளியும் உளியும் சுத்தியலும் எடுத்துக்கொண்டு அப்பாவோடு தச்சுத் தொழிலுக்குப் போகலானான். அவன் வேலைக்குப் போவதும் வருவதும் தெரியாது. லட்சுமி சித்தி தன் வீட்டுவாசலிலிருந்து பீடி சுற்றும்போதுதான் வீட்டில் யாரும் இல்லையென்கிற விஷயம் தெரியவரும். பாண்டியனின் அம்மா பரமசிவத் தேவரோடு வாழ்க்கை சுகப்படவில்லையென்று கொழுமடைக்கு நடந்தே போய்விட்டதாக அறிந்தபோது மனசுக்குள் ஏகமான வருத்தமும் வெறுமையும் வந்தன கபீருக்கு! அவரோடு கூடவே பாண்டியனும் போனானாம்; தங்கை விஜயாவின் கையைப் பிடித்துக்கொண்டு தன் அம்மாவின் பின்னே அவன் போவதைத் தான் பார்த்ததாகக் குட்டியாபிள்ளை சொன்னபோது கபீரின் மனம் பிளந்தது. ஒருவார்த்தைகூடவா தன்னிடம் சொல்ல முடியாமல் போய்விட்டது அந்தப் பாவிப் பயலுக்கு? அவர்கள் போன விதத்தைப் பார்க்க ஏதோ பஞ்சம்பிழைக்கப் போகிற மாதிரி இருந்தது என்று அவர் சொன்னார். குட்டியாபிள்ளை அவ்வளவு இலக்கிய நயமாக அந்தக் காட்சியை விவரித்தபோது சொல்லொணாத் துயரம் பெருகியது. கண்ணீர் ஓடியது. ஏனப்பா இப்படி என்னை வெறுமையாக்கிவிட்டுச் செல்கிறீர்களென்று யாரிடம் போய் முறையிடுவதெனக் கபீருக்குத் தெரியவில்லை. நண்பர்கள் ஒட்டுமொத்தமாகக் கிராமத்தைக் காலிசெய்வது என்ன மாதிரியான விதியென்று அவனால் புரிந்துகொள்ள முடியவில்லை.

இவ்வளவு நினைத்தானே கபீர், அவனுக்கும் இப்படி ஒரு கதை நடந்திருக்கக் கூடாது; கபீருக்கு நண்பர்களும் போனார்கள்; கூடவே காதலியும் போனாள்!

7

சமீராவின் அன்பு கங்குகரையில்லாமல் பெருகியிருந்தது. அவளின் கண்களை விட்டும் கபீர் போக முடியாது. அன்பின் வலை அவர்களுக்குள் விரிவடைந்து வருவதற்குள் அது ஊராரின் பேசுபொருளாகிவிட்டது. தோழிமார்களுக்குமா ஊராரின் வாய்மொழி வழியாகச் சேதி வர வேண்டும்? மரியம் திகைத்துவிட்டாள். ஜுனைதாவுக்கு ஒன்றும் பிடிபடவில்லை; "காக்காவா, எங்க காக்காவா." தங்கைக்கும் நம்ப முடியவில்லை. அசனம்மாவுக்கு இந்தச் சேதி நல்லதாகப் படவில்லை. கபீர் அண்ணனின் ஜாலங்கள் கண்மணிக்குத் தெரிந்திருக்கும்போல. அவளின் அம்மா லட்சுமி கேட்ட இடத்தில் கண்மணியால் கக்கவும் முடியவில்லை; விழுங்கவும் முடியவில்லை. எல்லாருக்கும் இருந்தது ஒரே எண்ணம்: கபீர் தங்களிடம் பேசுவதுபோலத்தான் சமீராவிடமும் பேசுகிறான்.

"எவம்ல இப்படி அவுத்து வுடுறான்? அந்த மசுராண்டிக்கு அப்படில்லாம் லக்கி பிரைஸ் அடிச்சுருமாக்கும்? அதுவும் சமீராகிட்டயா?" கபீர் இல்லாதபோது சபீரிடம் மகாராஜன் சொன்ன வார்த்தைகள். ஆனால் கதை அப்படித்தான் போனது. சமீரா வீட்டின் பின்வாசலிலுள்ள தோட்டமும் கபீர் வீட்டின் பின்வாசலிலுள்ள தோட்டமும் இருபதடி தூரத்திற்குக் கிழக்கும் மேற்குமாகப் பிரிந்து கிடந்தன. காதல் நில எல்லைகளுக்குள் நிற்பதில்லை. கபீர் அப்படிச் சுற்றி இப்படி வந்தாலும் இப்படிச் சுற்றி அப்படி வந்தாலும் அவன் கண்களில் நிறைந்து வழிபவளானாள் சமீரா.

மரியத்தின் ம்மா வழியில் கபீர் அவளுக்கு மாமா முறையாவான்; மரியம் சபீருக்கு முறைப்பெண். மரியம் 'மாமா' என்றே உரிமைப்பட்ட வழியில் கபீரை அழைத்துவந்தாள். "ஏளா சமீரா" என்று

அவளை அழைத்துவந்த மரியம் ஒருநாள், "சமீரா மாமி" என்று அழைக்கலானாள்.

"ஏளா என்ன இது, திடீர்னு மாமீங்குற?"

"வேற என்னளா செய்யறது? எங்க மாமாவோட ஆளா யிருந்தா மாமின்னுதான சொல்லணும்?"

சமீராவுக்கு உண்டான கிளர்ச்சியில் கால் கைகள் நடுக்க மாயின; நா எழவில்லை; அதைத் தனியாக அனுபவிக்க வேணும்போல இருந்தது சமீராவுக்கு. அவளை அங்கேயே விட்டுவிட்டு வீட்டுக்குள் ஓடிவந்தாள். பீரோவில் பதிக்கப் பட்டிருந்த ஆளுயரக் கண்ணாடியின் முன் நின்று திரும்பித் திரும்பிப் பலமுறை பார்த்துக்கொண்டாள். கபீரைத் தன்னை யறியாமல் அவள் மனம் நெருங்கிக்கொண்ட நேரங்களிலும் அவள் இப்படித்தான் பலமுறை கண்ணாடியைப் பார்ப்பாள். ஆனால் இன்றைக்குத் தன் காதலுக்கு முதன்முதலாக அங்கீகாரம் கிடைத்திருப்பதை எண்ணிப் பூரிப்புடன் சிலிர்த்துக்கொண்டாள். 'கபீரின் மீதான பிரியத்தை மரியத் திடம் எப்படிக் காட்டிக்கொடுத்தேன்? யார் எங்களை உளவு பார்த்தது? ஊர் முழுக்கப் போய்விட்டதோ?' அச்சமும் வெட்கமுமாய்க் குழம்பினாள் சமீரா. எதிரில் கண்ணாடியில் நிற்கின்ற பிம்பம், பதிலாக எதையும் சொல்லாமல் நின்றது. இவளின் கேள்விகளையே அதுவும் கேட்டது. கபீரை மானசீகமாக நிறுத்தி அவனிடம் கேட்டாள், "யாருட்டல சொன்ன நீ?" அவனும் பதில் சொல்லவில்லை. "அதான நீ சொல்ல மாட்டியே, ரொம்பவும் நல்ல பையனாச்சே" என்று முறைத்தாள். திடீரென்று தன் தோழிக்கு மாமியாக ஆகிவிட்டாள். அது என்ன அவ்வளவு சாதாரணமான விஷயமா? மரியத்தின் அழைப்பு மீண்டும் மீண்டும் செவிகளுக்குள் இன்னிசையாக நிரம்பலானது. மாமியாகவும் அழகாகத்தான் இருக்கிறோம். கபீரின் காதலியாக...

8

கபீர் இப்போது தன்னை என்னவாக நினைத்திருப்பான்? சமீராவின் கனவில் இந்தக் கவலை வந்தது. தூக்கத்திலிருந்து அடித்துப் பிடித்து எழுந்தாள். சுலைமானோடு நீண்ட நேரம் கலவி யில் இருந்தாள். அந்த மாயக் கிறக்கம் அவளைத் தூக்கத்தில் தள்ளியிருந்தது. ரஹ்மத்துல்லா காக்காவைப் பற்றிய குழப்பத்திலும் கவலையிலும் கிடந்தவளுக்கு அந்தச் சம்போகம் அப்போதைய தேவையாக மாறிப் பெரும் இன்பத்தைக் கொடுத் திருந்தது. கணவனுக்கு இன்னும் விஷயம் காதுக்குப் போகவில்லை போல. போயிருந்தால் அவன் தன்னோடு இவ்வளவு நேரம் சம்போகம் பண்ணியிருக்க மாட்டான். அது நிம்மதி. ஆனால் இந்த நேரத்தில், இவ்வளவு கிறங்கிப்போன தூக்கத்தில் கபீர் ஏன் கனவில் வந்தான்?

கபீருக்கு ரஹ்மத்துல்லா செய்த துரோகத் திற்குத் தண்டனையாகத்தான் இப்படி காக்காவும் இவளுமாகத் துயரத்தைச் சம்பாதித்துக் கொள்கிறார்களோ?

கபீரும் ரஹ்மத்துல்லாவும் நேசபாசமாக இருந்தார்கள். அந்த நேசமும் பாசமும் நட்பும் சமீராவின் காதலுக்குத் துணையாக இருப்பதாகப் பலரும் நம்பியிருந்தார்கள். கபீரும் ரஹ்மத்துல்லாவும் ஒருவர் மடியில் ஒருவர் படுத்துக் கிடப்பார்கள். ஆற்றங்கரையிலும் பிரம்மநாயகம் அண்ணனின் அஞ்சலகத்திலும் அவ்வாறு கிடந்திருக்கிறார்கள். யாருக்கும் தப்பாகத் தெரியவில்லை. "மச்சானும் மாப்பிள்ளையுமாக இப்படி புரளுறானுங்க."

வாப்பாவும் ம்மாவும் இயல்பாக அப்படியோர் ஆசைக்கு வந்தார்களா அல்லது தன் ஆசையைத் தெரிந்துகொண்டுதான் அப்படியொரு முடிவுக்கு வந்தார்களா என்று இன்னமும் சமீராவுக்குப்

பிடிபடவில்லை. பெரிய மர்மக் கதையாக அது முடிந்துபோனது.

ஒருநாள் அடுப்பங்கரையில் தான் சோறாக்கிக்கொண் டிருக்கும்போது ரஹ்மத்துல்லா காக்காவிடம் வாப்பா சொன்னார், "கபீரை சமீராவுக்குப் பேசி முடிக்கலாம்னு நெனைக்கோம்." அவன் புலிபோலச் சீறுவானென்று வீட்டில் யாரும் நினைக்கவில்லை. "வேண்டாம் வேண்டாம். இவளை வச்சி ஒருமாசம்கூட அவனால காப்பாத்த முடியாது. ஒரு வீடுகூட உருப்படியா இல்லை. அவனுக்கு இவளைக் கட்டி வச்சா அப்புறம் காலம்பூரா இவ அழுதுக்கிட்டுத்தான் இருக்கணும்" என்றான் அவன். வாப்பாவும் ம்மாவும் திகைத்தார் கள்; சமீராவுக்கு மயக்கம் வரும்போல இருந்தது. எதிரில் எரியும் அடுப்பில் தன்னையறியாமல் விழுந்துவிடுவோமோ என அஞ்சித் தள்ளி நின்றாள்; நிற்க முடியவில்லை. அம்மியின் அருகில் கிடந்த பலகையை எடுத்து அதில் உட்கார்ந்தாள். உடம்பு நடுங்கலாயிற்று.

ரஹ்மத்துல்லா எவ்வளவு பேச்சுப் பேசினான்? இவ்வளவு வெறுப்பை வைத்துக்கொண்டா கபீரோடு இவன் பழகுகிறான்? ஒரு மணிநேரத்துக்கு முன்னால்கூட இருவரும் மற்ற நண்பர் களோடு உரத்துப் பேசிச் சிரித்துக்கொண்டிருந்தார்கள். நம்பக் கூடிய காட்சி; அதற்கு சமீரா சாட்சி; இவள் பின்வாசல் வழியாக அவர்கள் பேசுவதைப் பார்த்தாள். எவ்வளவு பரவசமாக இருந்தது? இப்படி இவர்கள் இருவரும் அன்பும் நட்புமாக இருந்தால் தன் திருமணம் இலேசாக முடிந்துவிடுமென்று நினைத்தாள். ஒரு மணிநேர ஆயுள். அவ்வளவுதான். மொத்தக் கதையும் முடிகிறது. "கபீர், உனக்கும் காக்காவுக்கும் என்னடா பிரச்சினை? இவன் என் வாழ்வுக்கு உலைவைக்கிறானே... பாவி, ஓடிவந்து கேளேன்டா." அந்த ஓலம் கபீருக்கு எட்டவில்லை. "உன்னைப் பத்தி வாப்பாகிட்டேயும் ம்மாகிட்டேயும் என்னல்லாமோ சொல்றானே!"

மஜீத் வாத்தியாருக்கும் தாங்க முடியவில்லை. தன் ஆசையை இவன் கெடுத்துவிடுவானோ? இவனும் அவனும் ஒண்ணுக்குள் ஒண்ணாகக் கிடக்கிறவன்கள்தானே... பிறகு எப்படி இவன் இவ்வளவு ஆவேசமாய்ச் சம்பந்தம்செய்ய வேண்டாம் என்கிறான். ஊருக்குள் இருக்கின்ற பையன் களுக்குள் கபீர் தங்கமான பையனில்லையா? அவன் வீட்டிலும் எல்லாரும் நல்ல மனுசங்கதானே... தனக்கு அவன் தூரத்து உறவுப் பையன்; அதனால் சுலபமாகக் கல்யாணத்தை முடித்துவிடலாம் என்றுதான் மஜீத் வாத்தியாரும் உம்மு குல்தூமும் நினைத்திருந்தார்கள். சில நாள்களுக்கு முன்னால் யாருமில்லாத நேரத்தில் மஜீத் வாத்தியாரும் குல்தூமும் கலந்து பேசி முடிவெடுத்திருந்தார்கள். தான் நல்ல வசதியாளனாக

இருந்தாலும் சொத்து பிரியும்போது பலவீனமாகிவிடும். இன்னும் இரண்டு பெண்கள் இருக்கிறார்கள். அதனால் மூத்தவள் சமீரா யாரை விரும்புகிறாளோ, அவனுக்கே அவளைக் கொடுத்துவிடலாமென்று முடிவெடுத்திருந்தார்கள்.

ஊரெல்லாம் சமீராவின் காதலை அறிந்துவைத்திருந்தாலும் சொந்த வீட்டுக்குள் அந்தச் செய்திவர ஒரு வருஷம் ஆனது. பள்ளிக்கூடம் போகிற வழியில் இல்யாஸ் வாத்தியார்தான் மஜீத் வாத்தியார் காதில் அந்தச் செய்தியைப் போட்டார். அது ஒருவகையில் மஜீத் வாத்தியாருக்கு நிம்மதியான செய்தி. காதல் விவகாரமா, அதுவும் நம்ம வீட்டுப் பெண்ணுக்கா என்ற கோபமோ சங்கடமோ வரவில்லை. கொஞ்சம் கிளர்ச்சியோடு அந்தச் செய்தியை அப்படியே கொண்டுவந்து பொண்டாட்டியின் செவிகளில் சேர்த்தார். உம்மு குல்தூமுக்கு இதய மெல்லாம் இளகிவிட்டது. தன் மனத்துக்குள் மறைவாய்க் கிடந்த ஆசையென்று அவரே அப்போதுதான் அதை உணர்ந்தார்; இல்லையென்றால் இவ்வளவு உணர்ச்சிப் பெருக்கு அவருக்கு வர வாய்ப்பு இல்லை. குல்தூமை 'மச்சி மச்சி' என்று கபீர் சுற்றிவருவான்; கொழுந்தன் தன்னை இப்படிச் சுற்றிவருவது மச்சிக்கு மகிழ்ச்சி. இருந்தாலும் ரகசியமாகக் கபீருக்கு அருகில் சமீராவை நிறுத்திப் பார்த்து அதன் அழகைப் பலமுறையும் ரசித்துக்கொண்டிருந்தது குல்தூமின் மனம். எனவே பழம் நழுவிப் பாலில் விழுகிறது. எல்லாம் வல்ல நாயன் இப்படியாகத் தன் மனத்துக்குள் கிடந்த ஆசையைத் தன் கணவரின் கவனத்திற்குக் கொண்டுபோய்ச் சேர்த்துவிட்டான் என்று குல்தூம் நம்பினாள்.

மஜீத் வாத்தியாருக்குக் கொஞ்சம் தடுமாற்றம். கபீர் தன் படிப்பை விட்டுவிட்டதாக அவரின் கவனத்திற்கு வந்திருக் கிறது. நண்பர்களோடு அவன் சேர்மானமும் சரியில்லை. அவன் சேர்ந்திருக்கும் கட்சி வேறு அவருக்குப் பயத்தைக் கிளப்பியிருக்கிறது. கட்சி, அரசியல் என்று அங்குமிங்குமாய்ச் சுற்றிக்கொண்டிருப்பதாகத் திருச்செந்தூரிலிருந்து வரும் தகவல்கள் தெரிவிக்கின்றன. அவன் அங்குள்ள கல்லூரியில் படித்துவருகிறான். எதையெல்லாம்தான் மனத்தில் போட்டுக் குழப்பிக்கொள்வது?

சுலபமாய் வழி திறக்குமென்று மஜீத் வாத்தியார் எண்ணி யிருந்ததுபோக, வேறுவேறு செய்திகளும் வந்தபோதும் அவர் கவலைப்படாமல்தான் இருந்தார். ஆனால் ரஹ்மத்துல்லாவின் எதிர்ப்பு புரியாத புதிராக இருக்கின்றது. உம்மு குல்தூம் இந்த ஊசலாட்டத்தையெல்லாம் விரும்பவில்லை. "இன்னைக்கு இருக்குற மாதிரியேவா எப்பவும் இருந்துறப் போறான்? படிப்பப் பாத்தா போறுமா? புள்ளையோட பேச்சு, வழக்கம்,

குணமெல்லாம் பாக்க வேண்டாமா? நம்ம மவளுக்கு அவன் தான் ரொம்பப் பொருத்தமா இருப்பான்னு என் மனசுக்குத் தோணுது. வேற ஊர்ல எந்தப் பையன் இவன மாதிரி நம்ம புள்ளைக்கு அம்சமா இருப்பான்? அப்புறம் சமீராவும் அவனத்தான விரும்புறா."

"ஆனா வீடு ஓலப்பர வீடா இருக்குது? சிமிண்டுத் தரையும் கிடையாது. ஆயிஷா சாச்சி வாராவாரம் சாணிபோட்டுத்தான் வீட்டை மொழுவிக்கிட்டிருக்கா. ராத்திரியானா கரண்ட்டு கிடையாது. குத்து விளக்கு ஏத்திவச்சித்தான் சமாளிக்கிறாங்க. எத்தனை நாளுக்கு இந்தக் கதை இப்படி நடக்கும்னு சொல்ல முடியலையே. கையில நாலு காசு இருந்தாத்தான வீட்டை எடுத்துக் கட்ட முடியும்? இந்த வீட்டோட இருக்குறவனுக்கு எப்படி புள்ளய கட்டிக் குடுக்குறது?"

குல்தூமுவுக்கும் பிடிபட்ட விஷயம்தான் இது. வீடு இன்னும் எத்தனை வருஷத்துக்குத் தாங்கும்? மழை பெய்யும் போதெல்லாம் ரொம்பப் பயம்மா இருக்கும்மான்னு ஆயிஷா மாமியே சொல்லுவாங்க. மண் வீடு. ரொம்ப காலமாக அது சரியில்லாமலும் இருக்கு. வீட்டை எடுத்துக் கட்டுறதாயிருந்தா வீட்டுக்கு முன்னாலேயும் பின்னாலேயும் நிலம் இருக்கு, நல்ல ஜோராகக் கட்டிவிடலாம். உம்மு குல்தூம் சொன்னார், "அதுக்கும் ஒருநாள் அல்லா வழிகாட்டுவான்..."

வாழ்க்கை திருகுமுருகலாக மாறிவிட்டது. சமீராவால் இப்பவும் அதை நம்ப முடியவில்லை. சுலைமான் குறட்டை விட்டுத் தூங்க ஆரம்பித்துவிட்டார். இன்று நீண்ட நேரம் சம்போகம் பண்ணினார். இப்படியான சுகம் கபீரோடு இருக்குமென்றே சில மாதங்களுக்கும் முன்புவரை நம்பி யிருந்தாள். தன் பக்கத்தில் படுத்துத் தன் மேல் தனது கால் களைப் போட்டு கபீர் பின்னிக்கொள்வான் என்று எத்தனை முறை கனவுகள் கண்டிருந்தாள்? தன் ம்மாவிடம் மச்சியென்ற முறையில் என்னென்னவெல்லாம் கோமாளித்தனமாகப் பேசியிருக்கிறான்? சாத்திய கதவின் பின்னின்று அவன் முகத்தை கபளீகரம் செய்து கண்ணுக்குள்ளும் அவன் குரலை உறிஞ்சிச் செவிகளுக்குள்ளும் போட்டுக்கொண்டது எத்தனை எத்தனை முறை? ம்மா எல்லாவற்றையும் தெரிந்துவைத்திருந்தாள். ஆனால் வாப்பா சொல்லும்போது அப்போதுதான் செய்தியைக் கேள்விப்படுகிற மாதிரி ம்மா நடித்தாளே ஒரு நடிப்பு! ம்மாவின் மனத்துக்குள் அந்த மாதிரி ஒரு நினைப்பு இல்லாமல் இருந்திருந்தால், இப்படி வாப்பா சொன்ன பேச்சுக்கு உடனே தலையாட்டிச் சிரித்திருக்க முடியுமா? "என் கல்புல இருக்கான் அவன்," என்று ம்மா வாப்பாகிட்டே சொன்னாளே?

சுலைமானின் முகம் பார்த்தபடியே சமீரா கண்கலங்கினாள். கபீர் இப்போது தன்னையும் ரஹ்மத்துல்லா காக்காவையும் என்னவெல்லாம் சொல்லி வசைபாடுவானோ? "கபீர்" என்று மென்மையாய் உதடசைந்தது. எந்தத் தேவதையாவது அந்த உதட்டசைவையும் ஒலியையும் எடுத்துச்சென்று கபீரிடம் சேர்க்குமா? அது தன் குரலென்று அவனால் புரிந்துகொள்ள முடியுமா? திரும்பிப் படுத்தாள். உடல் சில நிமிட நேரங்களுக்குக் குலுங்கியது.

9

ஆசாத் ஓய்ந்திருப்பதை யாராவது பார்த் திருப்பார்களா? முகத்தில் எண்ணெய் நிரம்பி வழியும்; உடம்பில் வியர்வை வழிந்தோடும். இதெல்லாம் இல்லையென்றால் ஆசாத் இல்லை. சோர்வான முகத்தைப் பார்க்க முடியாது. எவ்விதக் கலை ஈடுபாடும் இல்லை; ஆனால் தன்னைத்தானே கலையம்சங்களோடு பெருக்கிக்கொண்டவர் ஆசாத். ஓயாத வாயும் பூமியைக் குலுங்கவைக்கும் நடையும் அவரை எல்லாருக்கும் தெரியப்படுத்தி விடும். இன்று சோர்ந்திருக்கிறார். இந்த வருஷம் வெள்ளாமை சரியில்லை; மழையில்லையென்றால் எதுவுமில்லை. ஆசாத்தின் உலகம் அதுதான். வயலில் கிணறு இருக்கிறது. வற்றாத அகலமான கிணறு. மின்சாரம் இல்லை. அது எப்போது வரும், எப்போது போகும்? யாராலும் சொல்ல முடியாது. ராவுக்கும் பகலுக்குமாக வயலில் கிடக்க ஆசாத் தயார். அதனால் பாம்புகளுக்கும் விஷ ஜந்துக்களுக்கும் மத்தியில் அவரும் அவைபோல மாறி, வயலில் உருண்டு புரண்டுகொள்ள வேண்டியிருக்கிறது.

தன் புருஷன்காரன் ஒட்டுமொத்தக் குடும்பத் திற்கும் பாடுபடுகிறாரென்று ஆசாத்தின் மனைவிக்கு வருத்தம் இருக்கிறது. எல்லாரும் கூட்டுக் குடும்ப மாக இருந்து இப்போது அவரவர்க்கு வீடுகள் கட்டி ஒதுங்கிவிட்டார்கள். வயலில் அறுவடை யாகிற தானியங்கள் தன் வீட்டுக்குள்தான் வந்து சேருகின்றன. ஆனால் பங்குபோட்ட பிறகு, சேமிப்பு எதுவும் இல்லை. மஜீத் வாத்தியார் சம்பளத்தில் தங்களுக்கென்று என்ன வருகிறது? தன் கணவரின் உழைப்பில் மஜீத் வாத்தியாரின் உழைப்பு கால்வாசியும் தேறாதே...

புருஷன்காரனிடம் எதையும் சொல்ல முடியாது. "வாய மூடுளா" என்ற ஒரே வார்த்தை. அவர் வீட்டில் தரிப்பதும் இல்லை. குடும்ப விஷயமாக ஆற அமரப்

பேச மாட்டார். திருநெல்வேலியில் பொருட்காட்சி என்று மனைவியையும் குழந்தைகளையும் அவரவரும் கூட்டிக்கொண்டு போகிறார்கள். அப்படியே போய் சென்ட்ரல் தியேட்டரிலோ ராயல் தியேட்டரிலோ படமும் பார்த்துவிட்டு வருகிறார்கள். இவர் என்றைக்காவது அப்படிக் கூட்டிப் போனதுண்டா? மனுஷனிடம் அதைப் பற்றி வாய் வார்த்தையாகக்கூட ஒன்றையும் பேசிவிட முடியாது. "ஏர்வாடியா, போய்வா." இதற்கு மட்டும் அனுமதி கிடைத்துவிடும். ம்மா வீட்டுக்குக்குப் போன மாதிரி இருக்கணும். வந்த மாதிரியும் இருக்கணும். இதைவிட்டு வேறு வானமும் இல்லை; காற்றும் இல்லை. ஊரில் பெரிய பணக்கார வீட்டின் மருமகள் என்ற பேரு மட்டும் மிச்சம். வயலும் தோட்டங்களுமாய்ப் பச்சைப் பசேல் என்று இருக்கிறது. அந்தப் பசுமை வாழ்க்கையின் பக்கமாய் வருவதில்லை.

இப்போது மழையும் இல்லை, மின்சாரமும் இல்லை. அப்படியும் புருஷன் வீட்டில் தங்குகிறாரா? பஸ் ஸ்டாண்ட், பஜார், கோட்டைவரைக்கும் என்று மேலே நல்லதாக ஒரு சட்டைகூடப் போடாமல் துப்புரவாய் வேட்டியும் கட்டாமல் குடியானவன் மாதிரி ஊர்முழுக்கப் போய்வருகிறார். அவரை என்றைக்குத்தான் மற்ற வீட்டு ஆம்பிள்ளைகள் மாதிரி பார்க்கப்போகிறோம்? இதெல்லாம் கனவில் சாத்தியப்பட்டாலும் போதும்.

தன் காக்காமார்களை ஆசாத் விட்டுக்கொடுப்பதில்லை. மஜீத் மச்சானும் மாலிக் மச்சானும் வெள்ளாங்குடியில் வீடுகட்டி அங்கே போன பிறகும் கணவரின் கவனிப்பு அங்கு இருந்துகொண்டிருக்கிறது. ஆசாத்தின் மனைவிக்கு அப்படியான வருத்தங்கள் இருக்கின்றன.

❍

காக்காமார்களின் வீடுகளின் பின்வாசல் வழியாய்த் திடீரென்று உள்ளே போய் முன்வாசல் வழியாக வெளிவருவார் ஆசாத். மச்சிமார்கள் கொழுந்தனின் வருகைக்கு அஞ்சிக் கிடப்பார்கள். ஒரே காரணம், ஒப்பற்ற காரணம்; தாங்கள் அவசரமாய் ஒண்ணுக்குப் போகும்போது திடீரென்று பின் கதவைத் திறந்துகொண்டு உள்ளே நுழைந்தால், மனுஷிகள் பாடு என்னாகும்? ஒருமுறை காத்தூன்பீவியால் முடியவில்லை. அவர் பயத்தோடு போய்தான் ஒண்ணுக்குக் குத்த வைத்தார். அந்த நேரம் பார்த்து ஆசாத் கொழுந்தன் பின் கதவைத் தள்ளிவிட்டு உள்ளே நுழைகிறாரென்றால் விதியும் சதிசெய்வதாகத்தான் அர்த்தம். அருவிபோலப் பாய்ந்த மூத்திரத்தைக் கட்டுப்படுத்தி எழ காத்தூனால் முடியவில்லை. மச்சி ஒண்ணுக்குப் போய்க்

கொண்டிருக்கிறாளே என்று கொழுந்தனாரும் பின்வாங்கி மறையவில்லை. அதுபாட்டுக்கு அது இது பாட்டுக்கு இது.

'சரி போகட்டும், நம்ம கொழுந்தன்தானே ... அவருக்கு இந்த உரிமையும் இல்லையா, என்ன கெட்டுப்போச்சு இப்ப?' – இப்படித்தான் மச்சிமார்கள் நினைத்துக்கொள்கிறார்கள்.

ஆனால் காத்தூன் பீவிக்கு மறைமுகமான வருத்தங்கள் உண்டு. ஒருநாளாயினும் இன்று எடுத்துக்கொண்ட உரிமையைப் போல இந்தக் கொழுந்தன் நாலு வார்த்தை கேலிபேசிச் சிரிக்கக் கூடாதா? ஊரெல்லாம் ஆசாத் கொழுந்தன் பேசும் கெட்ட வார்த்தைகளைச் செவிமடுக்கிறது. அதைத் தவிர, தான் ஒரு மச்சியென்கிற முறையில் அவர் தன்னிடம் கெட்ட வார்த்தைகள் கொண்டு எதையும் பேசுவதில்லை ... இதை நேரடியாகக் கொழுந்தனாரிடம் சொல்லிவிட வேண்டியதுதான் என்று காத்தூன் பீவி காத்துக்கொண்டிருக்கிறார். உம்மு குல்தூமுவுக்கும் தன் கொழுந்தனார்மீது இந்த மாதிரி முறைப்பாடு உண்டா என்று தெரியவில்லை.

❍

கபீரும் தூரமான முறையில் கொழுந்தன் முறைக்காரன். கபீரின் பேச்சும் கேலியும் நாலு கொழுந்தன்மார்களுக்குரியது. சமீராவை ரொம்பவும் உள்வாங்கிய பிறகு, குல்தூம் மச்சியை மச்சியாகப் பார்க்க விரும்பாமல் மாமியார் மாதிரி எண்ணிப் பேச வேண்டும், பழக வேண்டுமென்ற எண்ணங்கள் கபீருக்கு வந்துள்ளன. ஆனால் மச்சியைப் பார்த்தவுடனே அவர் மச்சியாகத்தான் தோற்றத்தில் வந்து நிற்கிறார். இப்போ என்ன? இந்த ஊரில் எத்தனையெத்தனையோ கொழுந்தன்மார்கள் மச்சிகளின் பிள்ளைகளைக் கட்டிக்கொள்ளவில்லையா? எல்லாம் நல்லபடியாகத்தான் போய்க்கொண்டிருக்கிறது? தனக்கு மட்டும் ஏன் உறுத்த வேண்டும்? தான் அப்படிப் பேசுவதில் சமீராவுக்கு ஆட்சேபணை இருக்கவா செய்கிறது? சொல்லப்போனால் தன் ம்மாவைக் கபீர் கிண்டல்செய்வதை அவள் ரொம்பவும்தான் ரசிக்கிறாள்.

கேலிகளாலும் கிண்டல்களாலும் ஆன உலகம் இது. தேர்ந்த நட்புகளையும் தன்மேல் அலுப்பு கொண்டிருப்போரையும் கேலிசெய்வதில் ஒவ்வொருவரும் தம் பங்கின் கோபத்தைத் தீர்த்துக்கொள்ளக்கூடும்.

❍

மகாராஜன் இப்படித் தன் பங்குக்கு சமீராவைக் கேலிசெய்வான். இது கபீருக்கும் தெரியத்தான் செய்கிறது. சமீரா ஜன்னலின் பின்

நின்று மகாராஜனுக்குச் சூடாகப் பதிலைச் சொல்வதும் கபீருக்குத் தெரியும். சமீராவின் தங்கச்சிமார்கள் சுமையா, ஜரீனாவையும் மகாராஜன் கேலிசெய்யப் பழகியிருக்கிறான். அவர்கள் தெருவில் விளையாடும்போது அவன் தன் வாய்ச்சொற்களைக் கொட்டுவதுண்டு. அது மட்டும் சமீராவுக்குக் கேட்டுவிட்டால் போதும், கடுங்கோபமாகி விடுவாள். தங்கைகளைப் பார்த்துக் கூச்சல் போடுவாள். “அவன் சொல்றதைக் கேட்டு என்னளா ரெண்டுபேரும் பல்லைப் பல்லைக் காட்டிக்கிட்டு நிக்கீங்க? சூடா நாலு கேள்வி கேக்க மாட்டீங்களா?”

இப்படியாகக் கோபங்களினூடும் தாபங்களினூடும் தெரு கலகலப்பாய் இருக்கும். வயல்களின் பச்சை விரிப்பு கிழக்கில் சாலைவரைக்கும், தெற்கில் குடிதாங்கிக் குளம்வரைக்கும் விரிந்துபரவிக் காற்றை அள்ளி வீசும். எதிரே இருந்த சிட்பண்ட் மதார் சாகிபின் மாந்தோப்பும் தென்னந்தோப்பும் பக்கவாத்தியங்கள்போலச் சலசலத்துக் கிடக்கும். கபீர் வேண்டுமென்றே சுமையாவையும் ஜரீனாவையும் பாண்டி விளையாடக் கூப்பிடுவான். தெருவில் ஓட்டாஞ்சில்லால் கீறிப் பாண்டி வரைந்து ‘ரைட்டா ரைட்டா’ கேட்டுப் பல கட்டங்களையும் கைப்பற்றுவான். சமீரா ஜன்னலுக்குப் பின்னால் நின்று தங்கச்சிமார்களைச் சரியாக விளையாடச் சொல்லி விரட்டுவாள். கபீர்மீது குற்றச்சாட்டையும் வீசுவாள். “சின்னப் பிள்ளைகளை ஏமாற்றி விளையாடுறதே இவங்களுக்கெல்லாம் வேலையாப் போச்சு.” கபீர் அதைக் காதில் போடாமல் விளையாடுவான். “பசங்களோட போயிக் குச்சிக்கம்பு, பம்பரம் விளையாடாம பொட்டப்புள்ளைங்களோட பாண்டி விளையாடுற ஆளப் பாருங்களேன்...” கபீர் வேகமாய்த் திரும்பி முறைப்பான்; ஜன்னலில் மறைவாள் சமீரா.

10

மாலிக் ஊருக்கு வந்திருந்தார். பெரிய ஐஏஎஸ் ஆஃபீசர் மாதிரி வெள்ளையும் சொள்ளையுமாக அலைந்தார். புருஷன்காரன் சிலோனிலிருந்து வந்த ஜோருக்கு மற்ற பெண்டாட்டிமார்கள் வீட்டுக்குள் ஒடுங்கிக்கொள்வார்கள் – புருஷன் மீண்டும் சிலோன் போகும்வரை. தெருவைக் கண்டறியாதார்போல அப்படியொரு பவ்வியம். அதில் இன்னொரு வசதியும் உண்டு. அவ்வப்போது ஆசை மீதூரப் புருஷன் தன்னை நெருங்கிவந்து சீண்டும்போது கட்டியணைத்துக்கொள்வதும் முத்தங்களை வாரி வீசுவதுமாகத் தாபங்களைக் கொஞ்சம் தணித்துக் கொள்வார்கள். வெயில் உச்சத்தில் வரும்போது பெண்கள் சமையல் வேலைகளை முடித்துவிட்டுத் தம் முலைகள் தெரியக் கணவன்களை ஈர்த்துக் கொள்வதைப் பையன்கள் மோப்பம் பிடித்துக் கொள்வார்கள். அந்த நேரத்திலேயே இருவரும் கட்டிப் புரண்டு அம்மணக் குண்டியாகிவிடுவதாகத் தாம் துப்பறிந்ததை வேப்ப மரத்தடி ஜமாவில் நின்று பகட்டிக்கொள்வார்கள். “ஏல, இப்படி சொல்லாத, அப்புறம் ஒங்க வாப்பா வந்துட்டா, ஒங்க வீட்டுக் கதையையும் இப்படித்தாமுல்ல நாலுபேரு பேசிட்டு நிப்பானுவோ” என்று சொல்லி ஒருத்தர் வாயை ஒருத்தராக அடைத்துவிடுவார்கள். இப்படியெல்லாம் நடப்பதற்கு லைலா மச்சி வீட்டுக் கதையொன்று இருக்கிறது. அதை முன்னொரு கட்டத்தில் லைலா மச்சியை வைத்துக்கொண்டு கபீர்தான் அலிபாத்து மச்சியிடமும் ஜாகிரா மச்சியிடமும் கலாய்த்தான்.

சைக்கிளில் வந்துகொண்டிருந்த லைலா மச்சியின் மகன் ஜவ்ஃபரை நிறுத்தி, கபீர் கேட்டானாம், “மவன், என்னப்பா ம்மாவப் பாக்கவே முடியல்லியே, இங்க தான இருக்கா” என்று. அதுக்கு ஜவ்ஃபர் சொன்ன பதில், “வாப்பா வந்திருக்காங்க சின்னாப்பா.”

“ஏன் மச்சி, நான் ஒங்கள விசாரிச்சா ஒங்க மவன் என்ன சொல்லியிருக்கணும்? ஆமா, ம்மா இங்கதான இருக்காங் கோன்னுதான சொல்லியிருக்கணும். அதை விட்டுட்டு வாப்பா வந்திருக்காங்கோன்னு சொன்னா, அதுக்கு என்ன அர்த்தம் மச்சி” என்று கேட்க, பக்கத்து வீட்டில் நின்ற சிறிசுகளும் பெரிசுகளும் விலாநோகச் சிரித்த சம்பவம் இந்தத் தெருவுக்கு உண்டு. மச்சிமார்களால் ஆன உலகம் காதல் லீலைகளால் நிரம்பும்.

காத்தூன் வீட்டில் மட்டும் வேறு கதை நடக்கும். வெளியே போகாத நேரங்களில், மாலிக் தன்னை வீட்டிற்குள் மறைத்துக்கொள்வார். வீட்டை விட்டு வெளியே போனால்தான் அவர் ஜொலிப்பார். காத்தூன் மச்சி திண்ணையில் உட்கார்ந்து வருவோர் போவோரிடமெல்லாம் பல கதைகளும் பேசுவார். “எம்மா வீட்டுக்காரரு வந்திருக்காராமே” என்று கோமதி பாட்டி கேட்ட இடத்தில் பீவி சிரித்தார். “உன் மாப்பிள்ளைய ஆளைக் கண்ணுலயே காணலெயே காத்தூனு” என்ற முறைப்பாட்டிற்கு, “இதோ என் முந்தில முடிஞ்சுவச்சிருக்கேம்லா” என்று சொன்னார் காத்தூன். “போளா, உனக்கு எதையெடுத்தாலும் கேலிதான்.” வீட்டுக்குள் படியேறினார் கோமதி பாட்டி. “எய்யா, நீ எங்கே இருக்கே? இருட்டாயிருக்கேய்யா வீடு” என்று சுவரைப் பிடித்துக்கொண்டு நின்ற பாட்டியைக் கண்டதும் மாலிக் படுக்கையிலிருந்து எழுந்து, “உள்ள வா பாட்டி” என்றார். “எய்யா, அவளுவோதான் என்னைய பாட்டி பாட்டின்னு கூப்புடுறாளுவோன்னா நீயுமா?”

“அப்போ நான் கோமதின்னா ஒன்னையக் கூப்புடுறது?”

“ம்... ச்சும்மா அப்படியும்தான் கூப்புட்டுப் பாரேன்யா... அப்படியாவது எங்க வூட்டு அதிகாரிக்கு மனசு துடிக்குதான்னு பாப்போம்.” மாலிக்கிற்குத் தானும் ஏதோ கிண்டலாகப் பேச முடிகிறது என்று தெரிந்திருக்கிறது. கோமதியம்மா அப்படிச் சொன்னதும் கொஞ்சம் நிமிர்ந்துகொண்டார்.

அவரைக் கைப்பிடித்து அருகில் உட்காரவைத்தார் மாலிக். அவர் பனியனோடு நீலமும் கருப்பும் கலந்திருந்த சாரமும் உடுத்தியிருந்தார். இன்னும் கண் சரியாகப் பிடிபடவில்லை கோமதிக்கு. மாலிக் தெளிவாகத் தெரியத் தெரிய, வீட்டுக் கதையையெல்லாம் அவிழ்த்துவிட்டார் கோமதி. “அவன் பெரியவன் இருக்காமுல்லா, எய்யா அவனுக்கும் ரெண்டு பொட்டச்சிங்க பொறந்திருக்கு. ஆனா ஒரு கூறுவாரு இல்லாம அங்கேயும் இங்கேயுமா அலைஞ்சிட்டிருக்காம்யா. நீ அங்குன சிலோனல் இருக்கேல்லா ... அவனுக்கும் எதாவதொன்னு பண்ணிக்கொடேன்...”

மாலிக்கிற்குக் கண் சிமிட்டல் அதிகமாயிற்று; நெஞ்சு வேறு படபடத்தது.

கோமதியின் கதை நீண்டுகொண்டே இருக்க...

காத்தூன் எதிரில் கபீர் அமர்ந்து பேசினான். அடுத்த வீட்டு ஜன்னலோரமாகத் தன் காதுகளை ஒட்டிப் பொருத்தி கபீரின் குரலைச் செரித்துக்கொண்டிருந்தாள் சமீரா. கபீருக்கு ஞானக்கண் உண்டு. சமீரா ஓய்வாக இருக்கும் இந்த நேரத்தில் ஊராப்பட்ட கதைகளையெல்லாம் மச்சியிடம் எடுத்துவிடு வான் அவன்.

❍

கபீரைப் பார்த்தபோது சபீர் ஆச்சரியப்பட்டான். அவன் இயல்பாகவே ஒல்லி. இன்னும்கூட கபீரால் ஒல்லியாக முடியும்போல! கபீரின் பார்வைக்கு சபீரும் அப்படித்தான் இருந்தான். “என்ன நீ இப்படி மெலிஞ்சி...” கபீரோடு சபீரை ஒப்பிடும்போது சபீருக்கு அவ்வளவு கஷ்டமான வாழ்க்கை கிடையாது.

சபீருடைய அத்தாவின் மூத்த தாரத்து மகன் நாகூர்பிச்சை. சபீர் இரண்டாம் தாரத்திற்குப் பிறந்த பையனாக இருந்தாலும் நாகூர்பிச்சையின் தொழிலைக் கொண்டுதான் குடும்பம் ஓடியது. அத்தாவுக்கு ஓடியாடிச் சாட முடியவில்லை; ஓய்ந்துவிட்டார்; குடும்பப் பொறுப்பு முழுவதும் நாகூர்பிச்சையின் தலையில்! நாகூர்பிச்சைக்குப் படிப்பு வரவில்லை. அத்தா ஆங்காங்கே தோட்டம் துரவுகளுக்குச் சென்று மாங்காய், நெல்லிக்காய் களை வாங்கிக் கூடையில் போட்டு, அதனைத் தலையில் சுமந்தவராகத் தெருத்தெருவாகக் கூவி விற்றுவந்தார். அத்தா வின் எட்டடியிலிருந்து நாகூர்பிச்சை பதினாறடி பாய்ந்தார். மாங்காய், நெல்லித் தோப்புக்களைக் குத்தகைக்குப் பேசி, மொத்தமாய் மாங்காய் பறிக்கவும், சக்கடா வண்டியில் ஏற்றி வீட்டுக்குக் கொண்டுவரவும், மறுபடி அவற்றை ஓலைப்பாயில் கட்டித் திருநெல்வேலிக்குக் கொண்டுசென்று பெரிய ஏஜெண்ட்டுகளிடம் விற்கவுமாக ஆனார். படிப்பறிவில்லா நாகூர்பிச்சை இப்போது ஊருக்குள் படித்துப் பட்டம்பெற்று வேலைக்கு அலைந்து திரிவோரின் முன் நம்பிக்கை நட்சத்திர மாக உயர்ந்துவருகிறார்.

தம்பி சபீரைப் படிக்கவைக்க வேண்டிய பொறுப்பு நாகூர்பிச்சைக்குத்தான் வந்துசேர்ந்தது. மகன் சபீரைப் படிக்கவைத்துப் பெரிய ஆளாக்கிவிட வேண்டும் என்ற ஆசை

ஹாஜிராம்மாவுக்கு! நாகூர்பிச்சை மூத்த தாரத்து மகனாக இருந்தாலும் வெளியார் பார்வைக்கு ஹாஜிராம்மாவின் மூத்த மகன்தான் நாகூர்பிச்சை என்கிற அளவில் ஒட்டுறவு இருந்தது. சொந்த மகனை ஏசிப் பேசுவதுபோல நாகூர்பிச்சையையும் ஏசிப்பேசி வந்தார். நாகூர்பிச்சை மட்டும் இலேசா? சொந்தத் தாயைக்கூட அவர் அவ்வளவு உரிமை எடுத்திருக்க மாட்டார் என்று எல்லாரும் சொல்கிறார்கள். சதா சர்வகாலமும் வீட்டுக்குள் தாய்க்கும் மகனுக்கும் சண்டை, சண்டை, ஓயாத சண்டை. அந்தச் சண்டையின் வழியாகத்தான் ஹாஜிராம்மாவுக்கும் நாகூர்பிச்சைக்கும் அபார ஒட்டுதல் உருவாயிற்று. யாராவது ஒருவரிடம் ஏதாவது பேச நேர்ந்தால், "என் தாயார்ட்ட கேட்டு வந்து நான் பேசுறேன்," என்றுதான் நாகூர்பிச்சை சொல்வார்.

சபீரின் படிப்புச் செலவு ஏதாக இருந்தாலும் நாகூர்பிச்சை யிடம் கறாராகச் சொல்லத் தெரியும் ஹாஜிராம்மாவுக்கு. அவரும் அவனுடைய படிப்புச் செலவுக்குத் தாராளமாக உதவினார். ஆனால் ஒவ்வொரு முறை அவனுடைய படிப்புக்கு உதவும்போதும் தன் கையில் ஒத்த பைசாகூட இப்போது இல்லை யென்று சொல்வதோடு நிறுத்திக்கொள்வதில்லை; வேஷ்டியின் முந்தியை அவிழ்த்தும் காட்டுவார் ம்மாவிடம். அவ்வாறு காறாடிக் காறாடித்தான் உதவிவந்தார். அது ஒரு வியாபார நுட்பம். அதை யாரும் அறிந்துகொள்ள முடியாது என்று அவர் நம்பினார். அந்த நம்பிக்கை நாளதுவரையிலும் சரியாகத்தான் போகிறது.

சபீர் படித்து முடிக்கும் தருணத்தில், பரீட்சை எழுதி முடித்த மறுநாளே வேலைக்காக மெட்ராஸுக்குச் சென்றுவிட வேண்டும் என்று நாகூர்பிச்சை சொல்லியிருந்தார்.

மும்தாஜ், சபீரைக் கல்யாணம்பண்ணத் தயார். இதை அவனிடம் அவள் நேரில் சொல்லியிருந்தாள். ஆனால், "எங்க ம்மாகிட்டே நீங்கதான் வந்து பேசணும். ஒங்க காக்கா, ம்மால்லாம் வர மாட்டாங்க. அவங்க வந்தாலும் எங்க ம்மா ஒத்துக்க மாட்டா. அதனால நீங்கதான் வரணும். ம்மா சரின்னு சொல்லிட்டா நாம கல்யாணம் பண்ணிக்குவோம்; நான் ஒங்களோடேயே மெட்ராஸுக்கு வந்துர்றேன்" என்று மும்தாஜ் மனமொப்பியிருந்தாள்.

மும்தாஜின் ம்மா செளதா, சபீரை அடித்து விரட்டாத குறையாக ஏசினாள். "ஏல, நீ யாருகிட்ட பொண்ணு கேட்டு வர்றே? உன் அந்தஸ்தும் எங்க அந்தஸ்தும் ஒண்ணால? அப்படியே வந்த மாதிரியே திரும்பிப் போயிடுல... இல்லேன்னா நடக்குறதே

வேற...” சபீர் பரிதவித்துவிட்டான். நேற்றுவரை தன்னிடம் நன்றாகப் பேசிக்கொண்டிருந்த பொம்பளைதானே என்று சபீர் நினைத்தானாம். அவர் கேட்டுக்கொண்டபோதெல்லாம் கடைகண்ணிக்குக் கூட சபீர் போய்வந்திருக்கிறான். எல்லாம் மும்தாஜை மனத்தில் வைத்துத்தான். இப்போது சௌதா இப்படி எரிமலையாகவும் அவன் அரண்டுபோனான். கதவுக்கு அந்தப் பக்கமாக இவன் பார்வைபடும் விதத்தில் மும்தாஜ் நிற்கிறாள். அவளின் முன் தான் இவ்வளவுக்கு வசவுவாங்க வேண்டியதாயிற்றே என்று மனம் நொறுங்கினான். மும்தாஜின் கண்களில் நீர் கோத்திருந்தாலும் அவள் தன் ம்மாவிடம் மல்லுக்கட்டாமல் வெறுமனே சும்மா நின்றது அவனுக்கு வேதனையாக இருந்தது. அவன் அதைக் கண்டு மீண்டும் பேச வாயெடுத்தபோது சௌதாம்மா எழுந்துவிட்டார். “நீ ஏமுளா இங்க நின்னுக்கிட்டு பல்லக் காட்டிட்டு நிக்க, ஓடுளா உள்ள” என்று ம்மா அடிக்கப் பாய்ந்ததும் மும்தாஜ் வீட்டிற்குள் போய்ப் பம்மிவிட்டாள்.

சபீர் இந்தக் கதையை கபீரிடம் சொல்லிக்கொண்டு வருகிறான்; சின்னப்பிள்ளைபோலத் தேம்புகிறான். கபீர் மரக்கட்டைபோல உட்கார்ந்திருக்கிறான். சமீரா தன்னை விட்டு சுலைமானுக்கு வாக்கப்பட்டுப் போய்விட்ட அதே வேதனையை சபீருடைய வேதனையோடு ஒப்பிட்டுப்பார்த்தான். ஒரே இடத்தில் இரண்டு பேருமாகச் சேர்ந்து உட்கார்ந்து அழுவது அவ்வளவு நன்றாக இருக்காது; பல்லைக் கடித்துக்கொண்டு உட்கார்ந்திருக்கிறார்கள்.

சபீர் திருவல்லிக்கேணி பெரிய பள்ளிவாசல் கட்டடத்திலுள்ள ஒரு கடையில் வேலை பார்க்கிறான். அவன் படிப்புக்கும் வேலைக்கும் சம்பந்தமில்லை. சைதாப்பேட்டை சுப்ரமண்யம் சாலையில் ஐயப்பனோடு ஒரு சிறிய ஓலைக்குடிசையில் ஒண்டியிருக்கிறான். கால் நீட்டிப் படுக்க முடியாது. பக்கத்தில் மாட்டுத் தொழுவம். சாணி வாசனை குடிசையைத் தூக்கிக் கொண்டு போகிறது. தாங்கள் இருக்கும் இந்தக் குடிசையும் பூர்வாரமத்தில் மாட்டுத் தொழுவமாக இருந்தது என்று சொல்லியிருக்கிறார் ஐயப்பன். மாடுகளின் எண்ணிக்கை குறைந்ததும் கீழே கொஞ்சம் சிமிண்ட் பூசி, மேலே கொஞ்சம் ஓலைக் கிடுகுகளை வைத்துக் கூரை வேய்ந்து, அப்படியே வாடகைக்கு விட்டாயிற்று. எது படுக்கையறையோ அதுவே சமையலறை. அப்படியே முச்சூடும் உட்கார்ந்திருக்க வேண்டும். தெருவுக்கும் கீழே ஒன்றரையடி இறங்கியிருந்தது தொழுவக் குடிசை. மழை வந்தால் என்னவென்று கதை தெரியும். சபீர்

வந்த நாள்முதலாக மழைபெய்யாதது அவன் யோகம். இனி கபீருக்கும் இதுதான் வசிப்பிடம். அவனும் மெட்ராஸ்க்கு வேலைதேடி வந்தாயிற்று. கபீரின் காதல் கதையும் கந்தலாயிற்று என்ற விவரம் சபீருக்குத் தெரிய வந்தது. கபீரைத் தைரியப்படுத்தி இங்கே வரச்சொல்லிக் கடிதம் எழுதினான் சபீர். "உனக்கு ஒரு வேலை கிடைக்கும்வரை நீ என்னோடு இருந்துகொள். நான் சம்பாதிக்கிறேன். நாம் இரண்டு பேரும் இட்லியும் வடைகறியும் சாப்பிட்டு வயிற்றைக் கழுவிக்கொள்ள முடியும். நீ எதுவும் நினைக்காதே. நீ இப்போது தனியாளாய் ஊரிலிருந்தால் பல கதைகளும் பேசுவார்கள். உடன் புறப்பட்டு வா." மனத்துக்குள் எவ்வளவோ சமாதானங்கள் சொல்லி இங்கே தங்கிக்கொள்ள முடிவெடுத்திருக்கிறான் கபீர்; வேறு வழி கிடையாது.

நல்ல வேளையாகத் தண்ணீருக்குப் பஞ்சமில்லை. எதிரே குப்பை மீரான் என்பவர் குடியிருந்தார்; மாடி வீட்டுக் கட்டடம். அவர் கிண்டியில் இருந்த ஒரு பெரிய பேட்டரி நிறுவனத்தில் அக்கவுண்டண்டாக இருந்துவருகிறார். அவர் வீட்டில் தண்ணீர்க் குழாய் உண்டு. சபீர் எப்படியோ அவரிடம் பேசித் தண்ணீர் பிடித்துக்கொள்கிறான். அன்றாடம் நாலணா கூலி. அதை அவரே கைநீட்டி வாங்கிக்கொள்வார்; அல்லது அவரின் மனைவி வாங்கிக்கொள்வார்; அல்லது அவரின் மூத்த மகள் வாங்கிக்கொள்வாள். 'யார் பெத்த புள்ளைங்களோ' என்று குப்பை மீரானும் அவரின் மனைவியும் சபீர்மீது கொண்டிருந்த இரக்கம் தண்ணீராக உதவுகின்றது.

சபீர் மெட்ராஸ் போன நாள்முதலாக கபீருக்குக் கடிதங்கள் எழுதிவந்தான். கபீரின் கண் முன்னாலேயே சமீராவின் திருமண வேலைகள் நடந்துவந்தன. மஜீத் வாத்தியார் எப்போதுமே அரக்கப் பரக்கத்தான் வருவார், போவார். இப்போது அவர் திருமண வீட்டு விஷயமாக அப்படிப் போகிறாரா அல்லது தன்னை எதிர்கொண்டு தாண்டிச் செல்ல வேண்டியிருப்பதால் அப்படிப் போகிறாரா என்று கபீரால் உணர்ந்தறிய முடியவில்லை. ரஹ்மத்துல்லாவும் பல வேலைகளைத் தலைக்கு மேல் இழுத்துப்போட்டுச் செய்வதாகத் தெரிந்தது. கபீரைத் தாண்டிச் செல்வான், தாண்டி வருவான். சில சமயங்களில் ஒற்றைப் புன்னகையோடு கபீரைக் கடப்பான். பல சமயங்களில் அப்படியொரு ஜீவன் பரிதாபமாய் அங்கு நிற்பதைக் கண்டும் காணாமல் போக ரஹ்மத்துல்லாவால் முடிந்தது. இவன் ஏன் தன் காதலுக்கு உலைவைத்தான் என்று மனம் குமுறிக்கொண்டிருந்ததால், அவன் பார்க்காமல் போனாலும் கபீர் அதைச் சிந்தையில் ஏற்றாமல் இருந்தான்.

நிழல் நதி

சமயா சமயங்களில் குல்தூம் மச்சி கபீரையோ கபீரின் வீட்டையோ தாண்டும்போது இருவருமே தன்னிலை அழிந்து வெற்றுருவங்களாக ஆகிப்போவார்கள். சபீர் மும்தாஜின் ம்மா சௌதா பொம்பளையிடம் தைரியமாகப் போய்ப் பெண் கேட்ட மாதிரி தானும் குல்தூம் மச்சியிடம் போய் சமீராவைப் பெண் கேட்டுவிடலாமா என்றெல்லாம் பரபரத்தான்; மச்சிக்கும்கூட இவனிடம் ஏதோ பேச வேண்டும் என்று இருந்திருக்குமோ? அவர் அவனைத் தாண்டும்போது அவன் முகம் பார்க்க முடியாமல் தவிதாயப்பட்டுக் கால்கள் தடுமாறிச் செல்வதைப் பார்த்தான். என்ன செய்வது? எல்லாம் கோழைகளின் போர்தான்.

இதுவரை வைத்திருந்த பாசத்திற்கும் நெருக்கத்திற்கும் என்னென்னவெல்லாம் நடந்திருக்க வேண்டும்? சமீரா என்கிற பெண் அவளுடைய வீட்டில் இருக்கிறாளா அல்லது வாப்பும்மா வீட்டிற்கோ கண்ணும்மா வீட்டிற்கோ போய்விட்டாளா? கண்ணில் தட்டுப்படவே இல்லை. மரியத்திடம் கபீர் ஒவ்வொரு முறையும் சமீராவை விசாரித்தான். "அவ இங்கதான் இருக்கா மாமா" என்று சொன்னாள். வெட்கத்தை விட்டுச் சொன்னான், "நீ அவளை என் வீட்டுக்குக் கொஞ்சம் வரச் சொல்லேன்". "நான் கண்டிப்பா சொல்வேன் மாமா. ஆனா அவ வருவான்னு உறுதிசொல்ல முடியாது," என்பாள் மரியம். "இல்லே, நான் சொன்னேன்னு சொல்லு. அவ கண்டிப்பா வருவா..." அதற்குப் பிறகு கபீரின் தலை தெரிந்தாலே மரியம் தன்னை மறைத்துக்கொள்வாள்.

சமீராவும் தன்னை எப்படிப் பதுக்கிக்கொண்டாள்?

கடைசி முயற்சி. சண்டைக்காரனிடமே போவோம். கபீர் துணிந்தான்; ரஹ்மத்துல்லாவிடம் போனான். "மாப்ள, உன் தங்கச்சிய நான் கல்யாணம் பண்ணிக்கிறேன்டா. ஒன் வாப்பாட்டயும் ம்மாட்டயும் எனக்காக நீ பேசேன்."

அவன் சொன்னான், "அப்படீன்னா, நீ ஒன் தங்கச்சியை எங்க வீட்டுக்கு மருமகளா அனுப்பிவையேன். சுருக்கமா எல்லாம் நல்லபடியா முடிஞ்சிரும்."

"ஓ, இதுக்காவத்தான் நீ எனக்கு ஒலை வக்கிறியா? அப்படில்லாம் பேசாத... உனக்குத் தர்றத விட அவள கெணத்துல புடிச்சித் தள்ளிரலாம்."

"அப்போ நான் மட்டும் ஏன் ஒனக்குப் பெண்தர விரும்பணும்?"

"நானும் நீயும் ஒண்ணா? உன்னோட செயல்பாட்டைப் பத்தியெல்லாம் எனக்குத் தெரியாதுன்னா நெனச்சே?"

“ஒனக்கு என்ன தெரியும் என்னைப் பத்தி? கொஞ்சம் சொல்லேன் பாப்போம்.”

“இப்பம் அது ஒன்னும் தேவையில்ல. ஒன் தங்கச்சி என்னை உசிருக்கு உசிரா நேசிக்கறா ... அது ஊரு ஒலகத்துக்கெல்லாம் தெரியும்.”

“கிழிச்சா ... பேசாம போயிரு ...”

“இல்லே மாப்பிள்ள, நான் வெட்கத்த விட்டு ஒன்கிட்டே பேசுறேன்.”

“ஒனக்கு என் தங்கச்சியக் கட்டுறதுக்கு என்னல தகுதியிருக்கு? நீ குடியிருக்க நல்ல வீடுகூடக் கிடையாது. என் தங்கச்சி உன் வீட்டுக்கு வந்து அந்தச் சாணி மொழுவுன தரையில படுத்துக் கிடக்கணும்னு என்ன தலையெழுத்தா?”

“அதையெல்லாம் தெரிஞ்சிக்காமயா உன் தங்கச்சி என்னை விரும்புனா?”

“அவ உன்னை விரும்பல்ல ... நீயா கற்பனை பண்ணிக் கிட்டிருக்கே. அப்படியே விரும்பியிருந்தாலும் இப்ப அவளுக்கு நல்ல மாப்பிள்ளை வர்றாரு ... ஒன்னைவிட ரொம்ப அழகா ... நல்ல சிவப்பா ... கம்பீரமா.”

“அவரு ராஜாதி ராஜாவாவே இருக்கட்டும். அதை ஒன் தங்கச்சில்லா சொல்லணும். நீ ஏன் சொல்ற?”

“அந்த மாப்புள்ள அழகுதான், நான் அவருக்கே வாக்கப் பட்டுர்றேன்னு என் தங்கச்சியே சொல்லிட்டா. அப்புறம் நீ என்ன மசுருக்கு?”

❍

கபீரும் சபீரும் ஒருவரையொருவர் எதிர்நோக்கி உட்கார்ந் திருக்கிறார்கள். இந்தப் பேச்சை விட்டால் அவர்கள் இருவராலும் வேறு எதையும் பேச முடியாதுபோல!

கபீரும் சபீரும் ஒன்றுபோல ஏமாந்துவிட்டார்கள். ஒரே சமயத்தில் தோற்றுவிட்டார்கள். இருவரும் காதல்கொண் டிருக்கும் விஷயத்தை ஊர் முழுக்கத் தெரிந்துவைத்திருந்ததால், இனிமேல் அவர்களின் காதலிகளைப் பெண்கேட்டு எவரும் வரமாட்டார்கள் என்று நம்பியிருந்தார்கள்; தப்பித் தவறி யார் வந்தாலும் ஊர்க்காரர்களே அவர்களிடம் இல்லாததையும் பொல்லாததையும் சொல்லிப் பத்திரமாகத் திருப்பி அனுப்பி விடுவார்கள் என்று மனப்பால் குடித்திருந்தார்கள். ஆனால்

காதும்காதும் வைத்தாற்போல சமீராவுக்கு மாப்பிள்ளை பார்த்துவிட்டார் மஜீத் வாத்தியார். அதிலும் உள் ஜமாஅத்துக் குள்ளே; மும்தாஜுக்கும் மாப்பிள்ளை தேடும் படலம் நடப்பதாகத் தகவல். ஆனால் சபீருக்கு இன்னமும் நம்பிக்கை இருக்கிறது. சமீராவுக்கு அமைந்ததுபோல மும்தாஜுக்குச் சட்டென்று மாப்பிள்ளை அமைந்துவிடவில்லை. சகல திசைகளிலும் ஓடினாலும் மும்தாஜுக்கான ஷாஜஹானைக் காணமுடிய வில்லை. அப்படியே அமைந்தாலும் எங்கோ ஓரிடத்தில் முட்டுக்கட்டை விழும்; இதனால் தன்னைத்தான் தேடி வருவார்களென்ற எண்ணம் மலைபோல அவனிடம் இருக்கிறது. அப்படியான ஒரு செய்திக்காக சபீர் காத்திருக்கிறான்.

11

ரஹ்மத்துல்லா எங்கிருக்கிறான், எங்கு போனான் என்கிற விவரத்தை ஊராரால் தெரிந்துகொள்ள முடியவில்லை. சும்மா இருக்கும் நேரத்திலெல்லாம் ஒவ்வொருவரும் மோப்பம் பிடித்து வருகிறார்கள். இதில் யார் வெற்றிபெறப் போகிறார்களோ?

ரஹ்மத்துல்லா பம்பாயில் சுற்றியலைந்தான். இது என்ன வாழ்க்கை? பேச்சுத் துணைக்குக்கூட ஆள் இல்லை. தன்னை முன்னிறுத்தித் தானே பேசிக்கொள்கிறான். அவன் தன் வீட்டில் ரொம்ப நாளைக்குத் தங்கிவிடக் கூடாது என்கிற பதற்றமாய் காஜா மாமா இருக்கிறார். அவரை மருட்டிய விஷயம் அது. அவனை வீட்டில் நீண்ட நாட்கள் தங்கவைத்தால் தன் குடும்பத்திலும் ரசாபாசம் நிகழ்ந்துவிடலாமென்று அஞ்சினார். வீட்டில் சமைஞ்ச குமரு இருக்கு – கொழுந்தியா முறையல்லவா அவனுக்கு? மகளிடம் கண்டிப்பாகச் சொல்லியிருந்தார், "அவன் நிற்கிற திசையைக்கூட நீ எட்டிப்பாக்கக்கூடாது. ஒருவார்த்தையும் அவன்ட்ட நீ பேசிறக் கூடாது." மகள் தலையாட்டியிருந்தாள்.

மனைவியிடம் போனார். "அவன் அந்த ரூமுக் குள்ளதான் இருக்கணும். அவனுக்கான சாப்பாடு வேளா வேளைக்கு அங்க போயிறணும். அவ னுக்காக நானும் நாலஞ்சு பேருகிட்ட வேலைக்குச் சொல்லிவச்சிருக்கேன். கூடிய சீக்கிரம் ஆளைத் தள்ளிவிட்டுருவேன். அநாவசியமான பேச்சு வார்த்தை, சிரிப்பு அது இதுன்னு எதுவும் அவனோட இருந்திரக் கூடாது. புரியுதா, நான் சொல்றது புரியுதா," என்று கடுமையான முழியோடு அடங்கிய குரலில் மனைவியை மிரட்டி அதட்டினார் காஜா. வீட்டுக்காரி திருப்பியடித்தார். "யாருகிட்ட வந்து இதையெல்லாம் சொல்றீங்க? ஓடிவந்த ஓணானை மடியில தூக்கிவச்சிக்கிட்டு ...? அவன்

வந்தான அப்பவே அவன வந்த திசைபாக்க விரட்டிவிட்டிருக்க வேண்டாம்? இப்ப எங்கிட்டே வந்து ஒங்க அதிகாரத்தைக் காட்டுறீங்களாக்கும்?”

கடுமை தாளாமல் திரும்பினார். மனைவியின் சொற்கள் காதில் விழுந்தன; “உங்க மஜீத் மாப்பிள்ள வந்தார... அவரோடயே அவன அனுப்பிவச்சிருக்க வேண்டியதுதான... நல்ல மூளையுள்ள மனுசன் அந்தக் காரியத்தைத்தான பண்ணுவாரு? அத விட்டுட்டு என்கிட்ட வந்து ஒங்க அதிகாரத்தைக் காட்டுறீங்களாக்கும்?” அவருக்கு மூச்சுத் திணறியது.

மாமாவும் மாமியும் அவ்வளவு நல்ல நிலையில் தன்னைப் பார்க்கவோ தன்னிடம் பேசவோ இல்லாததால் ரஹ்மத்துல்லா வுக்கும் சங்கடம். வாப்பா வந்த இடத்தில் இவர்களிடம் என்னவெல்லாம் சொல்லிவிட்டுப் போயிருப்பார்? அந்நாள் விவரங்களை அவரிடம் கேட்டிருப்பார்களோ?

சுல்தானாவோடு புரிந்துகொண்டிருந்த கலவியின் உச்சத்தில் கதவைத் தட்டும் சப்தம் கேட்டது. சாதாரணத் தட்டல்ல, உள்ளே என்ன நடக்கிறது என்கிற சங்கதியைத் தெளிவாகப் பார்த்துவிட்டதைப் போல கதவைத் தட்டுகிறார்கள். வேகவேகமாகத் தட்டல்; அப்புறம் கூச்சல்; “உள்ள யாருல்ல, வால வெளியில.” கதவைத் திறக்கவில்லையென்றால் உடைத்துக் கொண்டு உள்ளே வந்துவிடுவார்கள். விந்து ஸ்கலிதமாகிப் பீறிட்டுவந்துகொண்டிருந்த சரியான நேரம். அது எப்படித்தான் மீண்டும் உள்ளுக்குள்ளேயே திரும்பியதோ? ஆனாலும் சில துளிகள் தரையில் சிதறிவிட்டன, சுல்தானாவின் மேலும் ஏராளம்! “யா ரப்பே” என்று கூச்சல் போட்டாள். கதவை இடிக்கும் சத்தத்தை மீறியெழுந்த அவளின் குரல்; அந்தக் கூச்சலை ஒவ்வொருவரும் கேட்டார்கள். ரஹ்மத்துல்லாவுக்குத் தெரிந்தது, முன்வாசலில் கதவைத் தட்டுகிறார்கள். கதவைத் தட்டும் குரல் ராஜகோபாலனுடையது; கூடவே இன்னொரு குரல் உசேனாக இருக்கலாம். ஆபத்து வெளியே நிற்பதால் பின்வாசலைப் பாதுகாப்பாய்த் தெரிந்தெடுத்தான். சட்டென்று தாழ்ப்பாளை நீக்கி வெளிவரவும் யாதொரு எண்ணமுமில்லாமல் கட்டை மண்ணைத் தாண்டிக் குதிக்கலானான்! அங்கும் நின்றனர் சிலர். சிதம்பரம், சாகுல் ஹமீது, பாலையா அண்ணாச்சி. ஓ, பயங்கரம்... அவர்களோடு ஒருவர் நிற்கிறார் – அது வாப்பா! வேறு வழியேயில்லை. காலில் முள்குத்தினாலும் கண்ணாடியே கீறினாலும் சிறகெடுத்துப் பற! பற பற வானம் விரிஞ்சிருக்கு, பற பற – மனத்தின் உத்தரவுகள். அவைதாம் அவனைப் பறக்கச் செய்தன. அத்தனை பேரும் கூச்சல் போட்டார்கள், “ஏல நில்லு, புடி புடி, ஏ ஓடாத ஓடாத நில்லு!” பூமி அதிர்ந்தது. வானையும்

இருட்டையும் கீறின கூச்சல்கள்! அவன் வெள்ளை வேட்டியிலும் வெள்ளைச் சட்டையிலும் இருந்திருந்தான். அவன் மரங்களூடே பறந்துசென்றது ஒரு மோகினி பறந்து மறைவதுபோல. மஜீத் வாத்தியாரால் நம்ப முடியாத காட்சி. அவன் ஓட்டம் அவரின் மானம் மரியாதைகள் அனைத்தையும் இழுத்துக்கொண்டோடிய ஓட்டம். பூகம்பம் வந்ததுபோல ஒவ்வொரு வீட்டின் கதவுகளும் படீர் படீரென்று திறந்தன; விளக்குகள் பாக்கியில்லாமல் எரிந்தன. பெரும் பரபரப்பு! வானம் கிழிவதும் நிலம் அதிர்வதுமாகக் கிராமம் பதறுகிறது!

அடுத்தடுத்த வீடுகளின் பின்வாசல்களிலுள்ள சுட்டமண் சுவர்களை அனாயாசமாகத் தாண்டினான். செருப்புகள் எங்கோ தெறித்துவிட்டன. தொபுக்கடீரென்று வயலில் விழுந்தான்; எழுந்தான்; பறந்தான்! நாற்றுகள் பாவி வயல்கள் முழுக்கத் தண்ணீரும் சேறும்! இதோ பறக்கிறான். எல்லாரும் விரட்டினார்கள். கூச்சல்களில், வயல்களையெல்லாம் தாண்டியிருந்த அடுத்தடுத்த தெருக்களிலுள்ள வீடுகளின் கதவுகள் தாமே திறந்து விளக்குகளையும் ஏற்றிவிட்டன. கூச்சல்கள் இந்தப் பக்கம் அண்ணன்தோப்பு வரைக்கும் பரவின. எல்லாருக்கும் கூச்சல்கள் வரும் திசைகள் தெரிந்துவிட்டதால் அவசரம் அவசரமாக வீட்டுத் தோட்டக் கதவுகளைத் தாண்டிப் பேய் பயமில்லாமல், மோகினி பயமில்லாமல், பிசாசுகளின் பயமில்லாமல் ஆண்களும் பெண்களுமாகத் திரண்டார்கள். அவர்களில் பலரது கண்களுக்கு ஒரு மோகினி வயல்வெளியில் பறப்பதும் பின்னாலே ஆட்கள் விரட்டிக்கொண்டு ஓடுவதும் தெளிவாகத் தெரிந்தன. திருடனோ திருடும்போது வசமாய்ச் சிக்கிக்கொண்டானோ? அப்படித்தான் எல்லாருடைய சிந்தையும் இருந்தது. இவர்களும் விரட்டலாம். ஆனால் தண்ணீர் ஓடும் ஓடையைத் தாண்டி, வயல்களில் ஏறி, சகதியான வரப்புகளில் விரட்ட முனைந்தால் எவ்விதப் பலனும் இருக்கப்போவதில்லை; வழுக்கி விழ வேண்டியிருக்கும். எனவே வேடிக்கையோடு நின்றுவிட்டார்கள். முன்னால் பறந்த உருவம் பழைய ரைஸ் மில்லின் இடிபாடான கட்டடங்களுக்குள் நுழைந்துவிட்டது. பின்னால் ஓடிவரும் கூட்டம் விடாமல் ரைஸ் மில்லின் உள்ளே நுழைந்தது. இப்போது காட்சி எதுவும் இல்லை; கூச்சல்கள் மட்டும் தெளிவாய்க் கேட்டன.

சிலர் சட்டையைப் போட்டுக்கொண்டு வெள்ளாங்குடிக்கு ஓடினார்கள், என்ன விவரமென்று தெரிந்து வரலாமென! பெண்கள் அனைவரும் இருட்டுமயமான தம் தோட்டங்களுக்குள் ஆங்காங்கே நின்றபடி பலபடப் பேசலானார்கள். தூங்கப்போன நேரத்தில் இவ்வளவு பதற்றமான சம்பவம். திரும்பி வந்த ஆண்கள்

நிழல் நதி

சொன்ன கதையைக் கேட்டு அனைவரும் தம் தூக்கத்தை வலிந்து விட்டுக்கொடுத்துப் பேச ஆரம்பித்தார்கள். கதை முழுவதும் தெற்குத் தெருவிலிருந்து நடுத் தெருவுக்கும் நடுத் தெருவிலிருந்து வடக்குத் தெருவுக்குமாகப் பாய்ந்துபோனது. அப்புறம் எல்லாரும் எப்போது தூங்கினார்களென அவரவர்க்கே தெரியாமல் போய்விட்டது.

O

ரஹ்மத்துல்லா குலுங்கியழுதான். காலத்தை ஒரேயொரு சலுகை கேட்கிறான். அந்தத் தீய நாளுக்கும் முன்னதாகக் காலத்தைத் திருப்பிச் சுழற்ற யாசிக்கிறான். காலத்திற்குக் கண்களும் செவிகளும் கிடையாதென்கிற உண்மையை அவனுடைய கல்வி அவனுக்குக் கற்றுக்கொடுக்கவில்லை. முரட்டுப் பிடிவாதமாகக் காலம் முன்னகர்கிறது.

12

கணவனின் முன்னே சமீரா தலைகுனிந்து அமர்ந்திருந்தாள். இருவரும் சோர்வடைந் திருந்தனர். புதுமண ஜோடிகளை அவலம் சூழ்ந்த நிலை. அவளின் கணவனுக்கு இன்றுதான் எல்லாம் தெரியுமாம். அவர் அதட்டலாகவும் கோபமாகவும் சமீராவிடம் பேசினார். அவளுக்கும் எப்படித்தான் இவ்வளவு தந்திரம் கைகூடிற்றோ? தனக்கு ஊர் விஷயம் எதுவுமே தெரியாதென்று ஒரே போடாகப் போட்டுவிட்டாள். அப்படிச் சொல்லிவிட்டாலும் உடல் நடுங்கியது. தன் பொய்களைக் கணவன் கண்டுபிடித்துவிட்டால் மகா சீண்ட்றம். அவருக்கு எதுவும் தெரியக் கூடாதென்று ஆத்தங்கரை சீதேவியிடமும் பீமா நாச்சியாரிடமும் இரங்கிநின்றாள்.

“ஒங்க வாப்பா பம்பாய்வரைக்கும்போயி, உங்க காக்காவைப் பாத்துட்டு வந்திருக்காரு. இப்படித்தான் போயிருக்காரு, இப்படித்தான் வந்திருக்காரு. ஆனா நமக்கு ஒண்ணும் தெரியல்ல.”

“. . . . .”

“அதை நீ என்னன்னு கேட்டியா?”

“எனக்குத்தான் எதுவும் தெரியாதே!”

“ஒங்க வாப்பா உனக்கு எதுவும் எழுதலியா?”

“இங்க எந்தக் கடிதமும் வரல்லியே. எல்லாக் கடிதமும் ஒங்க அட்ரஸுக்குத்தான வருது.”

“ஒன் காக்காவுக்கு ஏன் இப்படிப் புத்திப் போச்சி? அடுத்தவ வாழ்க்கையையும் நாசமாக்கிட்டு அவனும் கேவலப்பட்டு... கல்யாணம் முடிஞ்ச புதுசுல நமக்கும் இப்படி ஒரு கேவலம் வேணுமா?”

சமீரா உடன் அழுதுவிட்டாள். பெரிய அழுகை. அவளுக்குச் சட்டென்று கபீரின் முகம் நினைவுக்கு வருகிறது.

○

"ஊரு பூராவும் நீ நடந்துக்கிட்டதைப் பத்திக் குறை சொல்லிப் பேசுது. எங்க கபீரு மாமாவப் பாத்தா எனக்கே பாவமா இருக்கு." மரியம் சொன்ன வார்த்தைகள்! சமீரா கல்லாய் நின்றாள்.

மரியம், ஜுனைதா, கண்மணி, முகைதீன்பாத்து எல்லாரும் தன்னிடம் பேசுவதைக் குறைத்துவிட்டதை சமீரா பலமுறை எண்ணிப் பார்த்திருக்கிறாள். "எங்க காக்கா வுக்கு அவ வஞ்சகம் பண்ணிட்டா" என்று கபீரின் தங்கை ஜுனைதா சிலரிடம் சொன்னாளாம். அவள் சொன்னதற்கு எல்லாரும் ஆமாம் போட்டார்களாம். அந்த விஷயம் அன்று அவள் காதுகளுக்கு வந்தது. இன்று அவள் ஞாபகத்திற்கு வருகிறது.

"என் கல்யாணத்துல எல்லாரும் யாரோ மாதிரி வந்து நின்னுட்டுச் சிரிக்கக்கூட இல்லாமப் போனாளுங்களே…"

O

கபீரை மண்ணடி தம்பு செட்டி தெருவிலிருந்த ஒரு பெரிய கைலி நிறுவனத்தில் சேர்த்துவிட்டார் அவனது உறவுக்கார வழக்கறிஞர் மதார்ஷா. கபீரை முதலாளிமார்கள் அனைவருக்கும் பிடித்துவிட்டது. அங்கு வேலையில் இருந்தவர்களில் தொண்ணூறு சதவீதம் முதலாளிமார் களின் சொந்த ஊர்க்காரர்கள். ஒவ்வொரு நாளும் கறியும் மீனும் முட்டையுமாகச் சாப்பாடு போட்டார்கள். கபீருக்குக் கொஞ்சம் உடம்பு தேறியதுபோல இருந்தது. ஆனால் சபீர் பார்க்கும்போது, "இல்லே நீ அப்படியேதான் இருக்கே," என்பான்.

வேலைகளின் மத்தியில் சமீராவை மறக்க முயன்றான்; எத்தனை கதவுகளை இதயத்தில் போட்டாலும் அத்தனை யையும் உடைத்துக்கொண்டு சமீரா வந்துகொண்டே இருக்கிறாள். ஒருநாள் "கபீரு, இப்போ சமீரா அவ புருஷனோட மெட்ராஸுலதான் இருக்காங்குற விசயம் எனக்கு இப்பத் தான் தெரிய வருது. ஒனக்காவது அது தெரியுமா" என்று சபீர் கேட்டான். கபீரின் நெஞ்சு ஒரு நிமிஷம் நின்று துடித்தது.

13

சபீர் பம்பில் தண்ணீர் அடித்துக்கொண்டிருந்த போது குப்பை மீரான் வாசலில் வந்து நின்றார். தான் அடிப்பதைப் பார்த்தபடி அவர் நின்றதை சபீர் பார்த்தான். இலேசாகக் கூச்சத்தால் நெளிந்தான். அவர் ஏன் இப்படி தன்னை வைத்த கண் வாங்காமல் பார்த்துக்கொண்டிருக்கிறார்? அந்த யோசனையினாலோ என்னவோ இன்று பார்க்க எவ்வளவு வேகமாக அடித்தும் தண்ணீர்வரத்துக் குறைவாக இருந்தது. வெட்கமாக இருந்தது. தன் முதுகில் படரும் குறுகுறுப்பைக் கரைக்க குப்பை மீரானைப் பார்த்துச் சிரித்துவைத்தான். அப்போது தன்னை ஏதோ அவர் கேட்கிறதாக இருந்தது. “எத்தா, நீங்க முஸ்லிமா?”

“ஆமா சார்.” குப்பை மீரானின் உடம்பு ஓரடி உயர்ந்தது. உற்சாகமாகப் பேசினார், “ஒங்க பேரு என்ன, எங்கத்தா வேல பாக்குறீங்க?”

விவரம் சொன்னான். “என்ன படிச்சிருக்கீங்க?”

“பி.காம் படிச்சிருக்கேன் சார்.”

“என்னத்தா, பி.காம் படிச்சிட்டு பிளைவுட் கம்பெனில போயி ஒக்காந்திருக்கீங்க?”

“சார், இப்போ இருக்கவும் சாப்புடவுமாட்டு இந்த வேலைல இருக்கேன். என்னை நம்பி வேற இன்னொரு நண்பனும் வந்துட்டான். அதுவரைக்கும் இதுலதான் ஒப்பேத்த வேண்டியிருக்கு. வேற நல்ல வேலைக்கும் முயற்சி பண்ணிட்டிருக்கேன் சார். நீங்களும் ஏதாவது துப்புகெடைச்சா சொல்லுங்களேன்.”

அவன் சொன்ன விதமும் அந்த மரியாதையும் தன்னைப் பொருட்டாக மதித்து வேலை கேட்ட விதமும் அவருக்கு ரொம்பவும் பிடித்துவிட்டது. “நல்லதுத்தா. அதுக்காவத்தான் நான் ஒங்கள்ட்ட

இப்போ பேசுறேன். நீங்க ஒங்க சர்டிபிகேட்டெல்லாம் கொடுங்க. நான் என்னால முடிஞ்ச வேலைக்கு முயற்சி பண்ணுறேன். சரியாத்தா?"

"ரொம்ப நன்றி சார்."

"நீங்க எந்த ஊருல படிச்சீங்க?"

"திருநெவேலி சதக்கத்துல்லா காலேஜ்ல சாரு."

"அப்படி சொல்லுங்கத்தா. அதான் பேச்செல்லாம் பாத்தா ஒருமாதிரி திருநெவேலி வாடை அடிக்குதேன்னு யோசிச்சேன். எனக்கும் திருநெவேலிப் பக்கம்தான். செங்கோட்டை கேள்விப்பட்டிருக்கேளா?"

"என்ன சார், அப்படி கேட்டுட்டீங்க, நல்லா கேள்விப் பட்டிருக்கேன். எனக்குக் களக்காடு சார். நீங்க கேள்விப் பட்டிருக்கீங்களா?"

அவருக்கு மண்டையில் கிறுகிறுவென்று ஏறியது. கண்களில் மின்னல்; முகம் கொள்ளாச் சிரிப்பு. தன்னை மீறிச் சிரித்தார். ஏதோ தேவலோகத்து உரையாடலோ இது என்று மயங்கினார். வாயிற்கதவைப் பலமாகப் பற்றிக்கொண்டார். உடன் சொன்னார், "எத்தா களக்காடா ஒங்களுக்கு? முதல்ல உள்ள வாங்கத்தா, வாங்கத்தா உள்ள வாங்க" என்று சட்டென்று அவன் கையைப் பரபரப்பாகப் பற்றினார். அவனும் ஏதோ ஒரு கையைத் தேடிக்கொண்டு இருந்திருக்கிறான்போல! இல்லையென்றால் நொடிநேரத் தயக்கம்கூட இல்லாமல் உடனே அந்த வீட்டுக்குள் நுழைந்திருக்க மாட்டான். "எத்தா, எங்க சொந்தக்காரங்க நிறைய பேரு களக்காட்டுல இருக்காங்கத்தா... நீங்களும் அந்த ஊருன்னு சொல்றீங்களே, ஒங்களுக்கு எந்த ஜமாத்து?"

"நான் புலிப்பத்து ஜமாத்து."

"அப்படியா, அது எங்கேயிருக்கு?"

"களக்காட்டுலேயேதான். களக்காடு பஸ் ஸ்டாண்டிலிருந்து சேர்மாதேவிக்குப் போற வழியில ஒரு ரெண்டு கிலோ மீட்டர் தொலைவுல."

"எங்க சொந்தக்காரங்க கோட்டை ஜமாத்துல இருக்காங்க. நீங்க அங்கே அத்தாவுல்லாவைக் கேள்விப் பட்டிருக்கீங்களா? நல்லா உசரமா இருப்பாரு. பஞ்சாயத்து போர்டுல வேல பாக்காரு..."

"ஓ, எனக்கு அவரை நல்லா தெரியுமே, என்னைவிட என் காக்காவோட அவரு ரொம்ப தோஸ்து."

தீப்பொறி உற்சாகம் குப்பை மீரானுக்கு.

பேச்சு பல மடங்குகள் நீண்டது. அவனின் முன்னால் பிஸ்கெட்டும் பணியாரமும் வைத்தார்கள். அவன் ஒன்றைக் கையிலெடுத்துக் கடிக்கும் முன்பே தேநீர் ஆவி பறக்க வந்தது. நாலணாவைக் கைநீட்டி வாங்கும் அந்தப் பெண்தான் அதை அவன் முன்னே கொண்டுவந்து வைத்தாள். அப்படியே அத்தாவும் அவனும் பேசுவதை சமையற்கட்டில் நின்று பார்க்கலானாள்; மற்றவர்களும் சுற்றிச் சூழ நின்றார்கள். வீட்டில் ஆண்களும் பெண்களுமாக ஏழெட்டுப் பேர் இருப்பது அவனுக்குத் தெரியும். அந்தக் கணக்கு சரியாக இருந்தது. ரொம்ப சந்தோஷமாகவும்! மெட்ராஸ் வந்து ஏறத்தாழப் பல மாசங்கள் வறண்டுபோய்க் கிடந்ததற்கு, இன்று புதிதாய் முகவிலாசம் இல்லாத சொந்தபந்தங்கள் உருவாகிவிட்டதை உணர்ந்தான். வீட்டை விட்டு அவன் வெளியே வரும்போது எல்லாரும் கூடி நின்று எதிர்க் குடிசைக்காரனை வழியனுப்பியது உலக நடைமுறையில் இதுவரை இருந்ததில்லை.

வேலைக்குச் சென்ற நேரம் முதல் ஏதோ புல்லரிப்பு உடம்பை உழற்றியபடி இருந்தது சபீருக்கு. தனக்குள் பேசித் தனக்குள் சிரித்தான். நாளைக்கும் தான் நாலணாவைக் கொடுக்க வேண்டியிருக்குமோ என்று யோசித்தான், நாளையிலிருந்து ஒரு நாடகம் ஆரம்பமாகப் போவதை அறியாமல்!

நிழல் நதி

14

மாம்பழ வியாபாரி நாகூர்பிச்சையிடமிருந்து தம்பி சபீருக்குக் கடிதம் வந்தது. குப்பை மீரான், அத்தாவுல்லா தொடர்பான விவகாரமெல்லாம் நிறைய இருந்தன. அத்தாவுல்லா வந்தாராம், விவரம் சொன்னாராம், தம்பி சபீருக்கு பேங்க் வேலைக்குத் தானாச்சி என்று குப்பை மீரான் சொல்லிவிட்டாராம். இதை வாசித்தவுடன் பரபரப்பானான் சபீர். பேங்க் வேலை... இவர் எப்படி பேங்க் வேலையைத் தர முடியும்? அவர் பெரிய கம்பெனிக்காரர். அதனால் ஏதாவது வித்தைகள் செய்வாரோ? தன்னிடம் அதையெல்லாம் சொல்லாமல் அத்தாவுல்லா மூலமாக இதை அவர் ஏன் சொல்கிறார்? இப்போதைக்கு நாமாக எதையும் கேட்க வேண்டாம். அவர் என்ன சொல்கிறாரோ அதன்படித் தலையாட்டியவனாகப் போவோம். பேங்க்வேலையே இல்லாதுபோனாலும் வேறு ஏதோ ஒரு நல்ல வேலையை வாங்கித்தராமல் போக மாட்டாரென்று உளமார நம்பினான். நிரம்ப மரியாதை அவரின் மேல் கூடியது. ஆனால் வழக்கம்போல் தண்ணீருக்கான நாலணாவை வாங்காமல் விடவில்லை; அதை வாங்க இப்போதெல்லாம் குப்பை மீரானோ அவரின் மனைவியோ வருவதில்லை. ஒவ்வொரு நாளும் அவன் வரும் நேரம்பார்த்து மூத்த மகள் சுலைஹா வாசலில் வந்து நிற்பதும் கைநீட்டிக் காசு வாங்குவதும் வாங்கும்போது கைகளை நன்றாக உராய்ந்துகொள்வதுமாக அவர்கள் கேட்காவிட்டாலும் தினசரியும் நாலணா காசைத் தன் கைநீட்டிக் கொடுக்க வேண்டுமென்று மனதார விரும்புகிறான் சபீரும். ஆனால் குப்பை மீரானின் கவனத்திற்கு இந்தக் கள்ள நாடகம் பற்றிய விஷயம் போனால் என்னாகும் என்ற பயமும் இல்லாமல் இல்லை. அதனால் கவனமாக இருக்கப் பார்க்கிறான்; கைகள் கவனமாக இருப்பதில்லை.

பின்னர் ஒரு கடிதம் வந்தது நாகூர்பிச்சையிடமிருந்து. தான் கடிதம் எழுதாமல் இருக்கும்போதும் காக்கா இப்படி அவனுக்குக் கடிதம் எழுதுகிறார்; பிரித்துப் பார்த்தான். வேலை விஷயத்தோடு வேறொன்றும் கடிதத்தில் இருந்தது. அத்தாவுல்லா வந்து மீண்டும் பேசியபடி, பேங்க் வேலை நிச்சயமாகக் கிடைத்துவிடுமாம்; நீ பேங்க் பரீட்சை எழுத வேண்டும். வேலை கிடைத்தவுடன் குப்பை மீரான் தனது மூத்த மகள் சுலைஹாவை உனக்குக் கல்யாணம்பண்ணிவைக்கத் தயாராக இருக்கிறாராம். ஆகவே நீ நல்ல உற்சாகமாக இருந்து அவர் விரும்பியபடி நடந்துகொள்." நல்ல வேலை; தவறவிடக் கூடாதென்று அறிவுரை வேறு. உச்சமான பரவசத்தில் ஒருமுறை வானில் எவ்விப் பறந்த சபீர் பூமியில் வந்து விழுந்தான். அவ்வளவு வேகமாய் வந்து விழுந்தபோதும் உடலை யாரோ தாங்கிக் கீழே இறக்கிவிட்டதாக இருந்தது. வலியில்லை; நொறுங்கவில்லை; பூமெத்தை ஒன்றில் இருந்தான். இறக்கிவிட்ட தேவதையை எங்கேயென்று தேடினான்.

❍

கல்யாணத்தை உடனடியாக முடித்துவிடலாம் என்கிற மாதிரி கடிதப் போக்குவரத்து அடிக்கடி நிகழ்ந்தது. அத்தாவுல்லா இருதரப்பு விவகாரங்களையும் பேசிக்கொண்டிருந்தார். அந்த விவாதமெல்லாம் அங்கேதானே தவிர இவனுக்கும் குப்பை மீரானுக்கும் இடையில் ஒருவார்த்தைகூட மூச் . . . அது எங்கோ ஏதோவொன்று போல! இங்கே இது வேறு ஏதோவொன்றுபோல! அவ்வளவு சுமுகமாகப் பேச்சுவார்த்தை போய்க்கொண்டிருந்த வேளையில் வரதட்சணையாக ஏதும் பெயர வாய்ப்பில்லை. அந்த உண்மையை நாகூர்பிச்சை எப்படியோ மோப்பமிட்டுக் கண்டுகொண்டார்; பெண்வீட்டாரிடம் முரண்டினார். அதற்கு, "அதுதான் மாப்பிள்ளைக்கு வேலை யாச்சே" என்று அத்தாவுல்லா சொல்லிப் பார்த்தார். அதற்கும் இதற்கும் சம்பந்தம் கூடாது என்கிறார் மாம்பழ வியாபாரி. "அவனை பி.காம் வரைக்கும் படிக்க வச்சவன் நான், அதப் படிக்க வக்கலேன்னா இந்நேரத்துக்கு பேங்க் வேலைய நெனச்சுப்பாக்க முடியுமா, சொல்லுங்கோ பாப்போம்" என்றபோது அத்தாவுல்லா பராக்குப் பார்க்கலானார். அவர் மனத்துக்குள் ஒரு வைராக்கியம் உட்கார்ந்திருந்தது. இந்த விஷயத்தில் மச்சினன் குப்பை மீரானுக்காகத் தான் களம் இறங்கிவிட்டோம், மாப்பிள்ளைப் பையனோ சொக்கத் தங்கம்; மருமகளோ பெரிய படிப்பு, பொறுப்பான பொண்ணு. ஆக இரண்டையும் தனித்தனியாக விட்டுவிட முடியாது. ஆதலால் பேச வேண்டிய நேரத்தில் பேசி, பேசக் கூடாத நேரத்தில் மௌனம் பூண்டு காரியத்தைக் கச்சிதமாக முடித்துவிட

வேண்டும். நாகூர்பிச்சை கேட்கும் எல்லாக் கேள்விகளுக்கும் தான் பதில்கொடுத்துக்கொண்டிருக்க முடியாது. அது தன் வேலையன்று! ஆகவே மௌனமாய் இருந்தார். 'சரி, நீரு மௌனமாக இருக்கிறீரா, நான் என் தம்பிக்கிட்டே பேசிக்குறேன்,' என்று நாகூர்பிச்சையும் தனக்குள் கட்சிகட்டினார்.

"நாவூர்பிச்சை நான் சொல்றதைக் கேளு. அவனுக்குக் கல்யாணம் முடிஞ்ச கையோட பேங்க் வேலை நிச்சயம். என் மச்சினன் பெரிய கம்பெனில அக்கவுண்டண்டா இருக்காரா? அவரு நிர்வாகத்துல பேசிட்டாரு. பெரிய கம்பெனிக்காரங்கன்னா பேங்க்காரனுங்க திமிற முடியாது, கேட்டியா? அப்புறம் பாரேன் உன் தம்பி ரேஞ்சே வேற!"

"அவன் கவர்ன்மெண்ட்டு ஆபீசராவே மாறட்டுமே, அதனால எனக்கு என்ன? அவன் படிப்புக்கு நான் எவ்வளவு செலவழிச்சேன்னு பைசா சுத்தமா எழுதிவச்சிருக்கேன். அவன்கூட சேர்ந்து அந்தக் காலேஜி இந்தக் காலேஜின்னு நாயா பேயா அலஞ்சிருக்கேன். நீங்க என்னடான்னா ஒத்த பைசாகூடத் தராம தூக்கிக்கிட்டு ஓடப் பாக்குறீங்க…"

"நாவூர்பிச்சை அவன் ஆபீசரானாலும் பேங்க்ல அதிகாரியானாலும் உன்னைக் கவனிக்காமயா வுட்டுருவான்? நாங்கள்லாம் இல்லே, அப்படி அவனைப் போக விட்டுருவோமா என்ன? நீ ஒன்னும் கவலைப்படாத… எல்லாம் நல்லபடியா நடக்கும்."

"நீங்க ஒங்க மச்சினருகிட்ட சொல்லுங்க… பதினஞ்சாயிரம் ரொக்கம், பத்துப் பவுனு நகை. அதுல தம்பிடி குறையக் கூடாது. இன்னைக்குச் சாதாரணமான படிப்பு படிச்சவனே பத்தாயிரம் ரொக்கம், அஞ்சு பவுனு நகைன்னு வந்துட்டான். நான் என் தம்பிய அவ்வளவு கம்மியால்லாம் விட்டுக்கொடுக்க மாட்டேன்."

◯

சபீர் கனவுகள் எங்கோ போய்விட்டன. இந்த பேங்க் வேலையும் இந்தப் பொண்ணும் நம்மகிட்டே வந்தவுடனே மும்தாஜின் ம்மாகிட்டே போயி நிக்கணும். தன் அந்தஸ்தைக் காட்ட வேண்டும். 'இதோ பாருங்க சுலைஹா. மெட்ராசிலேயே படிச்சுப் பட்டம் வாங்கியவளாக்கும் என் பொண்டாட்டி'ன்னு சொல்லாம சொல்லிக் காட்டணும். ஊரும் உலகமும் நம்மளை வியந்து பாக்கணும். சௌதாம்மாவோட மனசு அல்லாடணும்.

சபீரின் இந்தக் கனவுகள் ஒவ்வொரு நாளும் ஒவ்வொரு விதமாக வெவ்வேறு விதமான வசனங்களோடு போய்க் கொண்டிருந்தன. சௌதாம்மாவின் முன்னே போய் நிற்க

வேண்டிய தோரணையில் என்னென்ன விதமான ஆடைகள் அணிய வேண்டும், தன் மனைவியை எந்தெந்த வகையில் அலங்கரித்துக்கொண்டு போக வேண்டுமென்று கனவுகளுக்கு வண்ணமும் பூசிக்கொள்கிறான். அழகான கனவுகள் விரியும் போது, நாகூர்பிச்சை காக்கா இவ்வளவு பிடிவாதம் காட்டுவது எரிச்சலாக இருந்தது. அதை எப்படியும் உடைத்தே தீர வேண்டும். மும்தாஜின் ம்மா முன்போய்க் கம்பீரமாய் நிற்காவிட்டால், இந்த வாழ்க்கையில் அர்த்தமில்லாமல் போய்விடும். என்னென்ன கேள்வியெல்லாம் கேட்டார்? 'நான் சபீராக்கும் என்று அவரிடம் நெஞ்சைத் தட்டிப் பேசவேண்டும்.'

கபீரிடம் சொன்னான், "கபீரு, நம்ம கதை கந்தலாயிடக் கூடாது. என் காக்காவுக்கு நான் சூடா கடிதம் எழுதப் போறேன்."

கபீர் திடீரென்று குறுக்கிட்டான். "வேண்டாம் வேண்டாம் அவ்வளவு சூடெல்லாம் வேண்டாம் சபீரு. ரொம்பப் பொறுமை தேவை. அப்படில்லாம் ஒன் காக்காவுக்கு எழுதிடாத..."

"நான் எங்கே எழுதப்போறேன்? நீ சொல்லச் சொல்ல நான் என் கையால எழுதுறேன். இந்தக் கடிதம் நீ எழுதுறதாக்கும்? "

"அடப் பாவீ, நீ காரியத்தையே கெடுத்துருவ போல இருக்கே. வா, என் காக்காகிட்டே சொல்லி என்ன செய்றதுன்னு கேப்போம்", என்றான். கபீரின் காக்கா அபுதாஹிர் புரசைவாக்கத்தில் ஏஜென்சி நிறுவனத்தில் வேலைபார்த்து, அங்கேயே தங்கிக்கொண்டார். கூடவே அவூதுமல்லி, யூசுப்பு, மீரா சாகிபுவும் அங்கே வேலைபார்த்துவந்தார்கள். ஞாயிற்றுக்கிழமை ஓய்வு நேரத்தில் அங்கு போய்ப் பேசினால், பல அருமையான தந்திரங்கள் கிடைக்கும். நாகூர்பிச்சையின் சித்து வேலை களை அடித்து நொறுக்கிவிடலாம். அதன்படி கடிதம் எழுதினால் நன்று. இந்த யோசனை நிரம்பவும் நல்லாயிருக்கு. சபீர் உடனடியாகச் சரியென்றான்.

அடுத்த வாரம் ஞாயிற்றுக்கிழமை கபீரும் சபீரும் அங்கே தான் இருந்தார்கள். பெரிய மாநாட்டுக் காரியம்போல ஆளாளுக்கும் பலவிதமான யோசனைகள். நாகூர்பிச்சை என்கிற சுறாமீனைப் பிடிக்க ஆளுக்கொரு வலையை நெய்தார்கள். பொருத்தமான வலை அபூவும் அவூதுமல்லியும் இணைந்து உருவாக்கியது. அதன்படி சபீர் எழுதிப் பார்த்தான்.

நாகூர்பிச்சை எப்பேர்ப்பட்ட ஆள்? சபீரின் கடிதத்துக்குச் சரிப்பட்டு வரவில்லை. கடைசியில் தன் பக்கத்தில் கபீரை உட்கார்த்திவைத்து, அவனை ஒவ்வொரு வார்த்தையாகச் சொல்லவைத்து எழுதினான். தானும் கபீரும் ஒன்றுபோல ஒரே

சமயத்தில் காதலில் தோற்றோம்; ஒரே விதமாய் வஞ்சிக்கப் பட்டோம்; ஒரே நேரத்தில் எல்லாம் நடந்தது. ஊரைவிட்டு மெட்ராஸுக்கும் ஓடிவந்துவிட்டோம். ஆகையால் தனக்கான வார்த்தைகளை கபீர் எடுத்துக்கொண்டுவந்து போடும்போது ஒருசொல்லும் வீணாகச் சிந்தவில்லையென்று உணர்ந்தான் சபீர்.

எழுதிய கடிதத்தை வாசித்துப் பார்த்தான். என் மனத்தை கபீரல்லவோ வைத்திருக்கிறான் என்று நினைத்தான் சபீர். கடிதம் வேகமாகப் போய்ச் சேர வேண்டும். கபீரும் சபீரும் அவசரம் அவசரமாகப் பேருந்து ஏறி, அண்ணா சாலைத் தலைமை அஞ்சலகம் வந்து கடிதத்தைப் பெட்டியில் போட்டார்கள். கடிதம் சல்லென்று உள்ளே பாய்ந்ததும் இருவருக்கும் மனசு கொள்ளாத சிரிப்புகள். கடிதத்தைப் படித்ததும் அவர் உடனே வழிக்கு வந்துவிடுவார்.

அப்படியெல்லாமும்கூட வழிக்கு வந்துவிடவில்லை நாகூர்பிச்சை.

15

சபீர் வழக்கம்போலத் தண்ணீர் அடிக்கிறான். வழக்கம்போல உரிமைப்பட்டவளாக வந்து நிற்கிறாள் சுலைஹா; சிரிக்கிறாள். எதுவும் பேசவில்லை; ஆனால் நிறைய இருக்கிறது. "வூட்டுல இருந்து ஒங்க காக்கா கடிதம் போட்டாரா?" அவன் இதை எதிர்பார்க்கவில்லை. இல்லே என்று சொல்லாமல், "இன்னைக்கு வந்தாலும் வந்துரும்; இல்லேன்னா நாளைக்கு வந்தாலும் வரும். "

"ம். இல்லேன்னா நாளா அன்னைக்கு வந்தாலும் வரும். அன்னைக்கும் வரல்லேன்னா அதுக்கு அடுத்த நாள்ல வந்தாலும் வந்துரலாம்ல..."

சபீருக்குக் கூச்சமாகிவிட்டது. "ஆமா, அப்படி வந்தாலும் வந்துரும்."

சுலைஹா அப்படி கேட்டது விசாரிப்பா தாக்குதலா என்று வேலைநாள் முழுவதும் அதை ஒரு சிந்தனையாக யோசித்துக்கொண்டே இருந்தான் சபீர். வேலையைச் சற்றுச் சீக்கிரமாக முடித்துவிட்டு அபூவையும் அவூது மல்லியையும் பார்க்கப் புரசைவாக்கத்துக்குப் பறந்தான். நல்ல வேளையாக இவன் போகவும் அவர்கள் வேலையைமுடித்துவிட்டு எதிர் ஸ்டாலில் தேநீர் அருந்துவதற்காக நின்றிருந் தார்கள். சபீர் தங்களுக்கான தெருவில் வேகமாக நுழைவதை இருவரும் பார்த்தார்கள். உடனே கைதட்டிக் கூப்பிட்டார்கள்.

சபீர் வந்து விவரத்தைச் சொன்னதும், அபூ சொன்னார், "சபீரு, இனிமே நீ ஒண்ணும் யோசிக்காத. நானாச்சி, மல்லியாச்சி. குப்பை மீரானை இந்த ஞாயித்துக்கிழமையன்னைக்கு நாங்க வந்து பாத்துப் பேசிர்றோம். அப்புறமா நாகூர்பிச்சைக்குக் கடிதம் எழுதிர்லாம். அது என்ன ஒங்க காக்காவுக்கு ஒரு எகனை மொகனை யும் தெரிய மாட்டேங்குது." அபூ கொக்கரித்தார்;

அவூதுமல்லியும் பதில் கொக்கரிப்புச் செய்தார். இருவரும் சேர்ந்து அவனுக்கும் ஒரு தேநீர் சொன்னார்கள்.

"நான் ஒங்க ரெண்டு பேரையும்தான் நம்பியிருக்கேன் காக்கா. நீங்க ரெண்டு பேரும் ஞாயித்துக்கிழமை வாங்க. நான் கபீரையும் கூடவரச் சொல்லட்டா."

"ஆங்... அது உன் விருப்பம். அவனும் வந்தா நல்லது தானே..."

"ஆனா என் காக்கா இப்படி வில்லன்மாதிரி வந்து குறுக்கே விழுவாருன்னு நான் நெனக்கல்ல காக்கா."

"ஆனா சபீரு, நீ எந்த வேலைக்குப் போனாலும் அவரை மறந்துறக் கூடாதுடே... அது நல்லதுக்கில்லே பாத்துக்கோ. தன்னோட சொந்தத் தம்பி மாதிரி நெனச்சித்தான் உன்னைப் படிக்க வச்சாரு. உனக்காக சின்னப்புள்ளை மாதிரி அங்கேயும் இங்கேயுமா ஓடோடி வந்தாருல்லா."

"காக்கா, நான் சத்தியமா அவரைக் கைவிட்டுற மாட்டேன். என்னை நம்புங்க..."

"நானும் மல்லியுமா அன்னைக்கு இதப் பத்திதான் பேசிட்டிருந்தோம். ஒருவேளை நீ பேங்க் வேலைக்குப் போயிட்டேன்னா, உன்கிட்டேயிருந்து உன் காக்கா அதிகமா எதிர்பாப்பாரு. நீ கொஞ்சமும் சளைக்காம அவரை முழுசா திருப்திசெய்ய முடியலேன்னாலும் பாதிக்குப் பாதியாவது மாசாமாசம் பணம் அனுப்பிக்கொடுக்கணும்டே."

"நான் இப்ப சம்பாதிக்குற பணம் என் வயித்துப் பாட்டுக்கே போதாது. இருந்தாலும் அதுலயும் நான் மிச்சப்பாடு செஞ்சு ஏதோ என்னால ஆனதை அவருக்கு அனுப்பத்தானே செய்றேன்..."

"அதான்டே அழகு. இனி நீ கவலைய விடு. ஞாயித்துக் கிழமை நாங்க அங்க வர்றோம்."

"நான் ஒங்களைத்தான் மலைமாரி நம்பியிருக்கேன் காக்கா," என்று சபீர் இருவரின் கைகளையும் பற்றிக் கொண்டான்.

◯

சொன்னபடியே அபூவும் அவூதுமல்லியும் சுப்ரமண்யம் சாலைக்கு வந்துவிட்டார்கள். குடிசை கால் நீட்ட கொள்ள வழியில்லாமல் இருந்தது. பள்ளத்தில் கிடந்தது. பக்கத்துத் தொழுவத்திலிருந்து பசுவின் சாணம், மூத்திரம் கலந்த

வாடை வந்தது. இவன் இந்த இடத்தில் தங்கியிருப்பது அவர்களுக்கு ஆச்சரியமளித்தது. தன் தம்பியும் இந்த இடத்தைச் சில மாதங்கள் இவனோடு பகிர்ந்துகொண்டிருந்ததை ஞாபகப்படுத்திக்கொண்டார் அபூதாஹிர். இந்தக் குடிசையின் இருப்பைவிட உயரமாகச் சாலை இருப்பது ஒருவிதமான சிரிப்பைக் கொடுத்தது. ஆட்கள் நடந்து போவதையும் சைக்கிளில் போவதையும் பார்த்தால் அவர்கள் இருவரையும் சாலையில் போகிறவர்கள் உரசிப்போவதுபோல இல்லையா? எதிரே கொஞ்சம் தள்ளியிருந்த குப்பை மீரானின் வீட்டைப் பார்த்தார்கள். செங்கோட்டையிலிருந்து சைதாப்பேட்டைக்கு வந்து இப்படியொரு மாடி வீட்டோடு இருப்பது பெரிய சாதனை என்று இருவரும் சொன்னார்கள். "சபீரு, உனக்கொரு நல்ல காலம்டே... நம்ம தெருவுல கூட இப்படி வீட்டைக் கட்ட முடியாது. இவரு இங்க வந்து இப்படிக் கட்டிக் குடும்பத்தோட இருக்காருன்னா ஆளு பெரிய ஆளுதாம்ப்பா. இத்தனை நாளும் இந்தக் குடிசையில பொறுமையா ஒக்காந்திருக்கிற உனக்கு இனி நல்ல யோகம்தான்டே. கவலப்படாத... நாம எப்படியாவது இதைப் பேசி முடிச்சிருவோம். ஒன் காக்கா அங்கேயிருந்து எதையாவது சொல்லிக்கிட்டிருப்பாரு. இங்க இந்த ஆளு எப்பேர்ப்பட்ட நிலையில இருக்காருன்னு அவருக்கு ஏதாவது தெரியுமா?" இப்படி பேசிக்கொண்டிருக்கும் போது ஒரு பையன் இவர்களை எட்டிப் பார்த்துவிட்டு எதிர்வீட்டுக்குச் சென்றான்.

சற்று நேரத்தில் இரண்டு கால்கள் அவர்களின் முன் தெரிந்தன. உடம்பை வளைத்து ஒருவர் குடிசைக்குள் எட்டிப் பார்த்தார். அப்போது சபீர் சொன்னான், "சார், இவங்கதான் எங்க ஊர்க்காரங்க. ஒங்களப் பாக்குறதுக்கு வர்றதா சொன்னேனே, அது இவங்கதான்" என்று அறிமுகம் செய்தான். அவர் வாசலில் குனிந்தபடியே, "வாங்கத்தா ஸலாமலைக்கும்," என்றபடி உள்ளே நுழைந்துவிட்டார். அவர் உள்ளே நுழைவாரென்று சபீரும் மற்றவர்களும் நினைக்கவில்லை. ஒருவருக்கொருவர் முஸாபஹா[1] செய்துகொண்டனர். "வாங்க எல்லாரும் வீட்டுக்குப் போவலாம்," என்றவர் சபீரைப் பார்த்து, "எத்தா இன்னும் உங்க ஃப்ரெண்ட் கபீரு வரலையோ," என்று கேட்டார். "இப்ப அநேகமா வந்துக்கிட்டிருப்பான் சார்," என்றான்.

வீடு பெரும் ஜனத்தொகையால் நிரம்பியிருந்தது. ஒருவருக்கொருவர் ஸலாம் சொல்லிக்கொண்டார்கள். உடன் வீடு கலகலப்பாகிவிட்டது. நெருங்கிய சொந்தக்காரர்கள் வந்திருப்பதாக நினைத்துக்கொண்டார்கள். குப்பை மீரானுக்குப்

---

1 முஸாபஹா – பரஸ்பரம் கட்டியணைத்தல்

பெரும் உவகை. "இவர்கள் நல்ல மக்கள். வெள்ளந்தியாகப் பேசுகிறார்கள். இது போதும் நமக்கு."

குப்பை மீரான் நல்ல காரியம் செய்தார். பெண் யாரென்று அடையாளம் காண முடியாமல் போயிருந்த அபூவுக்கும் அவூதுமல்லிக்கும் சுலைஹாவைக் கொண்டே உபசரிப்பு செய்ய வைத்தார். சுலைஹா கிளிபோலத்தான் இருந்தாள். ஹாஜிரா பெரியம்மா எந்தவொரு பெண்ணின் அழகையும் வர்ணிப்பதாய் இருந்தால், "அவ கிளிபோல இருக்காளே, என்னா அழகு," என்று தான் சொல்வார். இப்போது அவருக்கு வரப்போகிற மருமகளும் கிளிபோலத்தான் இருக்கிறாள். சபீருக்கு மங்கலம். பேச்சுகளுக்கு மத்தியில் அடிக்கடி வாசலை ஆர்வமாய் எட்டிப் பார்த்தவராக இருந்தார் குப்பை மீரான்; கபீரின் நினைப்பு!

○

அபூதாஹிரும் அவூதுமல்லியும் இந்த விஷயத்தில் இப்படி அத்துமீறி நுழைவார்களென்று மாம்பழ வியாபாரி எதிர்பார்க்கவில்லை. அபூவின் கடிதம் அவரைப் புரட்டியபடி இருந்தது. மாம்பழம் பறிக்கக் காருகுறிச்சியில் ஒரு தோட்டத்தைக் குத்தகைக்குப் பேசியிருந்தார். அதற்காக அவசரமாய்ப் போனார். பிரம்மநாயகம் வேலை செய்யும் அஞ்சலகத்தைத் தாண்டிப் போக வேண்டும். அவர் அதனைத் தாண்டி வயலுக்குள் குதிக்கும் நேரத்தில் தபால்காரர் பெருமாள் அவரைப் பார்த்துவிட்டார். வயலுக்குள் குதிக்கவிடாமல் பெருமாள் அவரைக் கூப்பிட்டதும் நாகூர்பிச்சை வந்து கடிதத்தை வாங்கினார். எழுத்து அழகாக இருந்தது. இப்படியான எழுத்தில் அவருக்கு இதுவரை கடிதமேதும் வந்ததில்லை. இது யார் கடிதம்? பின்பக்கத்தைத் திருப்பினார். அபூவின் பெயர் இருந்தது. "இவன் ஏன் நம்மளுக்குக் கடிதம் போட்டான்?" யோசித்தவராக அதனை வேகமாக மடித்துச் சட்டைப்பையில் வைத்துக்கொண்டு வயலில் குதித்தார்; அவருடைய உதவியாள் செல்லையாவும் நிழலாகத் தொடர்ந்தார். மடமடவென்று போனார்கள். பேருந்து வரும் நேரமாகிவிட்டது. பழைய ரைஸ் மில்லில் ஏறுவதற்குள் பஸ் தங்களை விட்டுவிட்டுப் போய்விடக் கூடாது. சரியாக அவர்கள் சாலையைத் தொடும்போது பேருந்து வந்தது; ஏறிக் கொண்டார்கள். கடிதத்தைப் பிரித்தார்.

மாங்காய்ப் பறிப்பு முடிந்து வீட்டுக்கு வந்ததும் அடுத்த வீட்டில் ஆயிஷாம்மாவைக் கூப்பிட்டார் நாகூர்பிச்சை. ஆயிஷாம்மாவுக்கு ஆச்சரியமான ஆச்சரியம். ஒருநாளும் தன்னைக் கூப்பிட மாட்டானே, இன்னைக்கு ஏன் கூப்புடுறான் என்ற யோசனையோடு அடுத்த வீட்டில் நுழைந்தார். "இங்க பாருங்க,

சபீர் விஷயமா ஒங்க பெரிய மகன் கடிதம் எழுதியிருக்கான். பொண்ணு வீடு பெரிய வீடாம், நல்லா படிச்ச குடும்பமாம். என்னல்லாமோ எழுதியிருக்கான். இப்போ இவன் சொல்லித் தான் நமக்கு அவங்களைப் பத்தி எல்லாம் தெரியணுமாக்கும்? இவன யாரு அங்கேயெல்லாம் போகச் சொன்னது, அவனுக்குத் தேவையா இதெல்லாம்," என்றார். ஆயிஷாம்மாவுக்குப் படபடப்பாகிவிட்டது. இதென்ன சீண்ட்றம் பிடிச்ச வேலை. யார் யாருக்குக் கடிதம் எழுதணும்னு அவனுக்கு இன்னுமா விவரம் பத்தல?

இந்த மாதிரி ஒரு கடிதம் கபீரு எழுதியிருந்தாம்னா நாமளும் அதட்டி நாலுவார்த்தை பிரம்மநாயகத்தை வச்சி எழுதிடலாம். பெரியவனுக்கு யாரு புத்தி சொல்றது? ஒரே குழப்பம். மருமகளும் நாகூர்பிச்சை பேசுவதைக் கேட்டபடி தானே இருந்தாள். அதனால் நாம் ஒன்றும் எழுத வேண்டாம். அவளே எல்லாவற்றையும் எழுதிவிடுவாள். நாம அல்லா உண்டுன்னு உக்காந்துடுவோம்.

16

ஒருவன் பம்பாய்க்குப் போய்விட்டால் எப்படியும் நல்ல வேலை கிடைத்துவிடும்; கைநிறையச் சம்பளம் வரும். அழகழகான இந்திப் பெண்களைப் பார்த்துக்கொண்டே இருக்கலாம். ராஜேஷ் கன்னா, அமிதாப் பச்சன், தர்மேந்திரா, ஹேமமாலினி, வைஜயந்திமாலா, ஜீனத் அமன்... அடேயப்பா எவ்வளவுபேர் இருக்கிறார்கள் – அவர்கள் காரில் போவதையெல்லாம் தினசரி பார்க்கலாம். விதவிதமான கப்பல்கள்... பம்பாயிலிருந்து ஊருக்கு வந்துவிட்டால் தம்மைப் பார்ப்பவர்கள் மட்டுமரியாதையோடு ஸலாம் சொல்வார்கள். பம்பாயில் வேலை பார்ப்பவர்களுக்குத்தான் நல்ல சிவப்பான பெண் பொண்டாட்டியாக வந்து சேர்வாள். பம்பாய் போவது பாதி சொர்க்கத்தைத் தேடிப் போவது!

இந்தக் கற்பனைகளோடு இப்போது அதே பம்பாயில்தான் இருக்கிறான் ரஹ்மத்துல்லா. இவனைத் தாண்டி இன்றைக்கு ராஜேஷ் கன்னாவோ ஜீனத் அமனோ போயிருப்பார்கள். பார்த்தானா? நல்ல வேலை, கைநிறையச் சம்பளம் என ஊரில் பேசிய எல்லாமும் அவனை உருட்டிப் புரட்டுகின்றன. ஆனால் தானே நினைத்துப் பார்க்காத கோலத்தில், அவலத்தில் அங்கு மிங்குமாக அலைந்துதிரிகிறான். பாஷை பிடிபடு கிறது; ஆனால் புரிந்துகொள்ள முடியவில்லை. அவன் ஊரிலிருந்த காலத்தில் எங்கு போனா லும் கையகல டிரான்சிஸ்டர் இருக்கும்; இந்திப் பாடல்களைக் கேட்பதற்கென்றே வாங்கி வைத்திருந்தான். அவன் வருவதைக் கண்ணாரப் பார்க்க வேண்டியதில்லை. தெருவிலோ வீட்டிலோ இருப்பவர்கள் தெரிந்துகொள்வார்கள் – அந்த ட்ரான்சிஸ்டர் இந்திப் பாடல்களை ஒலிக்கவிட்டபடி அவனின் நடமாட்டம் இருக்கும். பாடல் ஒலிக்க

ஒலிக்க அவனும் கூடவே அந்த வரிகளைப் பாடிக்கொண்டு வருவான். இப்போது அந்தப் பாடலின் வார்த்தைகளெல்லாம் ஒலிக்கின்றன; ஆனால் பயனில்லை. ‘அந்த நாளை’க்கப்புறம் அவன் ஒரு பாடலையும் கேட்கவில்லை.

அந்த இரவு எல்லா அருள்வளங்களையும் மூடி விட்டதல்லவா? அவள் சொல்லச்சொல்ல புத்திப் பிசகி நின்றானே முட்டாள்? அவள் பிடித்துத் தள்ளியும் விட்டாளே, அப்போவாவது விலகி வந்திருக்கக் கூடாதா? பாவி, அந்தப் புகையிலைக் கட்டை முகத்தைப் பார்த்து அவளைக் கண்களால் மேய்ந்தபடி நின்றுவிட்டது, வாழ்க்கையைத் தொலைத்துக்கட்டவா? எப்பவும் அவளை விட்டுப் பிரியும் போது அவளை ஒரு பார்வை பார்ப்பானே, அந்தப் பார்வையை அவன் அன்றைக்கு ரொம்ப நேரம் நீட்டித்துவிட்டான். நடக்கப்போகிற கெட்ட அறிகுறியை உணர்ந்துதான் அவள் அப்படி அவனைத் தள்ளிவிட்டிருக்க வேண்டும். அவளுக்குப் போன முன்னெச்சரிக்கை தனக்கு வராமல் போய்விட்டதே! அவன் கால்களைக் கட்டிப்போட்டது யாரோ? அவள் சொல்லுக்குக் கட்டுப்பட்டு அப்படி அவன் வந்திருந்தால் ஒருத்தனும் ஒரு மயிரையும் பிடுங்கியிருக்க முடியாது. தடதடவென்று முன்வாசலில் கதவைத் தட்டும் சத்தம் கேட்டதும் ஈரக்குலையை யாரோ தோண்டி எடுத்துவிட்டதுபோல...

அன்று அவன் ஓடிவந்ததற்குத் துணையிருந்தது எது? அன்றைக்கு நல்லவேளையாக பஸ் ஸ்டாண்டை நோக்கி ஓடவில்லை; நாகன்குளத்திற்குள் நுழைந்துவிட்டான். திரும்பிப் பார்த்தபோது இன்னும் ரைஸ் மில்லுக்குள்கூட யாரும் நுழைந்திருக்கவில்லை. உடனே ஓட்டத்தை நிறுத்திவிட்டு, அதை வேக நடையாக மாற்றினான். அவன் ஓடியிருந்தால் நாகன்குளத்து மக்களும் படபடத்து எழுந்திருந்திருப்பார்கள். அப்படியும் அந்த வளைசலான பாதை திரும்பியதும் அங்கு சிலர் உட்கார்ந்து பேசிக்கொண்டிருந்ததைப் பார்த்தான். அவன் மூச்சுக் காட்டாமல் போனான். ஒரு குரல் மறித்தது, “என்ன முதலாளி, இந்நேரத்துக்கு இந்தப் பக்கமா?” ரஹ்மத்துல்லா மருட்சியாகப் பார்த்தான்.

“நான் சின்னத்துரை முதலாளி.”

”வீட்டுப் பசுமாட்டைக் காணோம். அதத்தான் தேடிப் போய்க்கிட்டு இருக்கேன்.”

“அப்போ கொஞ்சம் பொறுங்க, நான் சைக்கிள எடுத்துட்டு வாரேன். சுத்திப் பாக்கலாம்.”

"வீணா எதுக்குச் சிரமம்? சைக்கிள்ல போனா வயலு, தோப்புன்னு இறங்கிப் பாக்க முடியாதுல்லா…"

ரஹ்மத்துல்லா வெகுதூரம் போய்விட்டான்.

O

அந்தப் பூங்காவில் இடிவிழுந்ததைப் போல உட்கார்ந்திருந்தான். தன் வீட்டுக்கு அருகில் வசிக்க வந்த அவளின் வாழ்க்கையில் சில மாதங்களிலேயே புகுந்து விளையாடிவிட்டோம். அவளுக்கு ஒரு பெண் குழந்தை இருக்கிறது; அவளைவிட ஒன்றரை வயதுக் குறைவாக ஒரு பையன் இருக்கிறான். அவர்கள் என்ன பாவம் செய்தார்கள்? புருஷன்காரன் இவர்களை என்ன செய்தானோ? இப்போது என்னவாக எங்கே இருக்கிறாளோ? அவளின் புகையிலை வாசம் வந்து அவனை அடிக்கிறது. அது அவனைக் கிறக்கிய நறுமணம். ஒரு பெரிய படுகுழிக்கு அவனைத் தூக்கிப்போட வந்த மணம்.

மராத்தியோ இந்தியோ பேசியபடி போகிற ஒவ்வொருவரையும் எரிச்சலோடு பார்த்தான். பூங்காவில் தமிழ் முகங்களைத் தேடினான்; தமிழ்க் குரலைச் செவிகள் தேடின. எங்காவது ஏதாவது தமிழ்ப் பேச்சு கேட்டுவிட்டால் அவர்களை உடன் தொற்றிக்கொள்ள வேண்டும். பல நாட்களாக எங்கெல்லாமோ சுற்றிச்சுற்றி வருகிறான். எதையாவது பேச வேண்டும். தனக்குத் தானே பேசித் தன் குரலை மோகித்துக்கொண்டான். எதிர்த் துணையில்லாமல் குரல் அந்த இடத்தில் முடங்கி விழுந்து விடுகிறது.

"கபீர், என் தங்கைக்காக நீ உருகிநின்றாய். உன் தங்கையைப் பகரமாய்க் கேட்டபோது 'அவ வாழ்க்கையப் பலிகொடுக்க நான் தயாராயில்ல. என் காதலுக்காக என் தங்கச்சி பலியாயிர நான் சம்மதிக்க மாட்டேன்' என்று சொன்னாய். என்னை நீ எப்படி அவ்வளவு தூரத்துக்குப் புரிந்து வைத்திருந்தாய்? நான் சபீரிடமும் மகாராஜனிடமும் பேசியதையெல்லாம் அவர்கள் உன்னிடம் சொல்லிவிட்டார்களா? அதனால்தான் நீ உன் காதலையும் விட்டுக்கொடுக்கச் சம்மதித்தாயா? எவ்வளவு பெரிய ஆளுடா நீ? உன்னையும் உன் தங்கையையும் ஒருசேரக் காப்பாத்திக்கொண்டாய்… இப்போ நீ, சபீரு, மகாராஜன், பாண்டியன் எல்லாரும் ஊருக்கு நல்ல புள்ளைங்களா இருந்துக்கிட்டிருக்கீங்க, இல்லையா? நான்தான் பரதேசிமாதிரி ஆயிட்டேன்…'

'சுல்தானா என்னை மன்னித்துவிடு. என் வாழ்வில் இனி ஒருபோதும் உன்னைப் பார்க்கப்போவதில்லை. உன் குழந்தை

களின் பிஞ்சுக் கால்களைப் பற்றி என் கண்களில் ஒத்திக் கொள்கிறேன். உன் பாவத்தை அவர்கள் தூக்கிச் செல்லாமல் தங்கள் காலங்களில் அவர்கள் நலமும் வளமும் பெற்று நல்ல வாழ்க்கை வாழணும்." கண்ணீர் அவனை மிதக்கவைத்தது; அழுகை அவனைக் கரைத்தது.

○

கபீரின் முன்னால் சபீர்.

"ரஹ்மத்துல்லா விஷயம் என்னாச்சி? "

"தெளிவா ஒன்னும் தெரியல்ல கபீரு... ஊர்க்காரங்களைப் பாத்தா தெரியும்."

"ஊர்க்காரங்க யாரையும் பாக்கலியா? நீ சுத்துற சுத்துல யாராவது கண்ணுல பட்டிருக்கணுமே..."

"அப்படித்தான் நானும் நெனைக்குறேன். ஆனா சொல்லி வச்ச மாதிரி யாரும் தட்டுப்படல்ல..."

"பாவம் ரஹ்மத்துல்லா. இப்போ அவன் எப்படி யிருக்கானோ? நம்ம செட்டுல நாம எல்லாரும் ஒண்ணு போல நம்ம ஊரைவிட்டு வந்துட்டோம் பாத்தியா சபீரு? மனசெல்லாம் ரணமாயிருக்குடே..."

"இப்போ அதை நினைச்சி என்னாவப் போவுது? ஆய்சு இருந்தா மறுபடியும் சந்திப்போம்."

கபீர் பதற்றமாய்க் குறுக்கிட்டான். "நிச்சயம்மாத்தான சொல்றே சபீரு . . . நாம எல்லாரும் மறுபடியும் நம்ம ஊர்லயே வாழணும். அந்த வயலு, அந்த ஆறு, அந்த நந்த வனம், போஸ்ட் ஆபீஸு, பாக்கியலட்சுமி தியேட்டரு . . . அப்புறம் சமீரா . . ." என்று சொல்லிவரும்போது கபீர் மேற் கொண்டும் பேச முடியவில்லை.

17

காத்தூனுக்கு மஜீத் மச்சான்மேல ரொம்ப கோபம். அறுவடையில் தனக்குத் தேவையான நெல் வருவதில்லை. உளுந்து வருவதில்லை. தேங்காய், மாங்காய், கொய்யா, பப்பாளி, சப்போட்டா என எதையெடுத்தாலும் பூச்சைப் பங்குதான் வருகிறது. அவர் குடும்பம் பெரிசுதான்; அவர்களுக்கு நிறைய வேண்டும்தான். அதற்காகத் தன்னை எல்லா வகைகளிலும் கீழே விழவைப்பது நன்றாக இல்லை. தானும் மகளும் மட்டும்தான் இருக்கிறோம் என்று கொஞ்சமாய்த் தருவது சரியில்லை. தனக்குரிய பங்கு இவ்வளவு நாளும் எப்படி வந்ததோ அதைப்போல இப்பவும் வர வேண்டியதுதானே! 'என் குடும்பம் சிறிசாயிருந்தால் என்ன, என்ம்மா வூட்டுக்கோ தம்பிமார் வீட்டுக்கோ ஏர்வாடிக்குப் போய்க் குடுக்கப்போகிறேன்; அதை ஏன் இவரு செய்ய மாட்டேங்குறார்.'

அநேகமாக காத்தூனின் ஆற்றாமை இது தான். அதைக் காதுகொடுத்துக் கேட்கவோ அவரோடு கட்சி சேரவோ இங்கு யாருமில்லை. அது எப்படித் தான் மட்டும் தனியானோமென்று காத்தூனுக்கு இந்நாள்வரைக்கும் குழப்பம்தான். வயலுக்கு, தோட்டம் துரவுக்கென்று போகும் போது ஆசாத் கொழுந்தனிடம் சொல்ல வேண்டும் என்று இருக்கிறார்.

கொழுந்தன் வயலில் மேற்கே நிற்பதைப் பார்ப்பார் காத்தூன்; அவரின் பக்கமாக நெருங்குகையில் அவர் அப்படியே ஆளைப் பார்க்காத மாதிரி வடக்கு ஓரமாகப் போய் விடுவார். எப்படியும் பார்த்துச் சொல்லித்தான் தீர வேண்டும் என்று போன வாரம் கொழுந்தனை நெருங்கும்போது, வரப்பைத் தாண்டுவதற்காகச் சேலையைக் கொஞ்சமாய் உயர்த்தி ஒரு தாவு தாவினார் காத்தூன். பார்த்தால் ஆசாத்தைக்

காணவில்லை. 'அட மாய மனுசன், இங்குனதான நின்னாரு... அதுக்குள்ள எங்க பாஞ்சிட்டாரு ...' என்று வேகமாய்ப் போய்ப் பார்த்தால், அவர் கட்ட மண்[1]ணைத் தாண்டிச் சோலைக்குள் நுழைந்திருப்பது தெரிந்தது. காத்தடிக்காலம். நன்றாகப் பழுத்த நவ்வாப் பழங்கள் சோலையில் கருகருத்த சிவப்போடு அங்குமிங்குமாகச் சிதறிக் கிடக்கின்றன. கொழுந்தனார் அவற்றை ஒவ்வொன்றாய்ப் பொறுக்கி ஃபூஃபூ என்று ஊதி மண்ணையும் துரும்புகளையும் தள்ளிவிட்டு வாயில் போடுகிறார். மச்சி என்று ஒருத்தி வந்தாளே, அவளையும் கூப்பிட்டுக்கொண்டு இந்த நவ்வாப் பழங்களைச் சாப்பிட்டால் என்ன, கெட்டுக் குட்டிச்சுவராகவா போகும் என்று இப்படி கொழுந்தன் நினைத்தால் எவ்வளவு நன்றாக இருக்குமென்று காத்தூன் மச்சிக்கு ஏக்கம். இங்கிதம் தெரியாத கொழுந்தனாரா இருக்காரே என்று தானும் கட்ட மண்ணைத் தாண்டினார். ஆசாத் பார்த்துவிட்டார். "பாத்து பாத்து, சேலைக்குள்ள உள்ள பண்டமெல்லாம் தெரியுது.... இப்படியா நாலுபேரு பாக்க வுழுவுறது'" என்று ஆசாத் சொன்னதும் காத்தூன் மச்சிக்கு வாயெல்லாம் பல்லாகிவிட்டது. "ஓ, மச்சான் இப்படி பேசிப் பழகுனா என்னா..? எப்பவாச்சிம் பக்கத்துல நெருங்கி வாரீங்களா" என்று சொல்லிவிட்டுப் பார்த்தார். மறுபடியும் கட்ட மண்ணைத் தாண்டி வயலுக்குள் போய்விட்டார் ஆசாத். "அட கொல்லேல போற மனுசன்" என்று சத்தமாய்ச் சொன்னார் காத்தூன். காதுகளில் விழ வாய்ப்பில்லை. அவர் அங்கே போய்விட்டார். 'இவரெல்லாம் எப்படி பொண்டாட்டிக்கிட்ட நடந்துக்கிறாரோ? ஆசையாய் நாலுவார்த்தை சொல்லிக் கொஞ்ச மாட்டாரா? பாவம் ஓரகத்தி' என்று மனத்துக்குள் நினைத்துக்கொண்டு காத்தூன் மறுபடியும் கொழுந்தனாரைத் தேடினார்.

போன வாரம் தோட்டத்திலிருந்து சப்போட்டா பழங்களைக் கொண்டுவந்து தன் வீட்டில் கொடுத்திருக்கிறார் மஜீத் வாத்தியார். அடுத்த வீட்டிலிருக்கிற தன் குழந்தைக்கும் கொடுக்க வேண்டாமா? அவர் வீட்டுப் பிள்ளைகள் பழங்களைச் சாப்பிடுவதைப் பார்த்து காத்தூனின் மகள் நாக்கைச் சுழற்றிச் சுழற்றி வாயூறியிருக்கிறாள். அவளையும் தன் மகள்மாதிரி பார்க்கிற பக்குவம் இன்னும் பெரிய மச்சானுக்கு வரவில்லை. அதை நினைக்கும்போது இன்னும் கோபம் எகிறியது.

மகளும் அசப்பில் ம்மாக்காரி மாதிரி இருக்கிறாள். புடலங்காய் வளர்த்தி. 'இவ எந்த நேரமும் ஒக்காந்திருவா' என்று காத்தூன் நினைத்த அன்று சாயங்காலமே அவள் சமைந்துவிட்டாள்.

---

1. வயல்கள், தோட்டங்களுக்குப் பாதுகாப்பாக மண்ணால் எழுப்பப்பட்ட சுவர்.

புருஷன்காரர் சரியாக இருந்தால் தான் ஏன் இவர்களோடு மல்லுக்கட்டிக்கொண்டு இருக்க வேண்டும்? கண்சிமிட்டி மாலிக், மஜீத் வாத்தியாருக்குத் தம்பி என்றுதான் பேர். ஆனால் அவர் வெறும் சைபர். அவரு ஷோக்கை மட்டும் அடிச்சிக்கிட இந்த ஊர்ல ஆளு கிடையாது. எட்டுமுழ வேட்டி, முழுநீள வெள்ளைச் சட்டை, ஒல்லி உடம்பு. விசுக் விசுக்கென்று அவர் நடக்குற நடை எல்லாருக்கும் ஒருமாதிரியாக இருக்கும். நல்ல காற்றடிக்கின்ற ஒருநாளில் கோட்டைக்குப் போய்விட்டு மாலிக், ஆற்றைத் தாண்டிக் கருக்கல் நேரமாக வந்திருக்கிறார். அந்த வேட்டி பறக்கடித்தது. அவர் பலமாகக் காற்றை எதிர் கொண்டு முன்னே வர முயன்றிருக்கிறார். வேட்டியின் பறத்தலும் வெள்ளைச் சட்டையாலான உடம்பின் யத்தனமும் அவரைப் பேயுருவாகக் காட்டிவிட்டன போலும். சொரிமுத்து அந்த நேரம்பார்க்க ஆற்றோரமாகக் கொல்லைக்குப் போக வந்திருக்கிறான். வாய்பேச முடியாதவன். மாலிக்கின் உருவைப் பார்த்ததும் ஆசனவாய் அடைபட்டுவிட்டது. விழுந்தடித்துக்கொண்டு தெருப்பக்கமாக 'பேயி பேயி' என்று கூச்சல் போட்டுக்கொண்டு ஓடிவந்தான். வீட்டுக்குள் ஒரே பாய்ச்சல். செல்லமக்காவும் நம்பியம்மாவும் ஓடோடி வந்து தெருவில் எட்டிப் பார்த்திருக்கிறார்கள். அந்த ஓரமாக நின்றிருந்த பேச்சியம்மா சொன்னாள், "அந்த மாலிக் அண்ணன்தான் வந்தாரு. ஒம் மவன் அவரைப் பார்த்துப் பயந்தடிச்சி ஓடியாந்திட்டான். அந்த மூதியக் கூப்பிடு, அது பேயி இல்ல, மஜீத் வாத்தியாரு தம்பின்னு சொல்லி வைப்போம்."

செல்லமக்கா சொன்னாள், "நீபாட்டுக்கு வாய மூடிக்கிட்டுக் கெடல்லா.. அவன் ஊமக் குசும்பனாயிருக்கான். சொன்ன பேச்சு கேக்க மாட்டேங்கான். இனிமெ அந்த மூதிய இந்தப் பேயைக் காட்டியே நான் பயங் காட்டுறேன்னா இல்லையான்னு பாரு..." என்றாள். மிகப்பெரும் பிரச்சினைக்கு நிமிஷத்தில் தீர்வு.

சொரிமுத்துவின் பார்வைக்கு மாலிக் பேயாகத் தெரிந்துதான் என்னாகப் போகிறது? காத்தூனின் பார்வைக்குப் பெட்டிப்பாம்பாய் அடங்கிவிடுவார். அவரால் தன் மஜீத் காக்காவிடம் அவ்வளவு வாலாயமாகப் பேசிவிட முடியாது. ஆசாத்தை வயல்கள், தோட்டங்களில் அசல் குடிமகனாகப் பார்க்க முடியும். முண்டா பனியன், அதிலே ஏகப்பட்ட வாழைமரத்துக் கறைகள், நாலுமுழ வேட்டி அழுக்காக... அதையும் மடித்துக் கட்டிக்கொண்டு வருவார். மேலே ஒரு வெள்ளைத் துண்டு.

எல்லாம் பேருக்குத்தான் வெள்ளை. இந்த உடுமாத்தைக்[2] கொண்டே ஆசாத் ஊர் முழுவதையும் சுற்றிவருவார்; உரக்கடை போவார். சமயங்களில் வீட்டுச் சாமான்களை வாங்கிவருவார். அவர் போகிற வருகிற எந்தத் திசையானாலும் அவருடைய இருப்பு எல்லாருக்கும் தெரியும். வாய் பேசிக்கொண்டே இருக்கும். வயல்களில் இறங்கி வேலைபார்த்துவிட்டு அந்த மேனிக்கே சகதி அப்பிய கால்களையும் கழுவாமல் ஊர்முழுக்கச் சுற்ற முடியும். இப்படியாகத் தம்பியின் வேலைகளையெல்லாம் பார்த்துவிட்ட பின், இவனைப் போன்ற விவசாயியாகத் தான் ஒருநாள், ஒருபொழுதும்கூட வெளியே லாந்த முடியா தென்று மாலிக்குக்குத் தெரிந்துவிட்டது. மஜீத் வாத்தியாரும் பள்ளிக்கூடம் விட்டுத் தன் கிராமத்துத் தெருக்களில் நுழைந்துவிட்டால் முழு விவசாயியாக மாறிவிடுவார். அங்குமிங்கும் போய்வரக் கூச்சப்படாதவர். தெருவில் விழுந்து கிடக்கின்ற தென்னை மட்டை, மாங்காய், மரங்களிலிருந்து ஒடிந்து கீழே கிடக்கின்ற காய்ந்த சுள்ளி போன்றவற்றை மட்டுமல்ல, சாணியையும் வழித்து வாரிக் கையில் தூக்கிக்கொண்டு வீட்டுக்கோ வயலுக்கோ போய்விட அவரால் முடியும். மாலிக் இவற்றையெல்லாம் அவ்வப்போது ஓரக்கண்களால் பார்க்காமல் இல்லை. காக்காவோடும் தம்பியோடும் இந்த விவகாரத்தில் போட்டிபோடத் தன்னால் ஆகாதென்று தெரிந்துவிட்ட பின், தனக்கு ஏற்ற இடம் கொழும்பு முஸ்லிம் ஹோட்டல்தான் என்று உறுதிப்படுத்திக்கொண்டார். அங்கு பெஞ்சு துடைப்பதும் சுகமே!

இந்தக் கணவரைக் கொண்டு உரிமைக்குப் போராட முடியாது. காத்தூனுக்கு எல்லாம் தெரிகிறது. இனிமேல் தோட்டத்தில் கனிகள் பழுத்துத் தொங்கினால், தானே தட்டிப் பறித்துவிட வேண்டும்.

கையில் கிடைத்ததையெல்லாம் முந்தியில் போட்டுக் கொண்டு வயிறுபெருத்த பொம்பளபோல் காத்தூன் வருவதைக் கண்டால் மகாராஜனுக்குக் கையும் காலும் சும்மா இருக்காது. அவரை எதிர்கொள்ள வேண்டும். “ஒன் ரகசியம் எல்லாம் எனக்குத் தெரியும்டி” என்று முக்கிக்கொண்டு சொல்ல வேண்டும். அவரின் காதில் விழுகின்ற மாதிரி சொல்ல வேண்டும். நினைத்ததைச் செயல்படுத்தினான். இதுமாதிரியான விஷயங்களில் ஒரு நிமிடமும் தாமதிக்கக் கூடாது.

அப்படியாகப் பலமுறையும் அவரை எதிர்கொண்டான்; “ஒன் பவுசு தெரியாதாக்கும்” என்பான். இப்படியாக

2 உடுமாத்து – உடைகள்

ஒவ்வொரு முறையும் ஒவ்வொரு விதம். ‘என்ன எழவுக்கு இந்தப் பேதீல போவான் இப்படி போறாப்புல? கிறுக்குப் புடிச்ச பய மாதிரில்லா ஆயிட்டான்’ என்று காத்தூனுக்கும் அவ்வப்போது கேள்வி வராமலில்லை; கோபமும் வராம லில்லை. ‘செல்லமக்காவுக்கு இப்படியா ஒரு மூதிவந்து பொறந்திருக்கு...’ என்று அவனை எதிர்கொள்ளும் ஒவ்வொரு முறையும் மனத்துக்குள் பொருமினார். மகாராஜன் காதில் விழுகிற மாதிரி தானும் ஏதோ சொல்லத்தான் செய்கிறார். எழவெடுப்பானுக்குக் காதில் விழுமோ, விழாதோ? பூமி குலுங்கப் போவான், பூமி குலுங்க வருவான். அவன் எதிர்ப்படும்போது தன் கைகளில் நிறைய சாமான்கள் இருப்பதால் சேலையையும் முந்தானையையும் நன்றாக இழுத்துப் போர்த்திக்கொண்டார் காத்தூன். அவரின் புத்திக்குத் தட்டுப்பட்டது – அவனின் நேர்ப்பார்வையைத் தவிர்த்துவிட்டுப் போவது நல்லது; நாலடி ஒதுங்கிச் செல்வது இன்னும் நல்லது.

அவர் அப்படித்தானே போனார். ஹூம்... எல்லாம் ஒரு காலம்தான்.

18

காஜா மாமா வீட்டிலிருந்து வெளியேறிவிட முடிந்ததில் ரஹ்மத்துல்லாவின் மனநெருக்கடி உடனடியாக விடுபட்டுவிட்டது. "போயிட்டு வர்றேன்" என்று அவன் தன் பெட்டியையும் துணிமணிகளையும் எடுத்துக்கொண்டபோது அவர்களில் ஒருவர்கூட, "நீ எங்கே போகிறாய், என்ன செய்யப் போகிறாய்" என்று ஒருவார்த்தைதானும் கேட்டார்களில்லை. ஓர் அளவாக அப்படியே தலையாட்டினார்கள். ரஹ்மத்துல்லாவுக்கு என்னவோ மாதிரி இருந்தது; விட்டால் போதும் என்று, தானே தவிக்கும்போது இதற்கெல்லாமா வருத்தப்படுவது?

சுந்தரம் சார் நிறுவனம் இப்போதைக்கு அவனுக்குத் தேவலோகமாகத் தெரிந்தது. ஃபைனான்ஸ் நிறுவனம்; பெரிசெல்லாம் கிடையாது; சிறிதாகவும் இல்லை. தான் இதற்குள் அடங்கிவிடலாமென்று அவனுக்குப் பட்டது. சோறு கண்ட இடம் சொர்க்கம். பூங்காவில் சுந்தரம் சாரைப் பார்த்து மருவிநின்று அவரைக் கையெடுத்துக் கும்பிட்டான் ரஹ்மத்துல்லா. அவன் சொன்ன கதையைக் கேட்டு மனம் இரங்கினார். "சரி, ஒனக்கு எப்போ வர முடியுமோ அப்போ வா தம்பி" என்றார். விசிட்டிங் கார்டைக் கொடுத்தார். அவன் பெட்டியும் படுக்கையுமாக அவர் நிறுவனத்திற்குள் போய் நின்றதும் அவனிடம் ஒரு கொத்துச் சாவியைக் கொடுத்தார். அவன் தங்குவதற்குமான ஏற்பாடு. அவன் அவரின் கைகளைப் பற்றிக் கண்களில் ஒற்றிக்கொண்டான். அவருக்கு உடம்பு சில்லிட்டுக் குலுங்கியதுபோல இருந்தது. தன் ஒத்தாசைக்கென்று சுந்தரம் சாருக்கு ஒருவன் தேவைப்பட்டான். அதற்கு இந்தப் பையன் பொருத்தமாகிவிடுவானோ? ஆரம்பத்தில் அதை நேரடியாகச் சொல்லிவிட வேண்டாமெனப் புன்னகையோடு நின்றுவிட்டார்.

கௌரவம் இழந்து, உறவையும் இழந்து யாருமறியாத இவ்வளவு தூரத்தில் இந்த மனிதருக்காக எதையும் செய்யலாம் என்று ரஹ்மத்துல்லாவும் தெளிவானான். தான் தமிழ் பேசவும், பிறர் பேசுவதைக் கேட்கவும் இதை விட்டால் வேறு வழியில்லை.

முதல் மாதச் சம்பளத்தோடு தன் ஊழியர்கள் எவரும் அறியாதபடி அவனுக்கென்று ஒரு ஜோடி பேண்ட்டும் சட்டையும் கொடுத்தார். மனசு தளும்ப அவன் நின்றிருந்ததே போதும். "ஒன் சம்பளத்தில் நீயும் இன்னொரு சட்டையும் பேண்ட்டும் வாங்கிக்க. கம்பெனில எப்பவும் சுத்தமா இருக்கணும். அழுக்குச் சட்டை, பேண்ட்டெல்லாம் போட்டுக்கிட்டிருக்கக் கூடாது. உன் திறமையைப் பாத்து அப்புறமா நான் கூட்டித் தருவேன்." சம்பளத்தை உறையில் போட்டுக் கொடுத்திருந்தார். அவர் இல்லாத தருணத்தில் அதைப் பிரித்துப் பார்த்ததும், அந்தச் சம்பளம் தனக்கு நியாயமானதென்று மனத்துக்குப் பட்டது. தான் இனி நன்றாக இருக்கலாம். நன்றாகச் சாப்பிடலாம்.

முதல் சம்பளம்; இதில் வாப்பாவிற்கு ஏதும் அனுப்ப வேண்டுமா என்ற யோசனை தோன்றித் தோன்றி மறைந்தது. அவ்வளவு சீக்கிரமாக முடிவெடுக்க முடியவில்லை. ஆனால் 'யாதோங் கி பாராத்' பார்த்துவிட வேண்டும். பார்த்தான். பாடல்கள் மனத்தை அள்ளிக்கொண்டுபோயின. ஊரில் எப்போதும் கையடக்க டிரான்சிஸ்டரும் பாடல்களுமாய் அலைந்தவன். இந்தி மொழி தெரியாதபோதும் டிரான்சிஸ்டரில் திரும்பத் திரும்ப ஒலித்த அந்த இந்திப் பாடல்கள் அனைத்தும் மனப்பாடமாகியிருந்தன. பாடல்கள் ஒலிக்கும்போது இவனும் சேர்ந்து பாடுவான். உடனிருக்கும் கபீரோ சபீரோ மகாராஜனோ பாண்டியனோ அவனைச் சற்று வியப்புடன் பார்ப்பார்கள். அந்தக் கையடக்க டிரான்சிஸ்டர் ஒரு நண்பன்போல, ஒரு தோழிபோல! அதனோடுதான் கடைசியாக சுல்தானாவின் வீட்டுக்குள் நுழைந்தது. அதுபாட்டுக்கு ஒரு மூலையில் கிடந்து பாடிக்கொண்டிருக்க, அவன் அவளின் உடல் முழுவதையும் அளந்துகொண்டிருந்தான். பாடலும் இனிக்க, உடம்பும் இனிக்க அதெல்லாம் இனிமையாகப் போய்க்கொண்டிருந்த நேரத்தில்தான் கதவு தட்டப்பட்டது. அப்படியே அந்தத் தோழியைப் போட்டுவிட்டுச் சுவர் ஏறிக் குதிக்க வேண்டிய தாயிற்று. இத்தனை நாட்களுக்குப் பிறகு, அந்த டிரான்சிஸ்டர் நினைவுக்கு வந்ததும் அவன் வதை பட்டான். அதனை மறந்தா இத்தனை நாட்கள் வாழ்ந்தோம்? தனிமையின் அந்தப் பொழுது மனத்தை உருக்கியது. ஊரில் தான் விரும்பும் பலரும் தத்தம் முகங்களை ஒரு விநாடி அளவுக்கு

களத்தை பீர்முகம்மது

ரஹ்மத்துல்லாவுக்குக் காட்டிக் காற்றில் கரைந்தார்கள். அந்தக் காற்றும் இனி திரும்பாதா?

படம் பார்த்துத் திரும்பிய மறுநாள் கையடக்கமாய் ஒரு டிரான்சிஸ்டர் வாங்கினான். திருப்பித் திருப்பிப் பார்த்தான். பண்பலையிலும் சிற்றலையிலும் அங்குமிங்குமாய் முள்ளைத் திருப்பினான். பாடல்கள் ஒலிக்கும் அலைகளின் எண்வரிசையை மனத்துக்குள் குறித்துக்கொண்டான். நல்ல ஒலித் தரத்துடன் பாடல்களைக் கேட்கையில் மனம் உச்சாணிக் கொம்புக்கு ஏறியது. சுந்தரம் சாருக்கு நன்றி. அந்தச் சம்பளப் பணம் தன் எதிர்பார்ப்புக்குக் குறைவாயிருந்திருந்தால் இந்நேரம் இது தன் கைக்கு வந்திருக்காது.

மனம் இலகுவாக இருக்கிறது. இந்நேரம் கபீரும் சபீரும் அருகில் இருந்தால் எவ்வளவு அழகாயிருக்கும்? ஆனால் எவருடைய முகவரியும் கைவசம் இல்லை. கபீரிடம் மனமுருகி மன்னிப்புக் கேட்க வேண்டும்; அவன் என்னை நம்பியிருந்தான். நான் அவனுக்குத் துரோகம் செய்தேன். அதன் பலன்தானோ என்னவோ, நானும் என் உலகம் முழுவதையும் இழந்துவிட்டேன்? நான் இப்போது வேறொரு மனிதனாக வாழ்ந்துவருவதை அவனுக்கு எடுத்துச் சொல்ல வேண்டும். அவன் நல்ல நண்பன். என்னை அவனால் மறக்க முடியாது. அவனுக்கு சமீராவைத் தான் மறுத்தேனே தவிரக் கடைசித் தங்கை ஜரீனாவை மறுக்கவில்லை. கபீருக்கு சமீராவைக் கொடுக்கக் கூடாது என்று நான் சொன்னதும் வீடு முழுவதும் ஒருமுறை குலுங்கியதைக் கண்ணாரக் கண்டேன். சமீரா வேறொரு உருவாய் ஆனதைப் பார்த்தேன். ஆனால் என் மனத்தை இளக்கிக்கொள்ளவில்லை. நான் சொல்வதெல்லாம் உண்மைதானா என்று புரியாமல் உம்மா உறைந்துபோய் நின்றாள். சில நாட்களாக என் பேச்சைக் கொண்டு வாப்பாவும் உம்மாவும் பேசிக்கொண்டிருந்தார்கள். அவர்கள் என்ன முடிவுக்கு வந்தார்களென்று தெரியவில்லை. ஆனால் உம்மா திரும்பத் திரும்ப என் காதுபட முனகிக்கொண்டே இருந்தாள். தாங்க முடியாமல் சொன்னேன், “ஒனக்கு அவன்தான் பெருசுன்னா, அவன் தங்கச்சிய எனக்குப் பேசி முடியேன் பாப்போம். அது ஒன்னால முடியாதுன்னா ஓம் சின்ன மவ இருக்காள்லா, அவள அவனுக்கு முடிச்சி வச்சிரு. அதை வுட்டுப்போட்டு எதுக்குத் திணறுற நீ?” உம்மா ஒரு கணம் திணறிப் பின் நிம்மதிப் பெருமூச்சை விட்டதை நான் பார்த்தேன். எப்படியோ கபீர் தன் வீட்டு மருமகனாக வந்துவிட வேண்டுமென்று உம்மா பெரிய ஆசையை வைத்திருந்தாள்! மாற்று ஏற்பாட்டுக்கு ம்மா இவ்வளவு சீக்கிரம் இறங்கிவருவாள் என்று நான் நம்பவே இல்லை. வாப்பாவிடம் சொல்லியிருப்பாள் போல. அவரும்

அமைதிகொண்டு சமீராவுக்காக வேறு மாப்பிள்ளையைப் பார்க்க ஆரம்பித்துவிட்டார். வாப்பா கெட்டிக்காரர். அவ்வளவு ஜரூராய்ச் செயல்பட்டு நம் ஜமா அத்துத் தெருக்களிலிருந்தே ஒரு மாப்பிள்ளையைத் தேர்ந்தெடுத்தார்.

ஆனாலும் நெஞ்சம் வலிக்கிறது.

இந்தச் சில மாதங்களும் நீளமான காலமாகப் போய்விட்டது. நினைத்தே பார்க்க முடியவில்லை. இப்போது சமீரா தன் கணவனோடு மெட்ராஸில் நல்ல முறையில் வாழ்ந்துகொண்டிருப்பாள். கபீரும் அதே ஊரில்தான் இருப்பான். இருவரும் எங்காவது எப்படியாவது சந்தித்துக்கொள்வார்களோ? அப்படி நினத்தபோது அவனுக்குத் தூக்கிவாரிப் போட்டது. என்ன இந்தக் கற்பனை, அதுவும் இவ்வளவு அசிங்கமாகவா? மனத்தை அமைதிப்படுத்த முடியாமல் உழன்றான். உடனடியாக சபீருக்குக் கடிதம் எழுத வேண்டும். எந்த விபரீதமும் நடந்துவிடாமல் கபீரைக் கண்காணிக்கச் சொல்ல வேண்டும். அவ்வப்போது சமீராவின் வீட்டுக்குப் போய் அவள் எப்படியிருக்கிறாளென்று அவன் தெரிந்து கொள்ள வேண்டும். இப்படியாகத் தான் எழுதும் விஷயங்கள் சமீராவுக்கோ கபீருக்கோ தெரியக் கூடாது.

முகவரிகள் கையில் இல்லை. ஒருநாள் முழுவதும் சிந்தித்தான். அப்பாடா என்கிற மாதிரி ஒரு தெளிவு கிடைத்தது. பிரம்மநாயகம் அண்ணனுக்குக் கடிதம்போட்டு இரண்டு பேருடைய முகவரியையும் கேட்டுத் தெரிந்துகொள்ள முடியும். பிரம்மநாயகம் அண்ணனின் முகவரி சுலபம். அஞ்சல் அலுவலகத்தில் இருப்பவருக்கு எதற்கு முகவரி? புலிப்பத்து அஞ்சலகம் என்று எழுதி, களக்காட்டைக் கீழிறக்கி மேலே பிரம்மநாயகம் என்று எழுதினால் கடிதம் கதறிக்கொண்டு போய்ச் சேர்ந்துவிடாதா? கதறாமலேயே போய்ச் சேர்ந்து விட்டது கடிதம். பிரம்மநாயகம் அண்ணனிடம் இந்த அளவிற்குக் கடமையுணர்ச்சி இருக்குமென்று ரஹ்மத்துல்லா எண்ணவில்லை. தன் கடிதம் கண்டு, இருவரின் முகவரிகளையும் அஞ்சலட்டையில் எழுதி அனுப்பியிருக்கிறார். அண்ணனுக்குத் தன்மீது கோபமோ வெறுப்போ இருந்திருந்தால், இப்படி கேட்ட மாத்திரத்தில் பதில் கடிதம் போட்டிருப்பாரா?

ரஹ்மத்துல்லாவின் கடிதங்கள் வந்து சேர்ந்தபோது கபீர், சபீர் இருவரும் ஆச்சரியப்பட்டார்கள். ஊர்பேரில்லாமல் தலைமறைவாய் இருப்பவனுக்கு எப்படித் தங்கள் முகவரிகள் போய்ச் சேர்ந்தன? ரஹ்மத்துல்லாவின் மன்னிப்புக் கோரல்கள் கபீரை அசைக்கவில்லை. 'செய்யக் கூடாததையெல்லாம்

செஞ்சுட்டு, இன்னைக்கு அவனும் அவலப்பட்டு, சாதாரணமான சொற்களில் மன்னிப்பு கேட்கிறான்.' கபீரால் பொறுத்துக் கொள்ள முடியவில்லை. கோபத்தில் கடிதத்தைத் தாறு மாறாகக் கிழித்தெறிய முனைந்தான். கை அசைந்த வேகத்தில் அது இலேசாகக் கிழிந்து விட்டது. திடீரென்று அதை நிறுத்தினான். கிழிந்த கடிதம் என்றாலும் அது தன்னிடம் பத்திரமாக இருக்கட்டுமென்று பெட்டிக்குள் வைத்துப் பூட்டினான்.

சபீருக்கு மகிழ்ச்சி. ஆனால் அசாத்தியமான கோபம் – தன்னை ஓர் உளவாளிபோல அவனாகவே நியமித்துவிட்டதில்! கபீரிடம் தன்னையறியாமல் இந்தச் செய்தியை உளறிவிடக் கூடாதேயென நினைத்துக் கலங்கினான். பல சமயங்களில் சபீர் வெள்ளந்தியாகப் பேசிவிடுவான். கபீருக்கும் ரஹ்மத்துல்லாவுக்கும் இடையே உருவாகப்போகும் புதிய நட்பில் தன் பேச்சோ செயலோ இசைகேடாகப் போய்விடக் கூடாது.

19

ஒருநாள் ஆயிஷாம்மா ஆற்றில் ஊற்றுத் தண்ணீரை மொண்டுகொண்டிருந்ததைக் காத்தூன் பார்த்தார். வழக்கம்போலத் தோட்டத்துக்குப் போய்விட்டு மடியில் கொஞ்சம் கத்தரிக்காயும் தக்காளிப் பழமும் மிளகாயுமாக வீட்டுக்குப் போய்க்கொண்டிருந்த நேரம். ஆயிஷாம்மாவைப் பார்த்ததும் வாயைச் சும்மா வைத்துக்கொள்ளத் தெரியவில்லை; கிட்ட நெருங்கினார். ஆயிஷாம்மா தன்னந்தனியாக ஊற்றுத் தண்ணீரை மொண்டு கொண்டிருந்ததால், காத்தூனைப் பார்த்ததும் பேச்சுத் துணைக்கு ஆள் கிடைத்தது என்று நினைத்தார். ஆனால் இப்படிச் சட்டென்று தன் பக்கமாக வந்து காத்தூன் உட்காருவாளென்று எதிர்பார்க்கவில்லை. நன்றாகவே சம்மணம்கொட்டி உட்கார்ந்தார். கபீர் கொழுந்தனை ரொம்பவே விசாரித்தார். “மாமி, கபீரு கொழுந்தனுக்கு என் மவளைப் பேசி முடிச்சிருவோமா?”

ஆயிஷாம்மாவுக்கு வெடிகுண்டு ஓசை கேட்டதுபோல இருந்தது. “அதென்ன, இப்படி சட்டுன்னு உட்கார்ந்து பொசுக்குன்னு கேட்டுட்ட?” ஆயிஷாம்மாவுக்கு ஆச்சரியமானால் ஆச்சரியம். அவருக்குத் தாளவில்லை. ஆனாலும் அவருக்கு எப்போதும் ஒரு பெருமை உண்டு. தன் மகன் கபீரை எல்லாரும் விரும்புகிறார்கள். அதில் நிரம்பவே மகிழ்ச்சி உண்டு. தான் ‘பெத்த மவனுக்கு இம்புட்டு மரியாதை’ இருப்பது ஆயிஷாம்மாவை எப்போதும் குதூகலப்படுத்துகிற விஷயம். இந்த ஜமாஅத்துல உள்ள மக்களெல்லாம் அவன்மேல ரொம்பப் பிரியமாவும் நம்பிக்கையாவும் இருக்கிறார்கள். அவன் சமீராவை விரும்புவதை நன்றாகத் தெரிந்த பின்னும் சிலர் தங்கள் மகளையோ தங்கள் உறவுக்காரப் பெண்ணையோ கபீருக்குப் பேச முனைந்து வந்திருக்கிறார்கள். ஆயிஷாம்மாவுக்கு

இது என்றென்றும் ஓர் ஆச்சரியம். இந்த வீட்டில் என்ன இருக்கிறது? மழை பெய்தால் பனை ஓலையைக் கத்தரித்து ஓடுகளுக்கு மத்தியில் செருகவிட்டு மழைநீரைத் தடுக்க முயல வேண்டும். வாராவாரம் தரையில் சாணிபோட்டு மெழுக வேண்டும். இன்னும் கரண்ட் இழுக்கவில்லை. இப்படியிருக்கிறது நம் கதை. அப்படியிருந்தும் அவனை மணம்பேசி மக்கள் வருகிறார்களென்றால் பெற்ற வயிறு குளிர்ந்துவிடாதா?

நன்றாகப் படித்துக்கொண்டுவந்த மகனின் படிப்பில் இடையில் ஏதோ கோளாறு. என்னவோ திருச்செந்தூரில் ஏதோ ஒரு கட்சியில் சேர்ந்து கூட்டமெல்லாம் பேசுறானாம். எப்பவும் சேக்காளிமார்களோடு ஊரு உலகமெல்லாம் சுற்றுகிறானாம். அவன் அவ்வளவு பொறுப்பாக இல்லை என்கிறார்கள். நிறைய பெண்கள் பழக்கமாம். ஹோட்டல் வைத்திருக்கும் மச்சானுக்கும் கபீருக்கும் இடையில் அடிக்கடி கசமுசாவாக இருக்கிறதாம். ஒரு படமும் விடுவதில்லை. இதெல்லாம் என்ன போக்கு? இப்படியான விஷயங்கள் பூராவும் எப்படியோ அடுத்த விநாடி திருச்செந்தூரிலிருந்து களக்காட்டிற்கு வந்துவிடும். ஊர் ஜனங்களும் அதை ஒரு பேச்சாகப் பேசிக்கொண்டு ஆவலாதி பண்ணுகிறார்கள். இப்படியெல்லாம் இருக்கும் ஒரு பையனைப் புறம்பேசியபடியே அவனுக்குப் பெண்கொடுக்கவும் இதே ஜமாஅத்து மக்கள்தான் போட்டி போடுகிறார்கள். அப்படி பெண்பேசி வந்தவர்களெல்லாம் தங்களைவிடவும் வசதியானவர்கள். இதை மட்டும் ஆயிஷாம்மாவால் புரிந்துகொள்ள முடியவில்லை.

இப்ப பாரேன், சம்மணம் கொட்டித் தன் முன்னே ஒட்கார்ந்து ஒரு நிமிடம் ஆவதற்குள் முன்பின் பாவலா பேச்செல்லாம் இல்லாமல் ஒரேயடியாக காத்தூன் கேட்டுவிட்டாள். “எம்மா, அவன் இந்த சமீரா புள்ளயக் கல்யாணம் பண்ணிக்கலாம்னு ஆசப்பட்டு இப்படி ஒண்ணுமில்லாம போயிடுச்சி. என்கிட்டே கூட ஒரு வார்த்தை சொல்லாமகொள்ளாம மெட்ராஸுக்கு ஓடிப்போயிட்டான். கல்யாணமே வேண்டாம்னு சொல்லிக்கிட்டிருக்கான். அவன நம்ப வச்சி இந்த சமீரா புள்ள, வேற கல்யாணம் பண்ணிக்கிட்டுப் போயிட்டா . . . இதுக்கெல்லாம் யாரு என்ன செய்ய முடியும்? அவன் என்னமோ அவளை மறக்க முடியாம இருக்கான்னு மெட்ராஸுலேயிருந்து ஆளாளுக்கு வந்து சொல்லிக்கிட்டிருக்காங்கோ. பெத்த வயிறு எரிஞ்சிக்கிட்டிருக்கு. நீ என்னடான்னா ஒன் மவளப் பத்திப் பேசுற?”

காத்தூன் சொல்கிறார், “எல்லாமே பிரசிடெண்ட் வீட்டுப் பேத்திமாருங்கதானே, மாமி?”

“நல்லாருக்கும்மா ஒன் கதை?”

ஆயிஷாம்மா தண்ணீர்க் குடத்தை இடுப்பில் ஏற்றும் போது காத்தூன் ஒரு கைகொடுத்தார். அது ஏதோ ஒரு பறவைபோல அவரின் இடுப்பில் போய் உட்கார்ந்து கொண்டது ஆயிஷாம்மாவுக்கு. பேசிக்கொண்டே நடந்தார்கள்.

“நான் சொன்னதா சொல்லி நீங்க கொழுந்தனுக்கு ஒரு கடிதம்போட்டுக் கேளுங்க மாமி. நாங்கதான் ஒங்க வீட்டுக்கு மருமகளா வர முடியல்ல; கொழுந்தன் பிந்திப் பொறந்துட்டாரு. எனக்குப் பதிலா எம் மவளாவது ஒங்க வீட்டுக்கு வரட்டும். எனக்கு ஒரு புள்ளைதான? என் வீடு கப்பல்மாதிரி கெடக்கு. மேக்காலும் கிழக்காலுமா ஒரு அம்பதடி அப்படி இப்படின்னு ஓடிவந்தா என் வீடும் ஒங்க வீடுமா ஆச்சி. நமக்குள்ள என்ன மாமி வித்தியாசம்?”

காத்தூனுக்கு இந்த அளவுக்குப் பேச முடியுமா? ஆயிஷாம்மா மூச்சுக்காட்டவில்லை.

“காத்தூனு, நீ ரொம்ப ஈசியா சொல்லிட்டே. ஒனக்குத் தெரியாதா, மூசிவீட்டுப் பேத்திய அவனுக்குப் பேசிவர்றது? என் காக்கா மவ சயிதா வேற அவளோட மச்சி மவளை கபீருக்கு முடிச்சிவச்சிருவோம் மாமின்னு ஒவ்வொரு நாளா வந்து சொல்லிக்கிட்டிருக்கா. இந்தப் பக்கமா பாத்தா ஆமாத்து அடுத்த வீட்டுக்குள்ளே இருந்துக்கிட்டு கறி ஆக்குனா கறி தரவும், மீனு ஆக்குனா மீனு தரவும், மாம்பழம் வாங்குனா மாம்பழம் தரவுமா மனுசிய இருக்க வுடுறாளா? தம் அவ மவளை இவனுக்குக் கட்டிவச்சிரணும்னு ஒரே நோக்கமா யிருக்கா. நீ ஒண்ணும் தர வேண்டாம்மான்னு எவ்வளவோ சொல்லிட்டேன். கேக்க மாட்டேங்குறா. நான் ஒத்த புள்ளைய வச்சிக்கிட்டு எத்தனை பேருக்கு வாக்கு குடுக்குறது?”

“நீங்க ஒண்ணும் யாருக்கும் வாக்கு குடுக்க வேண்டாம் மாமி. நான் சொல்ற மாதிரி செய்யுங்கோ. இப்படி ஒன் காத்தூன் மச்சி வந்து என்னைய கேக்குறா, உனக்கு அவ மகளைக் கட்டச் சம்மதம்தானேன்னு மட்டும் கேட்டுக் கடிதம் போடுங்கோ. கொழுந்தன் சும்மா பாஞ்சி வர்றாரா இல்லையான்னு பாருங்கோ.”

ம்ஹூம், இவளிடம் பேச்சுக் கொடுத்து மாளாது. ஆயிஷாம்மாவுக்கு மூச்சு முட்டுகிறது. வீடு வந்து சேருகிற வரைக்கும் எதையாவது ஒன்றை அவளுக்குப் பதில் சொல்ல வேண்டியதாக இருப்பது பெரிய இம்சை.

எதற்கும் ஓர் அச்சாரம்போட்டுவைப்போம்; காத்தூன் கனத்துத் தொங்குகின்ற தன் மடியிலிருந்து கத்தரிக்காய்

கொஞ்சம், தக்காளிப் பழம் கொஞ்சம், மிளகாய் கொஞ்சம் என்று ஒவ்வொரு வகையிலும் எடுத்தாள். மாமி தன் வீட்டுப் படியேறி முன் முற்றத்தைக் கடக்கும்போது பின்னாடியே வந்து திண்ணையில் அவற்றை வைத்துவிட்டுப் போனாள். "வர்றேன் மாமி" என்று காத்தூன் நடையைக் கட்டவும், அவள் போவதை அப்படியே நின்று பார்த்த ஆயிஷா, "மனுஷி கெடக்குற கெடப்புக்கு இவ ஆசயப் பாருங்களேன். இப்ப இவ வூட்டுப் பொண்ணு வரலியேன்னுதான் மனுஷி கெடந்து தவிக்காளாக்கும்" என்று சொல்லிக்கொண்டார்.

"அவனுக்கு வருவா அழகு மக சிங்காரி."

20

“காத்தூனின் பின்னழகும் நன்றாகத்தான் இருக்கிறது. ரஹ்மத்துல்லா பய கெட்டிக்காரன் தான். செக்குலக்க மாதிரி இருக்கிற சாச்சியையே கையவுட்டு நல்லா மேஞ்சிருக்கான். இவ என்னம்மோ எனக்கு எதுவும் தெரியாதுன்னு நெனச்சிக்கிட்டு ரொம்பவும்தான் குலுக்கிக்கிறா. ஏ, ஒன் மஜீத் மச்சான் மவன் எல்லாத்தையும் எங்கிட்டே சொல்லிட்டான்டின்னு சொன்னாத்தான் இவள மடக்க முடியும். இல்லேன்னா ரொம்ப ஓவராத்தான் பிகுபண்ணிக்குவா.” அவள் நடைபயிலும்போது அவள் பின்னழகு அசைந்து அசைந்து ஆளை ஈர்ப்பதைச் சின்ன இதயத்தினால் தாங்கிக்கொள்ள முடியாத மகாராஜன் இப்போதெல்லாம் ரொம்பவே துவள ஆரம்பித்திருக்கிறான்.

ஐம்பதடித் தூரத்தை இடைவெளியாக வைத்து காத்தூனைத் தொடர்ந்து வந்தான். ஏதோ எக்குத்தப்பாய் மாட்டிக்கொண்டு அவள் பின்னால் தான் போய்க்கொண்டிருப்பது போன்ற பாவலாவில் அவன் போகிறான்; அவளை நெருங்குகிறான். எல்லாம் சரி, மகாராஜன் அடுத்த தெருக்காரனல்லோ? அவனுக்கு வடக்குத் தெருவில் என்ன வேலை? அவன் என்றைக்கு இந்தத் தெருவை மேற்கிலிருந்து கிழக்காக அளந்து வந்திருக்கிறான்? இதையெல்லாம் யாரோ ஒருவர் பார்த்துக்கொண்டுதான் இருப்பார்கள். இதைச் சிந்திக்கத் தெரியாமல் சாத்தப் பிள்ளை மகாராஜன் காத்தூனைப் பின்தொடர்கிறான்.

ஆயிஷாம்மா வீட்டிலிருந்து இறங்கியதும் காத்தூனும் மகாராஜனுமாகத் தெருவில் தனித்துவிடப்பட்டவர்கள் போல ஆனார்கள். அவர்கள் இருவரையும் தெருவில் யாரும்

பின்தொடரவோ முன்தொடரவோ இல்லை. ஆனால் வீடுகளில் சன்னல்கள் இருக்கின்றன. கதவுகளைத் திறந்து போட்டிருக்கும் வீடுகள் உள்ளன.

மகாராஜனின் கனைப்பு ஒலி காத்தூனின் காதுகளில் விழுந்தது. திரும்பிப் பார்க்கக் கூடாது. அப்படி எண்ணிக் கொண்டேதான் அவர் திரும்பிப் பார்த்தார். கண நேரமும் தாமசம் செய்யாமல் லேசான புன்னகை செய்தான் மகாராஜன். அதில் தோட்டாக்கள் இருந்தன.

"பேசிக்கிட்டே வந்தா பின்னால யாரு வர்றாங்கன்னு பாக்குறதெல்லாம் கெடயாதா?"

"நான் எங்க மாமிகிட்டே பேசிக்கிட்டு வந்தேம்லா…"

"தல போற பேச்சா?"

கொஞ்சம் யோசித்துவிட்டுச் சொன்னார், "ஆமா அப்படி வச்சிக்கோயேன்…"

"அப்படி என்னதான் பேசிட்டு வந்தீங்க, மாமியும் மருமவளுமா?"

"அதெல்லாம் ஆயிரம் இருக்கும்… அதையெல்லாமா சொல்லிட்டிருக்க முடியும்?"

"அவ்வளவு பெரிய ரகசியமா?"

"ரகசியம்தான்… எப்பா, ஒங்கிட்டே கபீரு அட்ரஸு இருக்கவா செய்யுது?"

"எனக்கு வேறு வேலையில்லியா? அவன் அட்ரஸு எனக்கு எதுக்கு?"

"நீங்கயெல்லாம் ஒத்த சேக்காளிங்கதான? அவன் ஒனக்குக் கடிதம்லாம் போட மாட்டானாக்கும்?"

"அப்படியெல்லாம் போடணும்னு என்ன ரூல்சா இருக்கு?"

கபீர் என்ற பெயரோடு இருவரும் பேசிக்கொண்டு போனதால் மூசிப் பெத்தாவின் காதில் செய்தி துல்லியமாக விழுந்துவிட்டது. தன் பேத்தியை கபீருக்குக் கொடுக்க லாமென்ற யோசனை அவருக்கு இருக்கிறது. இதை மெட்ராஸில் வேலைபார்த்துக்கொண்டிருக்கும் தன் மகனுக்கு எழுதிக்காட்டியிருக்கிறார். அதனால் அவசரமாய்க் குறுக்கிட் டார். "எம்ப்பா மவராசா என்னம்மோ இந்த சபீருக்கு மெட்ராஸுல யாரோ ஒருத்தர் வீட்டுப் பொண்ணப் பேசியாச்சின்னு சொல்றாங்களே, உண்மையா அது?"

மூசிப் பெத்தாவின் குரல் கேட்ட மாத்திரத்தில் மகாராஜனுக்குத் திடும்மென்று ஆகிவிட்டது. ஒரே ஓட்டமாய் ஓடிவிட்டான். சபீர் வகையில் நடந்தது என்னவென்று காத்தூனுக்கு ஓரளவு விவரம் தெரியும்.

"ஆமா, கபீரோட காக்காவும் காவன்னாவீட்டு அவூது மல்லியும் மாம்பழ வியாபாரிகிட்ட போன் பேசி ஒரே அமுக்கா அமுக்கிட்டாங்களாம். மெட்ராஸிலேருந்து போன் பேசுறதுக்கும் அந்த குப்பை மீரான்ங்குறவருதான் காசு குடுத்துருக்காரு . . . பாவம் நாவூர் பிச்சை... சபீரு படிப்புச் செலவையெல்லாம் ஒத்தப் பைசா விடாம எழுதி வச்சிருக்கற ஆளாச்சே... போட்ட காசை எடுக்க முடியலையேன்னு அவரு ஒரே பொலப்பமா இருக்காராம்."

மகாராஜனிடம் கேட்டதற்குக் காத்தூன் பீவி ஏன் பதில் சொன்னாள் என்று மூசிப் பெத்தா யோசித்தார்.

ஓடிப்போன மகாராஜன் தூரமாய்ச் சென்று காத்தூன் வருகிறாரா என்று பார்த்தான். அவர் இன்னும் மூசிப் பெத்தாவுடன் பேசிச் சிரிப்பது தெரிந்தது. "ஒரு பொம்பளையும் இன்னொரு பொம்பளையும் சந்திச்சிக்கிட்டா எப்படித்தான் மணிக்கணக்கா பேசுறாளுவளோ?"

அவனுக்குக் கடுப்பு ஏறியது. உரிமைப்பட்ட பொருளாகக் காத்தூனைத் தூரத்திலிருந்து பார்த்துப் பற்களைக் கடித்தான். காத்தூன் பார்க்காதது மாதிரி நிற்கிறார். கீழே கிடந்த மண்ணாங்கட்டியை எடுத்து காத்தூனை நோக்கி வீசினான். அவர் பார்த்தாரோ பார்க்கவில்லையோ, மண்ணாங்கட்டி காத்தூனை நெருங்குவதற்குள் தூள்தூளாகச் சிதறியது.

21

சபீர் கல்யாணத்துக்கு ஆயத்தமாகிவிட்டான். புது மனுசனாய் ஆகிவிட்டோமே என்று அவன் தனக்குத் தானே பேசுவதும் தனிமையில் சிரிப்பதுமாய் இருந்துவருகிறான். கற்பனை செய்துபார்க்க முடியாத ஒரு சாதனையல்லவா இது? எத்தனை பேரிடம் சொல்லி இந்த ஆச்சரியத்தை ஆற்ற முடியும்? குப்பை மீரான் என்ன அர்த்தத்தில் வங்கி வேலைக்கு முயற்சி செய்வாரென்று மட்டும் அவனால் புரிந்துகொள்ள முடியவில்லை. எதற்கும் தயாராய் இருப்போமென்று வங்கிப் பரீட்சையை எதிர்கொள்வதற்கான வாசிப்பில் தீவிரமாய் இருந்தான். பரீட்சைக்கான அழைப்பாணை வருவதற்கோ இவன் அந்தப் பரீட்சையை எழுதி முடித்துத் தேர்வான பின் மற்ற விஷயங்களைப் பார்த்துக்கொள்ளலாம் என்பதற்கோ குப்பை மீரான் தயாராக இல்லை.

அவன் படித்த பிள்ளை. எப்படியும் வங்கிப் பரீட்சையில் ஜெயித்துவிடுவான். அதனால் கல்யாண வேலைகளை ஆரம்பித்துவிட வேண்டியதுதான். சும்மா போட்டுவைத்தால் சைத்தான் குறுக்கே புகுந்து தான் போட்டுவைத்த திட்டங்களைக் குலைத்தாலும் குலைத்துவிடுவான். குப்பை மீரானின் பதற்றம் அது. எதுவும் நழுவிவிடக் கூடாது. அதற்காக அடிக்கடி அபுதாஹிரிடமும் அவூதுமல்லியிடமும் போன் போட்டுப் பேசுவார்; பேசிப்பேசிச் சகலவற்றையும் சரிப்படுத்துவார்.

வங்கி வேலை வரும்போது வரட்டுமென்று திருவல்லிக்கேணியிலுள்ள அந்த பிளைவுட் கடையில் சபீர் மிச்ச நாட்களுக்கும் வேலை பார்த்துக்கொண்டிருந்தான். அவன் இத்தனை மணிக்குத்தான் வேலைக்குப் போகிறான் என்று ஒரு கணிப்புக்கு எதிர்வீட்டுக்காரர்களால் வர முடியவில்லை. அப்படி எதற்குக் கறாராய் நேரம்

நிழல் நதி

பார்த்துக்கொண்டிருக்க வேண்டும்? அதனால் காலையில் அவர்களால் முடிந்த ஏதோ ஒரு சிற்றுண்டியைத் தயார்செய்து ஒரு டிபன் பாக்ஸில் போட்டு யாரோ ஒருவர் மூலம் அவன் கையில் கொண்டுபோய்க் கொடுத்துவிடுகிறார்கள். வீட்டில் ஏற்கெனவே ஒரு சிறு கூட்டத்திற்கான உணவுத் தயாரிப்பைச் செய்ய வேண்டித்தானே இருக்கின்றது? அந்தக் கூட்டத்தோடு சபீரும் ஒருவனென்று வருங்கால மாமியார் முடிவெடுத்து விட்டார். வருங்கால மருமகனின் ருசியை எப்படியோ தான் அறிந்துகொண்டதைப் போன்ற நினைப்புத்தான் அவருக்கும்! சுலைஹாவும் விட்டாளில்லை. தன் அம்மாவோடு சேர்ந்து பண்ட பாத்திரங்களைக் கழுவவும், உப்பு புளி எடுத்துக் கொடுக்கவுமாகக் காலை நேரத்தைப் பரபரக்க வைத்துக் கொண்டிருக்கிறாள். குளிர்காலத்தில் அடுக்களையின் சூடு வேறு அனைவரையும் கதகதப்பாக்கிற்று. மாப்பிள்ளை பார்த்தால் இப்படி பார்க்கணும், அடுக்களையென்றால் இப்படியிருக்கணும். ஏதோ ஒரு பட்சி வீட்டின் மேலே நின்று சொல்லிற்று. சில சமயங்களில் மத்தியானச் சாப்பாடு. அவன் வேண்டாம் வேண்டாம் என்று மறுக்கிறான். கொஞ்சம்போல வெட்கவுணர்வு அவனுக்கு இருக்கிறது. கல்யாணத்துக்கு முன்னாலே இதெல்லாம் நல்லாயில்லேப்பா என்று அவனுக்குக் கட்டுப்படாமல் மனச்சாட்சி தினசரியும் சொல்லிக் கொண்டுவருகின்றது. ஆனால் எதிர்வீட்டு அன்பு வெள்ளம் கட்டுப்படாமல் பாயும்போது அது சபீரின் மனச்சாட்சியைத் தூக்கிக்கொண்டு போகிறது. ஒருநாள் ராத்திரி குடிசைக்கு வந்து பேண்ட் சட்டையைக் கழற்றும்போது யாரோ எட்டிப் பார்க்கிறார்கள் சபீரை. 'வருங்கால மாமியார்.' தன் அதிரடி வருகையால் மருமகன் நிலைகுலைந்திடக் கூடாதென்று அப்படி ஓரமாய் நின்றுதான் நீட்டினார், "அத்தா, வாங்கிக் கிடுங்க" என்று ஏதோவொரு கல்யாண வீட்டிலிருந்து வந்திருந்த நெய்ச் சோற்றையும் கறியாணத்தையும் நீட்டுகிறார்கள். வருங்கால மருமகப் பிள்ளை வருங்கால மாமியாரைவிடவும் ரொம்பவே கூச்சமாக வளைந்து நெளிந்து இந்தப் பக்கமாய் நின்று வாங்கிக்கொள்கிறார். நிறைய திருக்கூத்துக்கள் நடந்து வந்தன. திருக்கூத்துக்களால் சபீர் நெகுநெகுவென்று மின்னுவது அவன் பார்க்கும் கண்ணாடியில் தெரிகிறது.

செயற்பாட்டின் மறுகட்டமாக, ஹாஜிராம்மாவையும் நாகூர்பிச்சையையும் மெட்ராஸுக்கு வரவழைத்துவிட்டார்கள். முறைப்படிப் பேசி முடிக்க வேண்டும். இதற்காக அபுதாஹிரும் அவுதுமல்லியும் கனப்பாடு பட்டார்கள். மாம்பலம் ரயில்வே ஸ்டேசனுக்குப் போய்க் காத்திருந்து சுப்பிரமணிய சாலைக்கு

அழைத்துவந்தார்கள். அந்தத் தெருவிலேயே கொஞ்ச தூரம் போனால் தெரு பிரிகிறது. இடதுகைப் பக்கமாகத் திரும்பி னால் அங்கு குப்பை மீரானுக்குச் சொந்தமான ஒரு சின்ன வீடு. அதில் இருவரையும் தங்கவைக்க ஏற்பாடு. குப்பை மீரான் குடும்பத்தார் கொடுத்த வரவேற்பிலும் எதிர்கால மருமகள் வாசலில் நின்று அவர்களை வரவேற்றதிலும் ஹாஜிராம்மாள் மயக்கம்போடாத குறை. பணக்காரர்களா இல்லையா என்று நாகூர்பிச்சைக்கு கணக்குப் போடத் தெரியவில்லை. வீட்டைப் பார்த்த மாத்திரத்துக்கும் ஆட்களைப் பார்த்த மாத்திரத்துக்கும் மட்டுமல்லாமல், அவர்கள் அனைவரும் போட்டிருக்கும் துணிமணிகள்வரைக்கும் மனக்கணக்குகளைப்போட்டுக்கொண்டு வருகிறார். எவ்வளவு தேறும் இவர்களிடம்? அபூவிடம் பேசிப்பார்க்கிறார், மல்லியிடம் பேசிப் பார்க்கிறார். கணக்கு ஒரு மாதிரி உருத் திரண்டு வருகிறது. எல்லாவற்றுக்கும் மேலாகப் படித்த மக்களாகத் தெரிகிறார்கள். அவர்கள் அத்தனை பேரும் பேசுவதும் நடப்பதும் பேண்ட் சர்ட் போடுவதும் பெல்ட்டால் இடுப்பைச் சுற்றிக்கொள்வதும் ... இதைப் பார்த்தால், தனக்கு இங்கிலீஷ்காரன் வீட்டுச் சம்பந்தம் தான் அமைந்துவிட்டதோ என்பதுபோல ஹாஜிராம்மாவுக்குப் பவுசு வந்துவிட்டது. ஊரில் போய்க் கண்ணில்படுகின்ற மக்களிடமெல்லாம் எல்லாவற்றையும் சொல்லிவிட வேண்டும். அந்தக் கடமையின் பொருட்டாக ஒவ்வொருவரையும் ஒவ்வொன்றையும் அவர் உற்றுக் கவனித்தார்; வீட்டின் ஒவ்வோர் அங்குலத்தையும் மனக்கண்ணில் பதியம் போட்டார். நிறைய சினிமா பார்த்து ரசித்த அனுபவம் நன்றாகவே கைகொடுக்கிறது.

நாகூர்பிச்சை யார்? அவரை அசைக்கும் சக்தி உலகில் உண்டா? அவரே தன்னைப் பற்றி அப்படித்தான் சொல்லிக் கொள்வார் அவ்வப்போது. எனவே பெண் வீட்டாரின் மயக்கு மொழி எதற்கும் வசப்படாமல் அந்த ஆத்மா தன்னந்தனியே நின்று போராடியது. இப்படியெல்லாம் தோற்றம் காட்டிப் பேச்சைக் குறைத்து முறுக்கை ஏற்றினால், பெண் வீட்டாரிட மிருந்து எதையாவது கறக்க முடியுமென்று நம்பினார். யாரிடம், எவரிடம், எப்படியெப்படியெல்லாம் வரதட்சிணை வாங்குவதற்கான பேச்சுக்கு அடிபோட வேண்டுமென்று திட்டங்களை வகுத்துக்கொண்டிருந்தார். இந்த அபுதாஹிரும் அவுதுமல்லியும் உள்ளே தலையை விட்டுத் தன்னை வீழ்த்தி விட்டான்களே என்கிற கோபமும் அவ்வப்போது தலைகாட்டியது.

குப்பை மீரான் ஒன்றும் அப்பிராணியல்ல. அவருக்கு மெட்ராஸ் வசப்பட்டு முப்பதாண்டுகளுக்கும் மேல் ஆகி

விட்டது. நாகூர்பிச்சையை ஒரேயொரு நிமிடத்தில், ஒரேயொரு பார்வையால் எடைபோட்டுவிட்டார். 'எச்சரிக்கையாய் இரு; கவனமாய்ப் பேசு!' மனத்தை ஒருங்குபடுத்திக்கொண்டு சம்பந்தக்கார வீட்டாரை அணுக வேண்டும், பேச வேண்டும். அளந்துபேச வேண்டுவதற்காக அழகாகப் பேசாமல் போய்விடக் கூடாது. தன் படிப்பின் வெளிச்சம், உத்தியோகத்தின் கம்பீரம் என இரண்டையும் எந்த இடத்திலும் மங்கிவிடாமல் பார்த்துக்கொண்டார். அடையாறு ஆலமரம் தொடங்கிச் செத்த காலேஜ்வரை சம்பந்தக்காரர்களுக்கு ஏற்பாடு செய்தார். சம்பந்தக்கார அம்மாவுக்கு சினிமா கிறுக்கு உண்டென்று அபுதாஹிர் மூலம் துப்பறிந்திருக்கிறார். "ஏல அத்தா, இவுங்கள தேவி தியேட்டர்ல போயி படம் காட்டிட்டு வா" என்று தன் பெரிய மகனின் கையில் பொறுப்பை ஒப்படைத்தார். "பெரிய பையன் கள்ளபார்ட் நடராஜன் கணக்கா இருக்கானே" என்று அபுதாஹிரிடம் சொன்னார் ஹாஜிராம்மா. இதுமாதிரியான ஒரு சுகபோகச் சல்லாபமான தியேட்டரை இந்நாள்வரை கண்டிருக்கவில்லை! இப்படியாகக் குப்பை மீரானின் தயாபரங்கள் அவரையறியாமலே செலவினங்களுக்கு இழுத்துச் சென்றன; சரி, வரதட்சணைதான் இல்லையே.

அவர்களைப் பார்க்கக் கபீர் வந்தபோது ஹாஜிராம்மாவுக்கு விவசாரம் பொத்துக்கொண்டு வந்தது. "எப்பா, ஆளு இப்பிடி மெலிஞ்சிபோயித் துரும்பாயிட்டியே. ஒன் ம்மா பாத்தா அந்த மனுஷியால இதத் தாங்க முடியுமா? போனதெல்லாம் போவட்டும். நீதான் சமீராவ நெனச்சி நெனச்சி இப்படியாயிட்ட. அவ என்னடான்னா எவ்வளவு பவ்மானமா நடக்காங்குற விசயமெல்லாம் உனக்குத் தெரியாது. ஒனக்கு அவ இல்லன்னா இன்னொருத்தி. இன்னா பாரேன், எங்க சபீருக்கு வந்திருக்கிற யோகத்தை. அத மாதிரி ஒனக்கும் வரும். நீ அவளுக்காகக் கவலப்பட்டு இப்படி ஆயிராதேப்பா. ஒங்க ம்மா கேட்டா, அவங்களுக்கு நான் என்ன சொல்ல முடியும்?" சொல்லும்போது பக்கத்தில் அபுதாஹிரும் இல்லாமல் இல்லை. சபீருக்கு வாய்த்ததுபோல தம்பி கபீருக்கும் வாய்க்குமென்று ஹாஜிரா பெரியம்மா சொன்னபோது அதை அவரும் நம்பி விட்டதைப் போலத்தான் இருந்தது.

ரயிலில் ஊர் திரும்பும்போதும், வீட்டுக்கு வந்து அக்கடா என்று உட்கார்ந்தபின்னரும் தாய்க்கும் மகனுக்குமான தர்க்கங்கள் போய்க்கொண்டே இருந்தன.

"பைசா செலவில்லாம அவன அமுக்கிப்போட்டாங்க" என்றார் நாகூர்பிச்சை.

“எத்தனை முறை அதையே சொல்லிக்கிட்டிருப்பேல.... அதுதான் பேங்குல பரீட்சை எழுதப் போறான... நமக்குத் தராம வேற யாருக்குத் தரப்போறான்?”

“தருவான், தருவான் . . . யானை லத்திய அள்ளித் தருவாம்லா. . . பேசுறா பாரு பேச்சு. சம்பந்தக்குடியாரோட ஒக்காந்து ஊரு ஒலகத்துக் கதையெல்லாம் பல்ல இளிச்சிக் கிட்டுப் பேசினியே . . . ஒன் மவன் படிப்புச் செலவுக்கு நான் இவ்வளவு இவ்வளவு கொட்டிக் குடுத்துருக்கேன்னு ஒரு வார்த்தை சொல்லியிருப்பியாளா?” நாசூர்பிச்சை விடைத்துக் கொண்டு நின்றார்.

22

கபீரை இந்தக் கல்யாண வீட்டில் பார்க்க முடியுமென்று சமீரா உறுதியாக நம்பினாள். மனத்துக்குள் பட்டாம்பூச்சிகள் மேய்கின்றன. ஐஸ்ஹவுஸ் கல்யாண மண்டபத்தில் இன்று ஒரு திருமணம். அவளின் மனசு போன வாரமே இறக்கை கட்டிவிட்டது. 'அடுத்த வாரம் இந்நேரம்...' என்று கற்பனை விரிந்து விரிந்து போனது. அப்படியாக ஒவ்வொரு மணிநேரத்துக்கும் அரைமணி நேரத்துக்கும் ஒருமுறை, தான் கபீரைச் சந்திக்கப்போகும் தருணங்களை வித விதமாகக் கற்பனைபண்ணினாள். அவனைப் பார்க்கும் போது எப்படிப் பார்க்க வேண்டும், என்ன பேச வேண்டும் என்று மட்டும்தான் பெரும் குழப்பம். பக்கத்தில் கணவன் இருப்பான். யார் யாரெல் லாமோ இருப்பார்கள். அவர்கள் பார்வைகள் ஒரு மாதிரியாக இருக்கும். ஏதாவது புறணி கிளப்பிவிட்டுவிடுவார்கள். அதற்கெல்லாம் இடம் தராமல் கவனமாய்ப் பார்க்கணும், கவனமாய்ப் பேசணும். இப்போ இரண்டு வருசமாகப் போகிறது. அவன் நிழல்கூடக் கண்ணில் படவில்லை. நான் இப்படியெல்லாம் நினைத்து மருகுறேனே, அவனும் என்னை நினைத்து மருகுவானா? என்னைப் பார்த்ததும் முறைப்பானோ, திட்டுவானோ, கேள்வி கேட்பானோ? நினைக்கையில் பயமாக இருந்தது. 'ஒருநாள் வீட்டுக்கு வாங்க... நான் ஒங்ககிட்ட நிறைய பேசணும்பேன். வருவான், வராமப் போவ மாட்டான். என்னைப் பார்க்காம அவனாலும் தீராது.'

சபீர் வந்திருந்தான். சமீரா தன் கண்களைச் சுழற்றும்போது அவன்தான்வந்து நின்றான். அவன் புரிந்துகொண்டான்; அவன் புரிந்துகொண்டான் என்பதை அவளும் புரிந்துகொண்டாள். இலேசாகச் சிரித்துச் சமப்படுத்தினாள். சமீராவிடம் அவன்

தனது திருமண ஏற்பாட்டைச் சொன்னான். அவளுக்கு விஷயம் தெரியும்போல. அவன் சொல்லச் சொல்ல, அவள் எந்தக் கேள்வியையும் கேட்கவில்லை. “சமீரா, எனக்கு மே மாசம் கல்யாணம். நீ அதுக்கு வருவியா,” என்றான். அவள் தலையாட்டினாள்.

“ம்... கண்டிப்பா வருவேன். என் வீட்டுக்காரர்ட்டயும் ஒரு வார்த்தை சொல்லிடேன்...”

“சொல்லிர்றேன்.”

“அவன் எப்படியிருக்கான்?”

“யாரு?”

“கபீரு.”

“இருக்கான்.”

“இங்கதான இருக்கான்?”

“ஆமா . . .”

“அவனுக்கும் இது சொந்தக்காரங்க வூட்டுக் கல்யாணம் தான, ஆனா வந்த மாதிரி தெரியல்லியே.”

“வராம எப்படி? எங்கேயாவது ஒக்காந்திருப்பான்.”

அப்படி அவன் சொன்ன மாத்திரத்தில் அதைச் சாக்காகக் கொண்டு மறுபடியும் ஒருமுறை கண்களைச் சுழற்றினாள். முன்னொரு காலத்தில் அவளின் கண்களுக்கும் மோப்ப சக்தி இருந்தது. அவன் இருக்கும் திசையைச் சொல்லி அது காந்தம்போல அவளை அழைத்துச் செல்லும். தன் கண்கள் அந்த சக்தியை இழக்கவில்லையென்று அவளுக்குத் தெரியும்.

“அப்படி வந்திருந்தா, அவன் உன்னைய விட்டுட்டு இன்னொரு இடத்துல எப்படிப் போயி ஒக்காந்திருப்பான்?”

சபீர் மையமாகத் தலையை ஆட்டினான். இவள் இந்த அளவிற்குக் கஷ்டப்பட வேண்டாம்.

கபீர் கடைசிவரை வரவில்லை. அவனைத் தேடித்தேடி அவள் கண்கள் சுழன்றாடிய வேகத்திற்கு சமீராவுக்குத் தலைவலி வந்துவிட்டது.

வெளியே நின்று கபீருக்குப் போன்போட்டான். கபீர், தான் வேலைபார்க்கும் நிறுவனத்தில்தான் தங்கியிருக்கிறான். ஆனால் அவன் வேறெங்கோ போய்விட்டதாகத் தகவல் சொன்னார்கள். எப்போது வருவானென்றும் தெரியாது.

சபீருக்கு வருத்தமாக இருந்தது. நேற்று சாயங்காலமே போன் போட்டிருக்கலாம். சமீரா வருவாளென்று அவனுக்கு நிச்சயமாகத் தெரிந்திருக்கும்? தெரிந்திருந்தும் எப்படி வராமல் இருந்தான்?

இரண்டு வாரம் கழித்து கபீரைச் சந்தித்தபோது கேட்டான், “நீ ஏன் ஒங்க மூனா பானா வீட்டுக் கல்யாணத்துக்கு வரல்ல?”

“வேறொரு வேலையா வெளில போயிட்டேன்.”

“அங்க சமீரா வருவான்னு நல்லா தெரிஞ்சபொறவுமா?”

மௌனமாய் இருந்தான். “நான் சமீராகிட்டே பேசினேன்.”

“இதுக்காகத்தான் நான் வரல்ல.”

“நீ என்னடே சொல்ற? அவளப் பாக்கணும் பேசணும்னு ஒனக்கு ஆசையா இல்லியா?”

“ம் . . . இருக்கு . . . அவளப் பாக்கணும்னு மனசுல பட படப்பாத்தான் இருக்கு சபீரு. ஆனா பாரு...”

… … …

“ஆனா பாரு, அவள்ட்ட பேசணும்னு தோணல்ல...”

“அது எப்படி?”

“கூட்டத்தோட கூட்டமா அவ நிக்கும்போது பாக்கணும். அவளுக்குத் தெரியாமத்தான் பாப்பேன் போலிருக்கு. நைசா பாத்துட்டு நைசா ஒதுங்கிறணும்.”

“நீ ரொம்பவும் குழப்பமா பேசுறேன்னு நெனக்கிறேன்.”

“இல்லே சபீரு, எனக்கும் இத எப்படி உனக்குப் புரியவக்கிறதுன்னு தெரியல்ல. அவளை நினைக்காம இரின்னு என் மனசுகிட்டே எத்தனையோ முறை சொல்லிட்டேன். அது கேக்க மாட்டேங்குது. ஒவ்வொரு நா ராத்திரியும் நான் படுக்கையில படுக்கல சபீரு. நெருப்புமேலத்தான் படுக்குறேன்.”

“ஆங் . . . அப்புறம்?”

“நான் கிண்டலாப் பேசல்ல. உண்மையாத்தான் சொல்றேன். அவளைக் கதறக் கதறப் பழிவாங்கணும். அவ என்னையவே நெனச்சிக்கிட்டிருக்கணும். அவ என்னைய ஒத்தை நிமிசம் கூட மறந்துறக் கூடாது. அதுக்கு எனக்கு வேற வழி தெரியல்ல. அவளைத் தவிக்கவிட்டுத் தவிக்கவிட்டு, நாம விலகிக் கிட்டே இருக்கணும். நான் எப்படி அவளப் பார்க்காம இருக்க முடியாதோ, அதே மாதிரி அவளும் என்னைப் பார்க்காம

இருக்கமுடியாது. அவ கண்ணுல நாம அடிக்கடி பட்டுக்கிட்டே இருந்தா, அவளுக்கு அந்த அருமை தெரியாம போயிரும். அப்போ என்ன பண்றது? ஆசையத் தூண்டிவிட்டுட்டு நாம அவ கண்ணுல படாம ஒதுங்கணும். ஆனா அவள பாக்காமலும் இருக்க முடியல்ல. மனசு கேக்க மாட்டேங்குது சபீரு... அவளப் பாத்துட்டா நான் உருகிப்போயித் தோத்துப் போயிருவேனோன்னு பயம்மா இருக்கு. ஆனா நான் தோக்கக் கூடாது." கண்கள் நிலையழிந்தன.

"எனக்கு நீதான் ஒரு வழி சொல்லேன். என்னைய கொல்லாம கொன்னுட்டாள பாவி."

சபீருக்கு இது பொருத்தமான பழிவாங்கலென்று படத்தான் செய்கிறது. இது சினிமாவிலும் இல்லாத கதை போல அல்லவா இருக்கு? நானும் காதலிச்சேனே... எனக்கு மட்டும் மும்தாஜ இப்படியெல்லாம் வதைக்கணும்னு ஏன் தோணல்ல?

பேருந்தில் ஏறி கபீரிடம் விடைபெற்றுப் போகும்போது, "ஓஹோ, நீங்க சமீராவப் பாத்தா பேச மாட்டீங்களாக்கும். சின்னப்புள்ளத்தனமால்லா இருக்கு" என்று சிரித்துக்கொண்டான்.

23

அன்று சபீரின் மணநாள். சிறிய கல்யாண மண்டபம்தான். ஊரிலிருந்து அவனுக்கு வேண்டப் பட்டவர்கள் வந்துவிட்டார்கள். நாகூர்பிச்சையைப் பார்க்கும்போது வருத்தப்பட்ட நிலையில், வரதட்சணை கிட்டாத துயரில் அவர் இருப்பதாக எவராலும் சொல்ல முடியாது. எட்டு முழ வேட்டியும் அரைக்கை வெள்ளைச் சட்டையுமாக எடுப்பு. தங்க நிறத்தில் மின்னுகிற கைக்கடிகாரம். வலக்கை விரலில் மூன்று மோதிரங்கள். கையில் ஒரு வெள்ளைக் கைத்துண்டு. ஆசையாகப் போட்டுப் பார்க்கவோ, தொழில் நிமித்தம் அங்கு மிங்கும் அலைந்து திரிவதாலோ ஒரு கூலிங்கிளாஸ் வாங்கியிருப்பார்போல. அதைப் போட்டுக்கொண்டு காட்டுகின்ற பந்தா. ஹாஜிராம்மாவுடன் இரண்டு தாய்மாமன்கள், சபீரின் பெரிய மச்சி மைமூனா, சின்ன மச்சி சித்தி, மாமி, காட்டுவா குடும்பத்தினர் என இவர்களெல்லாம் ஆஜர். அவ்வளவுதான். களக்காடாக இருந்திருந்தால் சபீர் இந்நேரம் பெருங்கூட்டத்தைக் கூட்டியிருப்பான். ஊரிலிருந்து எத்தனை பேரைத்தான் ரயிலேற்றிக் கூட்டிவர முடியும்? அதற்கும் நாகூர்பிச்சை நிச்சயம் தனிக் கணக்கு எழுதியிருப்பார். திருமணம் நல்லபடியாக முடிந்ததும் திருமணத்திற்கான செலவுகள் முழுவதை யும் அநேகமாக சபீரிடம் சொல்லிவிடுவார் என்றுதான் தெரிகிறது.

ரயிலில் டிக்கெட் போடும் முன்னால் வீட்டில் நிறைய களேபரங்கள் நடந்தன; வெட்டுகுத்துத்தான் நடக்கவில்லை. நாகூர்பிச்சைக்கும் ஹாஜிராம்மா வுக்கும் முறுக்கிக்கொண்டு நின்றது. நாள் நெருங்க நெருங்க யாரையெல்லாம்தான் மெட்ராஸுக்குக் கூட்டிச்செல்வது என்ற கணக்குக்குக் காலையிலும், மத்தியானம் சாப்பிட்ட வேளையிலும், ராத்திரி

படுக்கப் போகும்போதும் என சதா கணக்கு வேலைகள்தான். காச்மூச் சத்தங்கள். "ஒம் புள்ள கல்யாணத்துக்கு எத்தன பேரத்தாமுல்லா கூட்டிட்டுப் போறது? ஒன் அப்பனால்லா காசு முடிஞ்சிவச்சிருக்கான்? அதுபாட்டுல பெரிசா பட்டியல போட்டுக்கிட்டேயிருக்கியே, அவன கூப்புடணும் இவன கூப்புடணும்னு?"

"பன்னிமாடா, கணக்குப் பாரேன். எல்லாம் உன் பொண்டாட்டிக் குடும்பம்தான். வேற யாரைக் கூட்டிட்டுப் போறோம்?"

"ஏலா, உனக்கு இப்போ மாங்கா சீசன். மழைதண்ணி இல்லாம மனுசன் கெடந்து பேமுழி முழிக்கான். எவன்ட்டளா காசு இருக்கு? அந்த மாப்புள்ளக்காரன்ட்ட பணம் அனுப்பச் சொல்லு. அவன் படிச்ச கணக்கே இன்னும் தீராமக் கெடக்கு. அத என்னைக்குப் பைசல் பண்ணுவாராம்?"

"அதையே சொல்லிட்டிருக்காதல... அவன் தருவான், தராம எங்க போயிறப்போறான்? அதான் குப்பை மீரான் பேங்க் வேலை வாங்கிக் கொடுக்கப்போறாரே..."

"கூப்பாரு, கூப்பாரு. முழங்கையில தேன் வடியுதுன்னு நக்கிக்கிட்டுத்தான் கெடக்கணும் மூத்தவள. கடையில போயி உப்பு, புளி வாங்குற மாதிரி பேங்குல போயி வேலை வாங்கிற லாம்னு நெனக்கியோ..."

அப்புறம் அமைதி நிலவும். நாகூர்பிச்சை வீட்டில் உள்ளே ஆள் இருக்கிறார்களா, இல்லையா என்ற சம்சயம் வந்துவிடும் பக்கத்து வீட்டுக்காரர்களுக்கு. இருவரும் சண்டைபோட்டுப் பேசிப்பேசிச் சமாதானமாகிவிட்டார்கள்போல அமைதி பூத்துக் குலுங்கும். திடீரென்று கூச்சல் கிளம்பி வெடிக்கும்.

"இன்னாங்க காக்கா, ஒங்களுக்கு வேஷ்டி சட்ட... மச்சிக்குச் சேலை, ம்மாக்குச் சேலன்னு வாங்கித் தந்தானாளா ஒம் மவன்? கல்யாணம் பண்ணப் போறானாம், கல்யாணம்... ஊரு உலகத்துல கையில ஒத்த பைசா இல்லாம கல்யாணம் பண்ணுற ஒரே ஆளு ஒம் புள்ளதான் பாத்துக்கோ."

"ஏல, நானே சும்மா கெடக்கேன். நீ ஏன் புழுபுழுன்னு வாறே?"

"ஒனக்கு வேண்டாம்னா வுடுளா... எனக்கு வேணுமா வேண்டாமா? என் பொஞ்சாதிக்கு வேணுமா வேண்டாமா? என் புள்ளங்களுக்கு?"

“அவன் கையில் நாலு காசு இருந்தா வாங்கித் தராமலா போயிறப்போறான்? குப்பை மீரான்தான் எல்லாக் கல்யாணச் செலவையும் ஏத்துக்கிட்டிருக்காரு.”

நாகூர்பிச்சைக்குக் கோவம் வந்தது; கையிலிருந்த மாங்காயைச் சுவர்மீது வீசினார்.

“ஏல, ஏம்ல போட்டு மாங்காயை வீசுத? உனக்கு என்ன கிறுக்கா?”

“கிறுக்குத்தாமுளா... நல்லா வந்து சேந்தீங்க தாயும் புள்ளையுமா... எத்தன பேருக்குலா ஒரு மனுஷன் டிக்கட்டுப் போட்டுக் கூட்டிக்கிட்டுப் போவான்? மெட்ராஸு என்ன இங்குனயா கிடக்கு?”

“ஏல, நீ செய்ற ஒபகாரத்துக்கு அல்லா உனக்குக் கைநிறைய கூலி தருவாமுல்ல. இப்ப போயி பேசாம டிக்கெட்டுப் போட்டுட்டு வா. என் மூச்சையும் பேச்சையும் வாங்காதல...”

“அப்புறம் டிக்கெட்டு போட்டுட்டு வந்தபொறவு அவனுக்குப் போடல்ல, இவனுக்குப் போடல்ல சொன்னேன்னு வச்சுக்க... அந்தாக்குல ஒன் மண்டைய ஒடச்சிருவேம்லா... எச்சரிக்கையா இருந்துக்க” என்று சீறினார் நாகூர்பிச்சை.

தம்பி கல்யாணத்துக்கு எல்லாருக்கும் டிக்கெட் போடப் போகிறார் நாகூர்பிச்சை. ஜோரான வேட்டி கட்டினார். எம்.ஜி.ஆர். ரசிகர் அவர். அதனால் உடம்பைப் பிடிக்கிற மாதிரி சில்க் சட்டை போட்டார். கூலிங்கிளாஸ் வேறு எதற்குத்தான் வாங்கிவச்சிருக்கு? பெரிய பயணம் போகிற மாதிரி அடியான் செல்லையாவை அதுவும் இதுவுமாகப் பரபரவென்று வேலைவாங்கிக்கொண்டிருந்தார். முதலாளி என்னவெல்லாம் சொல்லப்போகிறாரென்ற சூட்சுமம் செல்லையாவுக்கு அத்துப்படி. முதலாளியோட திருநெல்வேலி போயி டிக்கெட் போட்டாச்சி என்றால், பிலால் ஹோட்டலில் கறிச்சோறு ஆர்டர் கொடுப்பார். ஒருபிடி பிடிக்க வேண்டும். எச்சில் ஊற ஊற செல்லையாவின் வேலைகள் வேகம் பிடித்தது.

எல்லாருக்கும் டிக்கெட் போடப் போகும்போது, வீட்டு வாசலில் தண்ணீர் தெளித்துக்கொண்டிருந்த ஆயிஷாம்மாவை நாகூர்பிச்சை பார்த்தார். ‘அடடா, எல்லாரையும் பற்றிப் பேசினோமோ, அடுத்த வீட்டு ஆயிஷாம்மாவை மறந்தா போயிட்டோம்’ என்று நாகூர்பிச்சைக்கு மனம் உறுத்திற்று.

“வாங்களேன் மெட்ராஸுக்குப் போயிட்டு வருவோம்,” என்றார் அவர்.

ஆயிஷாம்மாவும் நாகூர்பிச்சையை அளந்துவைத்திருக்கிறார். அவர் சொன்னார், “ரொம்ப சந்தோஷம் நாகூர்பிச்சை. நல்லாபடியா நீங்கள்லாம் போயிட்டு வாங்க. மாப்பிள்ளையும் பொண்ணுமா இங்க வரும்போது நான் பாத்துக்கிடறேன்.”

“அதெப்படி நீங்க இப்படி சொல்வீங்க? எல்லாம் உங்க பெரிய மவனும் சின்ன மவனுமா சேர்ந்துதான அவனுக்கு எல்லா ஏற்பாடும் பண்ணியிருக்காங்க... அப்புறம் அவங்கம்மாவ அடுத்த வூட்டுல வுட்டுட்டு நாங்க மட்டும் எப்படி போறது?”

“அதுக்கு என்ன வாப்பா?”

“அதெல்லாம் முடியாது. நீங்க வந்தா ஒங்க புள்ளையளையும் பாத்துக்கலாம். எல்லாருமா சந்தோஷமா இருந்துட்டு வரலாம் வாங்க. டிக்கெட்டுக்கு நானாச்சி” என்று சொன்னார்.

“நீ சொன்னதே போதும் வாப்பா. என் மனசு குளுந்துடுச்சி.”

“அது நல்லாருக்காது பாத்துக்கோங்க. குப்பை மீரான் கேக்க மாட்டாரா? ஒங்க புள்ளைங்க கேக்க மாட்டாங்களா? நீங்க எதைப் பத்தியும் யோசிக்க வேண்டாம். நீங்களும் வந்தாதான் நல்லது.”

“நானும் எங்க மச்சிவீட்டுக் கல்யாணத்துக்காவ ஏர்வாடிக்கும் கல்லிடைக்குறிச்சிக்குமா போயிட்டு வர வேண்டியிருக்குல்லா... ஒனக்கு அல்லா கிருபை பண்ணுவான். நீங்க எல்லாருமா நல்லபடியா போய்ட்டு வாங்க.”

❍

இப்படியாக விட்டுவிட்டு வீட்டுக்குள் மழைபெய்தாற்போல நடந்த கசமுசாக்களெல்லாம் எங்கே எப்படி போயிற்றென்று யாராலும் கண்டுபிடிக்க முடியாத அளவிற்கு நாகூர்பிச்சை கல்யாண வீட்டுக் கோலாகலத்தில் இருந்தார். கபீரும் அபூவும் அவுதுமல்லியும் ஊரிலிருந்து வந்தவர்களையெல்லாம் நன்றாகக் கவனித்துக்கொண்டார்கள்.

சிக்கனமான கல்யாணம்; சிறிய மண்டபத்தில் கல்யாணம். நெய்ச்சோறு; சின்னக் கோப்பையில் கிடாக் கறி. பருப்பு சாம்பார். சாப்பிட்டு முடித்தவுடன் வெற்றிலைத் தாம்பூலம். தடபுடல் விருந்தை எதிர்பார்த்து வந்தவர்களுக்கு இப்படிச் சின்னச் சாப்பாட்டோடு அது முடிந்துவிட்டதில் ஏமாற்றம்தான். கிண்டியிலுள்ள அந்தப் பெரிய பேட்டரி தயாரிப்பு நிறுவனத்தில்

குப்பை மீரான் முப்பது வருடத்து வேலையாள்; பொறுப்பான அதிகாரி; கை நிறையச் சம்பளம். அந்த அந்தஸ்துக்குத் தக்க கல்யாண வீடாக அது இல்லையென்று எல்லாரும் நினைத்துக்கொண்டார்கள். என்ன இருந்தாலும் நமக்கு சபீர் முக்கியமல்லவா? இப்படியாக நினைத்துச் சமாதானம். குப்பை மீரானுக்கு இன்னும் மூன்று பெண்கள் உண்டே என்றெல்லாம் யாரால் கவலைப்பட முடியும்?

உயர் அதிகாரிகள் கார்களில் வரவும் போகவுமாக இருந்தார்கள். எப்போதெல்லாம் அதிகாரிகள் வருகிறார்களோ அப்போதெல்லாம் மண்டபம் விறுவிறுவென்று இருக்கும். அவர்கள் சென்ற பின் அத்தனை பேரையும் அமைதி கட்டிப்போட்டு வைத்திருக்கும். தாங்கள்தான் இந்தக் கல்யாண விவகாரத்தைப் பேசி முடிவெடுத்தது என்கிற ரகசியம் மற்றவர்களுக்குத் தெரியுமென்றாலும் அபூவும் மல்லியும் வருவோர் போவோரிடமெல்லாம் அதைச் சொல்லாமல் விடவில்லை.

கபீர் குட்டி போட்ட பூனைபோல அங்குமிங்கும் பர பரத்தான். சமீரா வருவாள்? தன் நாடகத்தை எந்தெந்த இடத்திலிருந்து அவளின் முன்னே நடத்த வேண்டும், எப்படி யெல்லாம் அவளின் கவனத்தை ஈர்த்து ஈர்த்து நட்டாற்றில் கவிழ்த்துவிட வேண்டும் என்றெல்லாம் சதித் திட்டம்போட்டபடி இருந்தான். ஒருவேளை அவள் தன்னைப் பார்த்துப் பேச ஆரம்பித்துவிட்டால் அப்புறம் என்ன செய்வதென்ற தீர்மானத்திற்கு மட்டும் அவனால் வர முடியவில்லை. காக்கா இருக்கிறார், இன்னும் ஊர்க்காரர்கள் பலர் இருக்கிறார்கள். அவள் வரும்போது எல்லாரும் தன்னையும் ஓரக்கண்ணால் பார்க்க முயற்சி செய்வார்களோ? அது நல்ல விஷயமில்லை. அசிங்கமாய் இருக்கும். பார்க்கிறோம், பார்க்காமல் இருக்கிறோம். இந்த விஷயத்தில் தான் சற்றும் குலைந்துவிடாதபடி அவ்வளவு அலட்சியமாக நடித்தாக வேண்டும்; அவளைக் கண்டமேனிக்குத் தானும் தன்னைக் கரைந்துபோய்விடாமல் காப்பாற்றிக் கொள்ள வேண்டும்.

கல்யாண மாப்பிள்ளையாக இருந்தாலும், சபீருக்கும் மனத்துக்குள் ஒரு கணக்கு இருந்தது. மும்தாஜ் வீட்டில் அவளும் அவளின் காக்காவும் தம்பியும் உடன் வருவார்கள். அந்த சௌதாம்மா பொம்பள வர வேண்டும். அதுதான் முக்கியம்.

ஆனால் அழைப்பு கொடுக்கப் போயிருந்தபோது மும்தாஜைப் பார்க்க முடியவில்லை. இவன் போன நேரம் பெரியவன் அக்ரம் அவசரம் அவசரமாகக் கடைக்குப் புறப்பட்டுப் போய்விட்டான். சின்னவன் உதுமானின் கடை

பக்கத்தில்தான்போல. அதனால் அவன் கொஞ்சம் நிதானமாக இருந்தான். சபீர் மும்தாஜின் ம்மா சௌதாவிடம் பேசிப்பேசி அவரின் கவனத்தை ஈர்த்தான். அவருக்கு அவ்வளவாக ஆர்வம் இல்லை. அவன் பேசுவதில் பாதி வார்த்தைகளைக் காதிற்குள் ஏற்றாமல் வெளித் தள்ளிவிட்டார். சேலையிலுள்ள நூலைப் பிரிப்பது, அந்தப் பக்கமாகக் கிடக்கும் கிழிந்த தாளை எடுத்து மடிப்பது, வெற்றிலை தட்டுவது இப்படியாகப் போய்க்கொண்டிருந்தது அவரின் செயல்கள். சின்னவனும் எப்போது கடைக்குப் போவான்? சௌதாவின் மனம் பரபரத்துக் கிடந்தது. அவர் நினைத்த மாதிரி உதுமான் எழுந்து நின்று, "காக்கா நான் கடைக்குப் போவணும்; நேரமாச்சி... என்று சொல்லவும் சபீருக்கு உண்டாகியிருந்த ஆர்வம் வற்றிப் போய்விட்டது. சபீருக்கு ம்மா தேநீர் போட்டுக் கொடுப்பாரென்று உதுமான் எதிர்பார்த்தான். சௌதாம்மா இருக்கும் இடத்தை விட்டு அசையவில்லை. அவர்கள் இருவரும் வெளியே வந்ததும் எதிரிலுள்ள கடையில் தேநீர் அருந்தினார்கள். "ஒன் தாத்தா மும்தாஜு எங்கே இருக்கா" என்று வெட்கம்பாராமல் கேட்டுவிட்டான் சபீர்.

உதுமான் சொன்னான், "தாத்தா அம்பத்தூருல இருக்கா."

"சரிம்மா, நீ அவகிட்டே சொல்லிருவியா? நான் ஒங்க எல்லாத்தையும் கல்யாணத்துல எதிர்பார்ப்பேன்."

இப்போது கல்யாணத்திற்குச் சின்னவன் உதுமான் மட்டுமே வந்திருந்தான்; சபீருக்குக் கடும் ஏமாற்றம்.

கபீருக்கும் ஏமாற்றம்தான்; சமீரா வரவில்லை!

நிழல் நதி

24

சமீராவும் அவள் புருஷனும் ஊருக்குப் போயிருக்கிறார்களாம்; என்ன ஏதுவென்ற விவரம் கிடைக்கவில்லை.

சமீரா வீடுபோய்ச் சேர்ந்தபோது வீட்டில் பழைய ஒளி விளங்கவில்லை. ம்மா யாரோ போல இருக்கிறாள். வாப்பாவின் நடை மூன்று கிலோ மீட்டர் வேகத்திலிருந்து ஒரு கிலோமீட்டர் வேகமாகக் குறைந்திருந்தது. சமைஞ்ச பெண்கள் தானே ரெண்டு தங்கச்சிமார்களும். பாலைவனக் காற்றில் முகங்கள் கருத்திருந்ததைப் போல இருந் தார்கள். தன் கல்யாணத்துக்காக வெள்ளை யடிக்காமல் இருந்திருந்தால் வெளிச்சமே இல்லாமல் போயிருந்திருக்கும்.

மகள் தன் கணவனுடன் மெட்ராஸுக்குப் போய்விட்டு முதன்முறையாக வந்திருக்கிறாளே என்கிற குதூகலம் கொஞ்சமும் இல்லை பெற்றோர்களிடம். அவர்களாகத்தான் ஏதாவது சொல்ல வேண்டும்; பேசவே இல்லை. வீட்டு மருமகப் பிள்ளைக்கு மனம் சொங்கிப் போகாமல் இருப்பதற்காக ஒவ்வொருவரும் சிரமப்பட்டார்கள்.

ஊருக்குப் போகிறோம் என்ற நிலையில் மனத்தில் யாதோர் எழுச்சியும் இல்லாமல் சமீரா வந்தாள். வீட்டுக்காரரின் முதலாளி வீட்டுக் கல்யாணம் வள்ளியூரில். முதலாளி வரச் சொன்னதால் சுலைமான் வர வேண்டியதாகிவிட்டது. சுலைமான் தன் கம்பெனியில் நன்றாக வேலை பார்ப்பதாக மூக்கன் செட்டியார் அவன்மீது மதிப்பு வைத்திருந்தார். கல்யாண வீட்டு வேலைகளுக்கும் அவன் வேண்டும். செலவினங்களைத் தக்க விதமாக அவன் கையாள்வான், நேர்மையாய் இருப்பான் என்றே அனைத்தையும் சுலைமான் கையில் ஒப்படைத்திருந்தார். அதனால் முதலில்

மாமனார் வீட்டில் ஓய்வெடுத்துவிட்டு வள்ளியூருக்குப் போகவும் வரவுமாய் இருந்தார் சுலைமான். அப்புறம் கல்யாணத்திற்கு இரண்டு நாள் இருக்கும்போது வள்ளியூரில் ஏற்பாடு செய்திருந்த ஒரு பழைய வீட்டில் தங்கிவிட்டார்.

அவனுக்கு அதுதான் மனத்துக்கு உவப்பாகவும் இருந்தது. மாமனார் வீட்டின் மௌனம் கனத்த இருட்படலமாக அவனின் தோள்மீது ஏறிவிட்டது. "கல்யாணத்தன்னைக்கு மட்டும் நீ ஒன் வாப்பாவோடு அங்க வந்திரு," என்று சொல்லி விட்டு சுலைமான் போய்விட்டான்.

இந்தச் சமயத்தில் இந்தக் கல்யாணம் வந்திருக்க வேண்டாம்; வீடு வீடாக இல்லை. சபீர் கல்யாணத்திற்குப் போகப்போகிறோம், கபீரைக் கண்குளிரக் காணப்போகிறோம் என்று சமீரா நாட்களை எண்ணி, மணிக்கணக்கையும் எண்ண ஆரம்பிக்கும்போது சுலைமானை வரச் சொல்லி விட்டார் மூக்கன் செட்டியார். சபீரின் திருமண வீட்டில் கபீரை நிச்சயம் பார்த்துப் பேசிவிட முடியுமென்று நம்பியிருந்தாள். என்ன கேடுகாலம் இது என்று சமீரா குன்றிப்போனாள்.

முதலாளி வீட்டுக் கல்யாணம் முடிந்து, ரயிலில் மெட்ராஸுக்குத் திரும்பும்போது சுலைமான் சொன்ன அந்த உவமை அவளைக் குலைத்தது. "வீடு மாதிரியா இருந்துச்சு ஒங்க வீடு? சுடுகாடு மாதிரி." சமீராவுக்கு இந்த உவமை கொஞ்சமும் பிடிக்கவில்லை. கணவனை நாலு வார்த்தை ஏசி விடலாமா என்று நாக்கு துடிதுடித்தது. அதைக் கஷ்டப்பட்டு அடக்கினாள்.

கிராமத்தில் மற்றவர்களையெல்லாம் பார்க்க விருப்ப மில்லை. முன்வாசல் போகவா, பின்வாசல் போகவா? எவரும் தன்னைப் பார்த்து நலம் விசாரித்தால் அது சவுக்கடிபோல இருக்குமென்று பயந்தாள். பின்வாசலில்தான் அவளின் இளம் சரித்திரம் பெரும்பாலும் இயங்கியது. இயற்கைக் கடன்களைக் கழிக்கப் பின்வாசல் போய்த்தான் ஆக வேண்டும். ஆனால் அங்கு இயற்கையின் எண்ணற்ற விரிவுகள் உள்ளன. பச்சைப் பசுமையான மரங்கள். பகலை இருட்டாக்கித் தரும் இலை தழைகள், மரங்கள். பகலே இருட்டாயிருக்கும்போது இரவு எவ்வளவு பெரிய இருட்டாக இருந்திருக்கும்? ரஹ்மத்துல்லா காக்கா இந்த இருட்டோடுதான் பாய்ந்தோடியிருக்கிறான். அவன் பாய்ந்தோடி வயலில் குதிக்கும்போது அந்தக் கட்ட மண்ணைத்தான் தாண்டியிருப்பான். அந்தக் கட்ட மண்ணில் ஒற்றைக் காலை வைத்து மறு காலைத் தரையில் வைத்து மேற்காகப் பார்த்தபடிதான் கபீரும் அற்றை நாட்களில்

நின்றிருந்திருக்கிறான்.

மனம் அவளை இழுத்துச் சென்றது. அப்படித்தான் அந்தப் பார்வை தொடங்கியது. அவள்தான் முதல் பார்வை களை வீசினாள்; தொடர்ந்து வீசினாள். கபீர் ஒரு மடையன். விண்ணில் பாய்ந்து தன்னை நோக்கும் அந்தப் பார்வையின் பொருளை எவ்வளவு காலதாமதமாகப் புரிந்துகொண்டான் அந்த முட்டாள். அவன் பார்வையை நேரடியாகக் கவ்வி யிழுக்கும் தன் பார்வையை அவன் ஏற்றுக்கொண்டபோது அவளுக்கு மயக்கம் வந்தது. அழுத்தமாகத் தோட்டத்துக் கதவைப் பற்றி இருந்ததால் அவள் கீழே தடுமாறி விழாமல் பக்குவமாக நின்றுவிட்டாள். பின்வாசலிலிருந்து சற்றே வட மேற்காகத் திரும்பினால் அதுதான் வீட்டின் புழக்கடை. அது அவனுடைய ம்மாவும் மச்சியும் புழங்கும் இடம். அங்கு கபீரால் வந்து நெடுநேரம் நிற்க முடியாது. கள்ளம் பிடிபட்டு விடும்!

அதே பார்வையை சமீரா வடகிழக்காக நகர்த்தினால் அந்தக் கட்ட மண் நீண்டு செல்கிறது வயல்களின் தடுப்பு வேலியாக! இருவருக்கும் வசதியான தூரம்.

அவர்கள் இருவருக்கும் இடையே ஆறுமுகம் பிள்ளை தாத்தாவின் வெறும் நிலப்பரப்பு, மூசிப்பெத்தா தோட்டம், மாப்ளாத்தி பொம்பள தோட்டம், அதனோடு ஒட்டியுரசிக் கிடக்கும் கணபதியா பிள்ளைத் தோட்டம். பூவரச மரங்கள், மஞ்சனத்தி மரங்கள், நெல்லி மரங்கள், தென்னை மரங்கள் எனப் பல்வகை மரங்களும் அந்தந்த வீடுகளின் பின்பகுதிகளை விகசிக்க வைத்திருக்கும். இத்தனையித்தனை மரங்கள் இருந்தும் கிளைகள் தாழ்ந்து அசைந்தாடிக்கொண்டிருந்தும் வயல்களையொட்டிய கட்ட மண்ணில் காலூன்றி நின்று இங்கு பார்க்கும் கபீருக்கு எவ்விதத்திலும் அவை தடை சொன்னதில்லை. சமீரா ஏதோ தற்செயலாய் அங்கே நிற்கிற மாதிரி, தன் தோழிமார்கள் மரியம், ஜுனைதா, கண்மணி ஆகியோர் அவரவர் தோட்டங்களில் வேலையும் கையுமாய் இருக்கையில் ஒவ்வொருவரிடமும் பேசிப்பேசி வம்பளப்பாள். வம்பளப்பை இந்தப் பக்கமும் பார்வையை அந்தப் பக்கமும் நேர்த்தியாகச் செம்மைப்படுத்துவாள். ஆரம்பத்தில், இவள் ஏன் இவ்வளவு பேச்சுப் பேசித் தொண்டை கிழிகிறாள் என்ற ஐயப்பாடு எவருக்கும் வரவில்லை. தங்களோடு பிரியமான உரையாடல் நடத்துகிறாள் என்றுதான் ஒவ்வொருவருக்கும் நினைப்பு.

கிராமம் வெள்ளந்தி மனங்களோடு இயங்கினாலும் இரு மனங்களின் கள்ளப் பார்வைகளை எப்படியோ உள்வாங்கிக் கொண்டது.

கபீர் நிற்பது சமீராவின் பார்வைக்கு மட்டும்தான் தெரியும்; வேறு எவரின் பார்வையிலும் அவன் பட முடியாது. ஒருவேளை கட்ட மண் அருகில் அவன் இல்லையென்றால், சரசரவென முன்வாசலுக்கு வருவாள் சமீரா. அவள் வீட்டின் வரிசை பிரம்மநாயகம் அண்ணனின் அஞ்சல் அலுவலகத்தில் முடிகிறது. ஆறு வீடுகள் தள்ளி அஞ்சலகம். அங்கு அவன் பிரம்மநாயகத்துடன் மணிக்கணக்காக நின்று பேசுவான். அவர் சிரிக்கச் சிரிக்கப் பேசக் கூடியவர்; அவர் பேசுவதைக் கேட்டு இவன் கெக்கேபிக்கே என்று சிரிப்பான். அவன் சிரிப்பு தெருவின் அந்தக் கோடிவரை கேட்கும். சமீரா சட்டென்று புரிந்துகொள்வாள். அவனும் அவ்வப்போது நாலைந்து அடி நகர்ந்துவந்து தெருவில் நின்றபடி அவள் நிற்பதை ஒரு நோட்டம் போடுவான். அவளும் சிறிது நேரம் நிற்கத்தான் செய்வாள்.

இப்படியாகப் பார்த்துப் பார்த்துக் காதலை வளர்த்தாள்; அவனைத்தான் கடைசியில் கைவிட்டுப் போனாள். ஆனாலும் அந்த இடத்துக்குக் கண்கள் நகர்ந்தபோதெல்லாம் கபீர் இன்னும் நின்றுகொண்டிருப்பது தெரிகிறது. இவளின் வருகைக்காகக் காத்திருக்கிறான் போலும்...

தன்னை எதிர்பார்த்துத்தான் அவன் நிற்கிறான்; காலங்கள் கடந்துபோனாலும் இளமை குன்றாமல் சோர்வடையாமல் அப்படியே நிற்கிறான். கொஞ்சம் மரங்களைக் காணோம்; தாழ அசையும் கிளைகளைக் காணோம்; கிளிகளோ குயில்களோ குருவிகளோ தங்களின் பார்வைகளுக்குப் பின்னணி இசையாகத் தம் குரல்களை மிதக்கவிடவில்லை. அந்தப் பறவையினங்களிலும் பாதியைக் காணோம். ஆனால் அவன் நிற்கிறான்; இன்னமும் நம்பிக்கை?

மனத்துக்குள் எப்படி அவ்வளவு அழுத்தம் கூடியிருந்த தென்று தெரியவில்லை. கபீரின் ம்மா ஆயிஷாம்மா பெத்தா கதவைத் திறந்து தோட்டத்துக்குள் இறங்கியிருந்தார்; காய்ந்த தென்னையோலையைக் கட்டையின் மீது போட்டு அடுப்புப் பற்றவைப்பதற்காக வெட்ட முனைந்தார். சமீரா தன்னை அறியாமல்தான் தன் உடம்பை இறக்கிக்கொண்டு அவரை நோக்கி ஓடியிருக்க வேண்டும்!

“பெத்தா நல்லாயிருக்கீங்களா?”

பெத்தா நிமிர்ந்தார். யாரென்று பார்த்தார்.

"நல்லாயிருக்கேம்மா. நீ எப்போ வந்தே?"

"காலையில பெத்தா..."

"நீ நல்லா சொவமா இருக்கியா புள்ள?"

"இருக்கேன் பெத்தா..." குரல் எம்பிவிடாமல் தொண்டைக் குழிக்குள் இடறி விழுந்தது. கண்கள் பனிக்கின்றன. பெத்தா எப்பவும் "சமீரா" என்று வாய்மணக்கக் கூப்பிடுவார்.

முறித்த தென்னைமட்டையையும் கீற்றுகளையும் சமையல் கட்டுக்குக் கொண்டுபோனார். பெத்தா பேச்சை நிறுத்திவிட்டார். இவள் பின்தொடர்ந்தாள். வீடு அப்படியே இருந்தது; பெத்தாவைப் போலவே சிதிலமாக. பெத்தா வாரம் தவறினாலும் தான் தவறாமல் சாணிக் கரைசலால் வீட்டை மெழுகுவார். சமீரா கால்வைத்ததும் ஈரத்தரையில் கால் சொதசொதத்ததுபோல இருந்தது.

"அவங்க நல்லாயிருக்காங்களா?"

"நீ யாரைக் கேக்குறேம்மா?"

"ஒங்க சின்ன மவனத்தான்..."

"ம்..."

மௌனத்தை அனுபவித்தபடி சமீரா கொஞ்ச நேரம் நின்றாள்; அங்குமிங்குமாகச் சில அடிகள் நடந்தாள்.

25

ரஹ்மத்துல்லா வீட்டிற்குக் கடிதம் போட்டிருந்தான். மஜீத் வாத்தியார் பள்ளிக்கூடம் போயிருந்ததால் வீட்டுப் பெண்மணிகளுக்கு என்ன செய்வதென்று தெரியவில்லை. அவர் வருவதற்கு முன் கடிதத்தைப் பிரித்துப் பார்த்து விடலாமாவென்று குல்தூமும் சுமையாவும் ஜரீனாவும் முட்டிப் பார்த்தார்கள். அவர் வந்தால் என்ன சொல்வாரோ என்று தானே அயர்ந்து நிற்கும்போது பிள்ளைகள் என்ன செய்ய முடியும் என்று குல்தூம் தவித்தார். "பொல்லா முறுவம் சும்மா கெடக்கத் தெரியாம எதுக்குக் கடிதம் எழுதித் தொலைச்சான்?" குல்தூமின் மனத்துக்குள் விசாரம் முட்டியது. 'என்னத்த எழுதித் தொலைச்சிருப்பான்னு தெரியலையே...' மஜீத் வாத்தியார் வருவதுவரைக்கும் ஒரே புலப்பம்தான். அவர் வந்தார். "காக்கா கடிதம் போட்டிருக்கான்" என்று சுமையா கடிதத்தை நீட்டினாள். கொஞ்சம் அதிர்ச்சியாகிவிட்டார்போல இருந்தது. மெதுவாக வாங்கிச் சுரத்தில்லாமல் கிழித்தார். கண் பார்வை ஓடிற்று. மூவரும் அந்தக் கண் வேகத்தைக் கவனித்து நின்றார்கள். பிறகு அப்படியே நீட்டி சுமையாவிடம் கொடுத்தார். அவர் பாயில் உட்கார்ந்தார். ஜரீனா பரிமாறினாள். சுமையா ம்மாவுக்கு வாசித்துக் காட்டினாள். வாப்பாவுக்குச் சாப்பாடு பரிமாறியபடி ஜரீனாவும் கேட்டுக்கொண்டாள். சாப்பிடும்போது எப்போதும் ஏதாவது பேசுவார்; இப்போது பேச்சில்லாமல் சாப்பிட்டார். நிதானமாக. வழக்கமாகக் கொஞ்சம் ஓய்வெடுப்பார். இப்போது எடுக்காமல் மீண்டும் புறப்பட்டார்.

அடுத்த வீட்டில் இருக்கும் காத்தூனுக்குச் சந்தேகம் வந்தது. அடுத்த வீடு என்ன பேச்சு மூச்சில்லாமல் கிடக்கின்றது? மஜீத் மச்சான் பள்ளிக்கூடத்திலிருந்து வரலையோ? மச்சான்

வீடாக இருந்தாலும் உரிமைப்பட்ட வீடாக அது ஒருநாளும் இருந்ததில்லை. சமீரா மட்டும்தான் கொஞ்சம் பேசிக் கொள்வாள். அவள் திருமணமாகிப் போனதும் அடுத்த வீடு தீவுபோல ஆகிவிட்டது. மச்சான் சாப்பிட வந்தாரா வரவில்லையா என்ற ஐயத்தைத் தீர்க்க வாசலில் வந்து நின்றார். மேற்கே பார்த்தால், அரை கிலோமீட்டர் வரைக்கும் பிசிறில்லாமல் அவரால் பார்க்க முடியும். மஜீத் வாத்தியார் பிள்ளையார் கோயிலைத் தாண்டிச் செல்வது தெரிந்தது. மச்சான் மூச்சுக் காட்டாமல் வந்து மூச்சுக் காட்டாமல் போவது அவருக்கு வியப்பாக இருந்தது.

மூன்றடி உயரத்தில் இரண்டரையடி அகலத்தில் முப்பதடி நீளத்தில் கிடக்கும் திண்ணை. இரு வீட்டையும் பொதுவாக்கிவைத்திருக்கின்றது. கிழக்கே அஞ்சல் அலுவலகத் தின் அருகே நிற்கும் மகாராஜன், எதிர்ப்புறமாகத் திரும்பி னான். காத்தூன் இவ்வளவு ஆர்வமாகப் பார்ப்பது தன்னைத்தானோ? அவன் மூச்சுக்காட்டாமல் பம்மிப்பம்மி வருகிறான். பூனைபோலக் கால் பதியம். தெருவில் யாரும் இல்லை. அவசர நெருக்கடி கருதித் தன் பின்னேயும் கொஞ்சம் பார்த்துக்கொண்டான்.

சட்டென்று காத்தூனின் கரண்டைக் காலைப் பிடித்துக் கொண்டான். இறுக்கமான பிடி. பதறிப்போய்த் திரும்பினார் காத்தூன். அவன் முகம் பார்த்ததும் அவரின் முகம் அந்த ஒளியைத் தானும் கொஞ்சம் கிரகித்துப் பிரகாசித்தது. புன்சிரிப்பாய்ச் சிரித்தார்; ஈறு தெரியச் சிரித்தார். அவரின் கெண்டைக்கால் சதையை வைத்தியப் பிடிபோல் மகாராஜன் பிடித்ததில் கால்சதைக்கு ஏதோவொரு சுகம் கிட்டியது; சுழித்துக் கிடந்த நரம்புகள் நெகிழ்வாகிக் கால்களைச் சுகமாக்கிவிட்டன. காத்தூன் கிறங்கினார். இன்னும் கொஞ்சம் பிடிக்க மாட்டானா? என்ன அழகான கிடுக்கிப்பிடி?

நீளமான தெரு. எதிர்த் திசையில் ஏகமாய் விரிந்து கிடக்கும் நிலப்பரப்பு. பட்டப் பகல். இவர்களின் தனிமைத் தீண்டலுக்காகத் தெரு மௌனம்பூண்டு வெறிச்சிட்டுக் கிடந்தது.. கரண்டையிலிருந்து கை ஓரடிக்கு மேலேறி முழங்கால் வரைக்கும் ஜிவ்வென்று போனது, அந்தப் பருமனான கால்களின் வாளிப்பு மகாராஜனைக் கிறங்கடித்தது.

சிதம்பரம் அண்ணனின் காதுகளில் செய்திவந்து விழுந்தது. பதற்றமாகிவிட்டார். "ஏல உண்மையாவா?"

"உண்மையாத்தான் ..."

நீ “பொய் சொல்லலியே...”

“சே சே... மனுசன் எதுலதான் பொய் சொல்றதுன்னு கணக்கில்லையா அண்ணன்...”

எதிரில் உள்ளவன் கலங்காமல் சொன்னான். “கவனமா இருந்துக்கிடுங்க அண்ணன்.”

“அது எப்படில நடக்கும்?”

“நடக்குதே...”

மனம் நிலைபிறழ்ந்து அலைந்தது. சுனா கானா கடையிலிருந்து வீடுதிரும்பும்வரை சிதம்பரத்தின் மனத்தில் எத்தனை அலைகள் புரண்டுவிட்டன? மத்தியானச் சாப்பாட்டுக்கு வேகமாக வீடு திரும்பினார். “இது என்ன விதி? அம்மைக்குத் தெரியாதா, அப்பனுக்குத் தெரியாதா? போஸ்ட் ஆபிசில் அப்படி என்ன வேலை மசிரைப் பிடுங்கிக்கிட்டுக் கிடக்கார் பிரம்மநாயகம் சித்தப்பா? தாயோளி மவன் வரட்டும், புளிய விளாறால பிச்சு உதறிடறேன்...”

வீட்டுக்குள் சிதம்பரம் ஏறும்போது அம்மாவோடு கலகலப்பாக வாப்பாறிக்கொண்டிருந்தது காத்தூன்தான். உச்சிமயிர் விரைத்துவிட்டது சிதம்பரத்திற்கு! ஆனால் இவளிடம் என்ன பேச்சு வேண்டியிருக்கு? விசாரணையை இவளிடமிருந்தா தொடங்க முடியும்?

நடையேறி சிதம்பரம் வரக் கண்டதும் காத்தூன் அவரைப் பார்த்துச் சிரித்தபடி கேட்டார், “ஒங்க கடையில் ஹார்லிக்ஸ் இருக்கவா செய்யுது?”

சிதம்பரம் இறுக்கத்துடன் பதில் சொன்னார், “இருக்கு.”

“ராத்திரி வரும்போது ஒரு பாட்டில் கொண்டுவந்து தர்றிய்யளா?”

சிதம்பரம் வேட்டியை அவிழ்த்துப்போட்டு உள்ளே போகிறார். “என்ன பதில் சொல்லாம போறியளே?”

“நான் ம்முன்னு சொன்னேனே...”

“அப்படியா, என் காதுலதான் விழலல்ல போலிருக்கு.”

சிதம்பரம் பின்பக்கம் போய்விட்டார். “சிதம்பரம் ராத்திரி ஹார்லிக்ஸ் கொண்டுவந்தா பாட்டிலை வாங்கிவையுங்க. காலையில வந்து வாங்கிக்கிடறேன்” என்று செல்லமக்காவிடம் சொன்னார்.

செல்லமக்கா வெறுமனே தலையாட்டும்போது காத்தூன் படியிறங்கினார். "வர்றேன் அத்தை."

அப்போதுதான் பின்வாசலில் முகம், கைகால்களெல்லாம் கழுவிவிட்டுத் துவாலையால் முகத்தைத் துடைத்தவராக வந்த சிதம்பரத்தின் காதுகளில் தெளிவாக விழுந்துவிட்டது. மகனுக்குச் சாப்பாடு வைக்க செல்லமக்கா வந்தார். "அவ என்ன சொல்லிட்டுப் போறா?"

"காலையில வந்து வாங்கிக்குவாளாம்."

"நான் அதைக் கேக்கல... படியிறங்கும்போது என்னவோ சொல்லிட்டுப் போனாள... என்ன அது?"

"வேற என்ன சொன்னா? காலையிலதான் வர்றதா சொன்னா..."

"நீயும் ஒங் காதும்... போய்ட்டு வர்றேன் அத்தைன்னு சொன்னாளா?" சிதம்பரம் முகம் கடுகடுப்பாக இருந்தது. முழிகள் பெரிசாகிவிட்டன,

தூக்கிவாரிப் போட்டது செல்லமக்காவுக்கு, "அட வெவரங்கெட்ட மூதி, அப்படியா சொன்னா?"

"நீ எப்பயிருந்து அவளுக்கு அத்தை ஆன?"

"அது விளையாட்டுக்கார மூதி... என்னவாவது உளறிட்டுப் போவுது."

"இப்படித்தான் இருக்கீங்க நீயும் ஓம் புருஷனும்..."

"ஏமுல இப்படி தெருவுலயெல்லாம் வுழுற மாதிரி சத்தம் போடுற?"

"பொறவு? இங்க என்ன நடந்துக்கிட்டிருக்கின்னு ஒனக்குத் தெரியுமா தெரியாதா?"

சிதம்பரம் விவரிக்க, திகைத்துநிற்கிறார் செல்லமக்கா. கதை நீண்டது. உள்ளே வந்த குத்தாலிங்கம் பிள்ளைக்குக் கொஞ்சமான தள்ளாட்டம். வாடை இங்குவரை வந்தது. மகன் பேசுவதைக் கேட்கிறார். "ஏல, என்னல பேசிட்டிருக்க?"

"வே, வாய மூடும். ஒம்ம தலைக்கு மேல வெள்ளம் போனாத்தான் ஒமக்கு எல்லாம் புரியும்." குத்தாலிங்கத்திற்கு இப்போது ராஜமுழி முழிக்க முடியவில்லை. அதனால் மகனின் உறுமலுக்குப் பதில் சொல்ல முடியாமல் போயிற்று.

மீண்டும் கடைக்குத் திரும்பும்போது சிதம்பரம் உறுமலோடு சொன்னார், “அவன் காலேஜ்ல இருந்து சும்மா சும்மா லீவுல இங்கே வரக் கூடாது. அவன்ட்ட உறுதியாச் சொல்லிப்போடு... பிரம்மு சித்தாப்பாட்ட சொல்லி ஒரு கடிதம் எழுது. மீறி வந்தாமுன்னா மூதியோட கால அந்தாக்குல ஒடச்சி அவன் கையிலேயே கொடுத்துருவேன் பாத்துக்கோ.”

“என்ன எழவுக் கதைய இவன் பேசிட்டுப்போறான், சவத்து மூதியோ என் உசுர வாங்கணும்னே வருதுவோ” செல்லமக்கா சலித்துக்கொண்டார்.

“அவன் போயிட்டான், நீ என்ன ஔறிட்டிருக்கே..?” முத்தையா பிள்ளையிடமிருந்து வாடை அடிக்கிற அளவுக்கு, வார்த்தைகள் குழறவில்லை. ஆனால் செல்லம்மக்காவுக்கும் கோபம் வரும்.

“வே, ஒம்ம சின்ன புள்ளையாண்டன் இங்க வந்தா சும்மா இருக்க மாட்டாம என்ன எழவையெல்லாமோ பண்ணிட்டு அலையுதானாம். நீரு ஏதும் பாத்தீராவே?”

“சின்ன புள்ளையாண்டன்னா அது யாரு? மவராசனா சோமுவா சுப்பிரமணியா? யாருளா அது?”

“ஒவ்வொத்தனுக்கும் அததுக்கு ஏத்த வயசிருக்குன்னு உமக்குத் தெரியாதோ?”

“ஏ, நீ என்னளா பேசுத? பெரிய மேதாவின்னு நினப்போ? பல்லு முப்பத்திரண்டையும் ஒடச்சிருவேன் பாத்துக்கோ.”

செல்லமக்கா அங்கிருந்து நழுவினார்.

26

கல்யாணமான பின் சபீர் வங்கிப் பரீட்சை எழுதினான். சில மாதங்களில் தேர்வாகினான். பரங்கிப்பேட்டையில் பணியேற்க உத்தரவு. மெட்ராஸில் செய்தி பரவியது; பகுதி பகுதியாகப் பரவியது. களக்காட்டுக்குப் போயிற்று செய்தி. கிராமமே அமளிதுமளியானது.

பேருதான் குப்பை மீரான். ஆனால் சாதித்து விட்டாரே! மாம்பழம் நாகூர்பிச்சைக்கு நம்ப முடியவில்லை. 'நாம என்னம்மோ நெனச்சோமே... மனுசன் சாதிச்சிக் காட்டிட்டாரே.' தெருவெங்கும் குப்பை மீரான் மகாத்மியம்.

நாகூர்பிச்சை பள்ளிக்கூடச் செலவிலிருந்து கல்லூரிச் செலவுவரைக்கும் பழைய கணக்குகளைத் தூசுதட்டி எடுத்தார். கல்யாணத்துக்கு எல்லாரையும் கும்பலாக ரயிலேற்றிக் கொண்டுபோன சாதனை யாருடையது? கொஞ்சமோ நஞ்சமோ? அந்தக் கூட்டுத்தொகைகளை அவராலேநம்ப முடியவில்லை. 'அத்தாவின் அடுத்த பொண்டாட்டியோட மவனுக்கு நாம இவ்வளவு பண உதவி செஞ்சிருக்கோமா?' செல்லையாவிடம் தன் பிரதாபங்களை எடுத்துச் சொன்னார். "யாருடே இந்தக் காலத்துல இப்படி செய்வா?" "ஆமா மொல்லாளி" செல்லையா தலையாட்டிக்கொண்டார்.

தெருவில் இறங்கி நடக்கும்போது நாகூர்பிச்சை யின் நடை பிசிறில்லாமல் துலக்கமாக இருக்கும். சீரான நடை, கைவீசிக்கொண்டு! இன்றைக்கோ நடையில் ஏதோவொரு மாயம் ஏறிவிட்டது. அது எல்லாருக்கும் தெரியவும் செய்தது. எதிர்ப்படும் ஒவ்வொருவரும் நாகூர்பிச்சையை மரியாதையோடு பார்க்கிறார்கள். இவர் இல்லையென்றால் பயிர் தழைத்திருக்காது. அவருக்குரிய புகழை அவருக்கே

கொடுத்துவிடுவோம். ஒவ்வொருவரும் நாகூர்பிச்சைக்கு ஸலாம் சொல்லுவதும் கைகுலுக்குவதுமாக ஆயிற்று. நாகூர்பிச்சைக்குச் சந்தேகம் உண்டு. தான் சபீரைப் படிக்க வைத்ததற்கு உதவியதையும் அவனுக்காகக் காலேஜ் காலேஜாக அலைந்து திரிந்ததையும் எல்லாரும் ஞாபகத்தில் வைத்திருப்பார்களா என்று? அந்தச் சந்தேகம் தீர்ந்தது. அதனால் யார் என்ன சொன்னாலும் தானும் உற்றுழி உதவியதை இடையிடை வார்த்தைகளாகச் சொல்லிக் கொண்டே வந்தார். “பொறவு? நீங்க இல்லாமலா? இந்தக் காலத்துல வேற யாரு இப்படி ஒதவுவாங்க..? சொந்தத் தம்பிக்குக்கூட இப்படி செய்றவங்க இந்தக் காலத்துல இல்லியே?” சுதிபோட்டு நடந்தார் நாகூர்பிச்சை. சபீரின் நண்பன் பொன்னுசாமி விசேஷமாகச் சுதி ஏற்றினான். “அண்ணன், ஒங்க ஒவ்வொரு பைசாவும் இல்லேன்னா ஆயிரம் குப்பை மீரான் வந்தாலும் என்னத்த செஞ்சிற முடியும்?”

“சரியா சொன்னே, பொன்னுசாமி.” அவனைத் தட்டிக் கொடுத்தார்.

வீட்டை விட்டு வெளியே போகும்போது, சபீருக்கும் அபூவுக்கும் கடிதங்கள் எழுதிவிட வேண்டுமென்ற திட்டம் இருந்தது. ஊர் மக்கள் இவ்வளவுக்குத் தன் பெருமை யையும் சாதனையையும் மறவாமல் தன்னிடம் சொல்லிக் கொண்டிருந்ததால் அந்தப் போதை இலேசில் கலைவதா யில்லை. ஆதலால், தான் உடனடியாகக் கடிதம் எழுதினால், நல்ல பலன் கிடைக்குமென உறுதியாக நம்பினார். சாப்பிட்டு முடித்ததும் பிரம்மநாயகத்தைப் பார்க்கப் போனார். “பிரம்மு, உனக்குத் தெரியுமா? சபீருக்கு பேங்குல வேல கிடைச்சிடிச்சி...”

“ஊரே பரபரப்பா கெடக்குதே. தெரியாம இருப்பேனா?”

“நீதாம்ப்பா சபீருக்கும் அபூவுக்கும் கடிதம் எழுதணும்.” பிரம்மநாயகம் வார்த்தையாகச் சொல்லாமல் தலையை ஆட்டியதோடு நின்றுவிட்டார். இன்று மட்டும் ஏற்கெனவே நான்கு பேருக்குக் கடிதம் எழுதிக்கொடுத்திருக்கிறார். இவருடைய இரண்டையும் சேர்த்தால் இன்று ஆறாகிவிடும். ‘இப்படியே நம்ம காலமும் போயிரும்போல இருக்கே.’

“தம்பி சபீர், உனக்கு பேங்க் வேலை கிடைத்ததை அறிந்து ரொம்பவும் மகிழ்ச்சி. ஊர் முழுக்கவும் செய்தி பரவிவிட்டது. எல்லாரும் உன்னை விசாரித்துக்கொண்டே இருக்கிறார்கள். உன் கல்யாணத்திற்கும் முன்னால் உன்னோடும் உன் மாமா குப்பை மீரானோடும் நானும் அபூவும் அவுதுமல்லியும் பேசியதை நீ மறந்திருக்க மாட்டாய்ன்னு நினைக்கிறேன்.

“ஆகவே அபூ நீதான் என் தம்பியின் கல்யாணத்திற்கு எல்லாமுமாக இருந்து நடத்தி முடித்தாய். அவனுக்கு பேங்க் வேலை கிடைத்திருப்பதை அவன் உன்னிடம் சொல்லியிருப்பான். அவன் பரங்கிப்பேட்டைக்குப் போய் எப்பவும் வேலையில் சேர்ந்துவிடலாம். ஆகையால் நீயும் அவுதுமல்லியும் அவனை ஞாயிற்றுக்கிழமையிலோ, அல்லது நேரம் கிடைக்கும்போதோ பார்த்து என் நிலையை அவனிடம் சொல்லி மாதாமாதம் பணம் அனுப்பிவைக்கச் சொல்லவும்.

“உனக்கு நன்றாகத் தெரியும். மழை சரியாயில்லை. அதனால் காய்ப்பும் சரியாக இல்லை. ஊருக்கு நீ சமீபமாக வரவில்லை. அதனால் ஊரிலுள்ள விஷயங்கள் உனக்குச் சரியாகத் தெரியாது. இரண்டு வருசமாக மழை சரியாயில்லாமல் இருப்பதால் வருமானமும் சரியாயில்ல. இதுவும்போக பிள்ளைகளுக்குப் படிப்புச் செலவு, மருந்துச் செலவு என்று பலதும் இருக்கின்றன... ம்மாவுக்கும் அவ்வப்போது உடல்நலம் சரியில்லாமல்...

“நீயும் அவுதுமல்லியும் இப்பவே குப்பை மீரானைப் போய்ப் பாருங்கள். அவரை நீங்கள் இருவருமாய்ச் சேர்ந்து வசப்படுத்த வேண்டும். குப்பை மீரானைப் பற்றி ஊரில் எல்லாருக்கும் ஆச்சரியம். எல்லாரும் அவரைப் புகழ்கிறார்கள். நீ இதையும் அவரிடம் சொல்லு. தம்பி எப்போதைக்கு வேலைக்குப் போவான் என்று ஊரில் எல்லாரும் கேட்கிறார்கள். இதையும் அவரிடம் விசாரித்து எனக்குக் கடிதம் எழுது... இங்கே உன் ம்மாவும் உன் மனைவி பிள்ளைக்குட்டிகளும் நல்ல சுகம்...”

பிரம்மநாயகத்தைப் பார்த்துக் கேட்டார் நாகூர்பிச்சை, “என்ன பிரம்மு, எல்லாத்தையும் சரியா எழுதிட்டமா?”

“ம்.. ம்...” என்று அதே வறண்ட கண்களால் பதிலளித்தார் அவர்.

“என்ன வாயத் தொறந்து ஒண்ணும் சொல்ல மாட்டேங்குற? வேற எதுனாச்சும் கூடுதலா எழுதலாமா?”

பதறிவிட்டார் பிரம்மநாயகம். வெளியே காட்டாமல், சொன்னார், “ரெண்டு பேருக்கும் ரொம்ப தெளிவா எழுதிட்டோமே. சபீருக்குள்ளத அபுதாஹிருக்கும் அபுதாஹிருக்குள்ளத சபீருக்கும் . . . மாத்தி மாத்தி எழுதிட்டோமே அதனால இதுவே போறும் போறும்...”

பிரம்மநாயகம் கையெழுத்து மணிமணியாக இருந்தது. சாய்வுக்கோடு எழுத்து. எதற்கும் சரிபார்க்கலாம் என்பதைப்

போல இரண்டு கடிதங்களையும் நாகூர்பிச்சை தன் கையில் வாங்கி ஒரு பார்வை பார்த்தார். எழுத்துக்கள் சீராக ஓடியிருக்கின்றன. ஆகவே பிரம்மு நன்றாகத்தான் எழுதி யிருப்பான். பிறகும் பிரிய முடியாமல் நின்றார். முகவரிகள் இரண்டையும் தெளிவாக எழுதி, மடித்துக் கோந்துகொண்டு ஒட்டினார் பிரம்மநாயகம்.

“நாளைக்குப் போயிச் சேந்துருமா ?”

“பொறவு..?”

27

பரங்கிப்பேட்டைக்குப் போகும்முன் மும்தாஜைப் பார்க்க வேண்டும். மும்தாஜின் ம்மா சௌதாம்மாவைப் பார்க்க வேண்டும். சபீரின் மனத்துக்குள் ஆர்வமும் வன்மமும் போட்டி போட்டு எழும்பின. "அவ ம்மா முகம் போவுற போக்கைப் பார்க்கணும்." கபீரிடம் சபீர் தன் திட்டத்தை விவரித்தான். கபீர்க்கு அது முழுச் சம்மதம்.

பேசிக்கொண்டே பஸ் ஏறினார்கள் இருவரும். சபீர் பரங்கிப்பேட்டைக்குப் போவதற்கும் முன்னால் அவனோடு எவ்வளவு நேரம் இருக்க முடியுமோ அவ்வளவு நேரத்திற்கும் இருந்துவிட வேண்டுமென்ற நினைப்பில் இருந்தான் கபீர். இனிவரும் காலங்களில் சபீர் தன்னருகில் இருக்கப் போவது அற்ப சொற்பமான காலமாகத்தான் இருக்கும். காலம்காலமாகத் தொடரும் உறவு; நிலைத்த உறவு. இப்போதே கபீரை வெறுமை சூழ்கிறது. ஞாயிறானால் எத்தனையோ படங்கள் பார்த் திருக்கிறார்கள்; எங்கெங்கோ சுற்றியிருக்கிறார்கள்; என்னென்னவோ பேசியிருக்கிறார்கள். ஊர்ச் செய்திகளைத் தன்னிடம் வந்து சொல்லுவதற்கு இருந்த ஒரே நண்பன். ஒன்று விடாமல் கூறுவான். எந்தச் செய்தியிலும் இருவருக்கும் மாற்றுக் கருத்துக்கள் அமைவதில்லை. அவையெல்லாம் சபீரின் விடைபெறுதலுடன் முடிவுக்கு வரப் போகின்றன. இருவருக்கும் இடையில் சுலைஹா இருக்கிறாள்; பேங்க் வேலை இருக்கிறது. இனி என்னென்னவாகுமோ?

பேருந்து எங்கெல்லாமோ சுற்றிப் போவது போல இருந்தது. மும்தாஜ் எங்கிருக்கிறாள்? "ஒன் ஆளு வீட்டுக்குத்தான போறம்?" என்று கேட்டான் கபீர்.

"நீ சும்மா வந்துக்கிட்டு இரி." இதுவரை பாராத இடங்களாக இருந்தன; அதனால் பராக்குப் பார்ப்பதுபோலப் பார்த்துக்கொண்டு வந்தான். மெட்ராஸைச் சுற்றிப்பார்க்க இன்னோர் ஆயுள் வேணுமென்று அவ்வப்போது யாராவது ஒருவர் சொல்லிக்கொள்வதை கபீர் கேட்டிருக்கிறான். அது உண்மைதான்போல. நிறுத்தத்தில் இறங்கியதும் சபீரின் கையை இறுகப் பிடித்துக் கேட்டான், "நாம இப்ப எங்க போறம்?"

"நீ என்கூட வா. மத்ததை அப்புறமா பேசுவோம்."

"இல்ல சபீரு, எனக்கு விவரம் தெரியணும். நாம வேற எங்கேயோ போறாமாதிரில்லா தெரியுது."

சபீர் கொஞ்சம் யோசித்தான். "இப்படி அந்தத் தெரு திரும்பிட்டோமுன்னா எங்க அலிபாத்து மச்சி மவ இருக்குறா ... அங்கேயிருந்து ஒரு அஞ்சு நிமிசம் நடந்தோமுன்னா சமீரா வீடு வந்துரும்..."

"சந்தோஷம்... நான் இங்க சுத்திப்பாத்துட்டிருக்கேன். பஸ் ஸ்டாப்பு பக்கமாத்தான் பெரும்பாலும் இருப்பன். நீ போயிட்டு ஒரு அரைமணி நேரத்துக்குள்ள வந்துருவியா?"

"சமீராவப் பாக்க வேண்டாமா?"

"பாக்கணும். ஆனா இப்ப வேண்டாம்."

"கபீரு, நான் ஒரு விஷயம் சொல்றேன். அவள நான் போனமுறை பாக்கும்போது அவ உன்னையும் ஒருநா கையோட கூட்டிட்டு வரணும்னு என்கிட்ட சொன்னா... உன்மேல இன்னும் அவ தேட்டமாத்தான் இருக்கா."

கபீருக்கு மகிழ்ச்சி பொங்கியது. மனம் ஆங்காரமாய்க் குதித்தது. இப்படியே அவளின் தேட்டம் நீடிக்கணும்.

"அவளப் பாக்கணும், பேசணும்னு ஒனக்கு ஆசையே இல்லியா?"

தான் எது சொன்னாலும் அதை இவன் அப்படியே சமீராவிடம் போய் ஒப்பித்துவிடுவானோ என்ற எண்ணம் கபீரிடம் பலமாய் எழுந்தது. "நான் வேண்டாமுன்னுதான அவ ஒருத்தரக் கைப்பிடிச்சா. வேணும்னு நினைக்குறவ என்னை விட்டுப் போவாளா? அவளால அப்படிப் போவ முடியும்னா என்னாலயும் அவளை நினைக்காமலும் தேடாமலும் இருக்க முடியும்தான... அவ அந்த மாப்பிள்ளையோடயே நிறைவாழ்வு வாழட்டும் சபீரு. என்னை நினைச்சி என்னாவப் போவுது? அவள நிம்மதியா இருக்கச் சொல்லு. வேணும்னா இப்போ

அவளுக்குச் சந்தோஷம்தானேன்னு நாக்கப் புடுங்குற மாதிரி ஒரு கேள்வி கேளேன்..."

"நீ இவ்வளவு வைராக்கியமா இருக்குற மாதிரி என்னால இருக்க முடியலியே கபீரு?"

"ரொம்ப நேரம் ஒக்காந்து பேசிட்டிருக்காத சபீரு... நான் இங்க ஒனக்காகக் காத்துக்கிட்டிருப்பேன். மறந்துடாத. போனோமா வந்தோமான்னு இருக்கணும். நீ வேகமாப் போ."

சபீர் வேகமாகப் போனான். தான் என்ன சொன்னோமோ அதை அவளிடம் இவன்போய்க் கச்சிதமாகச் சொல்லிவிடுவான் என்ற நம்பிக்கை கபீருக்கு இருந்தது. அவன் திரும்பி வந்து உண்மை நிலவரத்தைச் சொல்லுவான். அந்தக் கணத்திற்காகக் கபீரின் மனம் துடிக்கலானது. குட்டிபோட்ட பூனைமாதிரி அங்குமிங்குமாகச் சுற்றிச் சுற்றி வந்தாலும் இடையிடையே பேருந்து நிறுத்தத்தை வந்து பார்த்துக்கொள்வான்.

28

ரஹ்மத்துல்லா வேலையில் நன்கு ஊறி விட்டான். சிறியதாய் இருந்து இன்னும் கொஞ்சம் வளர்ந்துவிட்ட ஒரு நிறுவனத்தில் தான் கௌரவமான வேலையில் இருப்பதாய் நினைக்கும்போது பெருமிதம் தோன்றியது. முதலாளி சுந்தரம் சாரின் நம்பிக்கைக்குரியவ னாகவும் பாசத்திற்குரியவனாகவும் தான் இருப்பதாக அவன் கருதினான். அவரின் நடவடிக்கை அவனை மிகவும் ஆறுதல்படுத்துவ தாகத் தெரிந்தது. அண்ணனாக வரித்துக் கொண்ட ரஹ்மத்துல்லாவின் மனம். இவனுக்குத் தான்தான் காப்பாளர் என்ற எண்ணம் அவரிடமும் இருந்தது. இடையிடையே அலுவலகம் வந்து செல்லும் சுந்தரம் சாரின் மனைவி மீனாட்சிக்கும் இந்தப் பையனை நன்கு புரிந்துகொள்ள முடிந்தது.

இந்தி சரளமாகிவிட்டது. கல்லூரி படிக்கும் காலத்திலும் அதற்கு முன்னரும் சின்ன கையடக்க டிரான்ஸ்சிஸ்டரில் தொடர்ந்து இந்திப் படப் பாடல்களைக் கேட்டு வந்ததில் அம்மொழிக்கான உச்சரிப்பும் நளினமும் கூடிவந்திருந்தன.

எல்லாம் சரி. ஆனால் ஊர்வாசம் விட்டு விடும்போல இருந்தது. ஒரு கட்டத்தில் தனக்கு அடைக்கலம் கொடுத்த காஜா மாமா வீடிருந்த திசையையே மறந்துவிட்டான். எப்போதாவது வீட்டுக்கு போன்போட்டுப் பேசி நலம் விசாரித்துக் கொள்வான். அவர்களின் பதிலில் வறண்ட தன்மையே இருக்கும். ‘நீ வீட்டுக்கு வராதவரைக்கும் சரி’ என்கிற படபடப்போடு அவர்கள் ஒதுங்கிக் கொள்ள விரும்புவதை அந்த உரையாடலில் அவன் கண்டுகொண்டுள்ளான். எனினும் நன்றி விசுவாசத்தோடு அவ்வப்போது பேசிக்கொள்வதை மட்டும் கைவிட்டுவிடக் கூடாது.

வாப்பாவுக்கும் ம்மாவுக்கும் தங்கச்சிகளுக்குமாகப் பல கடுதாசிகள் எழுதிப்பார்த்தான். கடிதப் போக்கு இருந்தது; வரத்து இல்லை. தன் சம்பளத்தில் பெரிய செலவுகளைச் செய்வதில்லை. உண்டியலில் பணம் சேர்ந்திருந்தது. வீட்டுக்கு அனுப்பிவைத்தாலென்ன? மறுநாளே அஞ்சல் அலுவலகம் சென்று வாப்பாவின் பெயருக்குப் பணம் அனுப்பினான்.

கற்பனை செய்தான்: பணத்தை மலர்ந்த முகத்தோடு வாப்பாவும் ம்மாவும் வாங்கிக்கொள்கிறார்கள்; ம்மாவின் முகத்தில் சிரிப்பு பொங்கி வழிகிறது; வாப்பா உற்சாகத்தோடு பள்ளிக்கூடம் செல்கிறார். தங்கச்சிகளுக்கும் தம் கூடப் பிறந்த காக்கா நல்ல புத்தியோடு வருங்காலங்களில் நடந்து கொள்வானென்ற நம்பிக்கை உண்டாயிற்று. எல்லாருமாக ஆளாளுக்கு ஒரு தாளை எடுத்துக் கடிதமாக வரைந்து தள்ளுகிறார்கள். எல்லாரும் எழுதிய தாள்களை வாங்கி ஓர் உறையில் போட்டு முகவரியை எழுதுகிறார் மஜீத் வாத்தியார். கொஞ்சம் சோற்றுப் பருக்கையை வாங்கி அதை உறையில் தடவி ஒட்டலாம்தான்; ஆனால் வாப்பாவின் படபடப்பு சிந்திக்கவிடாமல் தடுக்கிறது. நாவால் பசையைத் தடவி அப்படியே ஒட்டுகிறார். முகவரியை ஒருமுறை சரிபார்த்து விட்டு, அவசரமாக அஞ்சலகம் விரைகிறார். கடிதத்தோடு வரும் மஜீத் வாத்தியாரிடம் பிரம்மநாயகம் கேட்கிறார், "இது என்ன சமீராவுக்கா?" "இல்லே பிரம்மு, மொவனுக்கு..." ஆச்சரியமாகப் பார்க்கிறார். கைநீட்டி வாங்கிய உறையில் போஸ்ட்மேன் பெருமாள் அஞ்சல் முத்திரையை ஓங்கிக் குத்துகிறார். பெரிய பையில் போட்டுக் கட்டித் தலைமை அஞ்சல் அலுவலகம் செல்கிறார். அங்கிருந்து ரயிலில் அனுப்பி வைக்கிறார்கள். அப்படியாக அனுப்பப்பட்ட கடிதம் இன்னும் கனவில்தான் இருக்கிறதே தவிர, ரஹ்மத்துல்லாவின் கைகளுக்கு வந்து சேரவில்லை. ஆனால் மணியார்டர் வந்து விட்டது – திருப்பியனுப்பப்பட்டு!

சுந்தரம் சார் அதிர்ந்துவிட்டார். ரஹ்மத்துல்லா தான் அனுப்பிய மணியார்டரைத் திரும்பப் பெற்றுக்கொண்டான். அவன் முகம் சவமாகிவிட்டதைப் பார்த்து சுந்தரம் கதி கலங்கினார். அவன் முகத்து நரம்புகள் தாறுமாறாகச் சிக்கிக் கொண்டுவிட்டன. நிறுவனத்தில் எல்லாரும் பார்த்துக் கொண்டிருக்கும்போதே இப்படியாகிவிட்டது. ரஹ்மத்துல்லா குனிந்த தலை நிமிராமல் இருக்கையில் உட்கார்ந்தான். அடுத்துச் செய்ய வேண்டிய வேலை அவனுக்கு மறந்துவிட்டது. பக்கத்தில் வந்த சுந்தரம் சார் மணியார்டரை அவனிடமிருந்து வாங்கிப் பார்த்தார். ரெஃப்யூடு. அப்படியே அவனிடம் நீட்டினார்.

அவன் பாத்ரூம் போனான். நீண்ட நேரமாய்க் கதவு திறக்கவில்லை. எல்லாரும் ஒருவிதமான மூச்சுமுட்டலோடு இடைவெளி விட்டு அங்கே பார்த்தபடியிருந்தார்கள். அதிர்ந்த சுந்தரம் அவசரமாகச் சென்று கதவைத் தட்டப்போகும் நேரத்தில் அவன் கதவைத் திறந்து வெளியே வந்தான். சுந்தரம், அவனைத் தட்டிக்கொடுத்தார். "ஒண்ணும் யோசிக்காத தம்பி... வேலையப் பாரு..."

அந்த ஞாயிற்றுக்கிழமை, ரஹ்மத்துல்லாவை முதன் முதலில் எந்தப் பூங்காவில்வைத்துச் சந்தித்தாரோ அங்கேயே அவனை வரவழைத்திருந்தார் சுந்தரம். "சொல்லு... வீட்டுக்கும் உனக்கும் என்ன பிரச்சினை?" அவன் ஜுனைதாவைத் தான் விரும்பியதாகவும் வீட்டில் அதற்கு உடன்படாததால் சண்டைபோட்டுவிட்டு யாரிடமும் சொல்லாமல்கொள்ளாமல் ஓடிவந்துவிட்டதாகவும் சொன்னான்.

சொல்லப்படாத வேறொரு கதை இருப்பதாக சுந்தரம் நினைத்துக்கொண்டார். தான் உதவ முடியாது என்று புரிந்துகொண்டார்.

வீட்டுக்கு அழைத்துச்சென்று சாப்பிடவைத்தார்; சுந்தரம் மனைவி மீனாட்சி பக்குவமாகப் பரிமாறினார். வார்த்தைகள் ஏதும் சொல்லாமல் பெரும்பசி கொண்டவனைப்போல அவர் போட்டதையெல்லாம் குனிந்த தலை நிமிராமல் அமைதியாக உண்டான். கணவனும் மனைவியுமாக அமைதியுடன் அவனைப் பார்த்தார்கள்.

29

தனக்கு வங்கியில் வேலை கிடைத்த விவரத்தைச் சொல்லச் சில வாரங்களுக்கும் முன் வேலை மெனக்கெட்டு மும்தாஜின் தம்பி உதுமானின் வீட்டுக்குப் போனான் சபீர். சௌதாம்மா தன் மூத்த மகன் அக்ரம் வீட்டில் இருப்பதாகத் தெரிந்தது. அங்கே போனான். தான் போகும் நேரம் மும்தாஜும் அங்கே இருந்துவிட்டால் மிகவும் அருமையாக இருக்கும். இறைவன் என்ன நினைத்திருக்கிறானோ? ஆர்வமும் ஐயமுமாக அங்கு போயிருந்தான். இவன் சென்றதும் அக்ரம் மலர்ச்சியோடு வரவேற்றான். சௌதாம்மா நடுக்கூடத்தில் போட்டிருந்த ஒரு நாற்காலியில் உட்கார்ந்திருந்தார். தான் வருவதைப் பார்த்ததும் அவர் ஒரு மகாராணிபோல உட்கார முயற்சிசெய்வதாய்த் தெரிந்தது சபீருக்கு. அவருக்கு சலாம் சொன்னதற்குப் பதில் சலாமும் சொன்னார். இவன் அவரை நெருங்கி நலம் விசாரித்தபோது அவரும் பதிலுக்கு இவனுடைய ம்மா, காக்கா நலத்தைக் கேட்டறிந்தார். கேள்விக்குப் பதிலோடு நிறுத்திவிட்டார்.

சபீரின் கண்கள் சற்றே துழாவின. வீட்டின் அமைதியைப் பார்த்தால் மும்தாஜ் இருப்பதாகத் தெரியவில்லை; அவளின் குரலும் கேட்கவில்லை. அது கடும் ஏமாற்றம். வந்த வேலையைச் செய்வோமென்ற பாவனையில் அக்ரமிடம் சொல்வதுபோல், சௌதாம்மாவை நோட்டமிட்டவனாக, வங்கியில் வேலை கிடைத்துவிட்ட செய்தியைச் சொன்னான். அக்ரம் கைகொடுத்து மகிழ்ச்சியை வெளிப்படுத்தினான். “நானும் கேள்விப்பட்டேன். ரொம்ப சந்தோஷம் சபீரு,” என்றான். சௌதாம்மாள் அசைவையும் காட்டவில்லை. ஏதோ பலசரக்குக் கடையில் வேலைகிடைத்ததாக எண்ணிவிட்டாற்போல. பேச்சு அவ்வப்போது தேங்கித் தேங்கி நின்றது. இவனாகத்தான் தம் கட்டி

இழுத்துச் சென்றான். அக்ரம், தான் அவசரமாகக் கடைக்குப் போக வேண்டுமென்று சொல்லிவிட்டுப் போய்விட்டான். சபீர் வேறென்ன இவரிடம் பேசுவது என்கிற யோசனையாக எதையெல்லாமோ இழுத்துப்பார்த்தான். தன் பொறுமை தனக்கே காலாவதியாகிவிடலாகாது என்ற எண்ணமாய் மும்தாஜை விசாரித்தான். அவனின் முகம் பார்க்காமல் சௌதாம்மா சொன்னார், "அவ நல்லாயிருக்கா, பெரம்பூர் பக்கமா..."

"அவ அட்ரஸைக் கொஞ்சம் குடுங்களேன்."

கொதித்துவிட்டார் சௌதா. "அவள்ட்ட உனக்கென்ன பேச்சு? நீ அவளைப் பாக்கத்தானே இங்க வந்த? எனக்குத் தெரியாதாக்கும் உன் கூத்து என்னான்னு? உன் பேங்கு கித்தாப்பையா இங்க காட்ட வந்த? பேசாம எழுந்து போயிரு பாத்துக்க. என்னைப் பொல்லாதவளா ஆக்கிறாத." இந்த வெடிப்பை சபீர் எதிர்பார்க்கவில்லை.

அக்ரம் சொல்லிவிட்டுச் சென்றிருப்பான்போல, அவனது மனைவி ஒரு கோப்பைத் தேநீர் போட்டுக்கொண்டு அப்போதுதான் சபீரை நோக்கி வந்தாள். இங்கே நிமிஷ நேரத்தில் ஏதோவொரு மோசமான காரியம் நடந்துவிட்டதை அவள் உள்வாங்குவதற்குள் சபீர் மாயமாய் மறைந்து விட்டான். இந்தக் கோப்பைத் தேநீரை என்ன செய்வது?

அதிர்ச்சியில் நின்ற மருமகள், "இந்தாங்க மாமி டீ" என மாமியிடம் நீட்ட, "ஏளா இந்த டீயை நீ எனக்கா போட்டே? வீட்டுக்கு எவன் வந்தாலும் டீ போட்டுக் குடுத்துருவியா நீ? தூக்கித் தூர வீசுளா . . ." என்று உத்தரவுபோட்டார். அரண்டுபோனதில் மருமகளின் கால்கள் அசைவில்லாமல் நின்றன. "அவுங்கதான் டீ போட்டுக் குடுக்கச் சொன்னாங்க மாமி."

"ஆமா, புருஷன்காரன் சொன்னவுடனே அப்படி வளைஞ்சிட்டியோ. ஏளா என்ன முழிச்சிட்டு நிக்குற பேபேன்னு... போ உள்ள..."

சபீரைத் திட்டித் தீராத வார்த்தைகள் பாய்ந்தபடி இருந்தன.

அடுப்படிக்குச் சென்றபோதும் மருமகளின் திகைப்பு தீரவில்லை. இங்கே என்ன நடந்தது?

30

மும்தாஜுக்கு மனம் ஆறவில்லை. அவனுக்கு வேலை கிடைத்திருக்கிறது. அதுவும் பேங்கில். இதை யாரும் அவளுக்குச் சொல்லவில்லை. கண்ணுக்கும் காதுக்கும் எல்லாவற்றையும் மறைக்கிறார்கள். தன்னை இன்னும் சந்தேகமாகப் பார்க்கிறார்கள். கணவன் வாஹித்துடன் ஒட்டாமல் வாழ்க்கை போய்க்கொண்டே இருக்கிறது. காக்காவும் தம்பியும் அடிக்கடி புத்திமதி சொல்கிறார்கள், "மச்சானோட சந்தோஷமா இரி . . ." அந்தச் சந்தோஷத்தைத்தான் தேடித்தேடிப் போகிறாள்; அது இருக்குமிடம் தெரிந்தால்தானே!

அவங்கவங்க இஷ்டத்துக்கும் நம்ம தலையில ஒரு மாப்பிள்ளையக் கட்டிவச்சிட்டாங்க . . . அவன் பாதிநாளு வேலைக்குப் போறான், மீதி நாள்ல சும்மா இருக்கிறான். வேலைக்குப் போவலியான்னு கேட்டால் எரிஞ்சு விழுறான். 'வேலைய அவனவனும் இடுப்புலயா சொருகி வச்சிருக்கானுங்க'ன்னு நம்மகிட்டேயே திருப்பிக் கேக்குறான். அப்புறம் என்ன வேலைக்குத்தான் இவரு போய்ட்டு வர்றாருன்னு துப்புபுடிச்சா கல்யாண வீட்டுல சமையல்வேலைக்குத்தான் போய்க்கிட்டிருக்காரு. அல்லா எல்லாத்தையும் ஹரவாக்கிப்[1] போட்டுட்டான்.

இப்படி மாப்பிள்ளைய பாத்துட்டீயளேன்னு ம்மாட்ட அப்பப்ப எரிஞ்சிவிழுந்தா, "சும்மா கெடல்லா. எல்லாம் அல்லா சுலபமாக்கி வப்பான்"னு சொல்றா. இன்னைக்கு சமீராவப் பாத்த இடத்துல அவ ஒவ்வொண்ணா சொல்லச் சொல்ல சபீரு எங்கேயோ ஒசக்க[2] போய்ட்டான்னு தெரியுது. பின்னே தெரியாமலா அவனுக்கு ஒரு

1. ஹரவாக்கி – பொருத்தமில்லாததாக ஆக்கி
2. ஒசக்க – உயரே

பெரிய ஆபீசரு வந்து பொண்ணு கொடுத்து, வேலையும் தேடிக்குடுத்திருக்காரு.

அந்த நாளின் வார்த்தைகள் குத்தீட்டியைவிடவும் மோசம். ம்மா வாளால அறுத்த மாதிரி கேட்டதை மும்தாஜ் எண்ணிப்பார்த்தாள். "ஏல பொண்ணு கேட்டால்ல வர்றே? ஒன் குடும்பத்துக்கும் என் குடும்பத்துக்கும் ஏணிவச்சாலும் எட்டுமால? எங்க குடும்பம் எப்படிப்பட்ட குடும்பம் தெரியுமா? அவளுக்கு நான் ராஜா மாதிரி மாப்பிள்ள பாத்துக் கட்டிக்குடுப்பேம்ல. நீ என்ன தைரியமிருந்தா என்கிட்டேயே பொண்ணு கேட்டு வருவே? ஓடுல..."

உருக்குலைந்த பின்னாலும் அவன் சொன்னான், "அப்படில்லாம் சொல்லாதீங்க. நான் அவள உயிருக்குயிரா நேசிக்கிறேன்."

"போதும் போதும். ஒன் உசுர ஒங்கிட்டயே வச்சிக்கோ . . . அவளுக்கு ராஜா மாதிரி மாப்பிள்ள வர்றானா இல்லியான்னு நீயே ஒரு காலத்துல பாப்பேல."

இதோ ராஜா மாதிரி மாப்பிள்ள வந்து கல்யாண வீட்டுச் சமையலுக்குக் கையாளா போய்ட்டு வர்றாரு...

தலையில் அடித்துக்கொண்டாள்.

இப்போதெல்லாம் மும்தாஜால் அவனை ஏறெடுத்துப் பாக்கவே முடியல்ல. முகத்தப் பாத்துப் பேசேன்ங்குறான். எப்படி பார்ப்பாள்?

கூவே கூவேன்னு அழுதாள்.

காக்காவும் தம்பியுமா ஏதோ உடன்பொறந்தான்னு சொல்லித் தங்களோட வருமானத்துல கொஞ்சம் தந்து ஒதவுறாங்க.

31

மஜீத் வாத்தியாருக்கு ஆரம்பப்பாடசாலையின் தலைமையாசிரியராகும் வாய்ப்பு வருவதுபோல இருந்தது. வரிசைமுறைப்படி அவர்தான் அடுத்த இடத்தில் இருக்கிறார். ஆனால் அவருடைய சிந்தனையில் அது ஏனோ படியாமல்போயிருந்தது.

ஊரும் உலகமும் முன்புபோலத் தன்னை மதிக்கவா செய்கிறது? தன் தலை தாழ்ந்துகிடக்கும்போது இந்தக் கௌரவம்தானா இப்போது வேண்டும்? பள்ளிவாசலுக்குப் போய்த்தான் எத்தனை காலமாகிறது? ஊரில் யாராவது அதைக் கேட்டிருப்பார்களா? எல்லாரும் அப்படியே வாயை மூடிக் கம்மென்று கிடக்கிறார்கள். இடையிடையே கோட்டை ஜமாஅத் பள்ளிவாசலுக்குப் போய்த் தொழுகை நடத்திட்டு வந்தார். அதுவும் மனத்துக்கு இயல்பாயில்லை. அவ்வாறு போவது தன் பெருமையைத் தானே குலைத்துக்கொள்வது மாதிரி.

குடும்பத்துக்குள்தான் எத்தனையெத்தனை பிரச்சினைகள்? அவர்தான் எல்லாருக்கும் மூத்தவர். அவர் இருந்து விஷயங்களைக் கையாள வேண்டியிருக்கிற பிரச்சினைகளில்கூடத் தலையிட முடியாமல் ஒதுங்கிவிட்டார். தம்பி மாலிக்கின் பொஞ்சாதிக்கும்தான் இப்போது எவ்வளவு மப்பு? நெஞ்சு நிமிர்த்தி நடக்கிறாளே . . .

இத்தனை அவமானங்களுக்கு மத்தியில் தலைமையாசிரியர் வேலைக்குத்தான் போக வேண்டுமாக்கும்.

○

மாம்பழம் நாகூர்பிச்சை எதிர்பார்த்தது எதுவும் நடப்பதாயில்லை. தம்பி பேங்க் உத்தியோகத்துக்குப் போய் இரண்டு மூன்று மாதங்களாகியும் ஒன்றும் பெயர்வதாக இல்லை . . .

எத்தனையெத்தனை கடிதங்கள், யார் யாருக்கெல்லாம் எழுதியாகிவிட்டது? சும்மா இருக்க வேண்டிய இடத்தில் அபுதாஹிருக்கும் அவுதுமல்லிக்கும் இந்த வேலையெல்லாம் வேண்டுமா?

தெரிந்த வழி ஒன்றே ஒன்றுதான். மீண்டும் கடிதம் எழுதுவது; அபூவுக்கும் ஒன்று எழுதிட வேண்டும். பிரம்முவைப் பார்க்கப் போனார். அவர் செய்யதுவுடன் சேர்ந்து வயலுக்குப் போகவிருந்தார். செய்யது இதற்காகவே காத்திருந்தார். செய்யது, பிரம்மநாயகம் வீட்டுக்கு அப்போதே வந்துவிட்டார். பிரம்முவுக்கு வேலைநேரம் நான்கு மணிவரைக்கும். அந்தச் சின்ன அஞ்சல் நிலையத்துக்குள் தன் உடம்பைக் குறுக்கிக்கொண்டு அவர் உட்கார்ந்தாக வேண்டும். இது செய்யதுவுக்கும் தெரியும்; இருந்தாலும் வீட்டில் சாப்பிட்டமேனிக்கு அப்படியே சட்டையைத் தூக்கித் தோள்மேல் துண்டுமாதிரி போட்டுக்கொண்டு பிரம்மநாயகம் வீட்டை நோக்கி விறுவிறுவென்று நடந்தார். வரும்போதே பாஸிங்ஷோ சிகரெட்டை இழுத்துக்கொண்டு வந்தார். ஏதோ மழையில்லாமல் போய்விட்டது. இல்லையென்றால் இந்நேரம் பெர்க்லி சிகரெட் வாய்க்குள் இருந்திருக்கும். குப்குப்பென்று அந்தப் புகை தெருவழியே பரவி, ஒவ்வொரு வீட்டு நடையிலும் செய்யதுவின் வருகையை அறிவித்துவிடும். அப்படியான ஒரு புகைச் சுருள்தான் பிரம்மநாயகத்தின் நாசியைத் தொட்டது. உடன் அஞ்சலகத்துக்குள் இருந்தபடி அந்தச் சின்னஞ்சிறு ஜன்னலின் வழியே நைசாக வீட்டுத் தார்சாவை எட்டிப் பார்த்தார். இறுதிவரை இன்பம் தரும் பாஸிங்ஷோ இதோ முடியப்போகிறது. செய்யது தூணில் மதயானைபோலச் சாய்ந்திருந்தார். “ஆச்சி, தண்ணி தாங்கோ.” அலமேலு ஆச்சி ஒரு பித்தளைச் செம்பு நிறைய ஊற்றுத் தண்ணீரும் ஒரு துண்டு கருப்பட்டியுமாக செய்யதுவிடம் கையளித்தார்.

பிரம்மநாயகம் சத்தம் போட்டார். “ஏ, பேத்தலக்கடி மாடா... தொப்பை குலுங்கக் குலுங்க இந்த வேணா வெய்யில்ல ஓடிவந்து ஒக்காந்திருக்கியே... ஒன்னை இப்பவே எவம்ல வரச் சொன்னான்?”

“நீ என்ன பெரிய போஸ்ட் மாஸ்டர்னு நெனப்பில இருக்கியாக்கும்? அதான் பெருமாள் எல்லா தபாலையும் எடுத்துட்டு ஹெட் ஆபிஸுக்குப் போயாச்சில்லா. வீட்டுக்கு வர வேண்டியதுதான... அங்கன இருந்து என்னத்த நொட்டுற?”

“திடீர்னு செக்பண்ண ஆபீஸரு வந்தா எவமுல்ல பதில் சொல்லுவான், கிறுக்குப் பயல?”

“மறுபடியும் சேட்டையப் பாரேன். அங்க வயலுக்குப் பாய்ச்ச தண்ணியில்லாம இருக்கு . . . இவரு பெரிய கவர்ன்மெண்ட்டு உத்தியோகத்த புடிச்சித் தொங்கிக்கிட்டு இருக்காரு... முக்காத் துட்டுச் சம்பளத்துக்கு இம்மாம் பெரிய தோரணை தேவையால ஒனக்கு? பயிரெல்லாம் கருவிட்டுக் கிடக்கு. சீக்கிரம் மூடிட்டு வால.”

பிரம்மநாயகம் வயலும் செய்யது வயலும் பக்கம்பக்கமாய்க் கிடந்தன. யாராவது ஒருவர் போனாலும் இரு வயல்களுக்கும் தண்ணீரை மடைமாற்றிவிடுவார்கள். இருவரும் சேர்ந்து போனால் அது நிறையும்வரை அப்படியே வயல்வெளிகளில் பேசி வலம் வருவார்கள். இணைந்தே போவதில் அவர்கள் இருவருக்கும் பெரிய மன நிறைவு இருந்தது. வயல்கள் நாலு மைல் தூரத்தில் மஞ்சுவிளை பத்துக்காட்டில். அந்தத் தூரத்தை நிரவல்செய்யப் பேச்சுத்துணை அவசியம். அவ்வளவு தூரத்துக்கு வேகுவேகுவென்று தனிமனுஷனாய் எப்படி நடப்பது என்ற எண்ணம் இருவரின் மனத்திலும் இருக்கும்.

இந்தச் சமயத்தில்தான் சபீருக்குக் கடிதம் எழுத வேண்டுமென்கிற கோரிக்கையோடு மாம்பழ வியாபாரி வந்து நிற்கிறார். இரண்டு கடிதம் எழுதக் கேட்டு வருகிறவருக்கு ஒரு கடிதமாவது எழுதிக்கொடுப்போம் என்ற பெருந்தன்மையோடு அதை எழுதியும் கொடுத்துவிட்டார் பிரம்மு. “இன்னொரு கடிதம் நாளைக்கு எழுதுறேனே,” என்று கெஞ்சலாகச் சொல்லிவிட்டு அவசரம் அவசரமாகக் கதவை மூடினார்.

நாகூர்பிச்சைக்கு வேலை இப்படியெல்லாம் இழுத்துக் கொண்டு கிடக்கக் கூடாது. ஒரு வேலையைத் தொட்டால் அதை அங்கேயே அப்பவே முடிக்க வேண்டும். அதெல்லாம் சரிதான். ஆனால் எழுதத் தெரியாதென்றால், நம் தேவையை எப்படி உடனுக்குடன் நிறைவேற்ற முடியும்? அடுத்தவருடைய ஆத்திரம் கீத்திரமெல்லாம் பாத்துத்தான் பணிந்து நின்றாக வேண்டியிருக்கிறது. அவர் அந்த மன வேக்காட்டோடு வீட்டுக்கு வருகிறார். அங்கே ஹாஜிராம்மாள் தன் முந்தானையை விரித்து ஒரு கண்ணுக்குத் தூங்கி முழிக்கலாமே என்று தெருவீட்டின் ஓரமாய்க் கட்டையைச் சாய்த்திருக்கிறார்.

“அதான, நல்ல தீவனம் எடுத்தாச்சி... உடனே படுக்கையவும் போட்டாச்சி...”

“என்னல, பொல்லாமுருவம்மாரி பேசுற?”

“ஏளா, ஒன் மவன் வேலைக்குப் போனானே, பெரிய பேங்கு வேலை அப்படி இப்படின்னு. இன்னைக்குவரைக்கும் ஒத்த

பைசா அனுப்புனானால்லா? ஒரு கடிதம்போட்டுக் கேக்க நாதியில்ல ஒனக்கு?"

ஹாஜிராம்மாவுக்கும் கவலை இல்லாமலா இருக்கிறது? நாகூர்பிச்சையைவிடவும் நிறைய. அவன் நாலுகாசு அனுப்பி வைத்தால் வெற்றிலைக்கும் பாக்குக்கும் அங்குவிலாஸ் பொடி மட்டைக்கும் ஆகுமா இல்லையா? பாக்கியலட்சுமியில் நல்ல நல்ல சினிமாவெல்லாம் போட்டுக்கிட்டிருக்கான்னு எல்லாரும் சொல்லிக்கிட்டிருக்கானுவ. ஜனங்க ஒவ்வொரு படத்துக்கும் ஓடிஓடிப் போய்க்கிட்டே இருக்குவோ. நமக்குத்தான் ஒரு படம் பாக்க முடியுதா? கையில பைசா புரள மாட்டேங்குது. நல்ல காய்ப்பு இருந்திருந்தா இந்நேரம் வீடுநிறைய மாங்காயா குவிஞ்சு கிடக்கும். நாகூர்பிச்சைக்குத் தெரியாமல் அதில் நாலஞ்சு எண்ணம் எடுத்து அக்கம் பக்கத்துல கொடுத்துக் கொஞ்சம் காசுபாக்கலாம். அப்படியே படம்பாக்கவும் போகலாம். ஆனால் அது அவ்வளவு சுளுவான வேலையாவா இருக்குது? ஆகவே ஹாஜிராம்மாவுக்கும் கவலைகள் இருக்கத்தான் செய்கின்றன. என்ன செய்வது, நாகூர்பிச்சைக்கு அது தெரிய மாட்டேன் என்கிறதே.

மாட்டு வண்டியிலிருந்து மாங்காய்களையும் பழுக்கும் தன்மையிலுள்ள அரைவெட்டுகளையும் வீட்டில் குவிக்கும் போதே நாகூர்பிச்சையின் கண்கள் அவற்றை எக்ஸ்ரே எடுத்துக்கொள்ளும். அவர் தைரியமாக வெளியே போகிறா ரென்றால் மாங்காய்க் குவியலின் படம் மனத்துக்குள்ளே பதிவாகிவிட்டதென்று அர்த்தம். ஹாஜிராம்மா கைவைத்தால், கைவைத்த வேகத்தில் மாங்காய்கள் அங்கும் இங்குமாக பிறழ்ந்தாலோ அசைந்துகொடுத்தாலோ தொலைந்தது. வீட்டுக்குள் ஏறி உள்ளே வரும்போதே குவியலின் தோற்றமும் மனத்துக்குள் கிடக்கின்ற எக்ஸ்ரே படமும் ஒத்துவருகிறதா இல்லையா என்று மாம்பழ வியாபாரி சுலபமாகக் கண்டுபிடித்துவிடுவார். அப்புறம் வீட்டுக்குள் அரை மணிநேரத்துக்கும் குறையாமல் யுத்தம் நடக்கும். அது ஹாஜிராம்மாவுக்கும் அவருக்கும் இடையிலோ அல்லது நாகூர்பிச்சைக்கும் அவரது மனைவிக்கும் இடையிலோ நடக்கும். வெளியே இருக்கிறவர்களோ அக்கம்பக்கத்து வீட்டாரோ வாய்த் தகராற்றையும் வசனங்களையும் கேட்டு மண்டை கிறுகிறுத்தும் சிரித்துச் சிரித்து வயிறு கிழிஞ்சும் போவார்கள்.

அதனால் ஹாஜிராம்மாளுக்குக் கவலையெல்லாம் இல்லையென்று சொன்னால் அது பெரும்பாவம். ஏனோ வியாபாரிக்கு இந்த விஷயமெல்லாம் தெரிய மாட்டேங்குது.

32

மஜீத் வாத்தியாரைப் பொறுத்தமட்டிலும் சமைஞ்ச குமருகளை ரொம்ப நாள் வீட்டிற்குள் வைத்துக்கொள்ளக் கூடாது. சமைஞ்சிட்டா சட்டுப்புட்டுன்னு கல்யாணத்த முடிச்சிக் கொடுத்து மாப்பிள்ளை வீட்டுக்கு ஓட்டி விட்டுறணும். இவருக்கும் ஏனோ சோதனை தானே. ரஹ்மத்துல்லாவுக்குப் பிறகு பிறந்த மூன்றும் பொட்டச்சிகள். அவர் என்னதான் வசதிவாய்ப்புகள் உள்ளவராயிருந்தாலும், தான் ஒட்டாண்டியாகிவிடக் கூடாதென்கிற கவலை அவரின் மனத்துக்குள் அநேக நாட்களாகக் குமைந்து கொண்டிருக்கிறது.

பூர்வீக வீட்டில் ஒரு சுவாரசியம் நிகழ்ந்ததாக ஊரில் ஒரு பேச்சு உண்டு.

சமீராவுக்கு இரண்டு வருஷம் கழித்து சுமையா பிறந்தாள். அடுத்து ஜரீனாவைப் பெற்றெடுத்தார் குல்தூம். பிரசிடெண்ட் மாமாவுக்குக் கடும்கோபம் பொத்துக்கொண்டு வந்துவிட்டது. எப்பவும் வீட்டுத் திண்ணையில் எழுப்பப்பட்டிருந்த திண்டில் தலைசாய்த்து ஊர்ப் பொறணிகளையெல்லாம் பேசிக் களிப்பது பிரசிடெண்ட்டுக்கு வழக்கம். இப்படியாக இருந்துவரும் நாட்களிலே மூன்றாவதாகவும் பொட்டை பிறந்ததும் பிரசிடெண்ட் அப்பாவுக்கு வந்ததே வேக்காடு. மஜீத் வாத்தியார் மத்தியானம் சாப்பாட்டுக்காகப் பள்ளிக்கூடத்திலிருந்து இல்யாஸ் வாத்தியாருடனும் மூசா வாத்தியாருடனும் வீட்டுக்குத் திரும்பிக்கொண்டிருந்த அந்த நேரத்திலே மூன்றாவது பெட்டையைப் பெற்றுப்போட்டுவிட்டார் உம்மு குல்தூம். மஜீத் வாத்தியார் வீட்டு வாசல்படி ஏறும்போதுதான் அவருக்குச் சேதி தெரிய வருகிறது. குழந்தையின் அழுகுரல் கேட்கும்போதே

இது பெண் குழந்தையின் குரல் என்று பிரசிடெண்ட் கண்டுபிடித்துவிட்டார். என்ன இவள்? பையனைப் பெற்றுப் போட்டிருக்க வேண்டாமோ?

மஜீத் வாத்தியார் வீட்டினுள்ளே கால்வைக்கும்போது அவரின் வாப்பா கேட்டார், "என்னள உன் பொண்டாட்டி ஒரே பொட்டைப் புள்ளையா பெத்துப் போட்டுட்டிருக்கா?" சின்ன தெருதானே, அதுவும் அமைதி பூத்துக் குலுங்கும் தெரு. வீட்டு அடுப்படியில் நின்று பேசினாலும் தெருவெல்லாம் கேட்கிற மாதிரி அல்லாஹுத்தஆலா அமைதியை உண்டாக்கிவைத்திருக்கிறான். அப்படியானால், திண்ணையிலிருந்து பேசுகிற ஓங்கிய குரலுக்கு எவ்வளவு வலு இருக்கும்? வீடுதோறும் வாசற்படியைத் தட்டும். அப்படித்தான் இந்தக் கதையும் ஆகிவிட்டது. வாப்பா இப்படி கேட்டதும் மஜீத் வாத்தியார் எண்சாண் உடம்பும் கூனிக் குறுக விரால்மீன்போல வீட்டிற்குள் பாய்ந்துவிட்டார்.

இதுகுறித்து ஊரில் வேடிக்கையான கதையொன்று உலவுகிறது. பிரசிடெண்ட் அப்பா ஏதோ காரியமாக வீட்டினுள்ளே போனார். மூன்றாவதும் பொட்டையைப் பெற்றுப்போட்டுவிட்டோமே என்கிற வருத்தம் துளியுமில்லாமல் குல்தூம் தன் குழந்தைக்குப் பாலூட்டுவதாக பிரசிடெண்ட் மாமாவுக்குத் தோன்றிவிட்டது. மருமகள் மூஞ்சிக்கு நேராகவே கேட்டுவிட்டாராம், "என்னளா, பொட்டைப் புள்ளைங்களா பெத்துப்போட்டுட்டிருக்கே," என்று! வானத்து மின்னல் ஒன்று பீச்சியடித்துக்கொண்டு பூமியைக் கீறிப் பாய்ந்துவந்து குல்தூமின் வாயில் புகுந்துவிட்டது, "ஆமா, எங்க ம்மா வீட்டுலேருந்து கூடையில அள்ளிட்டு அள்ளிட்டு வந்து கொட்டுறேமுல்லா, பொறவு ஏன் சொல்ல மாட்டீங்க," என்று சொல்லி விட்டாராம். பிரசிடெண்ட் அரண்டுபோனார் என்று தனியாகச் சொல்ல வேண்டியதில்லை. அன்றிலிருந்து உம்மு குல்தூம் ஊரில் வீரப் பெண்மணி வரிசையில் வந்துவிட்டார்.

மூன்று பெண்களும் வீட்டின் சொத்து சுகங்களைப் பறித்துக் கொண்டு ஓடும் பிசாசங்கள் என்ற பயம் பிரசிடெண்ட்டுக்கு ஆழமாக வேரூன்றிவிட்டது. சுமையாவுக்கும் ஜரீனாவுக்கும் இடையில் மாலிக் – காத்தூன் தம்பதியினருக்கும் ஒரு பொட்டை பிறந்திருந்தது. ஆசாத்துக்கும் ஒன்றோ இரண்டோ பிறந்து விட்டால் போதும்; எல்லாம் காலி. இதிலே மாலிக்கின் வருமானம் பல்லி மிட்டாயும் குச்சி ஐஸூம் வாங்கிச் சாப்பிடத்தான் ஆகும். மழை ஒழுங்காய்ப் பெய்ய வேண்டும்; அப்படிப் பெய்தால் வயல்கள் விளைந்து வீடும் நிறையும்; வாழ்வும் நிறையும்; மனதும் குளிரும். ஆனால் அவ்வப்போது மழை முறுக்கிக்கொண்டு போய்விடுகிறது. கதைகளெல்லாம் இப்படியாயிருக்க, தன்னைத்

தவிர வேறு யாருக்கும் வீட்டைப் பற்றிய கவலை இருப்பதாகத் தெரியவில்லை என்பதுதான் பிரசிடெண்ட் அப்பாவின் கவலை. இதையெல்லாம் யாரிடம் சொல்லி அழ? பெட்டைகள் பிறந்துவிட்டதே என்று எவனாவது கவலைப்படுகிறானா? மறுபடியும் பெட்டைகளைத்தான் பெற்றுப் போடுகிறார்கள்.

இப்படியாகவே சுமையாவையும் சீக்கிரமாகக் கல்யாணம் பண்ணி அனுப்பிவைத்துவிட வேண்டும் என்ற எண்ணம் மேலோங்கியிருந்தது. சொல்லப்போனால் சமீராவுக்குக் கல்யாணத்தை முடித்த கையோடு சுமையாவுக்கான நிக்காஹ் நாளையும் மனத்தில் குறித்துவைத்துவிட்டார்கள். அதற்குக் காரணம் இருந்தது. சுமையாவுக்குச் சின்ன வயதிலேயே இவன்தான் மாப்பிள்ளை என்று உறவுக்காரப் பையன் சவுக்கத் அலியைத் தீர்மானித்துவைத்திருக்கிறார்கள். அவன் மஜீத் வாத்தியாருக்கு மச்சினன் உறவுமுறையில் வரக்கூடியவன். மச்சினனை எப்படி மருமகனாக வரிப்பதென்ற கவலை அப்போது தோன்றவில்லை. துலுக்கனுக்குத் தொண்ணூற்றெட்டு முறை. அப்படிப் போடு!

ஒரு பெண் குழந்தைக்கு இப்போதே மாப்பிள்ளை அமையுமென்றால் எவ்வளவு பெரிய அதிர்ஷ்டம் இருக்க வேண்டும்? இஸ்மாயில் மாமா இந்த அழகுக் குழந்தையைப் பார்த்தவுடனே மஜீத் வாத்தியாரிடம் சொன்னாராம், "மருமவனே, ஒம் மவளையே எம் பையனுக்குக் கட்டிவச்சிருவோம். நான் இப்பவே சொல்லிட்டேன். நீ மறந்துபோயி அந்தாக்குல வேறொரு பையனைப் போயிப் பேசி முடிச்சிறாதே. கேட்டியா நான் சொன்ன சொல்லு மாற மாட்டேன். நீயும் மாறிடக் கூடாது." ரெண்டாவதாகவும் பெண் குழந்தை பிறந்துவிட்டிருக்கிறதே என்ற ஆதங்கத்தில் மாமாவின் சொல்லுக்கு மஜீத் வாத்தியார் உடனே தலையாட்டிவிட்டார். இதொன்றும் ரகசியமாய் நடந்த பேச்சில்லை. எல்லாருக்கும் முன்னிலையில் அக்குழந்தை பிறந்த வீட்டில், அவளுக்கு சுமையா என்ற பெயரை வைக்கும்முன்னமே நடந்துவிட்டது. மாமாவாகிய இஸ்மாயிலும் மருமகனாகிய மஜீத்தும் சமகால வயதினர். ஆனால் ஊரில் நிறைய பேருக்கு வருத்தம். கன்னங்கரேலென்று பிறந்து வளர்ந்து படிப்பில் கூறில்லாமல் இருக்கின்ற ஒரு பையனை இப்படி அழகுச் சிலைக்குப் பேசிவைத்துவிட்டார்களே என்று. காலம் கரைந்தாலும் பேசிவைத்த உடன்பாட்டில் ஒருதரப்பும் பின்வாங்கவில்லை. ஆனாலும் சுமையா வளர வளர அந்த அழகு மன்மதன் சௌகத் அலிமேல் மையலாகிவிட்டாள் என்றுதான் ஊரில் சொல்லிக்கொள்கிறார்கள். மந்தையிலிருந்து மாட்டை ஓட்டிக்கொண்டுவரும் மாப்பிள்ளையைப் பார்த்து அநியாயத்துக்கும் வெட்கப்படுகிறாளாம். அவனைக் கண்ட

மாத்திரத்தில் ஓடி ஒளிவது, ரகசியமாக எண்ணியெண்ணி மூன்று வார்த்தைகள் பேசுவது, தனக்குரிய பணியாரம், ஓட்டு மாவு பங்குகளை வருங்காலத்தானுக்கும் பங்கிட்டுப் பிரித்துக்கொடுப்பது... என்னாங்கடா இந்த விளையாட்டு மசுரு என்று பார்க்கிறவர்களுக்கெல்லாம் வயிறு பற்றிக்கொண்டு எரிந்தது.

கடைசிவரை படிப்பு ஏறாத அவன், அப்படியே அரபு நாட்டுக்குப் போயிருக்கிறான். குவைத்திலோ துபாயிலோ ஒட்டகம் மேய்த்துவருவதாக ஊரில் சொல்லிக்கொள்வார்கள்; எப்படியும் புரமோஷன்தானே, மாட்டிலிருந்து ஒட்டகத்திற்கு? துபாய் மாப்பிள்ளை அந்தஸ்து வேறு இருக்கிறது, அது போதும். அவன் எப்போது விடுமுறையில் வருகிறானோ அப்போது கட்டுடா தாலியை என்று அவன் கையில் கருகமணியைக் கொடுத்துவிட வேண்டும்; அவன் அதை சுமையாவின் கழுத்தில் கட்டுவான். ஆகவே அனைவரும் அவன் வருகைக்காகக் காத்திருந்தார்கள்.

சமீரா குழந்தையுண்டாகியிருந்தாள். மஜீத் மாமாவுக்குக் கடிதமெழுதித் தகவல் சொன்னார் மருமகன் சுலைமான். வீட்டில் ரொம்ப நாளைக்கப்புறம் மகிழ்ச்சி வந்தது. மகிழ்ச்சிக் கூத்தாட்டம் ஒவ்வொரு முகத்திலும்! வாத்தியாராய் இருந்தாலும் மகிழ்ச்சியைக்கொண்டாட வார்த்தைகள் வரவில்லை அவருக்கும்! கால்கள் நடுங்குகின்றன. தாமதமில்லாமல் பதில் கடிதமும் எழுதிவிட்டார். குல்தூமுவுக்கு மெட்ராஸ் போக வேண்டுமென்ற ஆசை; மஜீத் வாத்தியாருக்கும்தான். மகளைக் கண்குளிரப் பார்க்க வேண்டும். நீர்மை இல்லாத நிலத்தில் மழை பெய்திருக் கிறது. நிலம் ஈர்த்துக்கொண்டு புல்பூண்டுகளையெல்லாம் தழைக்கச் செய்கிறது. பிரசிடெண்ட்டும் கிழவியும் அவசரமாக மஜீத்தைத் தேடிவந்து உடனே மெட்ராஸுக்குப் போகச் சொல்கிறார்கள். யாராலும் நிற்க முடியவில்லை; பேச முடியவில்லை. பொறுமையாய் எதையும் தின்ன முடியவில்லை. ஏதோவொரு தேவதை இந்த அருளை வழங்கியிருக்கிறாள்; முதலில் அப்படி நினைத்துப்பார்த்தார்கள். அப்புறமாய்த் தோன்றியது, எல்லாம் றப்புல் ஆலமீனு¹டைய கருணை! மறுநாள் பள்ளிக்கு விடுமுறை சொல்லிவிட்டுத் திருநெல்வேலிக்குப் பறந்தார் மஜீத் வாத்தியார். கால்கடுக்கக் கால்கடுக்கக் காத்திருந்து ரயிலில் டிக்கெட் போட்டுவிட்டார். வெள்ளிக்கிழமை ஜும்மா தொழுகையை முடித்தபின் புறப்பட்டுவிட வேண்டும். காலையில் போனவர் இரவு கவியும் நேரத்திற்கு வந்தார். வரும்போதே முகம் பிரகாசம் பூத்திருந்தது. குல்தூமிடம் விவரம் சொன்னார்.

---

1. றப்புல் ஆலமீனு – அல்லாஹ்.

நிழல் நதி

குல்தூம் கேட்டார், “அப்போ எனக்கு டிக்கெட் போடல்லியா?”

“இப்ப நீ வந்து என்னாவப் போவுது? நான் போன மறுநாளே திரும்பிவந்துருவேனே. நீ பேசாம வீட்டுல இரி.”

மனைவிக்கு வந்த கோபம் இன்னமட்டுக்கும் என்றில்லை; அப்படியே அடுப்படிக்குப் போய்விட்டார். எல்லாக் கோபங்களும் வருத்தங்களும் இங்குதானே புதைந்துகிடக்கின்றன. குல்தூம் என்னெல்லாமோ முணுமுணுத்துக்கொண்டிருப்பது மஜீத் வாத்தியார் செவிகளில் விழாமலில்லை.

33

சமீரா குழந்தையுண்டான விஷயத்தை சபீருக்கு எழுதினார் ஹாஜிராம்மா. சபீர் அதை கபீருக்கு எழுதினான். கபீர் வாசித்து வாசித்துப் பரிதவித்தான். பரிதவித்து என்னாகப் போகிறது? முட்டாளுக்குப் புரியவில்லை. வேலையில் மனம் லயிக்க முடியாமல் கடித வரிகள் பித்துறச் செய்தன. வேலையை விட்டுவிட்டு எங்காவது போய்விடலாமா என்று தோன்றியது. பிடிக்காத வரிகள்; அவன் திரும்பத் திரும்ப வாசித்தான். எவரையும் பார்க்க மனமில்லை. சபீருக்கும் கடிதம் எழுத முடியவில்லை. ஏதோவொன்று செய்ய வேண்டும்; என்னவென்று அடையாளம்காண முடியவில்லை. ஞாயிற்றுக் கிழமை தன்னந்தனியனாக ஆகிவிட்டான். திசை களை அளந்தான். எல்லாத் திசைகளிலும் உறவினர்கள் இருந்தார்கள்; எத்தனை சொந்தங் கள் இருந்தாலும் எந்தச் சொந்தமும் இல்லை யென்று மனம் சொன்னது. பரந்து விரிந்த மெரீனா. அங்கிருந்த புல்வெளியில் அமர்ந்தான். வெயில் அவன் தலையை வறுத்தது. கொஞ்ச நேரம் புல்மீது சாய்ந்தான். நல்ல காற்று வீச வேண்டிய கடற்கரை வேகவைத்தது அவனை.

ஒவ்வொரு நாளும் மெருகேறிச் சுடர்விட்ட அவளின் பார்வைகள். இந்த உலகமும் இந்தப் பார்வைகளும் தனக்கானவை மட்டுமே என்றிருந்த காலம். தனக்கு அவளென்றும் அவளுக்குத் தானென்றும் கருதியிருந்தான் பைத்தியக்காரன். சமீரா – கபீர் என்றொரு காதல் ஜோடி லைலா – மஜ்னு போல! காதல் விவகாரம் சென்னைவரைக்கும் போய்விட்டது; பெங்களூர்வரைக்கும் போய்விட்டது; ஹைதராபாத்வரைக்கும் போய்விட்டது; பம்பாய்வரைக்கும் போய்விட்டது; அரபுநாட்டுப் பாலைவனங்களின் சூடான காற்றோடு இந்தச் செய்தியும் ஊடுருவிப் போனது. பூமிப்பந்து

முழுக்க கபீர் – சமீரா என்று எழுதப்பட்டிருக்கிறது. எல்லா மனிதர்களும் பார்த்துவிட்டார்கள்; கவிஞர்களெல்லாம் கவிதை எழுதிவிட்டார்கள். அனைத்துத் தேவதைகளும் ஆசீர்வதித்துவிட்டார்கள். ஆகவே இனி பிரிக்க ஏலாது! ஆனால் மைதீன் உள்ளூரிலுள்ள தரகனார் மகன் சுலைமானுக்கு மட்டும் செய்தி போய்ச் சேராமல் இருந்திருக்கிறது. மஜீத் வாத்தியார் காதும்காதும் வைத்தாற்போல் காரியத்தைக் கச்சிதமாகச் செய்துவிட்டார். ஒருநாள் காலையில் சுலைமான் ஊருக்கு வந்தது எல்லாருக்கும் தெரிந்தது. வருஷாவருஷம் வருவது மாதிரி. ஆனால் இரவுக்குள் வந்த செய்தி வேறு. சமீராவுக்கு சுலைமானைப் பேசி முடித்தாகிவிட்டது.

கபீர் ஊரில்தானே இருந்தான். அவன் உயிர்தாங்கி நின்றது பெரிய விஷயம். மரியம் படபடத்துப்போயிருந்தாள். "மாமா," என்று அலறிவந்த அவள் கபீரிடம் செய்தி சொன்னபோது இருவரையும் பேயறைந்துவிட்டது.

கபீர் கெஞ்சினான், "அவளை வரச் சொல்லு. நான் பாக்கணுமுன்னு சொல்லு." மரியம் போய்ப் போய் வந்தாள். "இன்னொருக்கா போயிச் சொல்லு. இன்னைக்கு ராத்திரியே நான் அவளை எங்கேயாவது கூட்டிட்டுப் போயிருவேன்னு சொல்லு."

மரியம் எல்லாவற்றையும் சொன்னாள். "மாமா, அவ அமைதியா இருக்கச் சொல்றா... கொஞ்சம் பொறுக்கணுமாம். பொறுங்க..."

"எப்படி பொறுக்கச் சொல்ற மரியம்? நான் அவளை யாருக்கும் விட்டுக்கொடுக்க மாட்டன். விட்டுக்கொடுத்தா என் உசிரு போயிரும்னு சொல்லு. மெதுவா அவகிட்ட பேசிக்கிட்டே இங்குன கூட்டிட்டு வந்துரு...."

நிலையழிந்த நிலை. கபீரும் மரியமும் எதையெல்லாமோ ரகசியமாகப் பேசுவதும் மரியம் மீண்டும் சமீராவிடம் போவதுமாகப் பூமி தேய்ந்துபோனது. எல்லாரும் நிமிஷ நேரத்திற்கொரு முறை செய்திகளைச் சேகரித்தார்கள். எல்லாருக்கும் அதிசயமோ அதிர்ச்சியோ? கபீர் – சமீரா பிரிக்கப்பட்டு சமீரா – சுலைமான் ஜோடி உறுதிசெய்யப்பட்டுவிட்டது. கிராமத்தில் ஏற்கெனவே சுலைமான் – சமீரா எனும் பெயர் கொண்ட ஜோடிகள் மூன்று இருந்தன. இதோ நான்காவதாகவும் ஒரு ஜோடி!

"என்னடா இது ஆச்சரியம்? கபீரு பேரும் சுலைமான்னு இருந்திருந்தா அவனுக்கு சமீரா கிடைச்சிருப்பாளோ?"

கடைசி கடைசியாக மரியத்தைத் தூதுவிட முயன்றான். மரியம் சொல்லிவிட்டாள், "இனி அவள மாமின்னு கூப்பிட மாட்டேன் மாமா."

களந்தை பீர்முகம்மது

கதை நிறைவுற்றது.

மகனின் துயரத்தைக் கண்ட பின்னும் ஏதும் செய்ய இயலாத கையோடு அவனுக்குச் சோறுபோட்டு, "சாப்பிடுப்பா," என்று சொன்ன ஆயிஷாம்மாவிடம் சொன்னான், "எனக்கு சமீரா வேணும்மா."

குடும்பத்தில் எல்லா ஆண்களின் அதிகாரத்தையும் முறித்துப் போட்டுக் குடும்பத்துக்குப் பெரிய தலைபோல் ஆகி மகாராணியாய் வீற்றிருந்தார் மைமூனா மச்சி. மச்சியின் வீட்டுக்கு ஓடிப் போனான் –எனக்கு சமீரா வேணும். தன்னிடம் ஒரு வழக்கு வந்தால் அதற்காகக் கடைசிவரை முயன்று போராடுகின்ற மைமூனா மச்சி தன் கொழுந்தன் கபீருக்காகவும் கோதாவில் இறங்கிவிட்டார். தன் மாமியின் மகனாக இருந்த கொழுந்தன் இல்யாஸ் வாத்தியாரை வரவழைத்தார் மைமூனா. "கொழுந்தன் நல்லா கேட்டுக்கிடுங்கோ, என் சின்ன கொழுந்தன் கபீரு, சமீராதான் வேணும்னு ஒத்தக் கால்ல நிக்குறாரு. நீங்க மஜீத் வாத்தியார்கிட்ட சொல்லி என் கொழுந்தனுக்கு சமீராவக் கேளுங்கோ. பள்ளிக்கூடம் போற வழியில மஜீத் வாத்தியாருட்ட சொல்லுங்கோ. வாத்தியாரு என் சொல்லக் காதுகொடுத்துக் கேப்பாரு. இப்படி நான் சொன்னதா அவருட்ட சொல்லணும். வரும்போது நல்ல செய்தியோட வாங்கோ... சாயங்காலம் பேசுவோம்."

சாயங்காலம் நல்ல சேதி சொல்ல முடியவில்லை. மைமூனா யோசித்தார். புதுச் சேலையைக் கட்டிக்கொண்டார். மச்சியின் புருஷன் நூர் முகம்மது மூலையில் ஒரு ஸ்டூலைப் போட்டு வெற்றுடம்போடு சுவரில் சாய்ந்துகிடந்தார். என்ன கூத்தெல்லாம் நடக்கிறதென்று இதுவரை எல்லாவற்றையும் பார்த்தபடியிருந்தார். ஓரிரண்டு முறை மூச்சை இழுத்துவிட்டுக்கொண்டார். அதைத் தவிர அவரிடமிருந்து எந்த அணக்கமும் இல்லை. தன் கணவரிடம் சொல்லாமல்கொள்ளாமல் மைமூனா புறப்படவும் நூர்முகம்மது கேட்டார், பிள்ளைகள் கேட்டார்கள். "எங்க போற?"

"என் கொழுந்தனுக்குப் பொண்ணு கேக்கப் போறன்..."

"ஹும்... ஒன் கொழுந்தன்னு வெளியில சொல்லாத... அவன் ஒரு கிறுக்கன்லா..." நூர் முகம்மது மலையேறினார்.

மைமூனா மச்சி முறைத்துப் பார்த்தார். நூர் முகம்மது விடாமல் சொன்னார், "ஒழுங்கா படிச்சி காலேஜை முடிக்கத் தெரியல்ல . . . அரசியலு பொதுக்கூட்டம்னு அங்கேயும் இங்கேயுமா அலைஞ்சிக்கிட்டிருக்கான். ஊரு முழுக்க வேண்டாத சேக்காளிமாருங்க வேற. ஒரு கூறு இல்ல. வீட்டுல படுக்க நல்லதா ஒரு பாய்கூடக் கிடையாது. வருமானம் கிடையாது.

குடும்பப் பொறுப்பு கிடையாது. அந்தக் கூறுகெட்டவனுக்கா போயிப் பொண்ணு கேக்கப் போற?"

"வாய மூடுங்க . . . அதெல்லாம் தெரியாமயா என் கொழுந்தன் மேல உசிர வச்சிக்கிட்டிருந்தா அவ? நேரம் காலமில்லாம கொழுந்தன் வீட்டுல வந்து வந்து கதை பேசிக்கிட்டும் அவன் பின்னாலேயே சுத்திக்கிட்டும் இருந்தாளே? கட்டப்போறவளுக்கில்லாத அக்கறை ஒங்களுக்கென்ன வந்தது?"

புருஷன் பேச வாயைத் திறந்தார். "வாய மூடுங்கன்னு சொன்னேனா இல்லையா." மைமூனாவின் பார்வையில் அனல் பறந்தது. நூர் முகம்மது மலையிறங்கிவிட்டார்.

"கபீரு கொழுந்தன் என்னை மதிச்சி வந்து என்கிட்ட முறையிட்டுட்டாரு. என்மேல எவ்வளவு நம்பிக்கையிருந்தா, இப்படி வந்து வெட்கத்தை விட்டு என்கிட்ட பேசுவாரு? அவரு என்னை மதிச்சதுக்கு நான் கடைசிவரைக்கும் போராடுவேன். மஜீத் கொழுந்தன் நான் சொல்றதைக் காதுகுடுத்துக் கேக்கணும். அவரு மகள என் கொழுந்தனுக்குக் குடுக்கணும். இல்லேன்னா நாக்கப் புடுங்குற மாதிரி சூடா நாலு கேள்வி கேட்டுட்டு வந்துடுவேன்" என்ற கர்ஜனையோடு கிளம்பிப்போனார்.

மைமூனா மச்சி நிரம்ப தூரத்துக்கு நடக்க வேண்டி யிருந்தது. இடது கால் ஒத்துழைப்பில்லாமல் அவரின் நடையை முடக்கப் பார்த்தது. அவர் எதையும் பொருட்படுத்தவில்லை. மக்ரிஃப் நேரம்; கருக்கலைப் பொருட்படுத்தாமல் போகணும்; போனார். இராத்திரி ஒன்பதரை மணிவாக்கில் களைத்துப் போய் விறுவிறுத்த விழிகளோடு வீடு திரும்பிய மைமூனா ஆவேசமாகச் சொன்னார், "மஜீத் கொழுந்தன சூடா நாலு கேள்வி கேட்டுட்டுத்தான் வந்தேன்."

மறுநாள், கொழுந்தன் கபீரைக் கூப்பிட்டுச் சொன்னார், "வருத்தப்படாதீங்கோ கொழுந்தன். இதுக்கும் மேலா நல்ல பொண்ணா பாத்து நான் ஒங்களுக்குக் கட்டிவைக்கிறேன்."

34

ரீகல் தியேட்டரில் படம் பார்க்கப் போகும்போதுதான் ரஹ்மத்துல்லாவின் கண்களில் பட்டான் ஜாஃபர் அலி. சுமையாவின் கொழுந்தனாகப் போகிறவன். அவனும் இவனைக் கண்டவுடன் உடனே ஆர்ப்பரித்து ஓடிவந்து கையைப் பிடித்துக்கொண்டான். சினிமா என்ன பெரிய சினிமாவென்று அதை உதறிவிட்டு இருவரும் தோளோடு தோள் சேர்ந்துகொண்டார்கள். இருவர் முகத்திலும் கட்டுக்கடங்காப் பரவசம். தனிச்சுப் போய்க் கிடக்கிறோம் என்ற கழிவிரக்கத்தால் துவண்டு கிடந்த ரஹ்மத்துல்லாவுக்கு உற்சாகம் நிரம்ப. ஹோட்டலுக்குப் போவானுங்களோ, பிளாட்பாரக் கடையில் சாமான்கள் வாங்குவானுங்களோ, இவன் வாங்கினால் அவன் காசு கொடுக்க, அவன் வாங்கினால் இவன் காசுகொடுக்க என்று இறுகிப் பிணைந்துவிட்டார்கள்.

ரஹ்மத்துல்லா தனக்குள் கணக்குப் போட்டுப் பார்த்தான். எத்தனை மாசங்களாயிற்று சிரித்து? கணக்கு, வழக்கு, வியாபாரம், கடன், வரவுசெலவு என்கின்ற சொற்களுக்கும் மேல் வேறு சொற்களையே சொல்ல முடியாமல் தமிழ் வார்த்தைகளை யெல்லாம் மறந்துபோகும் தருணத்தில் ஜாஃபர் அலி வந்தான். பழைய சொற்களையெல்லாம் புதிய சொற்களைப் போலப் புடம்போட்டுப் பேசிக்கொண்டிருந்தான் ஜாஃபர் அலியிடம்.

அன்றிலிருந்து ஞாயிற்றுக்கிழமைகளுக்காகத் தவமிருந்தார்கள். ஊர் சுற்றினார்கள். படம் பார்த்தார்கள். கண்ட கண்ட வகையறாக்களைச் சாப்பிட்டார்கள். அவர்களின் உறவு வெவ்வேறு உரையாடல்களுக்குப் பழக்கியது; வெவ்வேறு இடங்களைக் கண்டறிந்தது. புதுசாகத் தோன்றிய போதைகள். மெல்லக் கால்கள் போகாத

திசைகளுக்குப் போகலாயின; தொட்டுத் தடவாத உடம்புகளைத் தொட்டுத் தடவின.

ரஹ்மத்துல்லாவைப் பார்த்தது மகிழ்ச்சியான விஷய மல்லவா? வீட்டுக்கு வரப்போகின்ற தன் சுமையா மச்சிக்கு இவன் கூடப்பிறந்த காக்காவாச்சே? வாப்பாவுக்கும் ம்மாவுக்கும் கடிதமெழுதினான் ஜாஃபர். அவர்கள் அந்தக் கடிதத்தைப் படித்ததும் எழுதினார்கள். 'எந்தக் காரணம் கொண்டும் ரஹ்மத்துல்லாவைப் பார்க்காதே, பழகாதே, பேசாதே' எனும் கட்டளைகள் ஒவ்வொரு வரிக்கும் இடையில் எழுதப்பட்டிருந்தன. 'நீ நல்ல பிள்ளையாகவே இருக்க வேண்டும்,' என்ற அறிவுரை வேறு. பெரிய பட்டணம் பம்பாயில் இருக்கும்போது எப்படி நல்ல பிள்ளையாக வாழ முடியும்? நல்ல பிள்ளையாக இருப்பது அவ்வளவு முக்கியமா? வாப்பாவுக்கும் ம்மாவுக்கும் பம்பாய் அனுபவம் கிடையாது. ஆகவே எழுதினான், 'நல்ல பிள்ளையாகத்தான் இருக்கிறேன், இருப்பேன்."

35

காத்தூன் மகாராஜனிடம் ஆலோசனை கேட்டார். "ஒன் சேக்காளி கபீருக்கு என் மகளப் பேசி முடிச்சிரலாமான்னு பாக்கேன். நீ என்ன நினைக்கே?"

அது சரியான மத்தியான நேரம். வெயில் நிலத்தைச் சூடாக்கி ஆவியைக் கிளப்பியிருந்தது. வழக்கம்போல நடமாட்டமில்லாமல் வெறிச்சோடிக் கிடந்தது தெரு. தன் வீட்டு வாசலில் காத்தூன் நிற்பதைத் தெருவின் அத்தக் கோடியிலிருந்து மகாராஜன் பார்த்தான். எப்போதும் வேகமாக, தெரு குலுங்கும்படியாக நடந்துவருவான். இப்போதும் அதே வேகம்; ஆனால் தெரு குலுங்கவில்லை; பறவையின் மெல்லிய சிறகடிப்பைப் போன்ற நடை. காத்தூன் அவனின் வேகத்தைப் பார்த்து அக்கம்பக்கம் திரும்பினார். யாருமில்லை; மின்வெட்டுப் போல வீட்டுக்குள் நுழைந்தார். அதே மின்வெட்டுத்தான் – மகாராஜனும்!

சில நாட்களாக இப்படித்தான் நடக்கிறது. மகாராஜன் வீட்டுக்குள் நுழைந்ததும் காத்தூன் ஈறு தெரியச் சிரித்து வரவேற்கிறார். அடுத்த கணம் பயம் தொற்றிக்கொள்கிறது. பயங்களினூடே இருவரும் குசுகுசுப்பாய்ச் சில நிமிஷங்கள் பேசிச் சிரித்துக்கொள்வார்கள். இப்படியாப்பட்ட சமயத்தில்தான் காத்தூன் அவனிடம் மேற்படி விவரம் கேட்டார்.

அவன் அவரை அண்ணாந்து பார்த்துவிட்டுச் சொன்னான், "அதுக்கென்ன பேசி முடிச்சிடுங்க."

"ஒன் சேக்காளிதான, அவனுக்கு ஒரு கடிதம் போடேன்."

"அதுக்கென்ன, எழுதிப் போட்டா முடிஞ்சிது..."

சிறிது நேரம் கழித்து அவன் அதே மின்வெட்டுப்போல வெளியேறித் தன் வீட்டுப் பக்கமாகப் போக யத்தனித்தான். அதோ அந்தத் தூரத்திலுள்ள பிள்ளையார் கோயில் பக்கமாக மஜீத் வாத்தியார், இல்யாஸ் வாத்தியார், மூசா வாத்தியார் ஆகியோர் பள்ளிக்கூடத்திலிருந்து வந்து கொண்டிருந்தார்கள். அதிக தூரம்தான். எனினும் அவன் கொழுந்தியா வீட்டிலிருந்துதான் வெளியே வருகிறானென்ற தெளிவான படம் கிடைத்துவிட்டது மஜீத் வாத்தியாருக்கு. இதயம் குலுங்கிப் பிதுங்கியது. மற்ற இருவரும் பேச்சு சுவாரசியத்தில் வருவதால் மகாராஜன் வந்தது அவர்களின் கவனத்தில் படவில்லை. இவன் தன் வீட்டை அடைவதற்குள் அம்மூவரும் சரிக்குச் சரியாக இவனை எதிர்கொள்வார்கள். அதனால் அப்படியே எதிர்ப்புறமாக வேகமெடுத்துத் திரும்பினான். அங்கே பிரம்மு சித்தப்பு கட்ட மண்ணில் ஒருகாலை ஊன்றியபடி மேற்கே பார்த்தவராகத் தற்செயலாகத்தான் நின்றிருந்தார். காத்தூனின் வீட்டிலிருந்து மகாராஜன் வெளிவருவதை அவரும் பார்த்துவிட்டார். மஜீத் வாத்தியாரின் மனநடுக்கம் என்ன அளவோ அதே அளவு பிரம்மநாயகத்தின் மனத்திலும் பதிந்தது. சித்தப்பு கூர்ந்து பார்ப்பதை அவன் தெரிந்துகொண்டாலும் இந்தத் திசைதான் இப்போது பாதுகாப்பானது. இந்தப் பொசமுட்டிலிருந்து தப்பிக்க பிரம்மு சித்தப்பாவிடம் என்ன பேசுவதென்று மகாராஜனுக்குக் குழப்பம். அவரை நெருங்கும் சமயத்தில் ஏதாவது பேசி அவரின் கவனத்தைத் திசைதிருப்பிவிட நினைத்தான். 'என்ன இவன் வரவர இவ்வளவு கிறுக்கனாயிட்டான். பெரிய போக்கிரியாயிருவான்போலல்லா இருக்கு?' என்று பிரம்மு சித்தப்பு நினைத்தார். இருவருக்கும் இடையே நிலைமை தோதாக இல்லை. அவர்கள் இருவரும் ஒருவர்மீது ஒருவர் நிலைகுத்தாமல் பார்வைகளை வயல்வெளிகளில் அலையவிட்டார்கள்.

மஜீத் வாத்தியாருக்கு ஒன்றும் ஓடவில்லை. யோசனையாய்ச் சாப்பிட்டுக்கொண்டிருந்தார். சாப்பிட்டுவிட்டால் மஜீத் வாத்தியார் கட்டிலில் லேசாகச் சாய்வார். மீண்டும் இரண்டு வாத்தியார்களும் தத்தம் வீட்டில் சாப்பிட்டு வரும்வரை அருமையான தூக்கம் அவரின் கண்களைக் கிறக்கிச் சாய்த்து விடும். சரியாக அவர்கள் வருவதற்கு ஐந்தாறு நிமிடங்கள் முன்னதாக குல்தூம் அவரை எழுப்பிவிடுவார். முகம் கழுவிச் சட்டையைப் போடுவதற்கான நேரம் அது. அவ்விருவரும் பின் வாசல் வழியாக உள்ளே வருவார்கள். அப்படியே அவர்களோடு பள்ளிக்கூடம் போய்விட வேண்டியதுதான். அந்த இயல்பு இன்று இல்லை. குல்தூம் கேட்டார், "என்ன ஒருமாதிரியா இருக்கீங்க?"

அடுத்த வீட்டை நோக்கி விரல் நீட்டியபடி, "அங்கே யிருந்து மகாராஜன் வர்றதைப் பாத்தேன்." கிசுகிசுப்பாய்ச் சொன்னார்.

குல்தூமுக்குப் பேச்சு நின்றது; மூச்சும்கூட நின்றுவிடும் போல இருந்தது. ஒருமாதிரியாகக் கணவரைப் பார்த்தார். மஜீத் வாத்தியார் மெதுவாகச் சொல்லிக்கொண்டார், "தம்பிக்குக் கடிதம் போடணும்…"

"அவ கபீருக்குத் தன் மவளைப் பேசிமுடிக்கணும்னு நெனக்கிறாளாம்," என்று குல்தூம் துக்கம் மண்டிய குரலில் எடுத்துக்கொடுக்கவும் மஜீத் வாத்தியாருக்கு மேலும் படபடப்பாய் வந்தது. சோதனைகளெல்லாம் வரிசையாய் வருதே, இது என்ன மாயம்? படபடப்பு குறையாமல் கேட்டார், "யார் சொன்னா ஒனக்கு?"

"லட்சுமி சித்தி."

"உண்மையாத்தான் சொல்றியா?" குல்தூம் தலையாட்டினார். "நாம கபீர விட்டுறக் கூடாது," என்று மருவினார் மஜீத்.

"எனக்கும் அவன் ஞாபகமாவே இருக்கு. கண்ணுக்குள்ளேயே நிக்குறான். என் காலைக் காலைச் சுத்திக்கிட்டு வந்தான், மச்சி மச்சின்னு." குல்தூமின் கண்கள் கலங்கிச் சிவந்தன. நெஞ்சம் தழுதழுத்து வந்தது. மனைவியை மேலும் அதைரியமாக்கிவிட வேண்டாம் என்று மஜீத் வாத்தியார் சமாதானப்படுத்தினார்.

"என்ன செய்ய? அவன் படிச்சி ஒரு நல்ல வேலையில இருந்திருந்தா இந்நேரம் அவனுக்கே சமீராவ இந்தா புடின்னு குடுத்திருக்க மாட்டேனா. நான் எதிர்பார்த்ததையெல்லாம் நாசமாக்கிட்டானே? சரி, சொத்துப்பத்தாவது இருந்துதா? எந்தத் தைரியத்துல அவனுக்குப் பொண்ணு குடுக்க முடியும்?"

கபீரை மஜீத் வாத்தியார் குடும்பம் ஒட்டுமொத்தமாக ஏமாற்றிவிட்டதாகக் கிராமத்தில் எல்லாருக்கும் வருத்தம்தான். 'கபீரைப் பக்கத்தில் உட்காரவைத்து மனம் திறந்துபேச வேண்டும்' என குல்தூம் மனம் பேதலித்துக் கிடந்தார். யாருமே எதிர்பார்க்கவில்லை. அவன் சட்டென்று ஒருவரிடமும் சொல்லிக்கொள்ளாமல் மெட்ராஸுக்குப் போய்விட்டான். பின்னாலுள்ள வீட்டில் என்ன நடந்தது என்றுகூடத் தெரியாமல் இருந்துவிட்டோமே என்ற துயரம் ஏராளம் குல்தூமுக்கு. சேதி வந்தபோது யாருக்கும் தெரியாமல் அழுதார். குறிப்பாகப் பிள்ளைகள் பார்த்துவிடக் கூடாது. கபீர் கண்ணில் இருந்தான்; மனத்தில் இருந்தான்; காணும் இடத்திலெல்லாம் இருந்தான்.

நிழல் நதி

சமீராவுக்குக் கல்யாணமெல்லாம் ஆகி, இதோ குழந்தையும் உண்டாகிவிட்டாள். ஆனால் கபீரின் நினைவு மட்டும் குல்தூமின் மனத்திலிருந்து வெளியேறவில்லை. அவன் இந்தத் தெருவுக்கே அழகு தந்தான்; அவனின் நடையும் பேச்சும் ஒவ்வொருவரையும் ஒவ்வொரு முறையும் குதூகலப்படுத்தின. கொழுந்தனென்று மனத்துக்குள் இருப்பவனை எப்படி மருமகனாக்கிக் கொள்ள முடியுமென்றெல்லாம் குல்தூமும் கவலைப்படவில்லை. மற்றவர்களுக்கும் அது பிரச்சினையாக இருக்கவில்லை. தூர தூரமான உறவிலுள்ள ஒருத்தனை அவ்வளவு நெருக்கமான கொழுந்தனாய்த் தனக்குள் ஏற்றுக்கொண்டு இப்படியாக, மனம் பேதலித்துக் கிடந்திருக்க வேண்டாம்.

மூன்றாவது பெண்ணுக்கு அவனை மணமகனாக்கிக் கொண்டுவந்துவிட வேண்டுமென்ற கடைசி ஆசை இருக்கிறது. இந்நேரத்தில் காத்தூனும் போட்டிக்கு வந்து நிற்பது பெரும் கவலையாக இருந்தது. ஆயிஷா மாமியிடம் காத்தூன் பேசிவிட்டதாகவும் சொல்கிறார்கள். மாமி என்ன பதில் சொன்னார், சம்மதப்பட்டுவிட்டாரா என்ற ஊசலாட்டம் குல்தூமின் மனதை அசைத்தபடியிருக்கிறது. காத்தூன் அவ்வளவு உரிமையெடுத்து ஆயிஷா மாமியிடம் பேச முடிகிறது, நான் ஏன் அந்த உரிமையை இழந்தேன்? ஒரு விஷயத்தில் உம்முகுல்தூம் விட்டுக்கொடுக்காமல் நடந்துவருகிறார். ஆயிஷா மாமியைக் காணும்போதெல்லாம் கபீரைத் தனி அக்கறை எடுத்து விசாரிக்கிறார். "கபீரு கொழுந்தன் பணம் வருதா, கடிதம் வருதா, நல்லாயிருக்கானாமா?" பதில் கொடுக்கும் போது மாமியைப் பார்த்தாலும் பாவம்போலத்தான் இருக்கும். கல்மிஷம் இல்லாமல் பேசுகிறார். அது ஆறுதலாயிருக்கும் குல்தூமுக்கு. கோபமோ வருத்தமோ எதுவாக இருந்தாலும் முகம் சுண்டாமல் பேசுகிறார் ஆயிஷா மாமி.

ஜரீனாவைப் பார்த்தால் சமீராவிடமிருந்து அவளை உரித்துப்போட்டதுமாதிரி இருக்கும். ஒருவரிலிருந்து ஒருவர் குறையாத நெகுநெகுப்பு. கபீருக்கு ஆட்சேபம் சொல்ல எதுவுமிருக்காது. அப்புறம் மெட்ராஸிலிருந்து கபீர் கொழுந்தன் வருவானானால், தானே அவனிடம் மனம்விட்டுப் பேசும் போது அவன் தன் விருப்பத்திற்குத் தலையாட்டிவிடுவானென்ற நம்பிக்கை குல்தூமுக்கு உள்ளூர ஊறிக் கிடந்தது. இப்படியாகத் தன் துயரங்களில் தானே மூழ்கிவிடாமல் எழும்பி நிற்க முயல்வார் குல்தூம்.

36

எல்லாவற்றையும் அவசரமாக முடிக்க வேண்டும்போல மஜீத் வாத்தியார் பரபரப்பாகி விட்டார். நேற்று ராத்திரி படுக்கையில் சாயும் போது எதையெல்லாமோ நினைத்துவிட்டாற் போல; காலையில் அவசரம் ஆட்கொள்கிறது. பள்ளிக்கூடத்திற்குப் போகும்முன்னே சமீரா விற்கு ஒரு கடிதம் எழுதினார். அதையும் வேக வேகமாக எழுதினார். சுமையாவுக்குக் கல்யாணத்தை அவசரமாக முடிக்க வேண்டும்; அதற்கும் முன்னே ஜரீனாவுக்கு கபீரைப் பேசி முடித்துவிட வேண்டும். தான் விரைவில் மெட்ராஸுக்கு வரப்போவதாகத் தெரிவித்திருந்தார்.

சுமையா விஷயமாக மெட்ராஸில் இருக்கும் மாமாவைக் கலந்துபேசவும், கபீரைக் கண்டு சமாதானப்படுத்தவும் என இரண்டு திட்டங்கள் மஜீத் வாத்தியாரிடம் இருந்தன. தன் மகளை கபீருக்குப் பேசி முடிப்பதில் காத்தூன் எவ்வளவு தூரம் முன்னேறிப் போயிருக்கிறாளோ என்கிற கவலையும் மனிதரைக் குழப்பியடிக்கிறது. தங்களுக்கு உரிமைப்பட்ட விஷயத்தில் அவள் எப்படி வில்லிபோல நுழைகிறாள்? அவ்வளவு பெரிய கோபத்தில் இருந்தார் மஜீத் வாத்தியார். இதையெல்லாம் சமீராவிடம் அவர் சொன்ன போது அவளுக்கும் கலக்கம் வந்தது.

வாப்பா என்ன தைரியத்தில், என்ன நோக்கத் தில் சமீராவிடம் கேட்டாரென்று தெரியவில்லை. அவர் கேட்கிறார், "நீ கபீரைப் பாத்தியா?" சமீரா தயங்கியவளாகப் பேசினாள், "இல்லே வாப்பா. நான் அவன இன்னும் பாக்கவே இல்ல."

"சபீரோட அவன் சுத்திக்கிட்டிருப்பான். கல்யாண வீடுகள்லாம் வந்துச்சே. அதுக்கு அவங்க ரெண்டுபேரும் சேர்ந்து வந்திருப்பாங்கதானே?"

“இல்லே வாப்பா. சபீர்தான் அன்னைக்கு மதார்மாமா வீட்டுக் கல்யாணத்துக்கு வந்தான். அவனோட கபீரும் வருவான்னு பாத்தேன். வரல்ல.” மகளின் ஆற்றாமை அவளையும் மீறித் தனக்குள் இறங்குவதாக ஒருகணம் மஜீத் வாத்தியார் அமைதியாக இருந்தார். எப்படியும் கபீர் எங்காவது ஓர் இடத்தில் தன் மகளைப் பார்க்கவாவது வந்திருப்பானென்று மஜீத் வாத்தியார் எண்ணியிருந்தார். அப்படி நினைப்பது நல்ல விஷயமாக இல்லை; என்றபோதும் ஏனோ அப்படி நினைத்துவிட்டார். நிரம்பவும் வைராக்கியமாக இருக் கிறானோ? “அவன் ஏன் வரல்லேன்னு சபீர்ட்ட கேட்டா சொல்லியிருப்பானே?”

“அவன வரச் சொல்லியிருக்கேன். இன்னும் கொஞ்ச நேரத்துல வந்துருவான்னுதான் சபீரு சொன்னான். அப்புறம் அவன் வந்ததும் போனதும் எனக்குத் தெரியல்ல .”

ஒரு குவளை தேத்தண்ணீர் போட்டு வாப்பாவின் முன் வைத்தபோது வாப்பாவின் நிலையும் அவரின் தோற்றமும் அவளை உலுக்கின.

“ஏன் வாப்பா நீ இப்படி மெலிஞ்சிட்டே?”

“ரொம்ப நாளைக்கப்புறம் பாத்தா அப்படித்தாம்மா இருக்கும்.”

அடுத்த கேள்வியைக் கேட்கலாமா, வேண்டாமா? யோசனையை மீறினாள். “நீ வர்றதப் பத்தி கபீருக்கு எதுவும் தெரியுமா வாப்பா?”

“அதெப்படிம்மா தெரியும்? அப்படில்லாம் சொல்லிட்டா அவன் முன்னால போயி நாம நிக்க முடியும்? சொல்லாம கொள்ளாமத்தான் அவன் முன்னால போயி நிக்கணும். அவனும் நம்ம புள்ளதானம்மா.”

அடுக்களைக்குள் போனாள். தன்னை மீறி வந்த ததும்பலைச் சேலைகொண்டு மூடினாள். விசும்பல் ஒலி வாப்பாவுக்குக் கேட்டுவிடக் கூடாது.

குழாயில் தண்ணீர் பிடித்துக் கண்களை மட்டும் கழுவிக்கொண்டு மீண்டும் வாப்பாவின் முன் போனாள். வாப்பா தேநீரைக் குடித்து முடித்திருந்தார். எங்கேயோ பராக்குப் பார்த்துக்கொண்டிருந்தார். நிச்சயம் இது வாப்பா இல்லை. யாரோ மாதிரி ஆகிவிட்டார்.

“ஜரீனா என்ன சொல்றா?”

“அவ என்ன சொல்ல வேண்டியிருக்கு? ஒங்க ம்மாவுக்கு ரொம்ப விருப்பமாயிருக்கு. நான் சொன்னா கபீரு கேப்பான்னு அவ சொல்றா. அவன் ஊருக்கு வந்தாதானே?”

“கபீர் சரீன்னு சொல்லிருவான்னு நெனக்கிறேன் வாப்பா.”

அவளை ஏறிட்டுப் பார்க்க விரும்பினாலும் முகத்தைத் திருப்பவில்லை. அவளின் மனத்துக்குள் இன்னும் கபீர் நின்றுகொண்டுதான் இருக்கிறான்போல. அவள் பேசுவதில் கண்ணுக்குத் தெரியாத கசங்கல்கள் இருக்கின்றன.

“ஒனக்கு நான் நல்ல மாப்பிள்ளையத்தாம்மா முடிச்சி வச்சிருக்கேன்” என்று சொன்னார். சமீரா ஒருகணம் பொறுத்திருந்தாள். நிற்க முடியவில்லை. உள்ளே போனாள்.

“அழாதம்மா. மருமவன் டக்குன்னு வந்துருவாரு. வேண்டாம் சமீரா. இவரோட சந்தோஷமா வாழ முயற்சி செய்யிமா... வாழ்க்கையில நாம நெனக்கிறதெல்லாம் நடந்துரும்னு நெனக்கக் கூடாது. அப்படி நடந்தா அப்புறம் ஆண்டவன் எதுக்கு இருக்கான்?”

“நான் இவங்களோட சந்தோஷமாத்தான் இருக்கேன் வாப்பா. இல்லேன்னா நான் குழந்தை உண்டாவியிருக்க மாட்டேன். ஆனா மனசு குத்திக்கிட்டே இருக்கு. அவனை என்னால மறக்கவே முடியல்ல. துரோகம் பண்ணிட்டேன் வாப்பா.”

❍

மஜீத் வாத்தியார் சாயங்காலம் மருமகன் சுலைமானோடு இஸ்மாயில் மாமாவைப் பார்க்கப் போனார். சுமையா, சவுக்கத் அலி கல்யாண விஷயமாகப் பலவும் பேசினார்கள். மாமாவாகிய சம்பந்தக்காரர் பேச்சுவாக்கில் சுற்றிச் சுற்றி வந்து கூடுதலாக நகைபோடச் சொன்னார். மாமா ஏன் இவ்வளவு கேட்கிறார், ஒட்டகம் மேய்க்கிற மருமகனாய் இருப்பதாலா? சுமையா பிறந்த வீட்டில் அவராகத்தான் முன்வந்து சம்பந்தம் சொல்லியது. இப்போது மீறுகிறார். அது நல்லதல்ல. ஜரீனா வேறு இருக்கிறாள். மாமாவிடம் நயமாகப் பேச்சுக்கொடுத்தாலும் அவருக்கு இளக்கம் வரவில்லை. தன் நிலை இன்னதென்று தெரிந்தும் மாமா பேசுவதைப் புரிந்துகொள்ள முடியவில்லை. அந்நியனைப் போல நடத்தினார்.

வீட்டுக்குத் திரும்பும்போது மருமகனிடம் கேட்டார், “நாளைக்குக் கபீர பாக்கணும், அவன் கம்பெனிக்குப் போயி. நீங்களும் கூட வாங்க மருமவனே.”

“இல்லே மாமா, இன்னைக்கு வந்ததே பெரிய விஷயம்... கம்பெனில நிறைய வேலை கிடக்கு.” மஜீத் வாத்தியார் விரும்பியதும் இதைத்தான். இருந்தாலும் ஒரு மரியாதைக்காக வாவது மருமகனை அழைக்க வேண்டியிருக்கிறதல்லவா?

○

தம்பு செட்டி தெருவிலிருக்கின்ற அந்தக் கைலி நிறுவனம் ஜேஜே என்றிருந்தது. மஜீத் வாத்தியார் தன்னைத் துரும்புபோல உணர்ந்தார். நெசவுக்காரர்கள், வியாபாரிகள், வாடிக்கையாளர்கள், வேலைக்காரர்கள் எனக் குவிந்து கிடந்தார்கள். அவருக்கு அது மகிழ்ச்சியாக இருந்தது. கபீர் பெரிய நிறுவனத்தில்தான் வேலைபார்க்கிறான். கைநிறையச் சம்பளம் வாங்குவான். இதை அவன் முன்னமே செய்திருந்தால் தனக்கு இவ்வளவு பிரச்சினைகள் இருந்திருக்காது.

ஊழியரிடம் கபீரை விசாரித்தார். “கேப்பி அண்ணன் இருக்காரா, அவரத் தேடி ஆள் வந்திருக்கு,” என்று அவருடைய பகுதிக்கு இண்டர்காம்போட்டுக் கேட்டார் ஊழியர். மஜீத் வாத்தியார் திருத்தம் சொன்னார், “தம்பி, நான் கேட்டது கபீரை. கேப்பி இல்லே.”

“நாங்க கபீர்பாய அப்படித்தான் கூப்புடுவோம் சுருக்கமா. நீங்க களக்காட்டுக்காரரத்தான கேட்டீங்க?”

மஜீத் வாத்தியாருக்கு மகிழ்ச்சியானால் மகிழ்ச்சி. ஊர்ப் பெயரைச் சொல்லிக் கேட்பது பெரிய மரியாதையாகத் தோன்றியது. “அவருக்கு நீங்க யாரு?”

“சொந்தக்காரப் பையன்தான்.”

கபீர் அன்று பார்த்து வெளியே போயிருந்தான். அதுவும் நிறுவன விஷயமாக வழக்குரைஞரைப் பார்க்கப் போயிருக்கிறான். இப்போதுதான் போனானாம். மஜீத் வாத்தியார் நொந்து விட்டார். அவன் தன்னைப் பார்த்ததும் அதிர்ச்சியடைவான் அல்லது மகிழ்ச்சியடைவான். அவனின் கைப்பிடித்துச் சந்தோசமாகப் பேச வேண்டும் என்ற மனநிலையில் தயாராக இருந்தார். குல்தூமும் கபீரிடம் எப்படியெல்லாம் பேசி நடக்க வேண்டுமென்று தன் மனத்துக்குத் தோன்றிய விதமாகவெல்லாம் கணவரிடம் சொல்லியிருக்கிறாள்,

இனி என்ன செய்வது? அடுத்த முறை அவனைப் பார்க்கும்வரை தனக்குள் தானே பார்த்துக்கொண்ட எல்லா காட்சிகளையும் மீண்டும் புதுப்பிக்க வேண்டுமோ என்கிற சலிப்பு வந்தது. சமீராவும் ரொம்பவும் ஆர்வமாக இருந்திருக்கிறாள்.

வாப்பாவின் பதில் அவளையும் சோர்வுபடுத்தியது. அது எப்படி இங்கு வந்த இத்தனை மாதங்களிலும், வாய்த்த எல்லாச் சந்தர்ப்பங்களிலும் அவன் ஒரு மாயாவிபோலவே தங்களை விட்டு விலகியிருக்கிறான்?

"நாளைக்கு ஒருமுறை போயி பாத்துட்டு வந்திரு வாப்பா."

"இல்லேம்மா ... நாளைக்கு ஊருக்குப் போவ வேண்டியிருக்கு. ஏற்கெனவே வந்து பெரிய அலைச்சலா போயிருச்சி."

"ஜரீனாவுக்கு எப்படியும் அவனைப் புடிச்சிரணும் வாப்பா. நீங்க இதுக்குச் சோம்பப்பட்டா எதுவும் நடக்காது."

மஜீத் வாத்தியார் தளர்ந்துபோய்விட்டார். எல்லாம் தன்னைப் பழிவாங்கவென்றே நடப்பதுபோல நினைத்தார்.

மறுநாள் வாப்பா போகும்போது அவர் போவதை நிலைப் படியில் நின்று பார்த்தாள் சமீரா. வாப்பா தன்னந்தனியாக வேகாத வெயிலில் செல்வது அவளுக்கு இம்சையைக் கொடுத்தது.

நேற்று பேசிய அதே ஆள்தான், "அடடா, இப்பவும் கேப்பி அண்ணன் வெளியில போய்ட்டாரே ... நீங்க நேத்தே சொல்லியிருக்கலாமே, இன்னைக்கும் வருவீங்கன்னு . . . சொல்லியிருந்தா அவரை நிறுத்திவச்சிருப்போம்..."

மஜீத் வாத்தியார் அவ்வளவு தளர்வாக நின்றார். கழிவிரக்கம் உருட்டியது.

அவர் தெருவில் இறங்கி நடக்கும்போது மாடியிலுள்ள தன் அறையின் ஜன்னல் வழியே அவர்போவதை வன்மம் தொனிக்கப் பார்த்துக்கொண்டிருந்தான் கபீர். மஜீத் வாத்தியார் சின்னஞ்சிறிய உருவாகிறார். கூட்டத்தோடு கூட்டமாக யாரோ ஒருவராக ஆகி மறைகிறார். கபீரின் நெஞ்சம் ஏறியிறங்கியது. உதட்டைச் சுழித்தான். நயவஞ்சகனைப் போலச் சிரித்தான். நிலைக்கண்ணாடி முன் நின்று அந்தச் சிரிப்பை ரசித்தான்.

இண்டர்காமிலிருந்து தகவல் சொன்னார் மரைக்காயர் நானா[1]. "கேப்பிண்ணா நீங்க என்ன சொன்னீங்களோ, அதை அப்படியே அவர்ட்ட சொல்லிட்டேன். அவரும் நம்பிட்டாரு. அவரு இன்னிக்குச் சாயங்காலம் ஊருக்குத் திரும்புறாராம். அதனால இனிமே வரக்கூடிய வாய்ப்பில்லையாம்."

"சரி நானா. தேங்க்ஸ் நானா."

"வேண்டாம் கேப்பிண்ணா. நீங்க இப்படியெல்லாம் நடக்கக் கூடாது. அவரைப் பாக்க எவ்வளவு பாவமா

1. அண்ணன்

இருந்துச்சி தெரியுமா? ஒரு பெரிய மனுசனில்லையா... இரக்கம் வேண்டாமா கேப்பிண்ணா. நீங்க இப்படில்லாமா நடக்குறது?"

இண்டர்காமைக் கீழே வைத்தபோது தன்னை யாரோ மாதிரி உணர்ந்தான். கண்ணாடியில் வன்மத்தோடு தான் பார்த்த தன் முகம்; வேறு யாரும் பார்ப்பதற்கும் முன்னால் வாஷ்பேசின் சென்று அந்த வன்ம முகத்தை ஒருமுறை கழுவிக்கொண்டான்.

கீழே இறங்கிப் போனதும், மஜீத் வாத்தியார் எழுதிக் கொடுத்த ஒரு துண்டுச் சீட்டை அவனிடம் நீட்டினார் நானா. "நீங்க ஞாயித்துக்கிழமை அவங்க மக வீட்டுக்குப் போவணுமாம். அவங்க மக மத்த விஷயங்களை ஒங்ககிட்டே பேசுவாங்களாம்..." கொடுத்த துண்டுச் சீட்டில் சமீரா முகவரி இருந்தது. ஏனோ அவளின் பெயரையே சற்று நேரம் பார்த்தான். அதில் என்னெல்லாமோ தோன்றின. மரைக்காயர் நானா அவனை வைத்த கண் வாங்காமல் நோக்கினார். "அது எப்படி கேப்பிண்ணா, அவரு இன்னைக்கும் இங்க வருவாருன்னு ஒங்க மனசுக்குப் பட்டது?"

"நானும் அதைப் பத்திதான் யோசிச்சிட்டிருக்கேன் நானா."

"அந்தப் பொண்ணோட அவ்வளவு ஆத்மார்த்தமா இருந்திருப்பீங்க போல...

சீட்டில் அவள் பெயரைத்தான் எழுதியிருக்கிறாரா அல்லது அவளின் முகத்தை அவர் வரைந்திருக்கிறாரா? அவனுக்குப் பிடிபடவில்லை. யோசித்தான். அவர்கள் சம்பந்தப்பட்ட எவரையும் இனி எப்போதும் சந்தித்துவிடக் கூடாதென்கிற வைராக்கியம் மனத்துக்குள் இருக்கிறது. அதை இந்தத் துண்டுச் சீட்டு கலைக்கிறது.

ஞாயிறு நெருங்க நெருங்க அவன் உருவழிந்துவந்தான். சனிக்கிழமை சாயங்காலமாய்க் கேட்கிறார் நானா, "என்ன கேப்பிண்ணா நாளைக்குக் காலையில அங்க போறீங்களா?" இவரே தன்னைத் தள்ளிவிட்டுவிடுவாரோ? ஓரிடத்தில் உட்கார்ந்து எழுந்திருக்க வழியில்லை; எழும்போதெல்லாம் தன்னை உந்தித் தள்ளுவது எது?

தன்னைப் போலத்தான் அவளும் உழன்று துயர்ப்படுவாள். நன்றாகப் படட்டும். அவளால் என்னை மறந்துவிட்டு இருக்க முடியாது... இருக்கக் கூடாது. அவளை நிம்மதியாக இருக்க விட்டுவிடக் கூடாது.

வாப்பா இரண்டாவதுமுறையாகவும் அங்குபோய்விட்டு வந்து அவனை அன்றும் பார்க்க முடியாமல் போயிற்று என்று

கூறியபோது அவள் முகத்திலிருந்து ஒரு ஒளி அகன்று செல்வதை அவர் பார்த்தார். இந்த மகளின் வாழ்க்கையில் ஏன் அவன் குறுக்கிட்டான்? அவன் என்ன தேவதூதனா? தனக்குத் தூரத்து வகை; ஏழை. பரம்பரை பரம்பரையாக மீள முடியாமல் தவிக்கிற குடும்பம். அவன் எந்த வகையிலும் யாருக்கும் பொருட்டாக இருந்ததில்லை. அவன் எப்படித் தன் மகளை வீழ்த்தினான்? அவனிடம் வீழக்கூடிய அளவுக்கா இவளும் மலிவாயிருந்தாள்? வீட்டு விஷயங்களில் எத்தனையெத்தனையோ புதிர்கள். வாத்தியாராக இருந்தும் தன் கையை மீறி எல்லாமே நடக்கின்றன.

“அவன்கிட்டே கொடுக்கச் சொல்லி ஒன் அட்ரஸைக் கொடுத்திட்டு வந்திருக்கேன்மா. அவன் ஞாயிற்றுக்கிழமை உன்னைப் பார்க்க வருவான். நீ அவன்ட்ட பக்குவமா பேசு.... பேசுவியா?”

இவ்வளவு பெரிய அரிய காரியத்தை வாப்பாதான் செய்துவிட்டு வந்திருக்கிறாரா? அவர் அவளின் திகைப்பை அறிந்துகொள்பவர்தான். அவளிடம் பெரிய முகமலர்ச்சி தோன்றிவிட்டதை அவர் பார்த்தார். “ம்... அவன் வரும்போது பக்குவமாத்தான் பேசணும். வேற எந்த பழைய கதையையும் பேசக் கூடாது… சரியா? நீ அதுல தெளிவாயிருக்கணும்மா…”

“சரி வாப்பா.”

வாப்பா எங்கேயோ பார்த்தபடி சொன்னார், “அவனா பழைய கதையெதையும் கிண்டினாலும் அதுக்குப் பதில் சொல்லிக்கிட்டிருக்கக் கூடாது. இப்ப பேச வேண்டியது ஒன் தங்கச்சி விஷயம் மட்டும்தான்.”

“சரி வாப்பா…”

“நீ சொன்னா அவன் தலையாட்டிருவான், தெரியுதா? அவன் நம்ம புள்ளதான். வேற எங்கேயும் போயிற மாட்டான்…”

வாப்பா இதைச் சொல்லும்போது அவளுக்கு மனம் நிரம்பி வழிந்து சிலிர்த்தது.

“அவன் வரும்போது ஒன் மாப்பிள்ளையையும் பக்கத்துல இருக்கிற மாதிரி வச்சிக்க.” இதற்கும் மேல் சொல்ல வேண்டிய வார்த்தைகளைத் தன் மனத்துக்குள் திருப்பிக்கொண்டார்.

“ம்ம்ம்… சரி வாப்பா.”

“இன்னொரு முக்கியமான விசயம் சொல்ல மறந்துட்டேன். உன் காத்தூன் சாச்சி அவ மகளையும் பேசி முடிச்சிரலாமுன்னு பாக்காளாம். சின்னையா பொண்டாட்டி லட்சுமி சித்தி வந்து ஒங்க ம்மாட்ட சொல்லியிருக்கா.

அதைக் கேட்டதிலே இருந்து ஒங்க ம்மாவுக்கு ரொம்பவும் பயம்மாயிருக்கு. அதனால நீ கவனமா இருந்து பேசணும்."

"அவளுக்கு என்ன உரிமையிருக்காம் அவனுக்குப் பேசிமுடிக்க?"

"அப்படியும் நாம மெத்தனமா இருந்துற முடியாதுல்லமா?"

வாப்பா சாப்பிட்டுவிட்டு இலேசாக அரைக்கண் தூக்கம் போட்டுவிட்டு ஒரு சாயாவும் குடித்துவிட்டு ஊருக்குப் புறப்பட்டுப் போனார்.

வாப்பாவின் நிழல் மறைந்ததுமே சமீராவின் மனம் ஞாயிற்றுக்கிழமையை வரவழைத்துவிட்டது. மூன்று வருஷங் களாகிவிட்டன. எத்தனையோ இடங்களில் தப்பித்துவிட்டான். இனி தப்ப முடியாது. எதிர்ப்பாக இருந்த வாப்பாவே அவனை நேரில் சென்று அழைத்திருக்கிறார். அவனுக்கு எவ்வளவு மகிழ்ச்சியோ?

ஆனால் அவனை எதிர்கொள்வது மிகவும் கடினமாக இருக்கும். என்ன செய்வது?

திருமணப் பேச்சு நடக்கும்போது மரியம் வந்து அழைத்தாள். "மாமி, கபீர் மாமா கூப்புடுறாங்க... கொஞ்சம் வந்து திரும்பு." அசைய முடியாமல் நின்றது ஏன்? தன் கால்களை எது கட்டிப்போட்டது?

மறுபடியும் வந்தாள் மரியம்.

"உன்னைய இன்னைக்கு ராத்திரியேன்னாலும் மாமா கூட்டிட்டுப் போயிர்றேன்னு சொல்றாங்க... நீ ரெடியா?" வாயை அடைத்தது எது?

கபீர் சில நாட்களாகவே சுற்றிச்சுற்றி வருகிறானென்ற செய்தியை சமீரா தெரிந்துகொண்டாள். தினமும் தன் வீட்டுக்கு வந்துவந்து திரும்புபவள், தான் இல்லாத நேரம்பார்த்து வீட்டுக்கு வந்து திரும்பிவிடக்கூடாதென்று கபீர் மாமா தன் வீட்டுக்குள்ளேயே இருந்ததாக மரியம் சொல்லிக்கொண்டிருக்கிறாள்தான். சமீராவின் நடை முழுதும் கட்டுப்பட்டு நின்றுவிட்டது. கபீர் வீட்டைக்கூட திரும்பிப் பார்க்கவில்லை?

கடைசியாக மரியம் கேட்டாள், "ஏளா, இதுக்குப் பேரா காதலு? நீயும் ஒன் காதலும்."

சமீரா உறைந்துபோனாள்.

பின்னர் மரியம் வந்து பார்க்கவில்லை. கபீரின் ம்மாவும் தங்கச்சி ஜுனைதாவும் முகத்தைத் திருப்பிக்கொண்டார்கள்.

முன்புபோல் தோழிமார்கள் சந்திப்புகள், கலகல பேச்சுகள் இல்லை. அப்படியும் கண்மணியைப் பார்க்க வாய்த்தது. கபீர் எங்கோ போய்விட்ட தகவலைச் சொன்னாள். நொறுக்கிப் போட்டதுபோல இருந்தது. "அவன் மறுபடி எப்போ வருவான்னு தெரியுமா?" என்று கேட்டபோது, "ஒன் கல்யாணத்துக்கு மறுநா," என்று கண்மணி சொன்ன சொல்லில் ஆவிபறக்கும் சூடு இருந்தது. நிற்க வேண்டாமென்று வீடு திரும்பினாள்.

இப்போது வாப்பா யாரோ பரிதாபமான ஆளாகப் போகிறார். அன்றே கொஞ்சம் நீக்குப்போக்காக வாப்பா நடந்திருக்கலாம். வீண் பிடிவாதம் பிடித்துவிட்டார். மைமூனா பெரியம்மா அவனுக்காக வந்து நேரில் பெண் கேட்டு வந்தபோதாவது வாப்பா மனமிளகிப் பேசியிருக்கலாம். எல்லாவற்றையும் ஏதோ ஒரு சாத்தான் வந்து கெடுத்துவிட்டுப் போய்விட்டது.

கபீர் யாருக்கும் தெரியாமல் எங்கோ போய்விட்டதாக ஊரில் பேச்சு படபடப்பாகிவிட்டது. ஆயிஷாம்மாவும் ஜுனைதாவும் கதறியழுத கூக்குரல் சமீரா வீட்டு அடுப்படியைத் துளைத்தது. எல்லாரும் உறைந்துபோய்விட்டார்கள். செய்தியைக் கேள்விப்பட்ட நாள்முதல் வாத்தியாரும் குல்தூமும் தூக்கி வீசப்பட்டவர்கள் போல் ஆனார்கள். முகங்களில் இருள் கப்பிக்கொண்டது. ஒவ்வொருவரையும் பதற்றம் தொற்றியது. அவன் விபரீதமான முடிவை மேற்கொண்டுவிட்டால் மொத்தக் கிராமத்திலும் தீப்பிடித்துவிடும்.

படித்த பையன்; ஏழைக் குடும்பத்தைச் சேர்ந்த நல்ல பையன்; அவன் இப்படி அவசரப்பட்டு முடிவெடுக்கலாமா? குடும்பம் தாங்குமா? வயசான ம்மாவையும் தங்கையையும் விட்டுவிட்டு இப்படி ஒருத்தன் ஓடிப்போவானா? அவன் எல்லாருடைய கோபத்திற்கும் ஆளானான்.

பின்னர் சபீரின் கடிதம் வந்தது ஹாஜிராம்மாவுக்கு. "கபீர் என்னிடம் வந்துவிட்டான். நானும் அவனும் சைதாப்பேட்டையில் தங்கியிருக்கிறோம். அவனைப் பற்றி யாரும் கவலைப்பட வேண்டாம். நானும் அவனும் ஒருவரோடொருவர் இணைந் திருப்போம். ஆயிஷா சாச்சியிடம் சொல்லிவிடு."

எல்லாரும் நிம்மதியடைந்தார்கள். அவன் நம்மில் ஒரு பிள்ளை. இப்போது அவன் தகுந்த நண்பனோடுதான் போய்ச் சேர்ந்திருக்கிறான். அப்படியே அவர்கள் இருவரும் நல்லா சேர்ந்து முன்னேறி வரட்டும்.

அவன் இருக்குமிடம் தெரிந்துவிட்ட பின், மஜீத் வாத்தியாரும் குல்தூமும் விட்ட பெருமூச்சுதான் ஆகப் பெரிய மூச்சு. பெரிய கண்டத்திலிருந்து தப்பித்திருக்கிறார்கள். இனி சமீராவின் கல்யாண வேலையை வேகமாகச் செய்துவிடலாம். சமீரா மாடியில் போய்த் தனியாக உட்கார்ந்து அழுததாக ஒரு தகவல் உண்டு. அதை ருசுப்பிக்க ஆதாரங்கள் கிடைக்கவில்லை.

❍

நல்ல சேலை உடுத்தாள் சமீரா. எல்லாம் பார்த்துப் பார்த்து வாங்கிய சேலைகள். அவள் உடுத்திச் செல்லும்போதெல்லாம் யாராவது ஒருவர் அந்தச் சேலையின் விலை, அதை வாங்கிய கடையென்று எப்படியாவது விசாரிப்பார்கள்; தொட்டுப் பார்த்து ரசிப்பார்கள். எல்லாம் சரி, ஆனால் இந்தச் சேலை கபீருக்கு முன்னால் நிற்பதற்குப் போதவில்லை. கண்ணாடியின் முன் நின்று உடுத்திப்பார்த்து, போட்டுப் பார்த்து.... இந்த ஒரு வாரமாக இது நெருப்புச் சோதனை மாதிரி அவளை வாட்டியது. ஒவ்வொரு சேலையாகத் தானே கழித்தாள். எப்படியோ கடைசியில் ஒரு சேலையைத் தேர்ந்தெடுத்துவைத்து அதையே அன்று உடுத்தினாள். ஆனாலும் அதுவும் நிறம் மங்கியோ பளபளப்பு இழந்தோ ஒரு மாதிரியாகத்தான் ஆகிவிட்டது.

இரண்டொரு நிமிடங்களுக்கொருமுறை வாசலுக்கு வருவதும் எட்டிப் பார்ப்பதும்... எதையும் சலிக்காமல் அவள் திரும்பத் திரும்பச் செய்தாள். திரும்பத் திரும்ப முகத்தைக் கழுவினாள். சாப்பாடு பரிமாறுவதற்காக வேண்டிக் கறியும் காய்கறிகளுமாகத் தன்னுடைய விருப்பத்திற்கேற்பச் சமைத்திருந்தாள். இவ்வளவு நாள் ஊரில் இருந்தபோதும் கபீருக்குப் பிடித்தமான கறிவுளி இதுதானென்று தெரிந்துகொள்ளாமல் போயிருக்கிறாள். கடைசியில் தன் பிடித்தமே அவனின் பிடித்தமென்று முடிவெடுத்தாள்.

அவன் மனத்தில் எப்படியும் கோபத்தோடு இருப்பானென்ற செய்தியில் உறுதியிருந்தது. அவனை இன்று எப்படியாவது சாந்தப்படுத்திவிட வேண்டும். அவன் என் நினைவை விட்டுவிட்டுப் போய்விடக் கூடாது. மத்தியானச் சாப்பாட்டிற்குள் வந்தால் எவ்வளவு சுகமாக இருக்கும்? நேரம் கடந்து போகையில் தன் சாப்பாட்டைச் சாப்பிட அவன் வராமல் போய்விடுவானோ என்று கலங்கினாள். சாப்பிட்டுட்டுத்தான் வர்றேன் என்று அவன் சொன்னாலும் சொல்வான். ஆனாலும் அவனைச் சாப்பிட வைத்து, அவன் சாப்பிடும் அழகை ரசிக்க வேண்டும். நான் உன்னிடம் மன்னிப்புக் கோருவேன்... உன் கைகளைப் பற்றிக்

கண்ணீர் வடிப்பேன். வா வா கபீர். ஒவ்வொரு விநாடியும் கனமாக உருவாகிக் கரைய முடியாமல் போனது. ஒவ்வொரு விநாடியும் நீள நீளமாக இருந்தது; அது நிமிடம், மணி எனப் பல வடிவங்களில் ஆகி, கடைசிவரையிலும் முடிவுறாமல் போய்விட்டது.

அடுத்த வாரம் ஒருவேளை வந்துவிடுவானோ? இரு ஞாயிறுகளும் வீணாய்ப் போனபின்னர் வாப்பாவுக்குக் கடிதமெழுதினாள். ஒவ்வோர் எழுத்துக்கும் ஒவ்வொரு விதமான உணர்ச்சி. கடிதம் போயிற்று. கண்ணீர்த் துளிகள் ஒன்றிரண்டு கடிதத்தின் மீது விழுந்தன. அவள் அதை உணர முடியாமல் போனாள்.

37

இரண்டு வாரங்களாக ஜாஃபர் அலியைப் பார்க்க முடியாமல் போய்விட்டது. வழக்கமாக ஞாயிற்றுக்கிழமை கடற்கரையிலோ பூங்காவிலோ சந்திப்பார்கள். கம்பெனிக்குப் போன்போட்டு ரஹ்மத்துல்லாவிடம் ஜாஃபர் அலிதான் பெரும்பாலும் தகவல் சொல்வான் – தாங்கள் சந்திக்க வேண்டிய இடம் பற்றி. இம்முறை ரஹ்மத்துல்லா போன்போட்டான். "ஜாஃபர் அலி ஊருக்குப் போயிருக்கிறார், இன்னும் இரண்டு வாரம் ஆகும் அவர் வர." இவ்வளவு பெரிய நீண்ட விடுமுறையிலா? என்ன விஷயம்?

ஜாஃபர் அலி பம்பாய் திரும்பியதும் அவனே போன்போட்டு ரஹ்மத்துல்லாவிடம் பேசினான். பூங்காவில் சந்தித்தார்கள். "சொல்லாம கொள்ளாம ஊருக்குப் போயிட்டியே, ஏன் திடீர்னு?"

ஜாஃபர் சொன்னான், "ம்... வீட்டுல இருந்து அவசரமா வரச் சொன்னாங்க, அதான் ஓடிட்டேன்."

"அப்படியென்ன அவசரம்?"

"காக்காவுக்குக் கல்யாணம்."

"யாரு சௌகத் அலிக்கா?"

"ஆமா."

"கல்யாணம் எப்போ?"

"அது முடிஞ்சிருச்சி மாப்ளே."

"பொண்ணு யாருல?"

"ஒன் தங்கச்சிதான். சுமையா."

தொண்டை அறுபட்டதுபோல விக்கல். உடம்பு முழுவதும் ஊறியது. தீராத திகைப்பு. ஒரு துரும்பாகிவிட்டான். "மாப்ளே, நீயாவது என்கிட்ட ஒரு வார்த்தை சொல்லியிருக்கக் கூடாதா?"

“எனக்கே தெரியாது. அவசரமா வா, வாப்பாவுக்கு உடம்பு சரியில்லன்னு தந்தி வந்துச்சிது... பதறியடிச்சி ஓடிட்டேன்.”

“வாப்பாவுக்கு என்ன?”

“வாப்பாவுக்கு ஒன்னுமில்ல... நல்லாத்தான் ஈக்காரு. கல்யாணத்தைப் பத்தி உனக்குத் தெரிஞ்சிடக் கூடாதுன்னுதான் அப்படி கூப்புட்டுருக்காங்க. நான்அங்க போயித்தான் தெரிஞ்சிக்கிட்டேன்.”

“எப்படி மாப்ள எல்லாருக்கும் என்னைக் கைவிட மனசு வந்தது?” ஜாஃபர் அலி அவன் தோளைத் தட்டினான். “அழாத மாப்ள.. எனக்கும் அவ்வளவு வருத்தமாத்தான் இருக்கு... யாரால என்ன செய்ய முடியும்? எல்லாரும் ஒன்னைக் குறைசொல்றாங்க...”

“.........”

“நீ அப்படி நடந்திருக்கலாமா? பேருதான் கல்யாண வீடு. ஆனா ஓங்க ம்மாவுக்கும் வாப்பாவுக்கும் கொஞ்சம்கூட முகத்துல சிரிப்பு இல்ல, அது தெரியுமா ஒனக்கு? அவங்களைப் பாக்க எனக்கே பாவமா இருந்துச்சி. இங்க வந்தா ஒன்னையப் பாக்க பாவமா இருக்கு... என்ன செய்ய, விதி ரொம்ப தூரம் விளையாடிட்டு மாப்ள.”

ரஹ்மத்துல்லா துடிப்பிழந்து நின்றான்.

உரிமையோடு வாப்பாவுக்குக் கடிதம் எழுத முடியாது. பணத்தைத் திருப்பி அனுப்பியவர். இதற்கு மட்டும் பதில் சொல்லிவிடவா போகிறார்? ஜாஃபர் அலியிடமும் சொல்லியிருந்தார்களாம். “கல்யாணம் நடந்த விசயத்த நான் உன்கிட்டே சொல்லிறக் கூடாது, அவன விட்டு ஒதுங்கிருன்னுதான் என்கிட்ட சொல்லிவிட்டாங்க... ஆனா அப்படி சொல்ல முடியாத அளவுக்கா நானும் நீயும் பழகியிருக்கோம்? நீ இந்த வாரம் ரூமுல போயி நல்லா ரெஸ்ட் எடு மாப்ள. நாம அடுத்த வாரம் பேசுவோம். இல்லேன்னா நீ இதையே நினைச்சி நினைச்சிப் பேசிட்டிருப்ப? எனக்கும் ரொம்பவும் கஷ்டமாயிருக்கும், தெரியுதா?”

“இல்ல, பரவால்ல. நான்தான் எல்லாத்தையும் நினைச்சிப் பாத்திருக்கணும். இனிமே ஒண்ணும் ஆகாது. நீ வா, பாருக்குப் போவோம்.”

நன்றாகக் குடித்தார்கள். ஜாஃபர் அலி ஓரளவோடு நிறுத்தி விடப் பார்த்தான். ஆனால் அந்தப் பொல்லாமுருவத்த வாயில ஊத்த ஊத்த இன்னும் கொண்டா கொண்டாங்குது. தன்னைக் கல்யாணத்துக்கு அழைக்க வேண்டுமென்று சொந்தக்காரர் களில்கூட ஒருவரும் சொல்லியிருக்க மாட்டார்களா?

காக்காக்காரன் இல்லாமல் கல்யாணம் பண்ணிக் கொடுத்திருக்கிறார்களென்றால், எவ்வளவு மப்பு இருந்திருக்க வேண்டும்?

இருவரும் தள்ளாடித் தள்ளாடி நடந்தார்கள். கடை வீதிகள் ஓரளவு ஞாயிற்றுக்கிழமைக்குக் கட்டுப்பட்டிருந்த தால் போக்குவரத்துகளைச் சமாளித்துக்கொண்டு முன்னேறி னார்கள். அவன் அங்கும் இவன் இங்குமாகப் பிரிந்தார்கள்.

அறைக்கு வந்ததும் கபீரின் ஞாபகம் வந்தது ரஹ்மத்துல்லா வுக்கு. கபீரும் ஊரை விட்டு ஓடிப்போனவுடன்தான் அவனது தங்கைக்குத் திருமண நாளை நிச்சயம் செய்தார்கள். அவனோ கைலி கம்பெனியில் வேலைக்குச் சேர்ந்துவிட்டான். அவனுக்குத் தொழிலில் தேர்ச்சி வரவேண்டுமென்று உடனடியாக பெங்களூர் பொருட்காட்சிக்கு அனுப்பிவைத்தார்கள். வேலைக்குச் சேர்ந்த புதிது. அதனால் விடுமுறை கேட்டு ஊருக்கு வரும் வழியில் அவன் கையில் காசும் இல்லை; வாய்ப்பும் இல்லை. அவன் தன் தங்கையின் திருமணத்திற்கு வராமல்போனதில் ஊரில் பலருக்கும் தாங்க முடியாத வருத்தம். அவனுடைய தங்கை குமுறிக் குமுறி அழுதிருக்கிறாள். அப்படி அவனை விரட்டியடித்த தற்குத் தான்தான் முதற்காரணம். அந்தப் பாவம்தானா இன்று என் தங்கை கல்யாணத்திலும் என்னை இல்லாமல் ஆக்கிவைத்திருக்கிறது? கபீர் நல்ல நண்பன். அவனுக்குத் துரோகம் செய்தேன். நான் நட்புக்கு நாணயமாக இருக்கவில்லை; அவனுக்குக் கடிதம் எழுதவேண்டும்; மன்னிப்பு கேட்க வேண்டும்.

38

காத்தூனுக்கு வரவர மஜீத் மச்சான் மீது ஆத்திரமும் கோபமும் அதிகரித்தது. தோட்டத்தி லிருந்தும் வயலிலிருந்தும் தனக்கு வர வேண்டிய பங்குகள் நியாயமாக வரவில்லை. தேங்காய்களும் பற்றாக்குறையாகிறது. “எனக்கு ஒத்த புள்ளதான என்று எல்லாரும் நினைக்கிறார்கள் போல. ஒரு பிள்ளையோ பத்துப் பிள்ளையோ எனக்கான பங்கு சரிசமமாக வந்துவிட வேண்டும். நான் அதை என்னமும் செய்துகொள்வேன். நான் முடிவெடுக்க வேண்டியதில் மற்றவர்கள் முடிவெடுப்பதை ஏற்றுக்கொள்ள மாட்டேன்.”

காத்தூனிடமும் தோட்டத்திற்கான ஒரு சாவி உண்டு. அவர் இரண்டு நாட்களுக்கொரு முறை கண்டிப்பாகப் போவார். காய்ந்த தென்னை மட்டைகளையும் விழுந்து கிடக்கும் மாவடுக்களையும் கனிந்துவருகின்ற கொய்யா, சப்போட்டா, மாதுளம் பழங்களைப் பறித்து முந்தானையில் போட்டுக் கொள்வார். தென்னை மட்டைகளைப் புழுதி பறக்கத் தெருவில் இழுத்துவருவார். ஆனால் இதெல்லாமா பிரசிடெண்ட் வீட்டு மருமகளுக்கு உரிய பங்கு, கௌரதை? மனத்துக்குள் எரியும். ஒவ்வொரு முறையும் மஜீத்மச்சானை எதிரில் நின்று திட்டி நியாயம் கேட்க வேண்டும். அப்படி நினைத்துக்கொள்வார்; முடிவதில்லை. அவரும் எதிரில் வந்தால்தானே? வரும்போது எதிரில் காத்தூனைப் பார்த்தால் திசையை மாற்றிவிடுகிறார். மச்சான் கொழுந்தியாள் என்கிற உறவுமுறையில் சில்மிஷச் சிரிப்புகள், சீண்டல்கள், கேலிப்பேச்சுகள் நடக்கவா செய்கின்றன? அப்படியெல்லாம் இருந்துவிட்டால், அப்புறம் பங்கு சரிசமமா கேட்டுருவேனோ என்றுதான் மஜீத் மச்சான்

இப்படியெல்லாம் தப்பித்து ஓடுகிறாரோ? அதற்காகக் கொழுந்தியாள் என்கிற முறையை விட்டுவிட்டுப் போகிற இவரெல்லாம் ஒரு ஆம்பிள்ளையாக்கும்?

கொஞ்சம்கொஞ்சம் சின்னக் கொழுந்தனிடம் பேசிக் கொள்ளலாம். "ஆமா அவருக்கு எத்தனை புள்ளைங்க, ஒங்களுக்கு எத்தனை?" என்று ஆசாத் கேட்பார்.

"அதுக்கு நான் மட்டும் என்ன செய்வேன் கொழுந்தனாரே? ஒங்க சின்ன காக்கா எங்குனயோ ஒரு மூலையில கிடக்காரு. ஊருக்கு வந்தாலும் கவுந்து விழுந்து படுத்துக்குறாரு.... அப்புறம் எப்படிவே புள்ளய பெத்துப் போடுறது?"

"அதுக்கு ஒங்க சரக்கையெல்லாம் அவுத்துவுடணும். நீங்க மூடிக்கிட்டீங்கன்னா அவரு என்னாதான் பண்ணுவாரு?"

"ஒங்க காக்காவுக்குச் சரியா எழும்ப மாட்டேங்கு கொழுந்தன்..?"

பேச்சு நீட்டிப்பதுதான் அல்லாவுக்கே பொறுக்காதே... அவர்களைச் சூழ்ந்து பக்கம் பக்கமாக வேலையாட்கள் வந்துவிட்டார்கள். இப்படித்தான் ஒவ்வொருமுறையும்.

காத்தூனுக்கு இந்தப் பேச்சிலேயே உடம்பு சூடேறித் தகித்தது. பேச்சைப் பாதியிலே விட்டுட்டுப் போறது எவ்வளவு பெரிய பாவமென்று தெரிய மாட்டேங்குது கொழுந்தனாருக்கு. மத்தியானச் சாப்பாட்டுக்கு அப்புறம் நல்ல வேளையாகக் கள்ளப் பூனைபோல நுழைந்து வந்தான் மகாராஜன். கொழுந்தனிடம் விடுபட்டுப் போன பேச்சின் அடுத்த கண்ணியைத் தொடுத்தார். காத்தூனின் திமிர்த்த உடலும் ஈறு தெரியச் சிரிக்கும் அந்தப் பொல்லாச் சிரிப்பும் கிறக்கியெடுக்க மகாராஜன் காத்தூனை இழுத்துத் தன் உடம்போடு ஆரத் தழுவிக்கொண்டான். அந்தச் சூடு இன்னும் தணியாமல் இருந்தது. அவர் தேகமும் முரட்டு முலைகளும் ஈறுதெரியச் சிரிக்கும் சிரிப்பும் மூர்க்கமாக்கின அவனை! மேலும் கீழுமாக உடம்பை மோந்தான். சுற்றிவளைத்து முலைகளையும் பிருஷ்டங்களையும் கசக்கினான். உணர்ச்சிக் குறி அவளை எல்லா இடங்களிலும் குத்திக் கிழித்தது. அவரைச் செந்தூக்காகத் தூக்கினான். அவன் கைகளில் தான் மிதந்துகொண்டிருப்பதை காத்தூனால் நம்ப முடியவில்லை. பெயர் மட்டுமல்ல, ஆளும் மகாராஜன்தான்.

சுவர்தாண்டி மஜீத் வாத்தியாரின் குரல் காதுகளில் விழுந்ததும் மண்ணுள்ளிப் பாம்புபோல மகாராஜன் நழுவிவிட்டான். எப்போதும்போல அதே வேகமாயும் அதே தடதடப்பாயும்தான்

வீட்டுக்குப் போனான் மகாராஜன். ஆனால் செல்லமக்கா அவனைக் கேட்டாள், "ஏல மூதி, என்னல ஒரு மாதிரியா இருக்க?"

தன்மேல் மலையே விழுந்தாலும் நிலைகுலைகிறவன் மகாராஜனாக இருக்க முடியாது. இந்தச் சொல் அவனை அம்பலப்படுத்திவிட்டதுபோல இருந்தது. அம்மாவை வெறித்துப் பார்த்தான். வாயைப் பூட்டிக்கொண்டான் – எது சொன்னாலும் மாட்டிக்கொள்வோம். இத்தனை நாளும் அவளிடமிருந்து கிடைக்காத பெருஞ்சுகம் இன்று எப்படியோ அமைந்துவிட்டது. தன்னிடமும் சபீரிடமும் ரஹ்மத்துல்லா இந்த மாதிரியான கதைகளை அவிழ்த்துவிட்டிருக்கிறான். அந்தச் சமயங்களில் இதெல்லாம் பெரிய பொய்யென்றுதான் சபீரும் மகாராஜனும் நினைத்திருக்கிறார்கள். ஆனாலும் பெண் தேகப் பேச்சு சும்மா வந்தாலே உடம்பு எப்படியோ சூடு தாவி முறுக்கேறிவிடுகிறது. இன்றைய பேரானந்தம் அவன் தங்களிடம் சொல்லியதெல்லாம் முக்காலும் சத்தியமே, சத்தியமன்றி வேறில்லையென்ற நினைப்பைத் தந்துவிட்டது. இப்போதும் அந்த முரட்டு முலைகளின் குத்தல்கள் தன் உடம்பின்மேல் நிகழ்வதுபோல மகாராஜன் தன் உடலைப் பலமுறை சிலிர்த்துக்கொண்டான். ஆண்குறியின் விரைப்பை லேசாகத் தடவி விட்டுக்கொண்டு கொல்லைக்குப் போக விரைந்தான். நந்தவனத் தோட்டத்தின் பின்பக்கக் கட்ட மண்ணைத் தாவிக்குதித்தான்.

○

மஜீத் வாத்தியார் தன் தம்பி மாலிக்கிற்குக் கடிதம் எழுதியது ஊரில் யாருக்கும் தெரியாது. தன் மனைவியிடமும் சொல்லவில்லை வாத்தியார். நம்ம தெருவிலுள்ள அஞ்சலகத்தில் தபாலைப் போட்டால் அது ரகசியமல்ல; பரசியம். இதே ஜோலியாக இருப்பார்கள் இங்குள்ளவர்கள். அஞ்சல் பெட்டி அருகே யார் யார் வருகிறார்கள், என்னென்ன போடுகிறார்கள் என்று பார்த்துக்கொண்டே இருப்பதை ஒரு தொழிலாக வைத்திருக்கிறார்கள் சிலர். வேப்ப மர நிழலுக்காக அஞ்சலகம் பக்கம் ஒதுங்குவதற்கென்றும் சிலர் இருக்கிறார்கள். அவர்களிடமிருந்து மறைத்து எந்தக் கடிதமும் யாரும் போட்டுவிட முடியாது. அதைக்கூட விட்டுவிடலாம். வேறு யாருக்கும் தெரிகிறதோ இல்லையோ பிரம்மநாயகத்திற்கும் தபால்காரர் பெருமாளுக்கும் கண்டிப்பாகத் தெரிந்துவிடும். அப்புறம் அதிலென்ன ரகசியம் இருக்க முடியும்? மஜீத் வாத்தியார் வீட்டிலிருந்து எழுதிய கடிதத்தைத் தூக்கிக்கொண்டு வேலை மெனக்கெட்டுப் பெரிய அஞ்சலகம் போனார். அது எவ்வளவு தூரம் தெரியுமா, கிட்டத்தட்ட மலையடிவாரமல்லவா?

காக்காவின் கடிதம் பார்த்து மாலிக்கிற்கு வந்தது குழப்பம். இதற்கான விளக்கம் அவருக்குச் சரியாகப் புரியவில்லை; உன் மனைவியின் நடத்தை சரியில்லை, அவளைத் தட்டிவை என்றுதான் எழுத்து. இதற்கான விளக்கத்தை எவரிடம் கேட்டாலும் வம்புபிடித்த வேலையாகும். காக்கா எதற்குப் பொடிவைத்து எழுத வேண்டும்? இவ்வளவு தூரத்தில் நாடுவிட்டு நாடுவந்து கிடப்பவனுக்கு இந்தப் பொடிமாஸ் வேலையெல்லாம் பிடிபடுமா? பிடிபட்டாலும் மனம் சும்மாயிருக்குமா? காக்காவுக்குக் கடிதம் எழுதி விவரம் கேட்கலாம்தான். ஆனால் பதில்வர இன்னும் ஒரு மாதமாகும். அதுவரை தவித்துக்கொண்டு எப்படியிருப்பது? கொஞ்சம் புத்தியை ஓட்டிப்பார்த்தார்.

தன் குடும்பத்தில் ஆகப் பெரிய தத்தி தான்தான் என்ற எண்ணம் அவருக்கும் தெரிந்துவிட்டது. தனக்கு மட்டும் மண்டையில் படிப்பு ஏறவில்லை; உடம்பு வளைந்திருந்தால் தம்பி ஆசாத்தைப் போல வயல் வேலைகள் பார்த்து வாழ்க்கையை ஓட்டியிருக்கலாம். அப்படியெல்லாம் இல்லாமல் போனதால் கொழும்பு முஸ்லிம் ஹோட்டலுக்கு ஓடிவர வேண்டியதாயிற்று. ஊரில் தோட்டம் துரவு உள்ளவர்களில் சிலர்கூட அதையெல்லாம் ஏறக்கட்டிவிட்டுக் கொழும்பு முஸ்லிம் ஹோட்டலுக்குக் கள்ளத் தோணி ஏறவில்லையா?

கொழும்புவுக்கு வந்த ஒருவாரத்தில் மனம் வெறுமையிலிருந்து மீண்டது. அங்கே வேலைபார்ப்பவர்களெல்லாம் ஊர்க்காரர்கள்தானே? வேலையும் சினிமாவும் ஒன்றுக்கொன்று ஈடாகின. பார்க்கப்போனால் ஊரில்கூட இந்த ஜாலி கிடைக்கவில்லை. தங்களின் கல்யாணத்துக்கு ஊருக்குப் போய் மூன்றே மாதத்தில் மீண்டும் கொழும்புவுக்கு வந்துவிழுந்தவர்கள் எத்தனை பேர்? அவர்களைப் போலத்தான் மாலிக்கும் ஊர் போனார்; வாப்பாவும் ம்மாவும் பார்த்துவைத்த பெண்ணின் கழுத்தில் தாலி கட்டினார். மூன்றாவது மாதம் இங்கு வந்து விழுந்தார். இவர் பணம் அனுப்பித்தான் வீட்டுச் செலவுக்கு ஓடியாட வேண்டுமென்ற அவசியமில்லை. அவ்வப்போது ஆசை வரும்போது அங்கு எப்படியாவது ராத்திரி நேரங் களில் மேய்ந்துவிடுவதுண்டு. இந்தப் பழக்கம் அங்கு சென்று வேலைபார்க்கும் எல்லாரிடமும் இருப்பதாகச் சொல்லிக் கொள்கிறார்கள். யாரும் யாருக்கும் சாட்சி கிடையாது.

பொதுவாக காத்தூன் இந்த ஒரு வருஷமாகவே அதிகமான புகார்களைத் தெரிவித்துக் கணவருக்குக் கடிதம் எழுதி வருகிறாள். தங்களுக்கு வர வேண்டிய பங்குகள் வருவ தில்லை. மஜீத் மச்சானும் ஆசாத் கொழுந்தனும் எல்லாவற்றை யும் தங்களுக்குள் பிரித்துக்கொண்டு அவ்வப்போது தனக்கு

ஏதாவது கொடுக்கிறார்கள். எனவே காக்காவுக்கு எழுதி நியாயம் கேளுங்கள் என்று எழுதுவார். ஒருவகையில் காத்தூன் கடிதங்கள் வராமல் இருந்தால் நன்றாக இருக்கும். இவர் என்னத்தை எழுதிக் கேட்க? இந்த மாதிரி காத்தூன் கடிதம் எழுத, அது மாலிக்கை அதிகமும் உலுப்பும்போது கண்களைப் பலமுறை மின்னல் வேகத்தில் சிமிட்டிக்கொள்வார். அது குடும்பப் பாரம்பரியச் சிமிட்டல். அதற்கு ஒன்றும் செய்ய முடியாது. அந்தக் குடும்பத்தின் ஆண்களிலிருந்து பெண்கள்வரைக்கும் அது உண்டு. இப்போது இந்தக் கடிதம் படாத பாடு படுத்தியதால் இன்னும் கொஞ்சம் கூடுதலாகச் சிமிட்டினார். யார் அந்த அயோக்கியன்?

சாதாரணமான பெட்டியோடு கணவன் வந்து வீட்டில் விழுந்ததும் காத்தூனும் அவர்களின் மகளும் கிடுகிடுத்துப் போனார்கள். இது என்ன மாயம்? போய் ஒன்றரை வருசம்தானே ஆச்சு? திடீரென்று இப்படி வந்து நின்றால் என்ன அர்த்தம்? ஹோட்டலில் ஏதாவது தாவா நடந்துவிட்டதோ? காத்தூனுக்குச் சிரிக்கவும் முடியவில்லை; சிந்திக்கவும் முடியவில்லை. யார் செய்த புண்ணியமோ, இன்று பள்ளிக்கூடம் விடுமுறை நாளாக இருந்தது. அதனால் மகள் வீட்டில் இருந்தாள். விடுமுறை இல்லாமல் இருந்திருந்தால் மகாராஜன் இருந்திருப்பான். பெரிய கண்டத்திலிருந்து தப்பிவிட்டோம்; நெஞ்சிலிருந்து பாரம் இறங்கியது.

தான் வரப்போவதாக மஜீத் வாத்தியாருக்கும் எதுவும் எழுதியிருக்கவில்லை. மாலிக் வந்தது நல்லதுதான், ஆனால் பொல்லாமுருவ மாடன் இப்படி திடுதிப்பென்று வந்து குதித்துவிட்டால் எப்படி? தம்பியை எங்கு அழைத்துப் போய் விஷயத்தை எப்படி சொல்வதென்று அவருக்கு ஒன்றும் ஓடவில்லை. வயலுக்கோ தோட்டத்திற்கோ தம்பியைக் கூட்டிக்கொண்டு செல்லலாம். ஆனால் யாராவது சந்தேகப்படுவார்கள்; அல்லது வேலைக்காரர்கள் அங்கு நிற்கலாம். "நாளைக்குச் சாயங்காலம் பெரிய கோயில் பக்கத்திலுள்ள பூங்காவுக்கு வா" என்ற செய்தியைத் தம்பிக்குக் கடத்தினார்.

மறுநாள் பள்ளிக்கூடத்திற்கு வந்த தம்பியை அழைத்துக் கொண்டு பூங்காவுக்குச் சென்றார். ஆனாலும் இங்கும் யாராவது ஒற்றர்கள் நிற்பார்களோ என்பதுபோல அண்ணனும் தம்பியுமாக அக்கம்பக்கம் பார்த்துக்கொண்டார்கள். கொஞ்சம் கொஞ்சமாகச் செய்தியை இறக்கினார். இப்படி எல்லாமும் சொல்லியாகி விட்டது. மாலிக்கிற்கு ஆத்திரமானால் ஆத்திரம், அப்படியிப்படி என்றில்லை. ஒரு சின்னப் பையன் தன் மனைவியை மடக்கிப் போட்டிருக்கிறான். சே, என்ன அருவருப்பு?

"நீங்கள்லாம் இருக்கும்போது எப்படி காக்கா இம்புட்டுத் தூரம் போயிடுச்சி... தேவடியா முண்டை முடியைப் பிடிச்சி ஆஞ்சிருக்க வேண்டாமா?"

"இப்போ அதையெல்லாம் பேசி ஒன்னும் ஆகப்போறதில்ல... நடக்க வேண்டிய காரியத்தைப் பாக்கணும்."

"அதுக்கு என்ன வழி?" கண்சிமிட்டலோடு கேட்டார் மாலிக்.

அதுதான் வாத்தியாருக்கும் தெரியவில்லை. முன்பான காலமாயிருந்தால் அவர் என்னவாவது பண்ணியிருப்பார். எப்போதுமகன் சுவரேறிக்குதித்தானோ அப்போதே அவரிடமிருந்த எல்லா ராஜதந்திரங்களும் எங்கேயோ போய் எப்படியோ காலாவதியாகிவிட்டன; மூளைகூட ஸ்தம்பித்துப்போய்விட்டது.

"கொஞ்சம் அமைதியாயிரு..."

"அமைதியாயிருக்கணும்னா நான் ஏன் காக்கா அடிச்சிப் பிடிச்சி ஓடி வரணும்?"

"கவலப்படாத."

39

ஊரில் புதிய ஜனனங்கள். சமீராவுக்கு முதலில் பெண் குழந்தை பிறந்தது. அதற்கு இரண்டு வாரம் கழித்து மரியம் ஒரு பெண் குழந்தையைப் பெற்றெடுத்தாள். அதற்கும் அடுத்த வாரம் ஜுனைதாவுக்குப் பிறந்ததும் பெண் குழந்தைதான். ஊரில் தமாஷாகக் கேட்டார்கள். "தோழிமாரெல்லாம் சொல்லிவச்சா ஒரே நேரத்துல பொட்டைப் புள்ளையளா பெத்தியோ?"

பிரசிடெண்ட் அப்பாவுக்கு மறுபடியும் காண்டு. "என்ன அடுத்த வாரிசும் பொட்டையளா பொறக்க ஆரம்பிச்சாச்சோ." குல்தூமுக்குப் புறுபுறு என்று வந்தது. "இந்த மனுசனோட ஒரே எழவா போச்சி." குழந்தை சமீராவை உரித்துக்கொண்டு அப்படியே பிறந்திருந்தது. மூக்கும் முழியும் கன்னங்களும் அவளே! அவளின் கணவருக்கும் அதே மூக்குமுழியும் கன்னமும்தானே என்றும் சிலர் சொன்னார்கள். "ஓ, அப்போ மாப்பிள்ளயும் பொண்டாட்டியும் நல்ல பொருத்தம்தான்னு சொல்லுங்கோ."

செய்தியைக் கேள்விப்பட்டதும் சமீராவுக்கு வாழ்த்துச் சொல்லி சபீர் ஒரு கடிதம் போட்டிருந்தான். அவளுக்கு அது உற்சாகமாக இருந்தது. சபீர் எழுதிவிட்டால், கபீரும் எழுதுவான். இந்த நம்பிக்கை அவளைக் கிளர்ச்சியுற வைத்தது. அப்படியெல்லாம் அவன் எழுதிவிடுவானாக்கும்? கபீரின் தங்கைக்கும் குழந்தை பிறந்ததால், ம்மாவுக்கும் தங்கச்சிக்குமாக கபீர் கடிதம் எழுதித் தன் மகிழ்ச்சியைத் தெரியப் படுத்திய விவரம் சமீரா கவனத்திற்கு வந்தது. அதில் மரியத்துக்கும் தன் வாழ்த்துகள் சொல்லச் சொல்லியிருந்தானாம். என் குழந்தை என்ன பாவம் செய்தது என்ற எண்ணம் மனத்தில் ஓடியது.

குழந்தை பெற்ற கையோடு ம்மாவுக்காகக் காக்கா கபீருக்குக் கடிதம் எழுதினாள் தங்கை ஜுனைதா.

"மகனே, நீ போய் எத்தனை வருசமாச்சு? எங்கள் எல்லாரை யும் பார்க்காமல் உன்னால் எப்படி இத்தனை வருசமும் மெட்ராஸில் இருக்க முடிகின்றது? எங்களையெல்லாம் தேடவில்லையா உனக்கு? நான் உன்னையே நினைத்து நினைத்து மருகிக்கொண்டு வருகிறேன். இதையெல்லாம் கொஞ்சமும் நினைக்காமல் இப்படி இருக்கிறாயே? நீ அனுப்பிவைக்கும் பணம் எனக்குப் போதவில்லை. மாதாமாதம் நான் யாரிடம் போய்க் கடன் வாங்குவேன்?

"உன்னோடு படித்து விளையாடிய பையன்களெல்லாம் நல்ல வேலைக்குப் போய்விட்டார்கள். வீட்டுக்கும் பணம் அனுப்புகிறார்கள். கல்யாணம் முடித்துக் குழந்தைகுட்டிகளுமாக ஆகிவிட்டார்கள். நீ யாரோபோல் பொறுப்பில்லாமல் இருக்கிறாய். எல்லாரும் உன்னைப் பற்றிக் கவலைப்பட்டு என்னிடம் விசாரிக்கிறார்கள். சிலபேர் உனக்குப் பெண்தர ஆசைப்படுகிறார்கள். நீ சம்மதம் சொன்னால் நான் உனக்குப் பெண்பேசி முடிக்கிறேன்.

"உன் முதலாளிகளிடம் கேட்டு நீ எனக்குக் கூடுதலாகச் சம்பளம் அனுப்பிவை. மழை பெய்தால் வீடு ஒழுகுகிறது. வீட்டில் நீரூற்று இருப்பதால் மழைபெய்யும்போது நசநசவென்று கால்வைக்க முடியாமல் ஆகிறது. உனக்கு எதையும் நான் சொல்ல வேண்டாம். நீ எல்லாவற்றையும் அறிந்தவன். தங்கச்சிக்குக் குழந்தை பிறந்திருப்பதால் நிறைய செலவுகள் இருக்கின்றன...

"நான் போன முறை கடிதம் போட்டபோது மூன்றுபேருக்கும் குழந்தை பிறந்திருப்பதாக எழுதியிருந்தேன். நீ மரியத்தை விசாரித்திருந்ததுபோல் சமீராவை விசாரிக்கவில்லை. அவளும் அவளின் ம்மாவும் ரொம்பவும் வருத்தப்பட்டார்கள். அப்படியெல்லாம் எதையும் இனிமேல் மனத்துக்குள் வைத்துக்கொண்டிருக்காதே மகனே. போனதெல்லாம் போகட்டும். அதையே நினைத்துக்கொண்டிருந்தால் ஒன்றும் நடக்காது. நான் உன் ஞாபகமாக இருக்கிறேன். உனக்காக நான் அல்லாவிடம் எப்போதும் கைநீட்டித் துஆ கேட்டு மன்றாடுகிறேன்..."

ஈரத் தரையில் தன் குழந்தையோடு தங்கை படுத்துக் கிடப்பதை எண்ணி மிகவும் மன உளைச்சலுக்கு ஆளானான். இலேசான மழை பெய்தால் தன் வீடு எப்படியிருக்குமென்று யாரும் அவனுக்குச் சொல்லிக்காட்ட வேண்டாம். அவ்வாறு மழைபெய்யும்போது தரையில் படுக்க முடியாமல் எல்லாரும் மேடை¹க்குப் போவார்கள். மேடையிலும் பழைய சாக்குகளுக்கு மேல் சாக்குகளாகப் போட்டு அதில் பாயை விரித்துப்

---

1 மேடை — மாடி

படுப்பார்கள். மேடை உயரம் கிடையாது. ஓலைப்பரையாக இருந்ததால் மேடையின் நடுவில் மட்டும்தான் முதுகை நிமிர்த்தி நிற்க முடியும். மேலே ஏறிவரும்போது முதுகைக் குனிந்து வர வேண்டும். மண்வீடு. பெரிய மழைபெய்தால் வீடு தாங்குமா அல்லது எல்லாரையும் கணக்கை முடித்துக்கொண்டு போய்விடுமாவென்று பெரும் பயமாக இருக்கும். தான் இருந்த நாள் வரைக்கும் வாழ்ந்தாகிவிட்டது. தங்கையும் அவளின் மகளும் அதில் கிடந்து உழல வேண்டுமென்று என்ன தலையெழுத்து? தான் என்ன செய்ய முடியுமென்று அவனுக்குத் தெரியவில்லை. ம்மா எதையும் அதிகமாக எழுதவில்லை. அவள் எழுதியதெல்லாம் முழு உண்மை. தான் ஊரில் இருந்து பார்த்ததுபோல இப்போது படங்கள் பார்க்கவில்லை. பீடி, சிகரெட் கிடையாது. நல்ல துணிமணிகளுக்கு ஆசைப்பட்டு வாங்குவதும் கிடையாது. கம்பெனியில் மூன்று நேரமும் சாப்பாடு போடுகிறார்கள். நல்ல சாப்பாடு. வயிறு நிறைய ஒவ்வொரு நேரமும் வெட்கம்பாராமல் சாப்பிடுகிறான். வெளியே போய் மற்றவர்கள் சாப்பிடுவதைப் பார்த்துத் தானும் அதுபோல வாங்கித் தின்பது கிடையாது. வேறு எப்படிச் சம்பளத்தை மிச்சப்படுத்த முடியும்? ம்மா அதனால்தான் நல்ல மனத்தோடு எழுதியிருக்கிறாள் – முதலாளிகளிடம் கூடுதலாகச் சம்பளம் கேட்டு அனுப்பிவை என்று. ஒன்றும் ஓடாமல் திகைத்துக் கிடந்தான் கபீர்.

வீட்டுக் கவலைகளோடு சேர்ந்து சமீராவின் கவலை களும் வருவது விநோதம்தான். அவள் இப்படி விசாரித்துக் கவலைப்பட வேண்டும் என்று அவன் விரும்பினான்; விரும்பியது நடக்கிறது. ஆனால் அதை ம்மாவிடமே வந்து முறையிடுவாளென்று அவன் நினைக்கவில்லை. அது தன்னைப் பொறுத்த அளவில் மகிழ்ச்சியான சங்கதிதான். அவளும் அவளின் ம்மாவும் வெட்கம்பாராமல் ம்மாவிடம் முறையிட்டது பெரும் மனநிறைவைத் தந்தது. ஆமாம், இப்படியேதான் எல்லாமும் போக வேண்டும். நின்று வதைப்பது சுகம்.

○

மஜீத் காக்காவிடம் பேசிவிட்டு வந்தபின் மாலிக்கால் எதையும் தாங்கிக்கொள்ள முடியவில்லை. காத்தூன் அங்குமிங்கும் நடமாடும்போது அந்தக் கட்டான மேனி அப்படியே அவரை அலைக்கழிக்கிறது.

இருவரும் அருகருகே படுத்தாலும் நடுவில் மகளைப் படுக்கவைத்துவிடுவார் காத்தூன். அது இயல்பாக நடப்பதைப் போலச் செய்வார். மகள் ஆழ்ந்த தூக்கத்துக்குப் போன

பின் காத்தூனின் அருகில் போய்ப் படுத்துவிட்டார் மாலிக். மெதுவாகக் கைபோட்டு ஏறினார். காத்தூனின் வேகம் சிறிதளவே இருந்தது. ஒரு சிறிய கிளர்ச்சிப்படலம்; அது தொடங்கிய வேகத்தில் முடிந்துவிட்டது. அகரத்திலிருந்து அஃகாரம்வரைக்கும் போக முடியவில்லை. அவளிடமிருந்து ஒரு முக்கல் முனகல் இல்லை. உடனே காத்தூன் எழுந்து சென்று சுத்தமாக்கிக்கொண்டு படுத்துவிட்டார். மற்றவனை மனத்தில் வைத்திருந்தால் தன்னோடு சேர அவள் இணங்குவாளா என்று மாலிக் தீவிரமாக ஆராயத் தொடங்கினார்.

ஆனாலும் இந்த மகாராஜன் யாரென்று தெரியவில்லை. இன்னாரென்று தெரிந்தால் அவனைப் பொறிவைத்துப் பிடித்துவிடலாம்.

மஜீத் வாத்தியாருக்கு மகாராஜனைக் கையும் களவுமாகப் பிடிக்க ஆசை. ரஹ்மத்துல்லாவைக் கட்ட மண் ஏறிக் குதிக்க வைத்தது மகாராஜனின் அண்ணன் சிதம்பரம்தான். அதுவரை யிலும் தன் பேரும் புகழும் அப்படியிப்படி என்று குலையாமல் இருந்தது. எல்லாவற்றையும் குலைத்தான் சிதம்பரம். தானே வாத்தியாராக இருந்து அவனுக்குப் பாடம் படித்துக்கொடுத்தாலும் அவன் தன் வாத்தியார் என்ற பரிவில்லாமல் சமுதாயத்தின் முன் தலைகுனிய வைத்துவிட்டான். இப்போது அவன் தம்பியைக் கையும் களவுமாகப் பிடித்துப் பழிதீர்த்துவிடலாம். அங்கும் மாட்டப்போகிற காத்தூன் தன் குடும்பத்துக்காரி. எப்படியெல்லாம் இறைவன் தன்னைச் சோதனைக்கு உள்ளாக்குகிறான்?

இதை முடிவுக்குக் கொண்டுவரவே தம்பிக்குக் கடிதம் போட்டார். அதிலும் தோல்வி. தான் செய்ய முடியாத ஒரு காரியத்தைத் தம்பியால் எப்படிச் செய்ய முடியும்? அவனுக்கு என்ன தெரியும்? அவனுடைய ஒவ்வோர் அடிவைப்புக்கும் தான்தான் முன்னால் செல்ல வேண்டியிருக்கிறது. அவசரப்பட்டுக் கடிதம் எழுதியாயிற்று. அவனும் திடுதிப்பென்று ஊரில் வந்து நிற்கிறான். அவனை யார் வரச் சொன்னது? அவன் வந்து பல நாட்களாகியும் ஒன்றும் நடக்கவில்லை.

இரண்டொரு நாள் கழித்துத் தெருவில் கேள்விப்பட்ட ஒரு செய்தியோடு மாலிக் வீட்டுக்கு வந்தார். காத்தூன் சமையல்கட்டில் இருந்தார். ஈராய்ங்கம் நறுக்கும் வேலை. அவர் வந்தது கோபமாக. தன்னை மேவாமல் அவளாக எதையும் முடிவுசெய்துகொள்கிறாள். அது என்ன எழவோ மனைவியைப் பார்த்ததும் நாக்குழறித்தான் எதையும் கேட்க முடிகிறது. நாக்கு குழன்றாட அவர் கேட்டார், “நீயென்ன நம்ம புள்ளைக்கு மாப்பிள்ளை பாத்துக்கிட்டிருக்கியோ?”

“யார் சொன்னா?”

“அதான் ஊருக்குள்ளாற பேச்சு அடிபடுதே . . .”

“ஆமா, அவளுக்கும் வயசாயிட்டிருக்கில்லியா? அதான் மாப்பிள்ளை பாத்துக்கிட்டிருக்கேன்.”

ஈராய்ங்கத்தின் வாடை அவருக்குக் கண்களில் நீரை வரவழைத்தது. கொஞ்சம் ஒதுக்கமாக நிற்கப் பார்த்தார்.

“என்கிட்டேயெல்லாம் ஒரு வார்த்தை கேக்க மாட்டியா? நீ பாட்டுக்குப் பேசிமுடிச்சிருவியோ?”

ஒரு வார்த்தையும் பேசாமல் தானுண்டு, தன் வேலையுண்டு என்று நிற்கிற ஆங்காரத்தைப் பாரேன் என்று மாலிக் மனைவியைப் பார்த்துப் பல்லைக் கடித்தார்.

“மாப்பிள்ளை யாரு?”

“பின்னால இருக்காங்களே, ஒங்க ஆயிஷா சாச்சி, அவங்க மவன்தான்.”

அவருக்கு உள்ளபடியாக யாரென்ற பிம்பம் பிடிபடவில்லை. கண்சிமிட்டி யோசித்தார். “என்ன, ஒங்களுக்குத் தெரியாதோ அவன? இப்படி முழிக்கிறீங்க?”

கண்களை வேகமாகச் சிமிட்டிவிட்டுக் கேட்டார். “அவன பாத்துருப்பேன். அந்தப் பையனோட மூஞ்சி சரியா ஞாவகத்துக்கு வரல்ல...”

“நீங்க ஊருக்கு வரும்போதெல்லாம் அவன் கூடயும் மத்த மத்த பையன்களோடயும் இந்தத் திண்ணையில நின்னு பேசிக்கிட்டுத்தான இருந்திருக்கியோ.”

“இன்னொருக்கா பாத்துட்டா தெரிஞ்சிரும். அவன் எங்க இருக்கான், என்ன வேல செய்யுறான்?”

“மெட்ராஸுல பெரிய சாரம் கம்பெனி ஒண்ணு இருக்காமே... அங்கதான் இருக்கான்.”

“நல்ல பையன்தானா?”

காத்தூனுக்குச் சிரிப்பு முட்டிக்கொண்டு வந்தது. வாய் கொள்ளாத சிரிப்பு. சத்தமாகப் பேசினால் அடுத்த வீட்டுக்குக் கேட்கும். ஈராய்ங்கம் அரிந்த கையோடு கணவனின் அருகில்வந்து சொன்னார், “ஒங்க காக்கா மவ சமீரா அவனத்தான லவ் பண்ணிக்கிட்டிருந்தா . . . அந்த மாப்பிள்ளையத்தான் கட்டிக்குவேன்னு ஒத்த கால்ல நின்னு வாப்பா ம்மாவோட சண்டை போட்டா. பண்டம் பாத்திரங்களையெல்லாம் போட்டு ஒடைச்சாளே. அவகிட்ட கேளுங்கோ மாப்பிள்ளயப் பத்தி. கதைகதையா சொல்லுவா.”

மாலிக் மண்டையில் கிர்ரென்ற ஓசை கேட்டது. "யா அல்லா," இந்த ஊருல என்னென்னல்லாம்தான் நடந்துக்கிட்டிருக்கு ..." பெரிய சத்தம் இதயத்துக்குள்ளிருந்து எழுந்தது. அப்படியே தரையில் குப்புற விழுந்து படுத்துவிட்டால் தேவலாம்போல. கண்கள் இன்னும் அதிகமாகச் சிமிட்டியதை காத்தூன் பார்த்தார். மனைவியின் சிரிப்பாணி நின்றபாடில்லை. என்ன செய்வதென்று தெரியாமல் வெளியே திண்ணைக்கு வந்தார் மாலிக். வேப்ப மரக் காற்று அவரைச் சாந்தப்படுத்தியது. உள்ளேயிருந்து காத்தூன் விரைந்துவந்தார். "ஒங்களத்தான ... கொஞ்சம் உள்ள வாங்க."

மாலிக் உள்ளே வந்தார். "சமீராவக் கொடுக்கல்லேன்னதும் அவன் கோவப்பட்டு யார்ட்டயும் சொல்லாம கொள்ளாம மெட்ராஸுக்கு ஓடிப் போயிட்டான். இப்ப ஒங்க காக்கா, ஜரீனாவ அவனுக்குப் பேசி முடிக்கணும்னு அதே சோலியா இருக்காரு. நீங்க அவர்கிட்ட நம்மவூட்டுக் கதைய எதையும் சொல்லிறாதீங்கோ. பொறவு உள்ளதும் போயிரும்."

"அவரா கேட்டா என்ன சொல்றது? நீ என்கிட்ட இதையெல்லாம் முன்னாலேயே சொல்லிற மாட்டியா?"

"சொல்லிற மாட்டியான்னா, நீங்க எங்க வூட்டுல இருக்கீங்கோ. சாட்பூட்டுன்னு அங்க போகவும் இங்க போகவுமா இருக்கீங்களே."

அபாண்டமான பொய்யாக அல்லவா இருக்கு? 'நான் எங்கே வெளியே போறன்? காக்கா சொன்ன மாதிரி எந்த நிமிசமும் அந்தக் கள்ளப்படுவா, ஊட்டுல வந்து நுழைஞ்சிருவானோன்னு பழியா கெடக்கிறேனே ...'

"அவன் போயி மூணு வருசமாவப் போவுது. இன்னும் ஊருக்கு வரல்ல. கல்யாணமே வேண்டாமுன்னும் சொல்லிட்டிருக்கானாம். அவன் ஊருக்கு வந்தான்னு வையுங்கோ, நானே அவன்கிட்ட எல்லாத்தையும் பேசிமுடிச்சிருவேன். நீங்க யார்கிட்டேயும் வாய் தொறக்காம இருந்தா போதும்."

"கல்யாணமே வேண்டாம்னு சொல்ற பையன்கிட்ட நீ என்னத்தப் பேசி முடிச்சிடப் போற?"

"வாலிபத்துப் புள்ளைய கதைய தெரியாதா ஒங்களுக்கு? ஏதோ ஒண்ணுன்னா அப்படித்தான் சொல்வானுவோ. மச்சி மச்சின்னு என்னையும் சுத்திக்கிட்டு வந்தவன்தான ... என் மேலயும் அவனுக்கு ரொம்பவும் பாசம் உண்டு. அவன் இந்தப் பக்கமா வந்துட்டாமுன்னா என்னவே கொழுந்தனாரு

எப்படியிருக்கீருன்னு அவனப் பாத்துச் சிரிச்சி ஒரு வார்த்தை பேசிட்டேன்னு வய்யுங்கோ. நம்மகிட்ட மடங்கிறப்போறான்."

மாலிக்குக்குக் குபுகுபுவென்று வேர்த்தது. 'என்ன இது, இவ நம்மகிட்டேயே இப்படி பேசுறா?' என்று திகைத்தார்.

"மச்சி மச்சின்னு சுத்தி வர்றவன் ஒங்கிட்டே எப்படி இருந்துருப்பான்?"

"ஒடனே ஒங்களுக்கு சினிமா கதையெல்லாம் ஒண்ணுவிடாம ஞாபகத்துக்கு வந்துருமே. ஊருல எல்லாரும் சேக்காளிமாரா சுத்திக்கிட்டிருக்கும்போது அவனுவோ அப்படித்தான ஜாலியா பேசுவானுவோ. ஒங்க மஜீத காக்கா பொண்டாட்டியவும் மச்சி மச்சின்னுதான் சுத்திக்கிட்டு வந்தான். மச்சி புள்ளையவே லவ்வும் பண்ணிக்கிட்டான். ஒங்க காக்காவும் மச்சியும் ஒண்ணும் தெரியாமயா இருந்தாங்க? நீங்க ஊரு ஒலகத்துல இருந்து எல்லாத்தையும் பாத்தாத்தான?"

40

கபீருக்கு ஓரிரு வாரங்களாக உடல்நலம் சரியில்லை. முதலில் டைஃபாய்ட் என்றார்கள். வேலையில் அது பெரிய சுணக்கத்தை உண்டாக்கியது; சாப்பாடும் எடுபடவில்லை. பின் சில நாட்கள் கழித்து மலேரியாவும் வந்துவிட்டதாக மருத்துவமனையில் சொன்னார்கள். பெரிய கட்டுப்பாடுகளோடு இருக்க வேண்டும். தொழிலாளர் நலத்துறை மருத்துவமனைக்குப் போய்வந்துகொண்டிருந்தான். அவர்கள் அதிக அளவில் ஊசியும் மருந்தும் கொடுத்து ஆளைத் தேற்றிவிட வழிபார்த்தாலும் அவனால் இயல்புநிலைக்குத் திரும்ப முடியவில்லை. நன்றாகச் சாப்பிட வேண்டுமென்று மருத்துவர்களும் செவிலியர்களும் சொன்னாலும் சாப்பாடு குமட்டிக்கொண்டு வந்தது. ஏற்கெனவே கபீரின் காக்கா அபுதாஹிர் சிறிய அளவில் வியாபாரம் செய்ய விரும்பி மெட்ராஸ் வேலையை விட்டுவிட்டு ஊருக்குப் போய்விட்டிருந்தார். காக்காவின் நண்பர் அவுதுமல்லி தன் தொழில் விஷயமாக அந்தப் பக்கம் வரும்போது பாசம் விட்டுப்போகாமல் இருக்க அவனையும் ஒரு பார்வை பார்த்துவிட்டுப் போக வருவார். அப்படியாகத்தான் அன்றும் அவன் அலுவலகம் அருகே ஒரு வேலையாய் வந்திருந்தபோது கபீரைப் பார்த்துப் பேச விரும்பினார். கபீரைப் பார்த்ததும் அவருக்குப் பெரிய அதிர்ச்சியாகிவிட்டது. ஆள் துரும்பாய் வெளுத்துப்போய் 'ஙே' என்று இருந்தான். இப்படியிருப்பானென்று அவரால் கற்பனைசெய்யவும் முடியவில்லை. துருவித் துருவிப் பேசினார். பேச ஜீவனில்லாமல் அவருக்குப் பதில் சொல்லிக்கொண்டுவந்தான். மனம் தாளாமல் அபூவுக்குக் கடிதம் எழுதினார்.

அவுதுமல்லியின் கடிதம் ம்மாவையும் அபூவை யும் மிகவும் கவலைப்பட வைத்தது. அவர்கள்

உடனடியாக அவனுக்குக் கடிதம் எழுதி வரச் சொன்னார்கள். தான் நன்றாக இருப்பதாகவும் பெருநாள் வரும்போது வருவதாகவும் பதில் கடிதம் போட்டான். அதைப் பொறுக்க முடியவில்லை ஆயிஷாம்மாவால். அதனால் அவன் வேலை பார்க்கும் நிறுவனத்திற்குக் கடிதமெழுதி அவனை ஊருக்கு அனுப்பிவைக்குமாறு வேண்டினார்கள். இருப்பினும் கிராமத்தில் அதுபோன்ற மருத்துவ வசதிகள் இருக்காதென்ற காரணத்தைக் கூறி, கம்பெனி அவனை அரசு மருத்துவமனையில் சேர்த்தது; அந்த விவரத்தைத் தெரிவித்து வீட்டிற்குக் கடிதம் போட்டார்கள். ஒரு மாதக் கடுமையான கண்காணிப்பில் ஒருமாதிரியாக அவன் தேறினான். இதுதான் சந்தர்ப்பமென்று அவனை ஊருக்கு அனுப்பிவைக்க முடிவெடுத்தார்கள். உடல்நிலை நன்கு தேறிய பின் வேலைக்கு வந்தால் போதுமென்று கூறிக் கை நிறையப் பணமும் கொடுத்து அனுப்பிவைத்தார்கள். உற்சாகமாகக் கிளம்பத் தயாரானான் கபீர்.

அவன் வரப்போவதை அறிந்ததும் சமீரா கிளர்ச்சி யுற்றாள். ஆயிஷாம்மாள் எப்படி மகனைப் பார்க்கும் ஆர்வத்தில் உள்ளும் புறமுமாக அலைந்துகொண்டிருந்தாரோ அதேபோலத்தான் சமீராவும். மெட்ராஸிலிருந்து ஊருக்கு வருபவர்களின் நேரம் எல்லாருக்கும் துல்லியமாகத் தெரியும். காலை எட்டரை மணிக்குக் கன்னியாகுமரி எக்ஸ்பிரஸ் திருநெல்வேலி ஜங்ஷன் ரயில் நிலையத்திற்கு வரும். பக்கத்தில் பேருந்து நிலையம். ஒன்பதரை மணிக்கு கணபதி பஸ் அங்கிருந்து ஊருக்குப் புறப்படும். அந்த பஸ் வழியிலுள்ள கிராமங்களி லெல்லாம் நின்று பயணிகளை ஏற்றவும் இறக்கவும் ரைட் சொல்லவுமாக மாட்டு வண்டியைவிட வேகமாக வந்துகொண்டிருக்கும். பேருந்து ஓட்டுநர்களாக உலக மகா பொறுமைசாலிகள் மூன்று, நான்கு பேரை கணபதி நிறுவனம் வேலைக்கு வைத்திருந்தது. அவர்கள் மாறிமாறி ஓட்டுவார்கள். பயணிகளின் பயணம் சுகராகமாக இருக்கும். ஊர்க் கதைகள் உலகக் கதைகளைப் பயணிகளோடு தாங்களும் பேசிக்கொண்டு வண்டியை ஓட்டுவார்கள் ஓட்டுநர்கள். எந்த இடத்திலும் பயணிகள் கையைக் காட்டலாம்; ஏறலாம்; இறங்கலாம். அப்படியொரு ஏற்பாடு. அந்தா இந்தா என்று களக்காடு வந்து சேருவதற்கு இரண்டு மணிநேரத்தை எடுத்துக்கொள்ளும். ஆக, பதினொன்றரையிலிருந்து பதினொன்றே முக்காலுக்குள் களக்காட்டு மண்ணில் கால்வைத்துவிடலாம். பெட்டி படுக்கைகளோடு பழைய ரைஸ் மில் பக்கமாக வந்து பஸ் நிற்பதை அனுமானித்துக்கொள்ளலாம். பழைய ரைஸ் மில் இன்னமும் முழுதாக இடிக்கப்படவில்லை. துண்டு துண்டாகப் பாழடைந்துபோயிருந்த அதன் கட்டடங்களில் பேய்கள்

வசிப்பதாக ஐதீகம். பஸ்ஸிலிருந்து இறங்குபவர்கள் வயல்காட்டில் இறங்கிவிட்டால் யார் யார் வருகிறார்கள் என்கிற விவரத்தை எல்லாரும் பார்த்துத் தெரிந்துகொள்வார்கள். மூன்று வயல்களைத் தாண்டி வர வேண்டும். அப்படிப் பார்ப்பதற்காக ம்மா காத்துக்கொண்டிருக்கிறாள்; சமீராவும் காத்திருக்கிறாள்.

சமீரா பரிதவிப்பதைப் பலரும் கவனித்துக்கொண்டார்கள். அந்தச் சேதியைக் கேள்விப்பட்ட நேரத்திலிருந்தே அவள் மனம் அலைபாயத் தொடங்கிவிட்டது. இரண்டு நாட்களாக உள்ளத்தை ஓரிடத்திலும் நிலைநிறுத்த முடியவில்லை; மிகவும் பலவீனப்பட்டுப் போனாள். தன் மகளின் அலைபாய்தலைப் பொறுத்துக்கொள்ள முடியாமல் குல்தூம் தவித்தார். மகளை அவ்வப்போது முறைத்துப் பார்த்தாலும் அவளால் அதைப் புரிந்துகொள்ள முடியவில்லைபோல. கொஞ்சம் சத்தம் போடலாம்தான். சின்னவள் ஜரீனா வீட்டில் இருக்கிறாள். தன்னைப் பிறர் கவனித்துக்கொண்டு வருகிறார்களென்கின்ற உணர்வு சமீராவுக்கு இல்லாமல்போயிற்று.

சுலைமானுக்குக் கட்டிக்கொடுத்த நாள்முதலாக சமீரா சரியாகத்தான் இருக்கிறாள். எது எப்படியிருந்தாலும் இதுநாள்வரை முரண்டாகவோ கடந்தகால ஆசைகளை நினைத்தவளாகவோ அவள் எவருடைய பார்வைக்கும் தென்பட வில்லை. வேறொரு கணவனுக்குத் தன்னை முழுமையாக ஒப்படைத்துவிட்டாளென்றுதான் அவளைப் பார்ப்பவர்கள் நினைத்துக்கொள்கிறார்கள். ஆனால் இரண்டுநாட்களாக அவள் காட்டும் நடவடிக்கைகள் பழைய உலகை நாடி சமீரா செல்வதுபோல இருப்பதாக குல்தூமுக்குப் பட்டது. அது ஒருவித நடுக்கத்தைக் கொடுத்தது.

ஒரு கட்டத்தில் சின்னவள் ஜரீனா திண்ணையின் பக்கமாக நகர்ந்து செல்லவும் பல்லைக் கடித்தவராக, விழிகளை உருட்டிக்கொண்டு சமீராவைப் பார்த்துக் கத்தினார் குல்தூம். "என்னத்தளா அங்கிட்டும் இங்கிட்டுமா அலைபாஞ்சிக்கிட்டிருக்கே. கைக்குழந்தை அழுதுக்கிட்டிருக்கு. நீ பாட்டுக்கு அதைக் கவனிக்காம பின்வாசல்ல போயி என்னத்த எட்டியெட்டிப் பாத்துக்கிட்டிருக்க? உன் தங்கச்சி ஒருத்தி இங்குன இருந்துக்கிட்டிருக்கான்னுகூடத் தெரியாம என்ன போக்கு அது? பேசாம ஒரு இடத்துல போயி ஒக்காரு." ம்மா சொன்னதும் அவளுக்குப் பெருத்த அவமானமாக இருந்தது. நான் அப்படியா நடந்துகொண்டிருக்கிறேன்? சத்தியமாகத் தான் அப்படி நடந்துகொண்டிருந்ததாக அவள் நினைக்கவில்லை. ம்மா சொல்லவும் ரொம்பவும் வெட்கமாகப் போய்விட்டது. ம்மாவுக்குக் கட்டுப்பட்டு உட்கார்ந்த அந்த நேரத்தில்தான்

கணபதி பஸ்ஸிலிருந்து இறங்கி வயற்காட்டில் மூட்டை முடிச்சுகளோடு வந்தான் கபீர். மழை பெய்து ஊரெல்லாம் பசுமை. வயற்காடுகள் பச்சைப் பசேலென்று இருந்து அவனுக்கு முதலிலேயே வைத்தியம் செய்துவிட்டன. இதம் தரும் காற்றும் பயிர்கள் அதில் நடனமாடுவதுமாக அவனுக்குப் புதிய உலகம் கிடைத்ததுபோல இருந்தது. இதையெல்லாம் விட்டு விட்டா பட்டணத்துக்குள் சுகம் கண்டிருக்கிறோம்? மழைக் கேற்றபடி வயல்கள் சேறும் சகதியுமாய்க் கிடந்தன. வரப்புகளில் கால்வழுக்கி விழுந்துவிடக் கூடாதென்று பதமாய் வந்தான். ஆயிஷாம்மா தன் தள்ளாமையைப் பொருட்படுத்தாமல் வயற்காட்டில் இறங்கிப் பதற்றத்தோடும் கவனமாகவும் மகனை நோக்கி விரைந்தார்.

சாணியால் மெழுகியிருந்த தரையில் நீரூற்றுப் பரவி லேசாக வழுக்கியது. ம்மா கீழே முரட்டுச் சாக்கினை விரித்து அதன்மேலே ஓலைத் தடுக்குப் போட்டு மகனை உட்காரவைத்தார். அவன் தன் மகனைப் போலவே இல்லை. அவன் உடம்பு காற்றிலாடுவதுபோல இருந்தது. “என்ன வாப்பா, இப்படி துரும்பாயிட்டியே,” என்ற புலப்பம். “யாரோ மாதிரி வர்றியெ கபீரு,” என்று தன் வீட்டுத் திண்ணையிலிருந்து இங்குவந்த ஹாஜிராம்மா சொன்னார். அவன் இருக்கும் இருப்பைப் பார்த்து மனம் கனத்தவராக ஏதோ ஸலவாத்தை ஓதி ஓதி அவனின் முகத்தில் ஊதினார்.

ஒவ்வொருவராக வீட்டுக்குள் வந்தார்கள். பிச்சம்மா சாச்சி, லட்சுமி சித்தி, ஆமீனா மச்சி, மூசி பெத்தா, மீரம்மா தாத்தா, கண்மணி, ஆறுமுகம் பிள்ளை... என்று தெருவாசிகள் பலரும் அடுத்த ஒரு மணிநேரத்துக்குள் கபீரைப் பார்க்க வந்துவிட்டார்கள். அவனின் உடம்பைப் பார்த்ததும் ஒவ்வொருவரும் கலங்கினார்கள்.

“எல்லா சேக்காளிமாரும் ஊரவிட்டுப் போனீங்க... ஊரே வெறிச்சிட்டு கபீரு.” முத்தம்மக்கா ஒரு பித்தளைச் சட்டியில் சர்க்கரைப் பொங்கலோடு உள்ளே நுழைந்து ம்மாவிடம் அதனைக் கைமாற்றினார்.

“இப்படி மெலிஞ்சி தூர்வாரிப் போறவரைக்கும் மெட்ராஸூல ஒக்காந்து வேலபாக்கணும்னு ஒனக்கென்ன தலையெழுத்தா? ஊரைப் பாத்து வந்திருக்க வேண்டியதுதான? உன்னப் பெத்தவ அப்படியா கைவிட்டுறப் போறா?” மருதநாயகம் தாத்தா கம்பை ஊன்றியபடி மூச்சு இரைக்க இரைக்க வந்து திண்ணையில் பொத்தென்று சாய்ந்தார். “ஏல கபீரு, ஆத்துல நல்லா தண்ணி வருது. போயி நல்லா தலைமுழுவிட்டு வா. எல்லா பீடையும் இன்னையோட போயித் தொலைஞ்சிரும்” என்று

எடுத்துக்கொடுத்தார். அப்படி அவர் சொன்னதுமே ஆற்றைப் பார்க்க ஓடோடிச் செல்ல அவனின் கால்கள் துறுதுறுத்தன. ம்மா தலைதுவட்ட ஒரு துண்டை எடுத்துக் கொடுத்ததும் சிட்டாய்ப் பறந்துவிட்டான்.

ஆறு பொங்கிப் போனது. ஆற்றின் பரப்பு முழுவதும் தன் ராஜநடைக்கு என்கிற மாதிரி ஆற்றுக்குத்தான் எவ்வளவு உரிமை? பெரிசுகளும் சிறிசுகளுமாகக் கூடிக் கும்மாளமிட்டுக் கரையேற மனமில்லாமல் அதிலேயே விழுந்தடித்துக் கொண்டு கூச்சல்போட்டுப் பாட்டுப் பாடிக்கொண்டு . . . அந்தச் சிறிசுகளோடு கபீரின் மனமும் கும்மாளமடிப்பதாய் இருந்தது. முன்னொரு காலத்தில் சபீரும் ரஹ்மத்துல்லாவும் மகாராஜனும் பாண்டியனும் சங்கரனுமாகக் கூத்தடித்துக் குளித்துக்கொண்டிருக்கிறாற்போல நெருக்கமாய்க் காட்சிகள் விரிந்தன. இப்போது தன் பக்கத்தில் யாருமில்லை. ஆனால் உள்ளே கிடந்து ஆற்றைக் கலக்கிக்கொண்டு, கண்கள் சிவக்கச் சிவக்கக் கும்மாளம் அடிப்பவர்களெல்லாம் தாங்களேதான் என்று கற்பனை செய்துகொண்டான்.

மலையடிவாரம்வரைக்கும் பசுமையும் தென்றலும் அவ்வளவு சுகமாயிருந்தன. கலங்கலான வெள்ளம் என்றைக்கோ போய் இப்போது தேநீர் நிறத்தில் புதுவெள்ளம் பாய்கிறது. அவன் கால்களை விட்டு அளைந்தான். அதன் குளிர்ச்சியும் ஆரவாரமும் அவனைக் கிளர்த்திக்கொண்டுபோயின. வடபக்கத்தில் சோலை வழியே மக்களின் நடமாட்டத்தைக் காண முடியவில்லை. வெள்ளம் வந்தால் இப்படி ஆகிவிடும். வடக்கே தூரத்திலிருந்து வருகிறவர்கள் ஆற்றைத் தாண்டிச் சோலைக்கு வர முடியாது. சோலைக் கிளிகளும் மைனாக்களும் குலாவலாயின. அவை கீச்சுக் குரல்களா அவற்றின் பாடல்களா? பழைய ஊர் தன் நிறம் மாறாமல் சீரிளமை குன்றாமல் அப்படியே இருக்கிறது.

கலுங்கைத் தாண்டி வெள்ளம் விழுந்தது. அந்தப் பக்கத்தில் மீன்களின் கும்மாளம். ஒவ்வொரு மீனும் துள்ளத் துள்ள அவற்றின் நிறங்கள் வெவ்வேறாக இருந்ததினால் வெயிலின் கீற்றுகளால் மீன்கள் மின்னின – வானவிற்கள் வளைந்து நெளிந்து பறக்கின்றன. சிறுவர்களும் இளம்மனைவியராய் இருந்தவர்களும் சேலைகளைப் பெருவிரிப்பாக விரித்தும், நீளமான துவாலைகளை இழுத்துப்பிடித்தும் மீன்களைப் பிடித்துக்கொண்டிருந்தார்கள். விரால், கெண்டை, உளுவை, அயிரை, சாளை மீன்கள். பிடித்த மீன்களையெல்லாம் கரையில் பெரிய ஊற்றாகத் தோண்டி அவற்றுள் நிரப்பினார்கள்; துள்ளத் துடிக்கக் குதித்துத் தம் வாழ்வுக்காக மீன்கள் போராடின.

எல்லாவற்றையும் பார்த்து ரசித்து நின்றவன், ஆசை தாங்காமல் கலுங்கின் வழியாக வெள்ளத்தோடு வெள்ளமாகத் தாண்டிப் போகையிலே நிறைய மச்சிமார்கள் குளித்துக் கொண்டிருந்ததைப் பார்த்தான். கபீரைக் கண்டதும் தண்ணீருக்குள் மார்புவரை மறையும்படி மூழ்கினார்கள். "என்னவே கொழுந்தனாரே, எப்பவே வந்தீரு? ஏன்வே இப்படி நெத்திலி மீனுமாதிரி ஆயிட்டீரு," என்றெல்லாம் கேட்கக் கேட்க கபீருக்கும் ஆசை தாளவில்லை. மச்சிமார்களின் மாரழகுகளை ஓரக் கண்களால் பட்டும்படாமல் மேய்ந்தவனாகப் பதில்களைச் சொல்லிக்கொண்டு போனான். மச்சிமார்கள் கல்யாணம் முடிந்து எங்கே போனாலும் இந்த மாதிரி வெள்ளம் பெருக்கெடுக்கும் நாட்களில் ஊருக்கு வந்துவிடுவார்களோ என்னவோ? அவர்களெல்லாம் வரத்தான் செய்கிறார்கள். ஆனால் தன்னோடு ஆற்றுக்குக் குளிக்க வந்த நண்பர்களைத்தான் காண முடியவில்லை. தான் தனியனாக இப்படி வருவது துக்கமாக இருந்தது. இனிமேல் உள்ள காலத்தில் நண்பர்களெல்லாம் பழைய காலம்போல ஒன்றாகத் திரண்டு ஆற்று வெள்ளத்தில் நீராடி மகிழ முடியுமா என்று தெரியவில்லை. மீன்பிடித்து மூன்று நாள்களுக்கு ஆக்கித் தின்னும் இன்பமும் இனிமேல் கிடைக்குமோ?

ஆற்றைத் தாண்டிச் சோலையின் தென்பக்கமாக வந்தான். இந்த இடத்திலிருந்து பார்த்தால் தெற்கிலிருந்து பாறைகளில் இன்னிசை இசைத்தபடி பாய்ந்துவரும் வெள்ளம் வடக்கே பரபரத்து ஊஞ்சலாடிப் போவதைப்போல போகிறது. கிடைக்கும் எல்லா இடங்களிலும் பெண்களும் குழந்தைகளும் குளித்துக்கொண்டிருக்கிறார்கள். ஆங்காங்கே பாறைகள் தென்படுவதால் அதில் துணிமணிகளை வைத்துவிட்டோ, அழுக்குத் துணிகளைத் துவைத்துக்கொண்டோ இருக்கிறார்கள். எந்த அவசரமுமில்லாமல் குளிக்கிறார்கள். வேறுவேறு பெண்களோடு நூறு கதைகள் பேசிப்பொழுதை இங்கேயே கழித்துவிடலாம் என்று நினைத்திருப்பார்கள்.

அவனுக்கும் உடனே வெள்ளத்தில் முங்கிக் குளிக்க வேண்டுமென்ற ஆர்வம் பொங்கியது. ஆனாலும் எந்த அவசரமுமில்லை என்று சொல்லிக்கொண்டான். எல்லாவற்றையும் ரசித்தபின் குளிக்கலாமே! அநேகமாக இந்த வெள்ளம் தன்னுடம்பில் பதுங்கிக் கிடக்கின்ற முஸீபத்களை அடித்துக்கொண்டு போய்விடும் என்கிற நம்பிக்கையைத் தந்தது.

பொடிநடையாக நடந்ததில் ரஹ்மானியா பள்ளிக்கூடம் பக்கம் வந்துவிட்டான். பள்ளிக்கூடத்தின் கீழ்ப்பக்கம் பாறைகளில்லாத இடத்தில் தண்ணீர் பாய்ந்தோடுகிறது. இந்த இடத்தை ஆண்கள் ஆக்கிரமித்துள்ளார்கள். வெள்ளம் வரும்

நிழல் நதி

காலம்தோறும் இப்படித்தான் இந்த இடம் ஆண்களுக்குப் பட்டாபோட்டுக் கொடுத்ததுபோல! இங்கு தானும் இறங்கிக் குளிக்கலாமா என்று ஒரு கணம் யோசித்தான். அதோ அந்தப் பக்கமாய்ப் போய்க் குளித்தால் இன்னும் சுகமாக இருக்குமோ என்று இன்னோர் இடத்தைப் பார்த்து நினைத்தான். இப்படி எண்ணியெண்ணித்தான் இவ்வளவு தூரம் வந்திருக்கிறான். பார்க்கின்ற எல்லா இடங்களிலும் இன்று இரவுவரை நின்று குளிக்க வேண்டும். திடீரென்று சமீராவின் ஞாபகம் நெஞ்சில் பற்றியெரிந்தது.

அவள் இப்போது இங்கேதான், தன் வீட்டுக்குப் பின்னால் தான் இருக்கிறாளோ? ஒருவேளை மெட்ராஸுக்குப் போயிருப்பாளோ? பச்சை உடம்புக்காரியை அவ்வளவு தூரத்திற்குத் தன்னந்தனியாகவா அதற்குள் அனுப்பி வைத்திருக்கப் போகிறார்கள்? யாரிடமும் அவளை விசாரிக்க முடியவில்லை. எத்தனையோ பேர் அவனை விசாரிக்க வந்தார்கள். அவள் வீட்டில் இருந்திருந்தால் வந்திருக்க மாட்டாளா? தன்னைப் போல அவளுக்கும் ஒரு வைராக்கியம் இருக்குமோ? இருக்காது. இந்தப் பதிலை நினைத்தபோது அவனுக்கு இன்பமாய் இருந்தது.

இயற்கைப் பரவசங்களை அனுபவித்துவிட்டுத் தன் வீடு வந்தான். முற்றத்தில் ஏறி உள்ளே நுழையும்போது யாரோ ஒரு பெண் வீட்டினுள் இருப்பதுபோல தெரிந்தது. திண்ணையில் ஏறி வீட்டிற்குள் நுழைந்தான். சமீரா இருந்தாள்; குழந்தையோடு இருந்தாள். கபீரை ஏறிட்டுப் பார்த்தாள்...

41

சபீருக்குத்தான் இதையெல்லாம் கடிதமாக எழுத முடியும். உள்நாட்டு உறையை எடுத்து எழுதினால் அது கடிதமாக இருக்காது, தந்தியாகத் தான் இருக்கும். வழக்கம்போல நண்பர்கள், தோழர்கள், தனக்கு இசைவான இலக்கிய ஆர்வலர்களுக்கெல்லாம் நீளநீளமான தாள்களை யெடுத்துக் கதைபோலவும் வசன நடைபோலவும் கடிதம் என்ற பேரில் எதையாவது எழுதுவான். இன்றும் அதுபோல எதையெல்லாமோ எழுதுகிறான்.

“இப்போது நம் ஊர் எப்படியிருக்கு தெரியுமா சபீர்? கண்கொள்ளா அழகு. உண்மையாகவே நம் ஊரில் நமக்குப் பின்னணி இசை ஒலித்துக் கொண்டு இருந்திருக்கிறது. நாம்தான் கவனிக்கா மலே விட்டுவிட்டோம். தெருவில், ஆற்றில், வயலில், குளத்தில், சினிமா தியேட்டர் அருகில், தோப்புகளிலெல்லாம் பறவைகளின் பாட்டு எவ்வளவு இருக்கு தெரியுமா? செவிகளை நிரப்பிக் கொண்டு இருக்கின்றன பாட்டுகள். தெருவில் காளைமாடுகளை வயல்களுக்கு ஓட்டிக்கொண்டு போகும்போது அவர்கள் பேசுவது மாதிரியே எனக்குத் தெரியவில்லை; ராகம் பாடுகிறார்கள். மாடுகளும் சேர்ந்தே ராகம்போல ம்மா என்று கத்துகின்றன. இவையெல்லாம் காலம்காலமாக நமக்கு இருந்துதானே வந்திருக்கின்றன? எப்படி நாம் கவனிக்காமல் விட்டோம்? நம்ம ஊரையும் இதிலிருந்த இனிமையையும் உணர்ந்து அனுபவிக்கத்தான் மெட்ராஸ் வாழ்க்கை நமக்கு வந்து சேர்ந்திருக்கிறது! இதற்காகவே இப்போது மெட்ராஸுக்கு நன்றிசொல்ல வேண்டும்போல இருக்கு டியர் சபீர்.

சபீர், இதுவரையிலும் ஆற்றில் வெள்ளம்வந்த நாள்களில் நண்பர்கள் நீங்களெல்லாம் இல்லாமல் நான் என்றாவது குளித்திருக்கிறேனா, நாம்

குளித்திருக்கிறோமா? ஆனால் இந்த நான்கைந்து நாள்களாக நான் தனியாகத்தான் போகிறேன். மனத்தில் சொல்ல முடியாத வேதனைகளோடும் துயரத்தோடும் தினமும் ஆற்றுக்குக் குளிக்கப் போகிறேன். சாயங்காலமானால் நாம் கூட்டமாகப் போவோமே பெல்ஜியம் ஆஸ்பத்திரி, சினிமா தியேட்டர், லெப்பை நயினார் பள்ளிவாசல் ஆற்றங்கரை, நாங்குநேரியான் பாலம். இந்த இடங்களுக்கெல்லாம் நான் இன்று தனியாளாகப் போய்க்கொண்டிருக்கிறேன். இப்படியெல்லாம் போக வேண்டுமா என்றிருக்கிறது. எனக்கு நானே பேசிக்கொண்டு போகிறேன். இப்படிப் போகப்போக மீண்டும் மீண்டும் உங்கள் எல்லாரின் ஞாபகமும் வருகிறது. போகாமல் இருந்துவிட்டால் துயரம் இருக்காது. ஆனால் அப்படி இருக்க முடிகிறதா?

இந்த விடுமுறையில் நான் ஊரில் இருக்கும்வரை தனியாளாகத்தான் இருக்கப்போகிறேன்போல. ரொம்பவும் பயமாக இருக்கிறது. நேற்று நான் படம் பார்க்கப் போனேன். தனியாளாகப் போய் இருந்தேன். இதைச் சொன்னால் நீ நம்புவாயா? எனக்கே என் நிலைமை அவ்வளவு பரிதாபமாக ஆகியிருக்கிறது. என்ன, இந்த முறை தரை டிக்கெட் எடுக்காமல் பெஞ்சு டிக்கெட் எடுத்துப் போய்ப் பார்த்தேன். நம் சம்பாத்தியத் தில் நம் ஊரில் படம் பார்க்கிறோம் என்ற நினைப்பு வந்ததும் மனத்தில் கொண்டாட்டமாக இருக்கத்தான் செய்தது. ஆனால் படத்தை எப்படி ரசிக்க முடியும், நீயோ நம் நண்பர்களோ பக்கத்தில் இல்லாமல்?

சபீர், தனிமை ரொம்ப கொடியது. நீயும் மகாராஜனும் பாண்டியனும் ராஜேந்திரனும் இந்நேரம் இங்கே இருந்தால் எனக்கு எவ்வளவு கொண்டாட்டமாக இருக்கும்? நாமெல்லாம் ஊரில் ஒன்றுபோல இருக்க வேண்டுமென்று எனக்கு ஆசையாக இருக்கிறது. உங்கள் பேங்க்தான் ஏர்வாடியிலும் ஒன்று உண்டல்லவா? நீ தினசரியும் சைக்கிளிலேயே போய்வரலாமே? மகாராஜன் மாயாவிபோல இருக்கிறானாம். எல்லாரும் சொல்கிறார்கள். எங்கே போகிறான், எப்போது வருகிறான் என்று யாருக்குமே தெரியாதாம். அவன் என் கண்ணில் மட்டும் பட்டால் போதும், அவனை வேப்பமரக் கோந்துபோட்டுத் தடவி ஒரே இடத்தில் உட்காரவைத்துவிடுவேன். கையில் ஒரு பிரம்பு வைத்திருக்கிறேன். அவனைக் கண்டால் சும்மா விளாசித் தள்ளிடுவேன்.

உனக்குத் தெரியுமா, ராஜேந்திரனுக்கும் கல்யாணமாகி விட்டதாம். அவன் பெண்டாட்டி ஊர் பொட்டல்புதூர் பக்கம். அவன் அங்கேயே போய்விட்டதாகச் சொல்கிறார்கள். பாண்டியனின் அப்பா இங்கே இன்னும் தனியாளாகத்தான்

கிடக்கிறார். அவர் தலையாரியாக இருந்து என்ன பயன்? அவரை மதிக்காமல் எல்லாரும் போய்விட்டார்களே? ஒரு வேளைச் சாப்பாட்டுக்கும் படாத பாடுபடுகிறார். ஒரு மனிதர் இவ்வளவு பாவமாக இருக்க முடியுமா? மனுசன் தூங்கி எத்தனை நாளாச்சோ? முத்தையா பிள்ளை தாத்தாவும் கிட்ணம்மாவும்தான் எப்படியிருக்கிறார்கள் என்று எண்ணுகிறாய்? நம் மக்கள் அனைவரின் வாழ்க்கையும் இவ்வளவு அவலமாகவா இருக்கணும்? ஏனடா இவர்களையெல்லாம் பார்க்கிறோம் என்று மனம் தவியாய்த் தவிக்கிறதப்பா... வாழவும் வழியில்லாமல் சாகவும் தெரியாமல் பேச்சியா பிள்ளை தடுமாறுகிறார். சபீர், இவர்களின் துயர்களைப் பார்க்கும்போது மறுபடியும் ஒருமுறை இந்த ஊர்ப்பக்கமே வந்துவிடக் கூடாது என்ற வைராக்கியம் வருகிறது.

பிரம்மநாயகம் அண்ணன் தானுண்டு தன் வேலையுண்டு என்றிருக்கிறார். அவருக்கு இருக்கவே இருக்கிறது ஒரு தபாலாபீஸ். சாயங்காலமானால் வயல் வேலைகளுக்கு அலைகிறார். மனிதர் எவ்வளவுக்குச் சிரிக்கச் சிரிக்கப் பேசுவார்? அவர் முகத்தில் அவ்வளவு வெறுமை... ‘ஏதோ நீ வந்திருக்கே, கொஞ்சம் சிரிச்சிக்கிட்டிருக்கேன், நேரமும் நல்லபடியா போயிட்டிருக்கு’ என்று என்னிடம் சொன்னபோது என்னாலேயே அவருடைய பேச்சைக் கேட்க முடியவில்லை. குமுதா அண்ணிக்கு ஏதும் பிரச்சினை இருக்கிறமாதிரி தெரியவில்லை. அவருக்கு வாழ்நாளில் ஒரு தோழியாவது உண்டுமா? அவர் என்றைக்காவது உற்சாகமாக மற்றவர்களோடு பேசவும் கலகலப்பாக இருக்கவும் செய்திருக்கிறாரா? கோயில், குளம் என்றுகூடப் போய்வந்தவர் கிடையாது. நாம்கூடத் தேரோட்டம், தெப்பம், சூரன்குத்து என்று பல திருவிழாக்களுக்கும் போய்வந்திருக் கிறோம். ஆனால் குமுதா அண்ணியை இதுபோன்ற திருவிழாக் களில் பார்த்திருப்போமா? நம்மோடுதான் வந்திருப்பாரா? அன்றிலிருந்து இன்றுவரை அவர் உலகம் அடுப்படி மட்டும்தான் என்று நினைக்கிறேன். இப்படியிருப்பதுதான் ஒருவேளை நல்லதோ என்னவோ? வாழ்க்கையில் எந்த ஏக்கமும் குமுதா அண்ணிக்கு இருக்காது. அன்றைக்குக் கூட இருந்தவர்க ளெல்லாம் இன்று இல்லாமல் தனியாக இருக்கிறோமே என்றும் கவலைப்பட வேண்டியதில்லை. நானும் இப்படி இருந்திருக்கலாமோ என்று எண்ணுகிறேன் சபீர். இந்த மழையும் இந்த வெள்ளமும் இல்லையென்றால் இன்று நான் என்னவாகியிருப்பேன் என்று எனக்கே தெரியாமல் போயிருக்கும்,

நான்காவதாகவும் ஒரு பையனைப் பெற்றெடுத்திருக் கிறார்கள் குமுதா அண்ணி. பெண் குழந்தைதான் பிறக்குமென்று

இருவரும் ஆவலோடு எதிர்பார்த்தார்களாம். அப்படி பிறக்காமல் போனது பிரம்மு அண்ணனுக்கும் அண்ணிக்கும் வருத்தம் தான். மருதநாயகம் தாத்தாவும் அலமேலு ஆச்சியும்கூட அவ்வளவு துலக்கமில்லாமல்தான் இருக்கிறார்கள். ஒவ்வொரு வருக்கும் எப்படியெப்படியெல்லாம் பிரச்சினை இருக்கிறதென்று பாரேன்.

காலையில் நூலகம் போய்விட்டு, அப்படியே தபால் ஆபீஸ் வந்தேனென்றால் பிரம்மு அண்ணனுடன்தான் மத்தியானம் சாப்பாட்டு நேரம்வரை கதை பேசிக்கொண்டிருக்கிறேன். மத்தியானம் சாப்பாட்டை முடித்தபின்னர் வரும் நேரம்தான் பொல்லாத நேரம். கைவசம் புத்தகங்கள் இல்லை. நண்பர்கள் இல்லை. பாட்டுக் கேட்க ஒரு ரேடியோ இல்லை. மெட்ராஸிலிருந்து வரும்போது ஒரு டிரான்ஸிஸ்டராவது வாங்கிவந்திருக்கலாம். யோசனையே இல்லாமல் வந்துவிட்டேன். எதிர்த்த வீட்டில் அசன்மீரம்மா தாத்தா இருந்திருந்தாலாவது சிலோன் ரேடியோ கேட்டுக்கொண்டிருக்கலாம். வெறுக்வெறுக்கென்று திண்ணையில் உட்கார்ந்திருக்கிறேன். ம்மா என் நிலையைப் பார்த்து ரொம்பவும் இரக்கப்படுகிறார். "தனியா இப்படி வானம் பார்த்து உக்காந்துட்டிருக்கியே மவனே ... ஒன்னைய இப்படி பாக்கப் பாக்க மனசுக்கு என்னமோபோல இருக்கு வாப்பா. பாய்போட்டுத் தாரேன். கொஞ்ச நேரம் தூங்கேன்" என்று ம்மா சொல்கிறார்கள். நாம் இப்படி தூங்கிப் பழகினால் மெட்ராஸ் வரும்போது எவ்வளவு கஷ்டமாயிருக்கும்? சாயங்காலமானால் ம்மா கடுங்காப்பி போட்டுத் தந்து, "சினிமாவுக்காவது போயிட்டு வாயேன் வாப்பா" என்கிறார்கள். ஒருகாலத்தில் சினிமா என்ற சொல்லையெடுத்தாலே 'படுவா ராஸ்கோல், உனக்கு சினிமா கேக்குதோ... தேங்காத் துண்டு வாங்குறதுக்கு அஞ்சு பைசாவுக்கு வழியில்லாமே அலையிறேன். சினிமான்னு சொல்லிக்கிட்டு இனிமே இந்தப் பக்கம் வந்தே ஒன் காலை ஒடைச்சிக் கையில தந்திருவேன்'னு சொன்ன அதே ம்மாதான் இது. எப்பவும் சினிமா போக முடியுமா? அதனால் ஒருநாள் விட்டு ஒருநாள் கோயில்பத்துக்குத் தங்கச்சியைப் போயிப் பாத்துப் பேசிட்டு வர்றேன். அவள் கையிலும் ஒரு பெண்குழந்தை இருக்கு. அவள் பாடும் மிகவும் கஷ்டமாக இருக்கிறது. இரண்டு மூன்று சேலைகளோடுதான் எப்பவும் வலம்வருகிறாள். நீ இப்போ அவளைப் பார்த்தால் திகைத்துப்போய்விடுவாய். பழைய அழகெல்லாம் போய்விட்டது. கருத்துவிட்டாள். உனக்குத் தெரியும், கோயில்பத்து ஜமாஅத்தில் குடிதண்ணீருக்கு எவ்வளவு கஷ்டம் இருக்குமென்று. தண்ணீர் எடுப்பதற்காக அங்குமிங்குமாக அலைபாய்கிறாள். அங்கே போனால் குடிக்க ஒரு வாய்த் தண்ணீர் கேட்க அவ்வளவு யோசனையாக இருக்கிறது. ஓய்வு நேரத்தில்

பீடி சுற்றுகிறாள். அது அவ்வளவாகப் பிடிக்கவில்லையாம். அதனால் பாய்நெசவு செய்யலாமா என்று யோசித்துவருகிறாள். அவளின் கைப்பிள்ளைக்கும் அவ்வளவு நல்ல துணிமணிகள் இல்லை. என் வசதிக்கு ஏற்றாற்போல இரண்டு கவுன்கள் வாங்கி மருமகளுக்குக் கொடுத்தேன்.

ஊரோடு இருந்து மாங்காய்ப் பறிப்பில் இருக்கும் உன் காக்காதான் இன்று செழிப்பாக இருக்கிறார். ஓர் எழுத்தும் எழுதத் தெரியாமல் இருந்தாலும் இன்றைக்கு ஊரிலிருந்தே காசுபணம் பார்க்கிற ஒரே ஆள் உன் நாகூர்பிச்சை காக்காதானே? அவரைப் பார்த்தால் உற்சாகம் வருகிறது. காலையில் வீட்டை விட்டுப் போனால் ராத்திரி பத்து மணிக்கோ பதினோரு மணிக்கோ வருகிறார். ராத்திரியோடு ராத்திரியாக மாங்காயை ஏற்றிக்கொண்டு சக்கடா வண்டி வருகிறது. வண்டி நிறைய மாங்காய்கள். இரண்டொரு நாட்களில் ஓலைப் பாயைச் சுருட்டி மாங்காய்களை அதில் அள்ளிப்போட்டுப் பொட்டலமாகக் கட்டித் திருநெல்வேலிக்கும் மதுரைக்குமாக அனுப்பிவைக்கிறார். முன்பெல்லாம் திருநெல்வேலியோடு அவருடைய மொத்த வியாபாரமும் முடங்கிவிடும். இப்போது பலரையும் பிடித்து கமிஷன்பேசி மதுரை, திருச்சி என்றெல்லாம் அனுப்பிவைக்கிறாராம். கைநிறைய காசு. நாகூர்பிச்சை காக்கா கைவிரல்களில் மோதிரங்கள் டால் அடிக்கின்றன. உன் மச்சிக்கும் நெக்லஸ், சங்கிலின்னு வாங்கிப் போட்டிருக்கிறார். அவங்களும் ஜொலிக்கத்தான் செய்றாங்க. அவரோடு கைப்புள்ள மாதிரி ஆகிவிட்டார் குடில்தெரு பெருமாள். உன் காக்காவோடு போகவும் வரவுமாக இருக்கிறார். அவரைப் பார்த்தால் நாமெல்லாம் படித்து என்னத்தைக் கிழிச்சோம்னு ஆயிருது."

❍

மழை மறுபடியும் பெய்ய ஆரம்பித்திருந்தது. தெருவீட்டுக்கும் தோட்டத்துக்கும் ஆயிஷாம்மா வரவும் போகவுமாக இருந்தார். ஒரு பெரிய சுளகை எடுத்துத் தலையில் மலர்த்திப் போட்டுக்கொண்டு மழைத்துளி விழுமிடத்தில் பாத்திரம் வைக்கவும் பனையோலை நறுக்கை ஓடுகளின் மத்தியில் செருகவுமாக இருந்தார். சொட்டுச் சொட்டாய் விழும் மழைத்துளிகள் தரையைப் பிசுபிசுக்க வைத்துவிடக் கூடாதென்று சின்னச் சின்னப் பாத்திரங்களையெல்லாம் தூக்கி வைத்துக்கொண்டிருந்தார். கபீர் மழையை ரசித்துக்கொண்டு வானையும் தரையையும் பார்த்துக்கொண்டிருக்கிறான்.

அவன் கடிதம் எழுதுகிறானா அல்லது கதை எழுது கிறானாவென்று அவனுடைய ம்மாவால் அறிந்துகொள்ள

முடியவில்லை. இந்த மழைக்கும் மத்தியில் இவன் எழுது கிறானே... அவனுக்குத் தொந்தரவாக இல்லையா? ஏதோ எழுதுகிறான், எழுதட்டும். அவனுக்கும் மனம் பொசமுட்டிப் போகாமல் எதையோ ஒன்று செய்கிறான். அவனுக்குச் சரியாக இருந்தால் தனக்கும் சரிதானென்று ஆயிஷாம்மாள் மனம் கனிந்துகொண்டார். மகன் எழுதுவதை ஆவலாய்ப் பார்த்தார்.

சடுதியில் சபீரிடமிருந்து பதில் வந்துவிட்டது. "நீ பக்கம் பக்கமாக எனக்கு எழுதியிருக்கிறாய். ஒருநாளும் எழுதாதவர் களைப் பற்றியெல்லாம் எழுதிவிட்டாய். ஆனால் சமீரா அங்குதானே இருக்கிறாள்? அவளைப் பற்றி நீ ஒரு வார்த்தையும் எழுதவில்லையே!. இந்தக் கடிதத்தை நீ எழுதும்வரை அவள் உன்னைப் பார்த்தாளா, இல்லையா?"

கபீர் எழுதினான்: "சபீர், நான் இந்த வாழ்க்கையில் ஜெயித்திருக்கேனா என்று நீதான் கணித்துச் சொல்ல வேண்டும். நீ மும்தாஜைப் பார்க்க எவ்வளவு ஆசைப்பட்டாயோ அதே அளவில் நானும் சமீராவைப் பார்க்க ஆசைப்பட்டிருக்கிறேன். பார்த்தால் அவளை என்னால் விட்டுவிட முடியாது. அவள் என்னைக் கைவிட்டபோதும் என் விருப்பம், தாகம் எல்லாம் அவள்தான். உன்னிடம் நான் எத்தனை முறை சொல்வேன்? அவள் என்னை மறக்கக் கூடாது. என்னை மறந்துவிடும்படி அவளை நானும் விட்டுவிடக் கூடாது. அவள் யாரோடும் குடும்பம் நடத்தட்டும். ஆனால் என் நினைவோடு மட்டும்தான் அவள் இருக்க வேண்டும். என்னைப் பார்க்கத் துடிதுடித்தவளாக அவள் இருக்க வேண்டும். அந்த வேகத்தை அவள் விட்டுவிடாமல் இருக்கச் செய்வதற்கு ஒரே வழி, அவள் என்னைப் பார்த்துவிடாமல் தவிக்க வைப்பதுதான். என்னுடைய தவிப்பும் அவளுக்குக் கொஞ்சமும் குறைந்ததல்ல. ஆனாலும் அவளைப் பரிதவிக்கவைக்கும் அந்தத் தந்திரம்தான் எனக்கு முக்கியம். அதனால் நான் என் மனத்தை அடக்கியாண்டுவருகிறேன். இப்போது நான் ஊருக்கு வரும்போது என் மனத்தில் அவள் இல்லாமல் இல்லை. அவள் ஊரில்தான் இருக்கிறாளா அல்லது மெட்ராஸுக்குத் தன் கணவனோடு போய்விட்டாளா என்ற துயரமும் எனக்கு இருந்தது. அவளை எண்ணியபடிதான் ஒவ்வோர் அடிப் பயணமும் நடந்தது. அவள் ஊரில் இருந்தால், இந்த முறையும் அவளின் கண்ணில் பட்டுவிடாமல், நன்றாகப் பரிதவிக்கவிட வேண்டும் என்று முழுச் சபதம் எடுத்தேன்.

ஆனால் நான் ஊர் வந்த அன்று பலரும் பார்க்க வந்த விடத்தில் அவள் வராமல் இருந்தாள். அவள் ஊரில் இல்லையோ என்று நினைத்தேன். மருதநாயகம் தாத்தா வந்து என்னை

ஆற்றில் குளித்துவிட்டு வா, எல்லாப் பீடைகளும் போயொழி யட்டும் என்று சொன்னதும் என் உடல்நிலை சீராக வேண்டு மென்று உடனே ஆற்றுக்குக் குளித்துவிட்டு வருவோமே என்று போய்விட்டேன். நான் போன இடத்தில் ஆற்றங்கரை நெடுக நடந்தேன். அந்த அழகை ரசிக்காமல் விட்டுவிடக் கூடாதென்று நன்றாக ரசித்தேன். அதைத்தான் உனக்கு முந்திய கடிதத்தில் விலாவாரியாக எழுதியிருந்தேன். ஒருவேளை சமீரா ஊரில் இருந்தால், என்னைப் பார்க்க வந்து திரும்பத்தான் செய்யட்டுமே, அதில் என்ன கெட்டுப்போகிறது என்று விட்டுவிட்டேன். அப்புறம் பார்த்தால், நான் நினைத்தபடிதான் நடந்திருந்தது சபீர். நான் இல்லாத நேரத்தில் அவள் மூன்றுமுறை ஏற்கெனவே வீட்டுக்கு வந்து திரும்பிவிட்டாளாம். (இதனைப் பின்னால் என்னிடம் சொன்னதும்கூட உன் ம்மாதான்.) அதிலும் பாவமாய்த் திரும்பினாளாம். நான்காவது முறையாகவும் வந்தபோது தான் போய்விட்டு மீண்டும் வந்தால் சங்கடமாகவோ முடியாமலோ போய்விடுமென்று நினைத்து அப்படியே உட்கார்ந்துவிட்டாள்.

வீட்டுக்குத் திரும்பும்போது தெரிந்துவிட்டது, யாரோ ஒருபெண் தரையில் உட்கார்ந்திருக்கிறாள் என்று. அவளாகத் தானே இருக்க வேண்டும்? அப்படி நினைத்து வீட்டுக்குள் நுழையும்போது அவள்தான் உட்கார்ந்திருந்தாள். என்னைப் பார்த்ததும் அவள் சிரித்தாள். எத்தனை ஆண்டானால் என்ன? எதுவும் அவளை விட்டுப் போகாதது மாதிரி இருக்கிறது. அந்தக் காட்சியையும் அவளின் சிரிப்பையும் என் வாழ்நாள் முழுவதும் மறக்க முடியாது சபீர். அவள் அப்படியே இருக்கிறாள். இன்னும் பேரழகாய் இருக்கிறாள்போல் தெரிகிறது. என்னவென்று தெரியவில்லை, ஏதோ ஒன்று அவளை மெருகேற்றி வைத்திருக்கிறது. காதலனையும் காதலையும் துறந்த பின்னும் அவள் அதே பேரழகோடும் மெருகேறியும் எப்படி இருக்கிறாளென்று எனக்குப் புரியவில்லை. அது எனக்கு வேதனையாக இருக்கிறது சபீர். ஆனாலும் அவளின் அந்தப் பார்வையில் எனக்கான அந்த அமுதம் தீர்ந்துபோகாமலும் இருக்கிறது. இரண்டும் எப்படி ஒன்றாக இருக்க முடியும் சபீர்? அவளை வாட்ட வேண்டும், என் எண்ணத்திலேயே அவளை உட்கார்த்திவிட வேண்டும் என்றெல்லாம் நான் வஞ்சினத்தோடு இருக்கிறேன். ஆனால் அவளுடைய அழகும் மெருகும் என்னைக் குப்புறக் கவிழ்க்கிற மாதிரி இருக்கிறது. என்னை அவள் தோற்கடித்துவிடுவாளோ என்ற அச்சம் உண்டாகிறது. அவளை எந்த வகையிலும் நிம்மதியாக இருக்க விட்டுவிட மாட்டேன். இது உறுதி சபீர். இந்தக் காரணத்தால் என் மனம் குமுறிக்கொண்டு வருகிறது. அதனால்தான் போன கடிதத்தில் அவளைப் பற்றி எதுவும் எழுதாமல் விட்டுவிட்டேன்.

நீரூற்றுப் பொங்கிய தரையில் சாக்குப்போட்டு என் ம்மா உட்கார வைத்திருந்தார். கையில் குழந்தையோடு அவள் இருந்தாள். என்னைப் பார்த்ததும் அவள் வேகமாய்ப் படபடத்ததைப் போல இருந்தது. அது உண்மைதானா அல்லது நான்தான் என் மனத்துக்குள் அப்படி நினைத்துக்கொண்டேனா என்று எனக்கே பிடிபடவில்லை. ம்மா என்னிடம் சொன்னார், “எவ்ளோ நேரமா அவ வந்து உக்காந்திருக்கா . . .” ம்மா இதை ஏன் சொன்னாள்? அந்த நேரத்துக்கு என் மனத்துக்குள் கும்மாளமாகத்தான் இருந்தது.

அவள் எதையெல்லாமோ பேசினாள். நான் ஒன்றிரண்டு வார்த்தைகள் பதில்சொல்ல வேண்டியதாகிவிட்டது. அதையும் சிடுசிடுப்பாகச் சொல்கிற மாதிரித்தான் சொன்னேன். அவள் அதைப் புரிந்துகொண்டாளா இல்லையா என்று தெரியவில்லை. “நல்லா இருக்கீங்களா” என்று பேச்சிற்கிடையே அடிக்கடி கேட்டபடி இருந்தாள். இதற்கு என்ன அர்த்தம் சபீர்? எனக்கு ஏனோ பதில்சொல்ல வாய் திறக்க முடிய வில்லை. இதைக் கணக்கில்கொண்டால் அவளை நான் வஞ்சித்துக்கொண்டுவிட்டதாக எண்ணுகிறேன். ஆனால் அது தப்பு. என்னுடைய வைராக்கியத்திற்கு ஏற்றபடி , “ஆமாம், ரொம்ப நல்லாயிருக்கேன்” என்று நான் சொல்லியிருக்க வேண்டும். அதை இப்போது உனக்கு எழுதும் இந்த நேரத்தில்தான் உணர்கிறேன். கருப்பையா அண்ணனும் காத்தூன் மச்சியும் இடைக்கிடையே வந்து என்னைப் பார்த்துவிட்டுப் போனார்கள். ஆனாலும் சமீரா அப்படியேதான் அசையாமல் உட்கார்ந்திருந்தாள்.”

இன்னும் எவ்வளவு எழுத வேண்டும்? எல்லாவற்றையும் எழுதித்தான் தீர வேண்டுமா? கை வலிக்க வலிக்க எழுதிவிட்ட மன நிறைவு வந்தது. இனம்புரியாத ஓரிடத்தில் எழுதுவதை நிறுத்திவிட்டுத் தபாலாபீஸ் போனான். உறை வாங்கினால், அது இந்தக் கடிதத்தைத் தாங்காமல் இருந்தது. அதனால் பிரம்மு அண்ணன் வேறோர் உறையை வீட்டிலிருந்து எடுத்துவந்து தந்தார். நீளமாகத் தாள்களை மடித்து அதை உள்ளே வைத்து முகவரியை எழுதினான்; அவரிடம் உறையை நீட்டினான். அதைக் கொடுக்கும்போது பின்னால் யாரோ நிற்கிற மாதிரியான ஒரு நிழலசைவு. கபீருக்குச் சந்தேகம் வந்தது. அவள் சமீராவாக இருப்பாளோ என்று நினைத்தான். திரும்பிப் பார்க்க ஆசைப்பட்டான். ஆனால் திரும்பிப் பார்க்காமல் நடந்தான்.

42

ரஹ்மத்துல்லாவுக்கு நல்ல காலம் பிறந்த தென்று சொல்ல வேண்டும். அவனது பக்கத்துக் கம்பெனியில் வாட்ச்மேன் ஒருவர் புதிதாக வந்திருந்தார். அவர் தமிழ்நாட்டுக்காரர். வேறெங்கோ சின்னச் சின்ன நிறுவனங்களில் வேலைபார்த்துவிட்டுக் கடைசிக் காலத்துக்கு இந்தப் பக்கமாய் வந்திருக்கிறார். ரஹ்மத்துல்லாவுக்கு அது ரொம்பவும் தோதாகப் போய்விட்டது. இராத்திரி கம்பெனி அடைத்த பின், இரவுச் சாப்பாட்டை முடித்துவிட்டு அவரோடு உட்கார்ந்து பேசவும் சிரிக்கவுமாகப் பொழுதைப் போக்கினான். பத்தரை மணிவரைக்குமாவது அவரோடு பேசிவிட்டு உறங்கச் செல்வதை வழக்கமாக்கிக்கொண்டான்.

சில மாதங்களுக்குப் பிறகு தத்தமது குடும்பக் கதைகளை இருவரும் மனம்விட்டுப் பேசலானார்கள். தீபாவளிக்கு அவனைத் தன் வீட்டு விருந்துக்கு அழைத்துச் சென்றார். அவருக்கு ஒரே ஒரு பெண் மாத்திரமே. வீட்டில் வேறு யாரும் கிடையாது. அந்தப் பெண் பரிமாறினாள். கொஞ்சம் படித்திருப்பாளாய் இருக்கும். பின்னர் பொங்கலுக்கும் அழைத்தார். போனான். இரண்டு முறை போய்வந்ததில் அந்தப் பெண் பழக்கமாகிவிட்டாள். வாட்ச்மேனின் நோக்கம் என்னவாக இருந்ததோ?

ஒருநாள் பேச்சுவாக்கில் கேட்டார், "தம்பி, நீங்களும் யாரும் இல்லாமத்தான் இங்கே இருக்கீங்க. நாங்களும் அப்படித்தான். இனி வாழ்வோ சாவோ நாம இங்கதான் வாழப்போறோம்னு நெனக்கிறேன். நான் ஒங்களுக்கு ஒத்தாசையா இருக்கேன். நீங்களும் எனக்கு ஒத்தாசையா இருங்க..." என்றார். ரஹ்மத்துல்லாவும், 'நீங்க சொல்றது சரிதான்யா. வேற நமக்கு எங்க போக்கிடம்?" அவன் அப்படி சொன்னது அவருக்கு ஆறுதலாய் இருந்தது. "என் மக படிச்ச பொண்ணுதான். நல்லா கடிதமெல்லாம் எழுதத் தெரியும். நீங்க விரும்புனா நான் என் மகள

ஒங்களுக்குத் தாரேன். கொஞ்சம் யோசிச்சிச் சொல்லுங்களேன்." என்றார். "யோசிக்க என்ன இருக்கு. ஒங்களுக்கு விருப்பம்னா எனக்கும் விருப்பம்தாங்க ஐயா." பெரியவருக்கு மனம் குலுங்கியது. அவள் பார்த்த பார்வைகளில் காதல் கனிரசமான பார்வைகள் இருந்ததாக ரஹ்மத்துல்லா ஏற்கெனவே நினைத்திருந்தான்.

வாப்பாவுக்கும் ம்மாவுக்கும் சேர்த்துக் கடிதம் எழுதினான். தங்கைகளிடமும் தம்பிகளிடமும் சொல்லச் சொன்னான். வாப்பாவும் ம்மாவும் பம்பாய்க்கு வந்து திருமணத்தில் கலந்துகொள்ள வேண்டுமென்று மன்றாடியிருந்தான். மஜீத் வாத்தியார் கடிதம் பார்த்தார். மனைவியின் கையில் கொடுத்தார். வாசிக்கத் தெரியாத குல்தூம் அதை சமீரா கையில் கொடுத்து வாசித்துக்காட்டச் சொன்னார். பின்னர் அவள் அதை சுமையாவிடம் கொடுத்தாள். சுமையா வாசித்துவிட்டு ஜரீனா கையில் கொடுத்தாள். எல்லாரும் பார்த்த பின் அந்தக் கடிதத்தைச் சன்னலில் வைத்தாள். அப்புறம் யாரும் அந்தக் கடிதத்தைத் திரும்பிப் பார்க்கவில்லை. மின்விசிறியைப் போடும் நேரங்களில் அது ஆடிப் பரபரத்துக்கொண்டிருந்தது அந்தக் கடிதம். அப்புறம் அதைக் காற்று வேறெங்காவது அடித்துக்கொண்டு போயிருக்கலாம்.

ஜாஃபர் அலியிடம் சொன்னான்; சுந்தரம் முதலாளியிடம் சொன்னான். கம்பெனியில் மற்றவர்களிடமும் சொன்னான். சுந்தரம் முதலாளிக்கு இந்த ஏற்பாடு மிகவும் பிடித்துப்போனது. ரஹ்மத்துல்லா ஆரம்பத்தில் தன்னிடம் சொன்ன கதைகளைக் கேட்டுச் சும்மா இருக்கட்டுமே என்றுதான் ஒரு வேலையைப் போட்டுக்கொடுத்தார். ஆனால் இன்று வேறு நிலைமை. தங்கமான பையனாக இருக்கிறான். இதுவரையிலும் தன்னுடைய ஏவல்களுக்கெல்லாம் உடனடியாகப் பணிந்து அனைத்தையும் செய்துமுடித்துக் கொடுத்திருக்கிறான். எவரிடமும் கடுஞ்சொல் இல்லை. எல்லாரிடமும் ஒட்டிக்கொண்டான். நம்பகமான ஆளாகிவிட்டான். பண விஷயத்தில் ரொம்பவும் சுத்தமான பையன். வேறெங்காவது நல்ல சம்பளமென்று இவன் என்றாவது ஒருநாள் போய்விடுவானென்றால் அது அவருக்குப் பெரிய மனக் கஷ்டத்தைக் கொடுக்கும். அவன் வாழ்க்கையில் கைவிடப்பட்டவனாக இருக்கிறான். அவனைப் பார்க்கும்பொதெல்லாம் மனம் இளகுகிறது. ஆகவே அவனைத் தன்னுடனேயே இருத்திவைக்க அவர் ஆசைப்பட்டார். அதற்கான ஏற்பாடாக இப்படியொரு நிகழ்வு இருந்தாக வேண்டுமென்று அவர் எண்ணிப்பார்த்ததில்லை. ஒருவேளை வருங்காலத்தில் அவர் அதை யோசிக்கக்கூடியவராய் இருக்கக்கூடும். இப்போது இந்தத் திருமண ஏற்பாடு நன்று. சுந்தரம் சார் சொன்னதன்

அடிப்படையில் தன் வாப்பாவுக்கும் ம்மாவுக்கும் எழுதியிருந்த கடிதம்தான் அது.

நல்ல நாளும் அதுவுமாக அவனுக்குத் திருமணம் நடந்தது. சுந்தரம் காலையில் கம்பெனியை அடைத்துவிட்டு எல்லாரையும் திருமணத்திற்கு வரும்படி கூறியிருந்தார். கல்யாண வீட்டில் அவர்களைத் தவிர வேறெவரையும் காண முடியவில்லை. மாமனார்தான் மாப்பிள்ளைத் தோழன். சின்னதாக விருந்து. மகளைக் கரையேற்றிக் கொடுத்துவிட்டோமென்று ராமசாமியாகிய அவர் நினைத்துக்கொண்டார்.

சுந்தரம் சார் தன் பரிவாரங்களையெல்லாம் அழைத்துக் கொண்டு போனதும் கல்யாண வீடு வெறிச்சிட்டுப் போயிற்று. ரஞ்சனியை அந்தப் பகல்பொழுதின் தனிமை கிடைத்த போதில் ஆரத் தழுவியபோதும் அவள் உதடு கவ்வி முத்தம் கொடுத்தபோதும் எல்லாத் துயரங்களும் வலிகளும் போன திசை எதுவென்று தெரியாமல் போயிற்று.

நான்காவது நாளில் அவன் கம்பெனிக்கு வந்தபோது சுந்தரம் அவனைத் தட்டிக்கொடுத்தார். கல்யாணம் முடிந்திருந்த அந்த நேரத்தில் குடிசையிலிருந்து அவர் வெளிவந்து பைக்கை உதைத்தபோது அவனுக்காக ஒரு நிமிஷம் கலங்கினார். வீட்டிற்கு வந்து கொஞ்ச நேரம் தன்னை ஆறுதல்படுத்திக்கொண்டார். மனைவியை அழைத்துக் கண் ஈரத்தோடு அவனின் துயரைக் கூறினார். அன்று மாலையில் தன் மனைவியை அழைத்துக்கொண்டுபோய் அவனுக்கும் அவன் மனைவிக்குமாகச் சட்டையும் பேண்ட்டும் சில சேலைகளும் குடும்பத் தேவைக்கான சில பொருள்களும் என்று வாங்கினார். அடுத்த ஞாயிற்றுக்கிழமை தம்பதிகளை வீட்டுக்கு வரவழைத்து விருந்தளித்தார்.

தன் மனைவியின் மூலம் ரஞ்சனிக்குச் சேலைகளைக் கொடுத்தார். அவள் அவரின் கால்களில் விழுந்தாள். ரஹ்மத்துல்லா சும்மாதான் நின்றுகொண்டிருந்தான். மனைவி சுந்தரத்தின் கால்களில் விழுந்தவுடன் அவனும் அவரின் கால்களில் விழுந்தான். மனம் நெகிழ்ந்த சுந்தரம் சொன்னார், "இந்தா பாரு, உனக்குப் புது வாழ்க்கை கிடைச்சாச்சி. இனிமே பழைய விஷயங்களை நினைச்சிக்கிட்டிருக்கக் கூடாது. கம்பெனில நீ ஒழுங்கா வேலையப் பாரு. நான் உன்னைய என் தம்பி மாதிரிதான் வச்சிருப்பேன்" என்றார். அவன் தன்னை அடக்கிக்கொள்ள முயன்றான்.

மாலையில் இந்திப் படம் கபீ கபீ பார்த்தார்கள். நல்ல உயர்தர ஹோட்டலுக்கு அழைத்துச் சென்றார். சாப்பிட்ட பின் ஒரு டாக்ஸியை ஏற்பாடு செய்து அவர்களை அனுப்பிவைத்தார். தனக்குச் சொந்தங்களெல்லாம் கிடைத்துவிட்டன என்று ரஞ்சனியிடம் சொன்னான் ரஹ்மத்துல்லா.

43

அன்று கருக்கலில் கபீரும் பிரம்மநாயகமும் தபாலாபீஸ் திண்ணையில் உட்கார்ந்து பல கதைகளையும் மனம்விட்டுப் பேசினார்கள். மழை உள்வாங்கியிருந்தது. நிலவு இதுதான் சாக்கென்று திரைவிலக்கி முகம் காட்டியது. ஊரை முழுவதுமாகக் கழுவித் துடைத்துவிட்டதுபோல இருந்தது. படர்ந்திருந்த பசுமைக்கேற்றபடி இருவரும் கலகலப்பாகிப் பேசி மகிழ்வது பல வீடுகளுக்கும் கேட்டது. பையன்கள் எல்லாரும் மெட்ராஸும் பம்பாயும் என்று பறந்துவிட்டபின் இன்றுதான் அந்தத் திண்ணை ராத்திரி நேரக் கலகலப்பாக இருந்தது. குல்தூமும் லட்சுமி சித்தியும் சமீராவும் அப்படியே நான்கைந்து அடி தள்ளி காத்தூனுமாக உட்கார்ந்திருக்கிறார்கள். அடுத்த திண்ணையில் நம்பியக்கா. அதற்கடுத்த திண்ணையில் மீரம்மா தாத்தா. கபீரும் பிரம்ம நாயகமும் பேசிக்கொண்டிருக்கும்போது பாலு கோனாரும் பஸ் ஸ்டாண்டிலிருந்து வரும் வழியில் அவர்களுடன் உட்கார்ந்து பேசலானார். கலகலப்பு கூடிவிட்டதுபோல இருந்தது. மழை மீண்டும் பெய்யாமல் இப்படியே வெறித்துக் கிடந்தால் இன்று ராத்திரிக்கு கபீர் சாப்பிட்டு முடித்த பின் பாட்டுப் பாட ஆரம்பித்தாலும் ஆரம்பித்துவிடுவானென்று சமீரா நினைத்தாள்; அவன் வந்து அந்நாள்களைப் போல இன்றும் பாட வேண்டுமென்று ஆசைப்பட்டாள்.

அவன் பாட ஆரம்பித்தால் ஊர்ப் பெருசுகளெல்லாம் அப்படியே கட்ட மண்ணிலும் தபாலாபீஸ் திண்ணையிலும் குத்த வச்சுக் கேட்க உட்கார்ந்துவிடுவார்கள். சட்டென்று குல்தூம் சொன்னார், "போஸ்டாபீஸ்ல இருக்குறதப் பாத்தா இன்னைக்கு ராத்திரி பாட்டுக் கச்சேரி நடந்தாலும் நடக்கும்போல தெரியுது." சமீராவுக்கு வியப்புக்

கூடியது. தான் நினைத்ததை ம்மாவும் சொல்கிறாள். அதைக் கேட்டு வசந்தா பாட்டி சொன்னார், "இந்தப் பய வரவும்தான் மறுபடியும் தெரு கலகலப்பாயிருக்கு. இத்தனை வருசமும் வெறிச்சிப்போயி கிடந்தது..."

அப்படித்தான் ஆனது. கபீர் சாப்பிட்டு வந்தான். பாட்டை எடுத்துவிட்டான். எம்ஜிஆர் பாட்டு, சிவாஜி பாட்டு, ஜோடிப் பாட்டென்று தெருவைக் கலகலப்பாக்கினான். பாலு கோனார், முத்து செட்டியார், மருதநாயகம் பிள்ளை தாத்தா, முத்தையா சின்னையா, முத்தலீஃப் மாமா, அப்துல் காதர் காக்கா, ராமுத் தேவர் என்று கூடியிருந்த அவையில் நல்ல தள்ளாட்டத்தோடு குத்தாலிங்கம் பிள்ளையும் இப்போது போய்க்கொண்டிருக்கிறார். ஈரக் காற்றில் பாட்டுச் சத்தம் வடிகட்டப் பட்டுத் தெருவைத் தாண்டியது; வயல்வெளிகளில் ஊடாடியது; வயல்களுக்கப்பால் சாலையில் படம்பார்த்துவிட்டுப் போகிற ஆண்கள், பெண்களின் செவிகளை நனைத்தது.

அவன் பாடிய தோரணையில் அந்தப் பக்கமாகப் போக சமீராவின் கால்கள் குழைந்துவந்தன. குழந்தையை வைத்துக்கொண்டு இந்தக் குளிர்ந்த நேரத்தில் போனால் ம்மா ஏதாவது குத்தம் சொல்வாள். வாப்பா மேற்குத் திண்டில் சாய்ந்து உட்கார்ந்திருந்தது எசகுபிசகாக வேறு இருக்கிறது. அவன் குரலின் இனிமை அவளைப் பொதிந்துகொள்கிறது. சமீரா பரம சுகத்தில் மிதந்தாள்.

பாட்டுக்கிடையிடையே பெரியவர்கள் பேசிக் கொள்கிறார்கள். என்னதான் பேசுவார்களோ? கொஞ்ச நேரம் போனால் கபீர் இன்னொரு பாட்டை எடுத்துவிடுவான். இந்த இரவு அவளை நெருப்பூட்ட ஆரம்பித்தது. தன்னையறியாமல் அவள் எழுந்தபோது, மஜீத் வாத்தியார் சொன்னார், "பச்சைப் புள்ளைய கையில் வச்சிக்கிட்டு எதுக்குத் தெருவுக்கு இறங்குற?"

கள்ளப்பட்டுப்போனதும் திண்ணையில் வந்து மீண்டும் உட்கார்ந்தாள் அவள்.

44

மகாராஜன் ஊருக்கு வந்திருக்கிறான். நான்கைந்து நாட்களாக இங்குதான் இருக்கிறானாம். கபீருக்குத் தாள முடியாத ஆச்சரியம். அவன் ஊர் கிறங்கப் பாட்டுப்பாடி மூன்று நாட்கள்தான் ஆகியிருந்தது. இவன் பாடும்போது குத்தாலிங்கம் பிள்ளை வந்தார்; சிதம்பரம் அண்ணனும் கடையிலிருந்து வந்து சாப்பிட்ட பின் பொடிநடையாய் நடந்துவந்து சேர்ந்திருந்தார். பாட்டுக்களுக்கு இடையில் பேசாமலா இருந்தார்கள்? ஒருவர்கூட மகாராஜன் வந்த விஷயத்தைச் சொல்லவில்லை. அதை விட்டுத் தள்ளுவோம், அவனே வரவில்லையே. நண்பனின் பாட்டுக் குரல் இத்தனை வருடங்களுக்குப் பிறகு ஒலிக்கும் சமயத்தில் அவனால் எப்படி ஒளிந்துகொள்ள முடிந்தது? கபீருக்கு வேதனையாய் இருந்தது. தன்னை எப்படி மறந்துவிட்டான்? ஒவ்வொருவரையும் பார்க்கப் பரிதவித்துக் கிடக்கும் சமயத்தில் மகாராஜன் எப்படி தன்னைப் பார்க்க வராமல் இருக்கிறான்? தனக்கும் அவனுக்கும் யாதொரு கசப்பும் கிடையாது. இந்தச் செய்தியை பிரம்மு அண்ணனிடம்தான் உறுதிசெய்துகொள்ள முடியும்.

விசாரித்தான். "ஆமா, அப்படித்தான் பேச்சிருக்கு."

"என்னண்ணே, இப்படி சொல்றீங்க? ஒங்களுக்குத் தெரியாத செய்தியா?"

"இப்ப அவன் ஒரு மர்மமான ஆளு மாதிரியாயிட்டான். வர்றதும் தெரியாது; போறதும் தெரியாது. லூசு மாதிரி பேசுறான், லூசு மாதிரி நடக்குறான். மண்டக் கோளாறு புடிச்ச பயலாயிட்டான்."

"என்ன இப்படி சொல்றீங்க? எதுக்கும் நான் போயி ஒரு எட்டுப் பாத்துட்டு வந்துர்றேன். ஒரு

இடத்துக்குப் போக வர, பேச, விளையாடன்னு எனக்கு வேறு ஆளு இல்லாம எவ்வளவு சிரமமா இருக்கு? லூசுப் பயல நானும் பாத்துப் பல வருசமான மாதிரில்லா இருக்கு."

"ஒமக்கென்ன ஆத்திரம்? நீரு வந்த விசயம் தெரியாமயா அவன் இருப்பான்? அவன் ஒம்ம பாக்க வராதப்ப நீரு மட்டும் ஏன் அவனப் பாக்கப் போவணும். பேசாம இங்குன ஒக்காரும் ..."

கபீருக்கு அண்ணனை எப்படி மீறிச் செல்வதென்று தயக்கம். இவரை மீறிப் பார்க்கப் போவதென்றால் தெருவின் அந்தப் பக்கமாக வந்தால்தான் முடியும். அவ்வளவு தூரம் மெனக்கெடணுமா?

அண்ணன் அக்கம்பக்கம் பார்த்துவிட்டுச் சொன்னார். "அவனப் பாத்தீருன்னா நம்ம மகாராஜானான்னு கேப்பீரு... மனுசங்களப் பாத்தா இப்ப அவனுக்கு ஒரு இளக்காரம் வந்திட்டுது. பெத்த அப்பாவுக்கும் அம்மாவுக்கும் ஒரு மரியாதை கிடையாது. மருவாத கெட்ட மூதி."

"ஏன்ணே இப்படில்லாம் ஏசுறீங்க?"

"அவன் போக்கு சரியில்ல கபீரு. காத்தூன நோட்டம் போட்டுக்கிட்டிருக்கான். திடீர் திடீர்னு அவ வீட்டுக்குள்ள விரால்மீனு பாஞ்ச மாதிரி பாஞ்சுருதான். அவ என்னைக்குக் கையும் களவுமா மாட்டப் போறான்னு தெரியல்ல. வீட்டுல இவனுக்கும் சிதம்பரத்துக்கும் இடையில பெரிய தாவாவா இருக்கு..."

அண்ணன் சொல்லச் சொல்ல, கபீர் மனம் நொறுங்கிக் கொண்டிருந்தது. என்ன பேச்சு இது? இவ்வளவு விஷயங்கள் இருக்கும்போது, யாராவது ஒருத்தர் அவன் காதில் போட்டிருக்க மாட்டார்களா? ஆனால் பிரம்மு அண்ணன் பொய் பேசும் ஆளுமல்ல. இவனுக்கு எப்படி காத்தூனோடு ஒட்டுதல் வந்தது? கேட்டால் அதற்கு அண்ணனிடமும் பதில் இல்லை.

குல்தூம் மச்சியிடம் இருக்கின்ற அளவுக்கு இல்லாமற் போனாலும் காத்தூன் மச்சியிடமும் கபீருக்கு அன்பு உண்டு. ஜாலியான பேச்சும் கேலிகளும் உண்டு. ம்மாவுக்கு இந்தக் கதையெல்லாம் தெரியுமா? ம்மா அன்றொரு பொழுதில் பேச்சுவாக்கில் காதில் ஒரு செய்தியைப் போட்டாள். "காத்தூன் அவ மகள ஒனக்குத் தரணும்னு ஆசைப்படறா."

"என்னம்மா இது புதுப் பேச்சாயிருக்கு?"

"எனக்கு என்ன வாப்பா தெரியும்? ஆத்துக்குத் தண்ணி யெடுக்கப் போவும்போது என்னப் பாத்துட்டா. கொழுந்தன்

எப்படியிருக்காருன்னு ரொம்ப விசாரிக்கிறா. 'கொழுந்தனுக்கு எம் மவள கொடுத்துடணும்னு என் மனசுல ஆச இருக்கு மாமி கொழுந்தன்ட்ட சொல்லுங்க, நான் சொன்னதா' ன்னு அப்பப்ப சொல்றாப்பா."

"ம்மா, யாரு என்ன சொன்னாலும் நீ தலையாட்டிறாத.... அப்புறம் கதையெல்லாம் வம்பாப் போயிரும். தேவையில்லாத வேலையையெல்லாம் வச்சுக்கிட வேண்டாம்."

ம்மா, "அப்படில்லாம் ஒன்னும் நடக்காது மவனே" என்று சொல்லியபடி நகர்ந்து போனது ஞாபகம் வருகிறது. இந்த மாதிரியான செய்திகளும் அதற்கு மாறான செய்திகளும் வந்து கும்மாளம் போடுமாவென்று கபீருக்கு மூளைக் குழப்பம் வந்தது. ஊர் வந்து இத்தனை நாளாகியும் குல்தூம் மச்சியைப் பார்க்காமல் புறக்கணித்த மாதிரி, காத்தூன் மச்சியைப் புறக்கணிக்கவில்லை. அதே சமயத்தில் காத்தூன் மச்சியைப் பார்க்கப் போனால் அடுத்த வீட்டில்தான் குல்தூம் மச்சி இருக்கிறார்கள். அவர்களையும் பார்த்துவிட வேண்டிய நெருக்கடி வந்துவிடலாம். பார்த்தால் பல்லிளிக்கணும், பேசணும். ம்ஹூம்... கூடவே கூடாது. அதனால் அந்தப் பக்கம் போக்குவரத்து கிடையாது. ஆனால் காத்தூன் மச்சி ஆங்காங்கே கண்ணுக்குத் தட்டுப்படுகிறார். நினைத்தால் தபாலாபீஸ் அருகில் நின்று பிரம்மு அண்ணனிடம் பேசிக்கொண்டிருக்கும்போது நைசாக வந்து எட்டிப் பார்த்துவிட்டும் போகிறார்.

காத்தூனுக்கும் மகாராஜனுக்கும் எப்படி முடிச்சு விழுந்தது? எப்போதாவது காத்தூன் மச்சி பற்றிப் பேச்சு வந்தால் ரஹ்மத்துல்லாவுக்கு ஒரு மூர்க்கம் வரும். அவன் தன் சாச்சியை "டூ பேட்" என்று ஆங்கில வார்த்தைகளைப் பயன்படுத்தி வர்ணிப்பான். சபீரும் மகாராஜனும் விழுந்துவிழுந்து சிரிப்பார்கள். அவர்கள் ஏன் அப்படி சிரிக்கிறார்கள்? கபீரும் பாண்டியனும் விவரம் புரியாமல் முழிப்பார்கள். அந்த வர்ணிப்புக்கு என்ன அர்த்தம்? அவளைப் பார்க்கக் கூடாதாம், அவளோடு பேசக் கூடாதாம் . . . ரஹ்மத்துல்லா இப்படி சொன்னாலும் கபீரோ சபீரோ அதை ஏற்றுக்கொண்டதில்லை. அவர்கள் இருவரும் காத்தூனோடு நல்லாவே பேசுவார்கள். கபீர்தான் மச்சி மச்சி என்பானே தவிர, சபீருக்கு உறவுமுறையான அழைப்பெல்லாம் வராது. ஆனால் ரஹ்மத்துல்லா சொன்ன சொல்லை வேத வாக்குப் போலப் பாவித்தான் மகாராஜன். அவன் காத்தூனைப் பார்த்தாலும் அல்லது அவள் வீட்டைத் தாண்டினாலும் பொடுபொடுவென்று நடந்து முகத்தை முறைத்தபடி போய்விடுவான். அந்தச் செயல் பிறவிப் பகையாளியை நடத்துவது மாதிரி இருக்கும். பழைய காலம் இப்படித்தானே இருந்தது? பிறகு எப்படி இந்த

விவகாரங்கள் காத்தூனுக்கும் மகாராஜனுக்கும் இடையே உண்டாயின? அண்ணனின் சொற்கள் கபீரை ரொம்பவும் குழப்பின. காத்தூன் மச்சி திமுசுக் கட்டைமாதிரி இருந்தாலும் மச்சியென்கிற வரையறைக்கு மேல் அவளை வேறுவிதமாகப் பார்க்க முயன்றதில்லை.

காத்தூன் மச்சிக்கு இப்போது என்ன பிரச்சினை?

இதற்கிடையிலே காத்தூன் மச்சியின் மாப்பிள்ளை மாலிக் சிலோனிலிருந்து திடீரென்று வந்திருந்தாராம். ஏதும் களவு கிளவு செய்துவிட்டு ஊருக்கு வந்திருக்கிறாரோ என்றும் பேச்சு அடிப்பட்டிருக்கிறது.

மஜீத் வாத்தியாருக்கும் இந்தப் பேச்சு படபடப்பைக் கொடுத்துவிட்டது. தான் தேவையில்லாத வேலையைப் பார்த்துவிட்டதாக உணர்ந்தார். அதனால் "நீ உடனே திரும்பிப் போயிரு. நான் மத்ததைக் கவனிச்சிக்கிறேன்" என்று சொன்னார். இப்படியாக, மாலிக் மீண்டும் சிலோனுக்குப் போய்விட்டார்.

மாலிக் ஊரிலிருக்கும்போதும் மகாராஜன் இதேபோல் தான் இருக்கிற இடம் தெரியாமல் வீட்டில் இருந்திருக்கிறானாம்.

45

மஜீத் வாத்தியார் மத்தியான வேளையில் பள்ளிக்கூடத்திலிருந்து சாப்பிட வந்தபோது, சமீராவிடம் தனியாகக் கேட்டார், "நீ கபீர்ட்ட தங்கச்சி விசயமா எதுவும் பேசுனியாமா?" வாப்பா அப்படி கேட்டதும் சமீராவும் திக்கு முக்காடிப்போனாள். அவனை அன்று அவன் வீட்டில் உட்கார்ந்து பார்த்துப் பேசுவதற்குள் எல்லா வெட்கத்தையும் விட்டுப் பேசினாள் அவள். பேசுவதற்குக் கூலி கேட்டான் அவன். தன்னைச் சோதிப்பதுபோலவே ம்மாவையும் அவன் சோதிக்கிறான். அவனைப் பார்த்துப் பேசி நலம் விசாரிக்கவென்று ம்மா பலமுறை தோட்டங்களின் வழியாக அவன் வீட்டிற்குப் போனால், "இவ்வளவு நேரமும் இங்குனதான நின்னுக்கிட்டிருந்தான். இப்பதான் வெளியே போறான்" என்று ஆயிஷா பெத்தா சொல்லிவிடுகிறார்களாம். அப்புறமாக, அன்று அவன் ஆற்றைக் கடந்து போகும்போது ம்மா வயலில் நின்றுகொண்டிருந்திருக்கிறார்கள். இவன் அந்தப் பக்கமாய் வருவதைப் பார்த்ததும் ம்மா வேகவேகமாக அவனருகில் சென்று, "கொழுந்தன் ..." என்று கூப்பிட்டார்களாம். ஒரு நிமிஷம் நிற்கவும் செய்திருக்கிறான். ம்மா அடுத்த கேள்வியை, "நல்லாயிருக்கியா," என்று கேட்டதும் காதில் விழாதவன் மாதிரி வேண்டுமென்றே போய்விட்டானாம். ம்மா அழாத குறையாக அன்று சொல்லிக்கொண்டு வந்தாள். இதெல்லாம் வாப்பாவுக்கு யார் சொல்வார்கள்?

இன்று வாப்பா கேட்கும்போது அவளுக்கு என்றுமில்லாத வெட்கம் வந்தது. வாப்பா தன்மீது எவ்வளவு நம்பிக்கை வைத்திருக்கிறார்? என்னிடம் அவன் இப்போதும் நன்றாகப் பழகுவானென்றும் எண்ணியிருக்கிறார். 'இன்னும் ஒண்ணும் பேசல்ல வாப்பா' என்று சொன்னால், அது அவள் தன்னைத்தானே மலிவாக்கிக்கொள்வது மாதிரி.

“வாப்பா இன்னும் சரியா அவன்கிட்ட பேச முடியல்ல.... அவன எப்பப் பாத்தாலும் ஆளும் பேருமா இருக்காங்க. எப்படியாவது கேட்டுருவேன் வாப்பா.” வாப்பாவின் முகம் ஒருமாதிரியாகப் போய்விட்டது. வாடிய முகத்தோடு சாப்பிட்டார். சாப்பிட்டு முடிந்த பின் யோசனையாக இருந்தார். தன்மீது வாப்பாவுக்கு அவநம்பிக்கை வந்துவிட்டதோ என்று மன அழுத்தமாகிவிட்டது. கபீர், நீ ஏன் என்னைப் புரிஞ்சிக்க மாட்டேங்குற?

இருவரும் இப்படி அருகருகே இருக்கும்போது நாட்கள் வெட்டித்தனமாய்ப் போகின்றன. இதை அவள் விரும்பவில்லை. கையையும் காலையும் முடக்கிப் போட்டதுபோல! சபீருக்கு உதவி கேட்டுக் கடிதம் எழுதுவோமென்று தபாலாபீஸ் பக்கம் போனாள். கபீர் அங்கேதான் நின்றிருந்தான். இவளைக் கண்டதும் கொஞ்சமாய் முகம் திருப்பினான். இவள் இன்லெண்ட் லட்டர் வாங்கும்போது, “இதை நான் ஒனக்காவத்தான் வாங்குறேன்....” என்று இலேசாக உதடசைத்துச் சொன்னாள். அவனோ பிரம்மு அண்ணனோ அந்த உதட்டசைவைக் கேட்க முடியவில்லை. “என்ன சாப்பிட்டாச்சா” என்று அவனைக் கேட்டாள். இலேசாகப் புன்னகை செய்தவனாகத் தலையாட்டினான். “கேட்டா கேள்விக்குப் பதிலே சொல்ல மாட்டீங்களோ” என்றதும் அவன் கொஞ்சம் இசைந்து, “ம்...” என்றான். பிரம்மு அண்ணன் கண்டும் காணாததும்போல நடித்தார். போக மனமில்லாமல் நின்ற இடத்திலேயே நின்றாள். அவன் தன்னைக் கூப்பிடலாம் அல்லது ஏதாவது தன்னிடம் கேட்கலாம்; அவன் கேட்காமல் போனாலும் பிரம்மு அண்ணன் கேட்கலாம். அப்படி யாராவது கொஞ்சம் வாயைத் திறந்தால் அதைச் சாக்குவைத்து இருவரிடமும் மாறிமாறி எதையாவது பேசிக்கொண்டிருக்கலாமே. கபீர் கையைக் கட்டிக்கொண்டு நிற்கிறான். பிரம்மு உள்ளே உட்கார்ந்திருக்கிறார். இவள் நகரும்வரை அவன் அவளை அவளறியாத நிலையில் பார்க்க முயற்சிசெய்துகொண்டிருந்தான். இந்தப் பொழுது துடிப்பில்லாமல் இப்படிக் கிடப்பது நன்றாயிருக்கிறது. அவளின் நிலை கபீருக்கு மகிழ்ச்சியாக இருந்தது.

சமீராவின் கடிதம் படித்து, சபீர் அதிர்ச்சியடைந்தான். அவன் சமீராவுக்கு எழுதினான். “என் மாமனாரும் என் கொழுந்தியாளை அவனுக்குப் பேசிமுடிக்க வேண்டும் என்று ஆசைப்படுகிறார். அவர் தான் ஓய்வுபெறும்போது, தன் கம்பெனி வேலையை கபீருக்கே ஏற்பாடுசெய்து கொடுத்துவிடலாம் என்ற எண்ணத்தில் இருக்கிறார். என் மனைவி சுலைஹாவும் விடாமல் என்னை நச்சரித்துக்கொண்டு வருகிறாள். அவனிடம் எப்படி எப்போது பேசுவதென்று நானும் தவித்துக்கொண்டிருக்கிறேன். என் நிலைமையே இப்படியிருக்கும்போது நீ என்னிடம் உதவி கேட்கிறாய். நான் என்ன செய்வது சமீரா? அவனை ஒருநாள்

விருந்துக்கு அழைத்து நாசுக்காகப் பேசிப் பார்ப்போமென்று சுலைஹா சொல்லுகிறாள்."

நொறுங்கிவிட்டாள். என்ன இது? கூறுகெட்ட உலகமாக இருக்கிறது? போட்டியில் அவனும் வந்து சேருவானென்று அவளால் நினைத்துப்பார்க்கவே முடியவில்லை. தன்னை மாபெரும் சோதனை வந்து முட்டுகிறது. தனக்கும் தன் வாப்பா, காக்காவுக்கும்தான் கபீரின் மகிமை தெரியாமல் போய்விட்டதோ? உரியவனை இழந்துவிட்டு இப்போது யாரிடமெல்லாமோ கெஞ்ச வேண்டியிருக்கிறதே! சபீருக்குக் கடிதமெழுதிப் பெரும் தவறிழைத்துவிட்டோம். தான் எப்படிப் போட்டியில் ஜெயிப்பதென்ற எண்ணம் அவள் பிடரியைப் பிடித்துத் தள்ளியது. 'வாப்பா தன்னை எவ்வளவு தூரம் நம்பியிருக்கிறார்? வாப்பாவுக்கு இனியும் சோதனைகள் வந்துசேரக் கூடாது. எது எப்படியானாலும் நான் இதில் தோற்றுப்போகக் கூடாது. அது என் கௌரவத்தைக் குலைத்துவிடும். கபீர் என்னைத் தோற்கடித்துவிடக் கூடாது. நான் விட மாட்டேன். விட மாட்டேன்' என்று மூர்க்கமாய் உறுமினாள். சபீரின் கடிதத்தைக் கிழித்துப் போட்டாள்.

அதோ கபீர் தன் வீட்டுக்குப் போய்க்கொண்டிருக்கிறான். ஓடிப்போய் அவனெதிரில் நின்றுவிடலாமா? கால்கள் பரபரத்தன. அந்தக் காலத்தில் இப்படித்தான் நடந்தது. அவன் தன் வீட்டுக்குப் போகும்போதெல்லாம் தான் தற்செயலாக அவன் வீட்டுக்குள் நுழைந்ததுபோன்ற பாவனையை உண்டாக்கி எதிரில் போய் நின்றிருக்கிறாள். அவன் உள்ளே நுழையும்போது தன்னைப் பார்த்துவிட்டுத்தான் வீட்டுக்குள் நுழைய வேண்டும். ஆனால் அவன் அவளைக் கண்டதும் ஏதோ வெட்கமாய் ஒதுங்கி நிற்பதுபோல கொஞ்சமாய் அவனின் பார்வையிலிருந்து மறைவாள் சமீரா. இன்று அதுபோல முடியுமா?

நிலைமை அவளின் கையை மீறிப் போகிறது. அவள் ஒரு சபதம் எடுத்தாள். 'அவன் என்னை மறக்கக் கூடாது. அவன் என் நினைவாகவே இருக்க வேண்டும். நான் அவனை எண்ணிப் பரிதவிக்கிறேன். அவனும் என்னைப் போலவே பரிதவிக்க வேண்டும். அவன் எல்லாரிடமும் நடிக்கிறான். என்னை ஒதுக்குவதுபோல் பாசாங்கு காட்டுகிறான். அந்த நடிப்பை நான் ஒழித்துக்கட்டுவேன். நான் என் தங்கையை அவனுக்கு மணமுடித்துவைத்து என் குடும்பத்தில் ஒருவனாகக் கொண்டுவந்துவிடுவேன்.'

உன்மத்தம் பிடித்துக்கொண்டது. எதையும் யோசிக்காமல் அவன் வீட்டுக்குப் போனாள். அவன் தன் வீட்டுக்குள் நுழைவதற்கு

முன் இவள் போனாள். அங்கே கபீரின் தங்கை ஜுனைதா தன் கணவனோடும் குழந்தையோடும் வந்திருக்கிறாள்.

சமீரா திகைத்து நின்றுவிட்டாள். ஜுனைதா இவளைப் பார்த்ததும்,"ஏளா வா, நான் வந்தவுடனே நீயும் பாக்க வந்துட்டியே" என்று தன் புன்னகையைக் காட்டினாள். ஒப்புக்குப் பேசினாள் சமீரா. இந்த நேரம் வீட்டுக்குள் நுழைந்த கபீர் தன் மருமகளை வாரியெடுத்து முத்தம் கொடுக்கலானான். அது சிணுங்கியது. அவனிடமிருந்து திமிறினாலும் இவன் விடாமல் முத்தங்கள் கொடுத்தான். 'இந்தக் கள்ளன் இந்த முத்தங்களையெல்லாம் யாருக்குக் கொடுக்கிறானாம்? நானும் ஒரு காலத்தில் இவன் நிற்கிற நேரம்பார்த்து ஊரார்க் குழந்தைகளை வாரியெடுத்து முத்தங்களாகக் கொடுக்கவில்லையா? அந்தத் திருட்டுத்தனத்தை இவன் என்னிடமே காட்டுகிறான்.'

கபீர் தன் மச்சானோடு திண்ணையில் உட்கார்ந்தான். அவன் கொடுத்த முத்தங்கள் பற்றிய நினைப்பில் சமீரா ஜுனைதாவோடு உட்கார்ந்து பேசலானாள்.

❍

கபீர் சோலையில் வந்துகொண்டிருப்பதைப் பார்த்தான் மகாராஜன். படபடத்தான். உடன் கட்ட மண்ணை ஏறி அந்தப் பக்கமாய் விழுந்தான். அவனின் பயத்தைப் பார்த்த காத்தூன் கேட்டார், "ஏன் என்ன ஆச்சின்னு இப்படி குதிக்கிற?"

"கபீரு வந்துக்கிட்டிருக்கான் பாரு..." ஆமாம், வருகிறான். நாணற்புல்லும் அரளிச் செடிகளுமாய் மறைத்திருந்ததால் கபீர் வருவது காத்தூனுக்குப் புலப்படவில்லை. இன்னும் சில நொடிகளில் அவன் இந்தப் பக்கமாய்த் திரும்பிவிடுவான். அவளுக்குப் பயம் சூழ்ந்தது. அந்த நிமிசத்திலேயே கபீரும் இவரைப் பார்த்துவிட்டான். அசையாமல் நின்று பீதியை மறைத்து, மகாராஜனின் தலை நன்றாக மறைந்துவிட்டதா என்று ஓரக் கண்களால் கவனித்தாள். அவன் தெரிய மாட்டான். காத்தூன் சுதாரித்துக்கொண்டார்.

கபீர் சலசலத்து ஓடும் ஆற்றை மிகவும் ரசித்தவனாக இதமாய் இறங்கினான். கால்களால் தண்ணீரை அங்குமிங்கும் இறைத்தான். தெறிக்கிற துளிகளில் எத்தனையெத்தனை வானவிற்கள்? மறுமுறையும் விளாறினான். மீண்டும் வானவிற்கள். காத்தூன் அவனின் சேட்டைகளைப் பார்த்துச் சிரித்தார். "என்னவே கொழுந்தன், சின்னப் புள்ள மாதிரி வெளையாடுறீரு?" முழுசாய்ச் சிரித்து நெஞ்சை நிமிர்த்தினார் காத்தூன். மச்சியின் திமிர்ந்து நிற்கும் அழகைக் கண்ணயராமல் பார்த்தபடி கொழுந்தன் கபீர்

கரையேறினான். “இந்த வெயில்ல இவ்வளவு தூரமா எங்கவே போய்ட்டுவாறீரு?”

“வேற எங்க போவ? லைப்ரரிக்குப் போயிட்டு வாரேன்.”

“சேக்காளிமாரெல்லாம் இல்லாம போரடிக்குதோ ஒமக்கு?”

“அதுக்குத்தான் மச்சிமாருங்களெல்லாம் இருக்கீங்கள்லா... ஒங்களப் புடிச்சிக்கிட வேண்டியதுதான...”

“ஆங்... பேச்செல்லாம் கரும்பாத்தான் பேசுறீரு... ஒரு நாளாவது என் வீட்டுப் பக்கம்வந்து மச்சிக்கிட்ட கொஞ்சம் பேசிட்டுப் போவோம்னு நெனச்சிருக்கீறாவே...”

“ஏன் நீங்க வர வேண்டியதுதான?”

“போஸ்டாபீஸ்வரைக்கும் வந்து பிரம்மு அண்ணன்கிட்டே பேசிட்டெல்லாம் இருக்கீரு... ஒரு நூறடி தூரம் நடந்துவந்தா எங்க வீட்டுப் பக்கம் வந்துரலாம்தான? மெட்ராஸிலேர்ந்து வந்து இவ்வளவு நாளாச்சே, ஒருநாளாவது இந்த மச்சிய வந்து எட்டிப் பாத்தீராவே?”

“வந்துரலாம்தான். அப்புறம் அப்படியே அடுத்த வீட்டுலயும் இன்னொரு மச்சி இருக்காங்கள்லா... அவங்கள பாக்காம எப்படி வர்றது? அதெல்லாம் மறுபடியும் வேண்டாம்னுட்டுதான போஸ்ட்டாபீஸ் பக்கமாவே நின்னுட்டுப் போயிர்றேன்.”

“இன்னுமாவே கொழுந்தன் அந்த நெனப்பா இருக்கீரு?”

“நெனப்பா இல்ல... ஆனாலும் ம்மாவும் மகளுமா அங்குனதான இருக்காங்க?”

“அவளுக்குன்னு தனியா புருசனும் புள்ளயும் வந்தாச்சி... வேற ஜோலியில்லியாவே ஒமக்கு?”

சரியான பதில் என்ன சொல்வதென்று தெரியவில்லை. இந்தச் சாதாரணக் கேள்விக்கெல்லாமா தெணறனும்? சிரித்துவைக்கவும் அவ்வளவு நல்லாயில்லை.

“என்ன திகைச்சுப் போயிட்டீரு, பழைய யாவுகமா ஆயிட்டீரோ? அத விடுங்க கொழுந்தன்... வேற பொண்ணு பாத்துக் கல்யாணம் பண்ண வழியப் பாரும்...” என்று சொல்லி விட்டு அக்கம்பக்கமாய்ப் பார்த்துவிட்டுச் சொன்னார், “எங்க வீட்டுலயும் ஒரு பொண்ணு இருக்கு.”

“என்ன மச்சி திடீர்னு இப்படி பேசறீங்க... அவ மச்சி மக வேற?”

208 களந்தை பீர்முகம்மது

"கொழுந்தனாரே, சமீராவும் மச்சி மகதான. அப்ப அவள மட்டும் எப்படி லவ் பண்ணுனீரு?"

"அது என்னமோ அப்படியாயிடுச்சி. அவளாவது பாத்து நடந்திருக்கணும். ரெண்டு பேரும் ஏதோ உணர்வில்லாம ஆயிட்டோம். அப்பவும் சமீரா ரொம்பவும் தூரத்துச் சொந்தம்தான . . . அதுனால பாவமில்லேன்னு அவளும் நெனச்சிருப்பா . . . சரி உடுங்க. அது முழுசா வேற கத . . . அதுக்காக எல்லா மச்சிமாரு புள்ளங்களையும் நாம அப்படி பாத்துற முடியுமா?"

"அதுல என்னவே, பொண்ணுன்னா எல்லாம் பொண்ணு தான... அவ தூரத்துச் சொந்தம்னா அதே குடும்பத்துல உள்ள நானும் தூரத்துச் சொந்தம்தான. அவளுக்கு இருக்கிறதுதான இவளுக்கும் இருக்கு."

"கல்யாணம்ங்குற நெனப்பே இல்ல மச்சி. நான் கல்யாணம் பண்ணுவேனான்னு எனக்கே தெரியல்ல. என்னவோ என் மனசும் காலமும் அப்படியாயிடுச்சி. அதப் பேசி இனி ஒண்ணும் ஆகப்போறதில்ல மச்சி. ஒங்க மவளுக்கு நல்ல மாப்பிள்ளையா அமையட்டும். குடியிருக்க நல்லதா ஒரு வீடுகூட நான் இல்லாம இருக்கேன். என்னையெல்லாம் ஏன் நீங்க நினைச்சிப் பாக்கீங்க?"

"காசு இன்னைக்கு இருக்கும், நாளைக்குப் போயிரும். அதுவா கொழுந்தன் முக்கியம்? நல்ல மனுசனா ஒருத்தன் இருக்க வேணாமா?"

"ம். . . நல்லாத்தான் பேசுறீங்க."

"பொறுத்து வேண்ணா இருக்கேன் கொழுந்தன். நீரு ஒரு வார்த்த சொல்லும். கொழுந்தன நான் மச்சியா இருந்தும் பாத்துக்குவேன்.... மாமியா இருந்தும் கவனிச்சிக்குவேன்."

காத்தூன் மச்சி படித்திருந்தால் தன்னை மிஞ்சியிருப்பாரென்று கபீர் நினைத்தான்.

❍

பிரம்மு அண்ணனிடம் வந்தான். அவர் வேலையெதுவுமில்லாமல் தபால் அலுவலகத்துக்கு எதிரேயுள்ள கட்ட மண்ணில் ஒத்தைக் காலை ஊன்றிப் பராக்குப் பார்த்து நின்றிருந்தார். கபீர் சொன்னான், "அண்ணே, புள்ளிக்காரன கண்டுக்கிட்டேன்..."

அவன் சொல்லி முடிக்கும் முன் அவர் முந்தினார். "எங்க வே பாத்தீரு? வெட்டி முறிக்குற மாதிரி நாலு கேள்வி கேட்டீரா?"

“பேசவா..? படுவா என்னக் கண்டவுடனே கட்ட மண்ண ஏறிக் குதிச்சி ஒளிஞ்சிக்கிட்டான். “

“அப்படியா, எங்குன வச்சி நடந்துச்சி?”

முழுக்கதையையும் சொன்னான். “ஆனா நான் எதுவும் தெரியாத மாதிரிதான் காத்தூன் மச்சிக் கிட்ட பேசிட்டு வந்தேன். கடைசிவரைக்கும் கமுக்கமா கெடந்துட்டான, அவன என்ன சொல்றது அண்ணன்? மனசெல்லாம் அவ்வளவு கஷ்டமாயிருக்கு. அப்புறம் மச்சியோட அவனுக்கு ஏதோ ஒன்னு உண்டாயிருச்சிங்குறதையும் நெனக்கும்போது... என்ன சொல்றதண்ணே? வேதனையாயிருக்கு.”

கபீர் இரவில் தூக்கம் வராமல் புரண்டான்.

“என்ன வாப்பா, இன்னும் தூங்கலியோ?”

ம்மாவும் தூங்கவில்லையா? கபீர் திணறினான். “ஒண்ணுமில்லமா. சினிமா தியேட்டர்ல பாட்டுச் சத்தம் கேக்குதா, அதக் கேட்டுக்கிட்டிருக்கேன்...”

46

கபீர் ஆற்றில் குளித்துக்கொண்டிருந்தான். நாகூர்பிச்சை காக்காவும் பெருமாளும் ஒருசேர வந்தார்கள். திரும்பிப் பார்த்த கபீருக்குச் சிரிப்பாய் வந்தது. "என்ன காக்கா, ஒருநாளும் இல்லாத திருநாளா நீங்களும் ஆத்துக்குக் குளிக்க வந்துட்டீங்க?"

"நீ குளிக்க வர்றத பாத்தேன்டே. நீ வந்த நாள்லேயிருந்து ஒங்கிட்டயும் சரியா பேசிக்க முடியலயில்லா. அதுதான் ஒங்கிட்டே பேசிக்கிட்டே குளிக்கலாமேன்னு வந்துட்டேன்."

கபீருக்குப் புரிந்துவிட்டது. "சரி காக்கா, ஒங்க மாங்கா பறிப்புல்லாம் எப்படியிருக்கு?"

"என்னத்தடே, சரியா காய்ப்பெல்லாம் ஒன்னுமில்ல பாத்துக்கோ ... ஏதோ போயிட்டிருக்கு."

"காக்கா, இப்பத்தான் மழை பேஞ்சி ஊரெல்லாம் தண்ணி ஓடிக்கிட்டிருக்கே. அப்புறம் காய்ப்பெல்லாம் இல்லேன்னா எப்புடி?"

"அதான்டே, மழை பேஞ்சிக் கெடுக்கும்; இல்லேன்னா பேயாம கெடுக்கும்..." கபீர் 'ச்ச்ச்' கொட்டினான்.

"சரிப்பா கபீரு, இப்பம் ஒன் சேக்காளி எப்படியிருக்கான்?"

"நல்லாயிருக்கான் காக்கா."

"அவன்கிட்ட நீ கேட்டியா என் விஷயமா?"

"காக்கா, அவன் எங்க நம்ம பக்கத்துலேயா இருக்கான்? அப்பப்ப கடிதம் போட்டுக்குறதுதான். மத்தபடி முகம் பாக்க முடியல்ல."

"அப்படியா? சரி, இன்னைக்கு ஒரு கடிதம் போடேன்."

"அதுக்கென்ன போட்டுர்றேன் காக்கா."

"நீ குளிச்சிட்டுப் பசியாறிட்டு வா. நான் பெருமாள விட்டு பிரம்முட்ட இன்லெண்ட் லட்டர் வாங்கிட்டு வரச் சொல்றன். நான் சொல்லச் சொல்ல நீ எழுது."

கபீர் தண்ணீருக்குள் நடுநடுங்கிவிட்டான்.

"காக்கா, நீங்க கவலையேபடாதீங்கோ. நான் எப்படியும் அவனுக்குக் கடிதம் போட்டுர்றேன். நான் இப்ப குளிச்சி முடிச்சிட்டுத் தங்கச்சி வீட்டுக்குப் போவ வேண்டியிருக்கு."

"தங்கச்சி வீட்டுக்கா? அங்க என்னடே விசேஷம்?"

"விசேஷம் ஒன்னுமில்லே காக்கா. சும்மா காலையில சாப்புட வாங்களேன்னு கூப்புட்டா. அதான் போய்ட்டு வரலாம்னுட்டு."

"கபீரு, இங்க பாரு. நீயும் ஒன் காக்காவும் அவுதுமல்லியுமா பேசித்தான் அவனுக்குக் கல்யாணம் பண்ணிவச்சீங்க. இப்பம் ஒங்காக்கா ஊரப் பாக்க வந்துட்டான். சபீருக்கு வேலைதான் பேங்குன்னு பேரு. அவன் எங்கடே எனக்குப் பணம் அனுப்பி வைக்கான்? ஒரு சல்லிக்காசுகூட இதுவரைக்கும் அவன் கிட்டேயிருந்து பேரல்லியே... என்ன ஆளுடே அவன்?"

"புரியிது காக்கா. அவன் ஒங்களுக்குச் செய்யாம வேற யாருக்குச் செய்யப்போறான். சபூர் பண்ணிக்கிடுங்கோ. எல்லாம் நல்லபடியா முடியும்."

"அன்னையிலேருந்து இன்னைக்கு வரைக்கும் இப்படித்தானடே எல்லாரும் சொல்லிட்டிருக்கீங்கோ. இப்ப நான் ஒங்காக்காவ பாத்துப் பாத்துச் சொன்னாலும் அவன் கடிதம் ஒன்னும் எழுதுற மாதிரி தெரியல்லியடே. ஒருத்தருக்கும் ஒரு பொறுப்பும் இல்லையப்பா."

"சரி, நான் என் காக்காகிட்டேயும் சொல்றேன் காக்கா."

தங்கச்சி ஒன்றும் சாப்பிடக் கூப்பிடவில்லை. நாகூர்பிச்சையிடமிருந்து தப்பிக்கத்தான் அப்படிச் சொன்னான். இன்றைக்குச் சாயங்காலம் வரைக்கும் தலைமறைவாக எங்கே போவது, என்ன செய்வது என்று தெரியவில்லை. நாகூர்பிச்சை காக்காவிடம் எக்குத்தப்பாக மாட்டிவிடக் கூடாது. ஆனால் அவரை நினைக்கவும் பரிதாபமாகத்தான் இருக்கிறது. சபீர் எப்படி இவருக்கு மாதாமாதம் பணம் அனுப்பிவைப்பான்? அங்கேயுள்ள சூழ்நிலைகள் என்னென்னவோ, அதையெல்லாம் யாரறிவார்? ஏதோ ஒரு பேச்சுக்குச் சொன்னதையெல்லாம்

நாகூர்பிச்சை விடாப்பிடியாகப் பற்றிக்கொண்டாரே என்று அவருக்காக வருந்தினான்.

இங்கு வந்து கபீரும் சபீருக்குக் கடிதம் எழுதாமல் இல்லை. எழுதிக்கொண்டுதான் இருக்கிறான். ஆனாலும் நாகூர்பிச்சை காக்காவுக்காக இரண்டு வரியாவது எழுதியிருக்கலாம் இல்லையா? அவரைப் பார்த்துச் சரியாகப் பேசாததால் எதுவும் எழுத முடியாமல் போயிற்று. சபீருக்கு அடுத்த கடிதம் எழுதும்போது கண்டிப்பாக எழுத வேண்டும் என்று முடிவெடுத்தான்.

47

‘ஹைதராபாத் பொருட்காட்சி வருகிறது. அங்கு ஆட்கள் செல்ல வேண்டும். உடல்நலம் நன்றாக இருந்தால், மெட்ராஸுக்குப் புறப்பட்டு வரவும்.’ கம்பெனி கடிதம் வந்ததும் கபீர் நிலை குலைந்தான். ஊரை விட்டுப் போகக் கொஞ்சம்கூட மனமில்லை. ஊரில் ஏமாற்றங்கள் நிறைய இருந்தாலும் மழையும் ஆற்று வெள்ளமும் வயல்களின் உழவு வேலைகளும் ஊர் ஈரப்பதமாக இருப்பதாலும் இந்தப் பசுமையைவிட்டுப் போக விடாமல் தடுத்தன.

பிரம்மு அண்ணனிடம் சொன்னான். அவருக்கு முகம் சுண்டிப் போய்விட்டது. “என்னவே, திடீர்னு இப்படி சொல்றீரு... இப்ப என்ன அவசரம்? உடம்பை நல்லா குணப் படுத்திட்டு வர்றேன்னு கடிதம் எழுதிப் போடும்.”

“அண்ணே, ரொம்ப ஈசியா சொல்லிட்டீங்க. எனக்கும் இன்னும் கொஞ்ச நாளுக்கு ஊருல இருக்கணும்னு ஆசதான். ஆனா சாப்பாட்டுக்கு வழி தேடணுமே...”

“உம்ம என்ன அப்பபடியேவா ஊர்ல இருக்கச் சொல்றேன்? இன்னும் கொஞ்சம் ஒடம்ப தேத்திக்கிட்டுப் போலாம்னுதான சொல்றேன். இப்பதான் கொஞ்சம் மனுசனா மாறித் தெளிச்சியா இருக்கீரு... மறுபடியும் அவசரமா மெட்ராஸ் போனீர்னா, இந்த உடம்பும் காணாம போயிரும்லா?”

அண்ணனின் பேச்சு தயக்கத்தைக் கொடுத்தது. யாராவது ஒருவர் இப்படி சொல்லித் தன் ஆசை யைத் தூண்டிவிட்டு ஊரில் இருக்கச் சொல்ல வேண்டுமென்றுதான் கபீருக்கும் ஆசை. அந்தப் படியாக அண்ணன் பேசுவது அவனுக்கு மன நிறைவைத் தருகிறது. ஆனால் கம்பெனியில் ஒத்துக்கொள்வார்களா? ம்மாவிடம் இதைச் சொன்னபோது, அவள் இரண்டு விதமாகவும்

ஊசலாடினாள். "வந்து ரொம்ப நாளாச்சிதான... நல்ல வேலையா இருக்கு. அத வுட்டுரவும் முடியாது. ஆனா ஒன் ஒடம்பு இப்படியிருக்கும்போது ஒன்ன எப்படி அனுப்பி வைக்கிறதுன்னும் ரோசனையா இருக்கு வாப்பா..."

அடுத்த வீட்டுத் திண்ணையில் நின்றிருந்த ஹாஜிரா பெரியம்மா காதில் இது விழவும் அவசரமாக எட்டிப் பார்த்துவிட்டுச் சொன்னார், "கபீரு, இன்னும் கொஞ்ச நாளு இருந்துட்டுப் போவலாம். இப்ப என்ன அவசரம்? அடுத்த வாரம் ஒரு சேவல அறுக்கணும்னு இருக்கேன். நல்லா கோழிக்கறி சாப்பிட்டு எம்புட்டு நாளாச்சி? போவலாம் இப்ப என்ன அவசரம்?"

ம்மாவும் கபீரும் திணறி நின்றார்கள். ம்மா சொன்னாள், "நீ பாத்துக்க மவனே. பொறவு ம்மாதான சொன்னான்னு நீ வம்படியா கிளம்பிறாத... ஒன் ஒடம்பு எப்படியிருக்குன்னு நீதான் பாத்துக்கணும். கைச்செலவுக்குத்தான் கஷ்டமா இருக்கு..."

ம்மாவை இதற்கும் மேல் பேசவிட்டால் இரண்டு பேருமே குழம்பிப் போவோமென்று அவனுக்குத் தோன்றியது. சாப்பிட்டுவிட்டு என்ன செய்வது, இங்கேயிருந்தால் ம்மாவின் முகம் பார்த்துத் தன் மனது மாறினாலும் மாறிவிடுமென்று அவன் பயப்பட்டான். சாப்பிட்டு முடித்த கையோடு சர்புர்ரென்று போஸ்டாபீஸ் போய்விட்டான். "என்னவே ம்மா என்ன சொன்னாங்க?" கபீர் சொன்னதைக் கேட்டதும் பிரம்மு அண்ணன் ஒரு போஸ்ட் கார்டை எடுத்து அவன் கையில் கொடுத்தார். "சும்மா எழுதும். எனக்கு இன்னும் ஒடம்பு சரியா வரல்ல... கைச்செலவுக்குக் கொஞ்சம் பணம் அனுப்பித் தாங்கன்னு ஒரு வரியும் சேத்து எழுதும்."

அவனை இயக்கியது அந்தச் சொற்கள்தான். அவன் தன்னையறியாமல் அவர் சொன்ன வார்த்தைகளை எழுதிவிட்டான். எழுதி முடித்த பிறகு தான் எழுதியதை வைத்த கண் வாங்காமல் ரொம்ப நேரம் பார்த்துக்கொண்டிருந்தான். இருக்கிற வேலைக்கும் உலைவைத்துவிடுமோவென்ற பயம்.

"ஒண்ணும் யோசிக்காதேயும். சட்டுப்புட்டுன்னு அட்ரஸ எழுதித் தாரும். எல்லாம் சரியா வரும்."

நிச்சயமாக அவர் ஏதோ உயரிய இடத்திலிருந்து அவனுக்கு உத்தரவுபோடுவதுமாதிரி இருந்தது. அவன் தன்னையறியாமல் செயல்பட்டான். அவர் அதை இதர தபால்களோடு பெட்டியில் போடவும் மனக் குழப்பம் கொஞ்சம் தணிந்ததுபோல இருந்தது. இனி அதுபடி என்ன நடக்குமோ அதுவே நடக்கட்டும்.

சமீரா வந்து நின்றாள். அவள் இவனையே பார்த்தாள். "என்ன மெட்ராஸுக்கா போறீங்க... கம்பெனில இருந்து கடிதம் வந்திருக்காம... அப்படியா?"

செய்தி அதற்குள் உலகைத் தாண்டிப் பறந்துவிட்டதே. பிரம்மு சொன்னார், "அதெல்லாம் போவல்ல... அவங்க அவசரத்துக்கெல்லாம் போனா என்ன அர்த்தம்?" என்று அவர் சொல்லவும், "அதான, ஒடம்பு சொவமில்லாம வந்திருக்கறவங்கள வேலக்கு வான்னு கூப்பிட்டா என்ன அர்த்தம்?" என்று பதில் கூறினாள். மனத்தின் அலைகள் ஓங்கியோங்கி அடித்தன. இவள் இங்கே இருக்கும்போது, அதுவும் தன்னைச் சுற்றிச்சுற்றி வரும்போது தான் அப்படியெல்லாம் மெட்ராஸுக்குப் போய்விட முடியாது. இன்னும் கொஞ்சம் நாடகம் பாக்கியிருக்கிறது. இந்தச் சந்தர்ப்பத்தைவிட்டால் இனி எப்போது இவளை இந்த மாதிரி வதைக்க முடியுமென்று சொல்ல முடியாது.

"ஒண்ணும் யோசிக்கதேயும்வே... இன்னிக்குச் சாயங் காலம் படம் பாக்கப் போவோம். நீரு போயிட்டா அப்பறம் என்னைய தேடுறதுக்கும் ஆளிருக்காது. கூட வரவும் ஆளிருக்காது. எனக்கும் தியேட்டர் இருக்குற திசை மறந்துரும்."

சும்மா சொல்லிப்பார்த்தான் "அதான் செய்யதண்ணன் இருக்காருல்ல..."

"அது ஒரு பேக்கு மாடன். திடீர்னு வேலைக்குப் போறேன்னுட்டு தூத்துக்குடி, திருநெவேலின்னு போயிருவான். நான் தனியாத்தானே கெடக்கேன். நீரு இன்னும் கொஞ்ச நாளு இங்கன இரும்."

அண்ணன் துயரம் பெரியது. இந்தக் கிராமத்திலிருந்த ஒவ்வொருத்தரையும் மெட்ராஸ், பெங்களூர், திருநெல்வேலின்னு அனுப்பிவச்சிக்கிட்டிருக்காரு. போறவங்க அந்தால ஒரே போக்குத்தான். அப்புறம் இந்தத் திசையை எட்டியும் பார்ப்ப தில்லை. எல்லாரையும் வழியனுப்பிவைத்துவிட்டு ஒத்தக் கட்டையாக இந்தத் தபாலாபீஸைக் காவல்காத்துக் கிடக்கிறார் பிரம்மு அண்ணன்.

❍

பிரம்மு அண்ணன் யாரிடமோ பேசுவது காதில் விழுந்தது. பேச்சில் கபீர் என்று அவர் சொல்வதும் திருநெல்வேலி என்று சொல்வதும் சமீராவின் செவிகளில் விழுந்தது. அவன் ஏன் திருநெல்வேலி போனானென்று தெரியவில்லை. வேகமாய் தபாலாபீஸ் பக்கம் போனாள். சும்மா பேச்சுவாக்கில் கேட்டுவைப்போமே என்று கேட்டாள். "அவன் மெட்ராஸ்

போறதுக்கு ரயில்ல டிக்கெட் போடப் போயிருக்கான்," என்றார் பிரம்ம நாயகம்.

"மறுபடியும் லீவு கேட்டு கடிதம் எழுதுனாங்களே, என்ன ஆச்சு?" என்றாள்.

"இப்போ அவசரமா வா. இன்னும் ரெண்டுமாசம் கழிச்சு லீவு தாரோம்னு பதில் போட்டிருக்காங்க" என்று பிரம்மு விளக்கம் கொடுத்தார்.

சமீராவுக்குத் தலையும் புரியவில்லை; காலும் புரியவில்லை. அவனிடம் தங்கை ஜரீனா விஷயத்தைப் பேசவே முடியவில்லை. எப்படியெல்லாமோ சுற்றிச் சுற்றி வந்தும் அவன் தனிமையில் இருக்கும் நேரத்தை அனுமானிக்க முடியவில்லை. பைத்தியம்பிடிப்பதுபோல இருந்தது. தன் மானம் மரியாதையெல்லாம் இதில் அடங்கியிருப்பதுபோல அவள் உழன்றுகொண்டிருக்கையில், அவன் தன் பயணத்தை ஏற்பாடு செய்துவிட்டானென்ற சொல் குண்டு வீசியதுபோல் இருந்தது. வாப்பா அவளைத் தூணாக நம்பியிருக்கிறார். தனக்கு அவன் பிடிகொடுக்கவில்லை என்று சொன்னால், வீட்டில் மட்டுமல்ல எல்லாருக்கும் தான் இளப்பமாகப் போய்விடுவோம். தன்னைத் தானும் மதிக்க முடியாமல் போய்விடும்.

கபீர் தன்னை உண்மையாகவே வெறுக்கிறானா? தான் தப்பு செய்தாலும் தன்னை அவன் மனதார ஒவ்வொரு நாளும் நினைத்துக்கொண்டிருப்பான் என்கிற எண்ணம் அவளை நீறூற்றுப்போல தினமும் பொங்க வைத்திருக்கிறது. 'கபீர், என்னைக் கண் திறந்து பார். உன் பொய்க்கோபத்தை நீயே உண்மைக் கோபமாக மாற்றிவிடாதே.' மனம் குழம்பித் தவிப்பதைப் பொறுக்க முடியாமல் வேகமாக வீட்டுக்கு வந்து பின்வாசல்வழியாக கபீர் வீட்டுக்குள் பாய்ந்தாள்.

பெத்தா தட்டுக்குழவியில் வெற்றிலையையும் பாக்கையும் போட்டுத் தட்டிக்கொண்டிருந்தார். அவர் பார்வை எங்கோ தூரமாய் வெறிச்சிட்டுக் கிடந்தது. தன்னுணர்வில்லாமல் தட்டுகிறார். சமீரா மெதுவாகப் பெத்தாவின் அருகில்போய் உட்கார்ந்தாள். "பெத்தா, நான் வெற்றில தட்டித் தரட்டா?"

அந்தச் சத்தம் கேட்டுத்தான் ஆயிஷாம்மாவுக்குத் தன்னுணர்வு வந்தது. "இதுல என்னம்மா இருக்கு? நான் தட்டிக்கிறேன்."

"ஏதோ ரொம்ப யோசனையால்லா தட்டுற மாதிரி தெரியுது?"

“என் கதைய நினைச்சித் தட்டுறேன்ம்மா.”

இதில் ஆழமாய்ப் போக அவள் விரும்பவில்லை. வாய் மூடிக் கொஞ்ச நேரம் இருந்தாள். தொணதொணவென்று வந்தது. “எங்க பெத்தா அவங்களக் காணோம்?”

“திருநெவேலி போயிருக்காம்மா.”

“எதுக்குப் பெத்தா?”

“வேலைக்குப் போவத்தாம்மா. டிக்கெட் போடணும்னு போயிருக்கான்.”

“என்ன பெத்தா அவ்வளவு அவசரம்? அவங்க ஒடம்பு நல்லா தேற வேண்டாம்மா?”

“அத நெனச்சித்தான் மருவிக்கிட்டுக் கெடக்கன். என் புள்ள திணறிக்கிட்டுத்தான் நின்னான். நான்தான் பாவிமட்ட கைல ஒண்ணும் இல்லே வாப்பா, நீ போனாத்தான இனிமே பணம் வரும்னு சொன்னேன். என் புள்ள வெக்கிக்கிட்டுத் திருநெவேலி போயிட்டான். நானாவது போறவன நிப்பாட்டுனேனா? இப்படி வந்த புள்ளய வெரட்டிவிட்டுட்டோமேன்னு புலம்பிக் கிட்டிருக்கேன்.”

பெத்தாவின் குரல் பிசிறியது. தன் குரலும் அப்படியாகி விடாமல் கேட்டாள், “போயிட்டு எப்ப வருவாங்க?”

“எனக்கு என்னம்மா தெரியும்? மத்தியானச் சாப்பாட்டுக்கு வந்துருவேன்னு போனான்.”

ஒன்றரை மணிக்கு கணபதி பஸ் திருநெல்வேலியிலிருந்து வரும். தான் அதற்குள் சாப்பிட்டுவிட்டு வந்து உட்கார்ந்துவிட வேண்டும். மனக்கணக்கைப் போட்டுவிட்டு மெதுவாக வீட்டை நோக்கிப் போனாள். அவன் போக விரும்பவில்லை. பெத்தாவாக வற்புறுத்தித்தான் அவன் ரெண்டு மனசோட போயிருக்கான். என்னை நினைக்காமல் இருந்திருப்பானா? அவன் வந்தவுடன் எப்படியாவது பேசிவிட வேண்டும்.

ஒன்றரை மணியைக் கணக்குவைத்துச் சாப்பிட்டு வந்து உட்கார்ந்தாள். ஆயிஷாம்மாவுக்கு இது பிடிக்கவில்லை. “என்னம்மா நீ சாப்பிட்டுட்டியா?”

“ஆமா பெத்தா.”

“அப்ப ஒரு கண்ணுக்குத் தூங்கி முழிக்க மாட்டியா?”

சுரீர் என்றது. தன் வருகையைப் பெத்தா விரும்பவில்லை யென்று தெரிந்ததும் தூக்கியடித்ததுபோல இருந்தது. எதையும்

பதிலாகச் சொல்லி மறுபடியும் மாட்டிக்கொள்ள வேண்டா மென்று வாயை மூடிக்கொண்டாள்.

“நீ இப்படி வரவும் போகவுமா இருந்தா நல்லாவாமா இருக்கு? ஊரு உலகத்துல மக்களுங்க எதையாவது பேசிடப் போறாங்கம்மா.”

“ஏன் பெத்தா இப்படியெல்லாம் சொல்றீங்க?”

“எல்லாம் நடந்தது நடந்துபோச்சிம்மா. இனிமே நீ அவன பாக்க வர்றதும் பேச வர்றதும் என் பெரிய மவளுக்குப் புடிக்க மாட்டேங்கு. அவ என்னைய சத்தம் போடறா . . . அவன் ஒன்னைத்தான் கட்டிக்கணும்னு கெறங்கிக்கெறங்கி வந்தான். அப்புறம் எல்லாருமா அவன மறந்துட்டீங்க... அதனாலதான் இன்னைக்குவரைக்கும் அவன் ஒரு கல்யாணத்துக்குச் சம்மதிக்க மாட்டேங்குறான். எப்படி ஆச ஊட்டினாலும் எனக்குக் கல்யாணம் வேண்டாம்மான்னு ஒத்த கால்ல நிக்குறான். ஏன் வாப்பா நீ பழசையே நினைச்சிக்கிட்டிருக்கேன்னு அன்னைக்குக் கேட்டவுடனே என் புள்ள கேவிக்கேவி அழுதுட்டான். போதும் சமீரா. நீயும் கல்யாணம்னு ஒண்ணு ஆயி, புள்ளன்னு ஒண்ணு வந்தாச்சி. நீ இப்படி வந்துட்டுப் போயிக்கிட்டிருந்தா அவன் மனசுல மறுபடியும் ஏதாவது ஒண்ணு வந்து உக்காந்துரும். ஒன் புருசன்காரனும் எதையாவது கேள்விப்பட்டுட்டா அதுவும் வம்பா போயிரும் மவளே.”

சமீரா பொங்கினாள். குனிந்து அழுதாள். உடம்பு குலுங்கியது. தலையை நிமிர்த்த முடியவில்லை.

“பெத்தா, நான் அவங்ககிட்ட நிறைய பேசணும்னு இருக்கேன். நான் எத்தனை முறை வந்திருக்கேன்? அவங்க என்னையப் பாத்து ஒரு வார்த்தையாவது பேசுறாங்களா? நான் வந்தா அவங்க வெளிய போயிர்றாங்க . . . கொஞ்சம் என்கிட்ட பேசச் சொல்லுங்க பெத்தா.”

“இனிமே என்ன பேசி என்னம்மா ஆவப்போவுது? அவன் வந்து இவ்வளவு நாள் ஆச்சி. உன்னைப் பத்தி ஒரு வார்த்தைகூட என்கிட்ட பேசினது இல்லியே...”

“என்னப் பத்தி யாரு என்ன நினைச்சாலும் பரவால் லேன்னுதான் நான் திரும்பத் திரும்ப... இங்க வந்துகிட்டிருக்கேன்.“

“அதத்தான்மா நானும் சொல்லிட்டிருக்கேன். நாளைக்கி நாலு பேரு என்னையவும் ஒருவார்த்த கேட்டா நான் என்ன சொல்றது? நீ ஒன் வாழ்க்கைய பாத்தா போதும்.”

கணபதி பஸ் இந்நேரத்துக்குள் வந்திருக்க வேண்டும்; பத்து நிமிசமோ கால் மணிநேரமோ முன்னே பின்னே தாமதமாகலாம். ஆனால் நேரம் இழுத்துக்கொண்டல்லவா போயிருக்கிறது. பேசிக்கொண்டே இருந்தாலாவது அவன் வந்துவிட மாட்டானா என்று மனக்கோட்டை கட்டியபடிதான் பெத்தாவிடம் பேச்சை வளர்த்துக்கொண்டிருக்கிறாள். அவனோ பொறுமையைச் சோதிக்கிறான். இனி அடுத்தபடி மூணே முக்காலுக்குத்தான் கணபதி பஸ் வரும். அதுவரை இங்கேயே உட்கார்ந்திருக்க முடியாது. அதைவிட பெத்தா இப்படி பேசியது அவளைக் கீழ்மேலாகப் புரட்டிப்போட்டுக்கொண்டிருந்தது. கடைசி நேரத்தில் பெத்தா இப்படி பேசி மிச்சமுள்ள காரியத்தையும் கெடுத்துப்போட்டாங்களே என்ற ஆற்றாமையால் தவித்தாள். அவனிடம் வேறு எங்கு வைத்துத்தான் பேசுவது? அவனிடம் நான் பேசுவதற்கு எனக்கா இன்னொருத்தர் சிபாரிசு செய்வது? என்னுடைய உரிமைகளை நான் எப்படி இழப்பேன்?

பெத்தா கண்ணசந்துவிட்டார். இரண்டு ஓலைத் தடுக்கு களை இழுத்துப்போட்டுக் கண்ணயர்ந்திருக்கிறார்கள். எவ்வளவோ கவலைகள் இருப்பதாகச் சொன்னாலும் ஒத்தை நிமிசத்தில் உறங்கிவிட்டார்கள். எனக்குத்தான் இவனை நினைத்து நினைத்துத் தூக்கம் வரமாட்டேனென்கிறது. சிறு குறட்டைவிட்டுப் பெத்தா தூங்குவதைப் பார்த்ததும் அவள் நடையைக் கட்டிவிட்டாள். அவள் வரும் வழியில் ஹாஜிராம்மாவும் ஆமீனா மச்சியும் லட்சுமி சித்தியும் பம்படியில் நின்று பேசிக்கொண்டிருந்தார்கள். அவள் எதையும் பொருட்படுத்தாமல் அவர்களைத் தாண்டினாள்.

குல்தூம் இவள் வருவதை எதிர்பார்த்திருந்தாள். இப்படிப் போய் ஒரேயடியாக அவன் வீட்டில் உட்கார்ந்திருப்பது அவளுக்கு வெட்கமாக இல்லையா? அவள் உள்ளே நுழைந்ததும் கோபமாகவே கேட்டார், "இவ்வளவு நேரமும் அவன்கிட்டேயா பேசிட்டிருந்த? கையில ஒரு குழந்தையையும் வச்சிக்கிட்டு?"

"இல்லேம்மா, பெத்தாட்ட பேசிட்டிருந்தேன்."

"பெத்தாட்ட பேசிட்டிருந்தத அவன் பாத்துக்கிட்டிருந்தா னாக்கும்?"

"அவன் இல்ல."

"அப்ப ஏன் இவ்வளவு நேரம் ஆச்சி?"

"அவன் திருநெவேலிக்குப் போயிட்டானாம்."

"திருநெவேலிக்கு ஏனாம்?"

“அவன் அடுத்த வாரம் மெட்ராஸுக்குப் போறானாம். ரெயில்ல டிக்கெட் போடப் போயிருக்கான்னு பெத்தா சொல்றாங்கோ...”

குல்தூமும் இதை நினைத்துப் பார்க்கவில்லை. கலங்கிவிட்டார். புறப்பட்டுவிட்டானா? முன்னால் பெரிய வெறுமை. அவன் ஒரேயடியாக நம்மைவிட்டு விலகிவிட்டானோ? இனி இந்தப் பக்கம் எட்டியும் பார்க்க மாட்டானோ?

அன்று இரவு எட்டரை மணி கணபதி பஸ்ஸில் அவன் வீடு திரும்பினான். கொஞ்சம் நிலவு வெளிச்சமாயிருந்தது. ஒற்றை ஆளாக அவன் வயக்காட்டில் வருவது தபாலாபீஸிலும் மஜீத் வாத்தியார் வீட்டுத் திண்ணையிலும் இருந்தவர்களுக்குத் தெரிந்தது. வயல்களைக் கடந்து கட்ட மண்ணைத் தாண்டிக் குதிக்கும்போது பிரம்மு கேட்டார், “என்ன கபீரு? நீ டிக்கெட் போட்டுட்டியா?”

எல்லாருடைய காதுகளிலும் விழட்டுமென்ற எண்ணத்தில் சத்தமாகச் சொன்னான், “ஆமாண்ணே, வியாழக்கிழமை டிக்கெட் கிடைச்சிருக்கு...”

“ஏன் இவ்வளவு நேரமாச்சி?”

“சினிமா பாத்துட்டு வர்றேன்.”

சமீராவுக்குக் கோபமா வேதனையா? தன்னை விடவும் சினிமாவை முக்கியமென்று நினைக்கிறவனை என்ன சொல்வது? இன்னும் இரண்டுநாள் இடைவெளிதான் இருக்கிறது.

மறுநாள் இந்நேரம் அவன் ரயிலில் இருப்பான். சமீராவுக்கு நாடித் துடிப்பு இறங்கிக்கொண்டே வந்தது. மஜீத் வாத்தியார் கேட்டார், “ஏம்மா, அவன் நாளைக் கழிச்சி மெட்ராசுக்குப் போறானாமே... நீ அவன்கிட்டே நான் சொன்ன விஷயத்தைப் பேசினியாமா?”

வாப்பா கேட்டது அவளை மிகவும் குன்றிப் போக வைத்தது. வாப்பா இப்படி கேட்பது அவளுக்குக் கௌரவமாக இருந்தாலும், அதையெல்லாம் சீர்குலைக்க வேண்டுமென்பதற்காகவே அவன் தன்னைத் தூக்கிப்போட்டு விளையாடுகிறான்.

“எப்படியும் பேசிருவேன் வாப்பா...”

ஜரீனாவும் யூகம் செய்திருந்தாள். வீட்டில் தன்னை கபீருக்குப் பேசி முடிக்க எல்லாரும் ஆர்வமாய் இருக்கிறார்கள். அவள் இதை யூகம் செய்த நேரம் முதலாக அல்லாவிடம் துஆ கேட்க ஆரம்பித்துவிட்டாள். அவர் தன்னோடு பாண்டி

ஆடியிருக்கிறார், குச்சிக் கம்பு விளையாடியிருக்கிறார், கட்டம் விளையாடியிருக்கிறார் ... இப்படியான ஆட்டம் நடக்கும் போதெல்லாம் ஜன்னலின் வழியாக சமீரா பார்ப்பாள். ஆகையால் அது தன் தாத்தாவை மனத்தில் வைத்து அவர் ஆடின ஆட்டமென்று ரொம்பவும் பின்னால்தான் ஜரீனா உணர்ந்தாள். எப்படி பார்த்தாலும் அப்போது அந்த ஆட்டத்தையெல்லாம் அவர் தன்னோடுதானே ஆடினார்?

என்மீதும் அவருக்குப் பாசம் உண்டு. அவர் என்னை ஏற்றுக்கொள்வார்.

இப்போது வந்த இடத்திலும் அவர் என்னைப் பார்த்துச் சிரித்தார். நலம் விசாரித்தார். நின்று நீண்ட நேரம் பேசினார். பார்க்கும் இடத்திலெல்லாம் என்னைப் பார்த்துச் சிரிக்காமல் போனதில்லை. என்மீது பிரியமாக இருக்கிறார். தாத்தாபோய் என் விசயமாக அவரிடம் பேசினால் அதை ஏற்றுக்கொள்வார். எனக்கும் அவரை ரொம்பவும் பிடித்துவிட்டது.

நேற்று முன்தினம் அங்கு போயிருந்தாள். அவர் சாப்பிட்டுக்கொண்டிருந்தார். “வா ஜரீனா, சாப்பிட வர்றியா,” என்று அவர் கேட்டதும் அவளுக்குச் சிலிர்ப்பு.

“நான் சாப்பிட்டுட்டேன். நீங்க சாப்புடுங்க.”

அவனைத் தாண்டித் தெரு வீட்டுக்குள் போனாள். பெத்தா அவளை வைத்த கண் வாங்காமல் பார்த்தார். வீடு நசநசத்துக் கிடந்தது. நீரூற்றான வீடு. கொஞ்சம் மழை பெய்தாலும் ஈரத் தரையாகிவிடுகிறது. அவள் கால்கள் வழுக்கிவிழுமாப் போல இருந்தது. இதில் இராத்திரி நேரம் அவரும் பெத்தாவும் எப்படிப் படுப்பார்களென்று ஜரீனாவுக்குப் புரியவில்லை.

ஈரக் கால்களுடன் வீட்டிற்குத் திரும்பினாள். பெத்தா வீட்டின் நசநசப்பு தன் வீட்டுச் செங்கல் தரையில் பதிகிறதா என்று பார்த்தாள். ஏதோ ஈரம் பரவியிருப்பதாக மனக் கண்ணில் தோன்றியது. மீண்டும் ஒருமுறை அதில் கால்தடத்தைப் பொருத்திப் பார்த்தாள். நம்பிக்கை வந்தது; தன் திருமணம் அவரோடு நடக்கப்போகிறது.

48

சமீரா தாத்தாவின் இடத்துக்குத் தன்னை யறியாமல் தான் வந்துவிட்டதை எண்ணியபோது ஜரீனாவுக்குச் சிரிப்பாகவும் இருந்தது; மகிழ்ச்சி யாகவும் இருந்தது. வெட்கம் கொஞ்சம்தான். அந்தக் காலத்தில் தாத்தாவின் கதையை அநேகமாக எல்லாரும் பேசியபடியிருந்தார்கள் என்ற ரகசியம் அவளுக்கும் ஏதோ ஒருநாளில் தெரிந்திருந்தது. இதுவரை தெரியாததுபோல நடித்துக்கொண்டிருந்த காலம்போய்விட்டது. இனி தனக்கான பாத்திரம். தனக்கான காலம்.

ஜரீனாவுக்குக் கொஞ்சம் நம்பிக்கை வந்திருந்தது. சமீரா, சுமையா, ஜரீனா மூவரிலும் சமீராவும் ஜரீனாவும் ஒருத்தரின் நிழல்போல இன்னொருத்தர்! உடம்பில் கொஞ்சம் கூடுதல் குறைவு இருந்தது. இவளை அவளென்றும் அவளை இவளென்றும் சமயா சமயங்களில் பலரும் பார்த்து மயங்கியிருக்கிறார்கள். கபீருக்கு அந்தத் தடுமாற்றம் ஒருநாளும் வந்ததில்லை.

ஜரீனாவுக்கு ஏதாவது செய்துபார்க்கலாம் போல இருந்தது. மெதுவாக இறங்கிப் போனாள். அந்த நேரம்தான் கபீர் வீட்டின் முற்றத்தில் ஏறினான். அவனைக் கண்டால் சற்று வெட்கப் பட்டுவிட்டவள்போல சமீரா நடிப்பாள். ஜரீனா வுக்கு அந்த நடிப்பு வரவில்லை. தெரு வீட்டிற்குள் நுழைந்ததும் அவள் ஸலாம் சொன்னாள். சமீரா ஒருநாளும் ஸலாம் சொன்னதில்லை. பதிலுக்கு இவனும் ஸலாம் சொன்னான்.

"ஒங்களுக்கு எங்க ரஹ்மத்துல்லா காக்கா கடிதம் போடுவாங்களா?"

"இல்லியே, ஏன் கேக்குற?"

"சும்மாதான் கேட்டேன்."

“அவன் போட்டாலும் நான் பதில் போட மாட்டேன் ஜரீனா. அவன் எங்கினயோ நல்லாயிருக்கட்டும்.”

அவனின் பதில் அவளிடம் சலனத்தை உண்டாக்க வில்லை. “சரி விடு, ஒங்களுக்காவது ஒழுங்கா கடிதம் போடறானா?”

“எப்பவாவது வரும். வந்தாலும் வாப்பா பதில் போட மாட்டாங்க.”

“அது என்ன முறை? அப்படியேவா அவனக் கைவிட்டுறப் போறீங்க?”

“வாப்பாவோட கோபம் தீரல்ல… உம்மாவுக்கும்தான்.”

“ம்… ம்மா எப்படியிருக்காங்க?”

“நல்லாயிருக்காங்க.” அப்படி சொல்லிவிட்ட பின்னும் அவன் பதில் பேசாமல் இருப்பதைப் பார்த்து,

“ஆனா நீங்க ம்மாவப் பாக்கவே வரல்ல. ம்மா ரொம்பவும் வருத்தமா இருக்குறாங்க,” என்றாள்.

கபீருக்கு மகிழ்ச்சியாக இருந்தது.

அவன் ஏதாவது சொல்வானென்று அவள் எதிர்பார்த்தாள். ஜரீனா அதன் தொடர்ச்சியாக மேலும் ஏதோ சொல்வாளென்று அவன் தன் காதுகளைக் கூர்மைப்படுத்தினான். ஒரு மௌனம். அது நீடித்தது. அவன் ஒரு பையைத் துழாவினான். இந்தப் பேச்சிலிருந்து எப்பவோ வெளியே போய்விட்டதுபோல நடித்தான்.

ஏதோ தான் கேட்ட கேள்விக்கெல்லாம் கொஞ்சமாவது பதில் சொல்கிறார். அவ்வப்போது ஏறிட்டுப் பார்த்துக் கண்நோக்கிப் பேசுகிறார். புது அனுபவமாக இருக்கிறது ஜரீனாவுக்கு.

49

கபீருக்குச் சரியாக ஒரு வாரத்திற்கும் மேலாக நல்ல சாப்பாடு இல்லை; நல்ல தூக்கம் இல்லை; தன்னைத் தானே வேரோடு பெயர்த்துக்கொண்டு மெட்ராஸுக்கு வந்துவிட்டதால் எதுவும் சரியாக இல்லை.

வழக்கம்போல மெரீனா கடற்கரையில்தான் இருக்கிறான். அலைகள் அவன் கால்களைத் தொட்டன – கதைகள் பேசின! அவன் மசியாமல் இருந்தான்.

தான் எப்படி மெட்ராஸுக்கு ரயிலேறினோம் என்று அவனால் உணர்ந்துகொள்ள முடியவில்லை. தன்னை மையமிட்டு ஊர் இரண்டு மாத காலத்திற்கு இயங்கியதாக நினைத்தான். ஒவ்வொரு வீட்டிலும் வழிசொல்லப் போனான். "இன்னிக்காப்பா போற? இன்னும் கொஞ்ச நாள் இருந்து ஒடம்ப தேத்திட்டுப் போனா என்ன" என்று கேட்காத வீடுகள் இல்லை. அவர்களின் அன்பும் விசாரிப்பும் திரும்பத் திரும்ப ஞாபகமாய் வந்தன. அதையெல்லாம் மீறி இப்படி இங்கே வந்து கடலில் கால்களை அளைந்துகொண்டிருக்கிறான். தனித்த ஆளாக வெறுமையில் இருக்கிறான்.

வந்த வேகத்திற்கு ம்மாவுக்குக் கடிதம் போட்டான். ம்மாவோடு பிரம்மு அண்ணனுக்கும் கடிதம் வைத்தான். எல்லாரையும் தன் கண்கள் தேடுவதாக எழுதியிருந்தான். பதிலுக்கு ம்மாவின் கடிதத்தோடு பிரம்மு அண்ணனின் கடிதமும் வந்தது. "நீ போனதும் எல்லாரும் போஸ்டாபீஸை மறந்துவிட்டார்கள். இரவில் இங்கு எவரும் வருவதில்லை. நான் தனியாளாக உட்கார்ந்திருக்கிறேன். நீ போனதும் கை ஒடிந்துவிட்ட மாதிரி இருக்கிறது" என்று எழுதியிருந்தார்.

அண்ணன் உண்மையை எழுதியிருக்கிறார். சிலர் விசாரித்ததாக எழுதியிருந்தார். அந்தச் சிலரிலும் சமீரா உண்டாவென்று தெரியவில்லை.

ஆனால் அவனை வழியனுப்ப வந்த கூட்டத்தில் சமீராவின் முகம் இருந்தது. அதில் ஏக்கமும் துக்கமும் தெரிந்தன. அது நல்ல காட்சியின்பம். மனத்தை எவ்வளவுதான் கட்டுப்படுத்தினாலும் அவளுக்காக மருகவும் செய்தோம்; போதுமான வரை வாட்டியும் வதைத்தோம். காலம் நன்றாகக் கைகொடுத்தது.

50

ஆச்சரியமாக இல்லை; அதிர்ச்சியாக இருந்தது. காத்தூனுடன் மகாராஜனும் சேர்ந்து போய்விட்டான்.

பிரம்மு அண்ணனின் இரண்டாவது கடிதம். அவர் தரும் செய்திகளின் பிரகாரம்: முதலில் காத்தூன் எப்போதும் ஊருக்குப் போய்வருவது போலப் போய்விட்டாள். பத்து அல்லது பதினைந்து நாட்களுக்குப் பின்னர் திரும்பிவருவது வழக்கம். ஆனால் நாட்கள் நீள நீள எல்லாருக்கும் சம்சயம் வந்தது. மஜீத் வாத்தியாருக்குக் கையும் ஓடவில்லை, காலும் ஓடவில்லை. இதனை எப்படிக் கண்டறிவதென்று அவருக்கும் தெரியவில்லை. தம்பி ஆசாத்திடம் கேட்டார், “என்ன ஒம் மச்சி போயி இத்தினி நாளாச்சி… அவள ஆளக் காணல்ல...”

“மூத்தவ போனா வருவா.”

“அதுக்கில்லப்பா … ஏற்கெனவே அவளுக்கு நாம சரியான பங்கைக் கொடுக்கல்லன்னு பல பேருட்டயும் சொல்லிட்டலைஞ்சா … அதனால ஏதும் கோவத்துல ஒக்காந்துட்டாளா?”

“ஆமா, நீங்களும் ஒரேயடியா அவள ஓரம் கட்டுனா, அவளும் என்ன செய்வா? என்கிட்டேயும் ரெண்டு மூணு முறை முக்கிமுக்கிப் பேசினா … எல்லாத்தையும் காக்காட்ட கேளுன்னு சொல்லிட்டேன். இப்ப வருத்தப்பட்டு என்னாவப்போவுது? கழுதய விட்டுத் தள்ளுங்க…”

“அதில்லப்பா, ஊரு ஒலகத்துலன்னு எல்லாத்தையும் வச்சிப் பாக்க வேண்டியிருக்குல்லா…”

ஆசாத் நகர்ந்துவிட்டார். மஜீத் வாத்தியாருக்கு இது ஒரு கவலையாகப் போய்விட்டது.

காத்தூன் வரவில்லை. அப்புறமாகத்தான் காற்று கொண்டுவருகிறது இன்னொரு சேதியை! காத்தூனோடு மகாராஜனும் போய்விட்டான்.

"உண்மையாகவா?"

"ஆமா..."

"நேத்துப் பாத்தேன். இன்னைக்குக் காலையிலகூடப் பாத்தேன்."

எல்லாரும் ஒரே கேள்வியைக் கேட்டார்கள்; எல்லாரும் ஒரே பதிலைப் பெற்றார்கள்.

அங்கே பார்த்தேன். இங்கே பார்த்தேன். ரெண்டு பேரையும் சேர்த்தே பார்த்தேன்... விதம்விதமாகச் செய்தி களைச் சொல்லிக்கொண்டே இருந்தார்கள். அடுத்த ஒன்பது கிலோ மீட்டரில் இருக்கின்ற ஊருக்குத்தான் நாள்தோறும் மக்கள் போய்க்கொண்டும் வந்துகொண்டும் இருக் கிறார்களே... அதனால் ஆளுக்கொரு செய்தியாகக் கோத் தார்கள்.

இது உண்மையாக இருக்குமா? உண்மையாகத்தான் இருக்கும். இதற்கு ஆதாரம் என்ன? மகாராஜனும் ஊரில் தலைகாட்டி மாதம் ஒன்றுக்கும் மேலாகிவிட்டது. அதுதான் ஆதாரம்.

செல்லமக்காவுக்கும் குத்தாலிங்கம் பிள்ளைக்கும் சிதம்பரத்துக்கும் தூக்கிவாரிப் போட்டது. வீட்டில் பயங்கரமான மோதல். மூன்று பேரும் ஒரே கட்சியில் நின்று பேசுகிறார்கள். ஒரே கட்சியிலிருந்தபடி சண்டையும் போட்டார்கள். யாரால் வந்த தீவினை? நீதான் நீதான்... கூச்சல்கள், குழப்பங்கள், யாரோ யாரையோ போட்டு அடிக்கிறார்கள். கதவுகள் மூடியிருக்கின்றன. கூச்சல்கள் மட்டும் ஏதோ ஒரு சாளரத்தின் வழி பிய்த்துக்கொண்டு வருகின்றன.

மஜீத் வாத்தியாரின் காலமும்தான் எப்படியெல்லாம் ஆகிவிட்டது. நிம்மதியாகப் பள்ளிக்கூடம் போய்வருவார். சனி, ஞாயிறென்றால் வயல்கள், தோட்டம் துரவுகளென்று விவசாயியாக மாறி நிற்பார். வேட்டியை மடித்துக்கட்டி, கைபனியன் அணிந்துகொண்டு அங்குமிங்குமாக விசுக்விசுக்கென்று போய்வருவார். தெருவில் மாடுகள் போட்டுவிட்டுப் போயிருக்கும் சாணிக் குவியலைக் கையில் அள்ளிக்கொண்டு தொழுவம் போவார்; முறிந்து கிடக்கும் மரக் கிளைகள், தொப்பென்று கண்ணுக்கு நேரே விழும் தென்னைமட்டைகள், பொத்தென்று விழும் பனம்பழங்கள்... தெருவைச் சுத்தப்படுத்த மஜீத் வாத்தியாரே போதுமென்று ஊரில் எல்லாரும் நற்சான்றிதழ் வழங்கியிருக்கிறார்கள். அவரிடம் படிக்கும் பையன்களுக்குத்தான்

➤ 228 ◆   களந்தை பீர்முகம்மது

கௌரவப் பிரச்சினை வந்து ஒட்டிக்கொள்கிறது. மஜீத் வாத்தியாருக்கு எதுவும் கிடையாது.

இப்படித் தரைமட்ட வேலைகள் பார்த்தாலும் ஜமாஅத்துக்கு மூன்றுமுறை தலைவராக இருந்திருக்கிறார். மரியாதையோடு சபையை ஆண்டிருக்கிறார்; சடபுடவென்று தீர்ப்புகள் வழங்கி யிருக்கிறார்.

அந்த வாழ்க்கையைத்தான் ரஹ்மத்துல்லா கெடுத்தான்; இப்போது காத்தூன் தீயள்ளிக் கொட்டியிருக்கிறார். இன்னும் என்ன வேணும்?

இந்தச் செய்தியைத் தம்பிக்கு எப்படி எழுதுவதென்று தெரியவில்லை. போனமுறை ஒரு கடிதம் எழுதிப் போட்டதற்கு அடித்துப்பிடித்து ஊருக்கு ஓடோடி வந்துவிட்டான். இந்த முறை என்ன செய்வது? செய்திகளை எப்படி நம்புவது? திடீரென்று காத்தூன் வழக்கம்போல வந்து நின்றுவிட்டால் என்ன செய்வது? ஆறப்போடுவது நல்லது. ஆறப்போட்டார். மனசு ஆற வேண்டும், அதற்கு வழியில்லை.

இதே மகாராஜன் வேறு எவளுடனாவது போயிருந்தால், தன் குடும்பத்தை சிதம்பரம் அவமானப்படுத்தியதற்கு இறைவன் அவனைப் பழிவாங்கிவிட்டான் என்று மகிழ்ந்து கூத்தாடியிருக்கலாம். போகிற பயல் தன் குடும்பத்திலல்லவா சேற்றை வாரிவீசியிருக்கிறான். எல்லாவற்றுக்கும் நான்தான் அகப்பட வேண்டுமா? யா அல்லா, நீ காட்டும் கருணையா இது?

தானறிந்த செய்தியை சபீருக்கும் எழுதினான் கபீர். அவனிடமிருந்து பதறியடித்துக் கடிதம் வந்தது. “உன் கடிதம் வந்த அன்று ம்மாவின் கடிதமும் வந்திருந்தது. அவளும் எழுதியிருந்தாள். நான் கலங்கிவிட்டேன் கபீர்...”

○

ரஹ்மத்துல்லாவிடம் இந்தச் செய்தியைச் சொன்னான் ஜாஃபர் அலி. அவன் இடிந்துபோனான். எதிரிலிருக்கும் கடலில் புரள்கின்ற அலைகளெல்லாம் குபுகுபுவென்று கரையேறி அவன் இதயத்துக்குள் சாடிவிட்டன. கண்கள் சிவக்க அலியைப் பார்த்தான். அவன் மறுமுறையும் ஆமாம் என்று சொன்னான். தன் கைப்பொருள் களவாடப்பட்டுவிட்டது. நண்பனே துரோகியாகியிருக்கிறான். “அயோக்கியப் பய...” சத்தம்போட்டுச் சொன்னான். வாயில் வந்த சொற்களை மிச்சமில்லாமல் வாரியிறைத்தான். அலி அவனின் கையைப் பிடித்து, “அதுக்கு ஏன் நீ இப்போ இப்படி உக்காந்து கத்துற?”

“அந்தப் பய எனக்குத் துரோகம் பண்ணிட்டான் பாரேன்....” சொல்லிவிட்டு ரஹ்மத்துல்லா பதறினான். மிகுந்த நம்பிக்கைவைத்து மகாராஜனிடமும் சபீரிடமும் தான் சொன்ன ரகசியங்களையெல்லாம் கணக்கில்வைத்துத் தன் அடிமடியில் கைப்போட்டுச் சுருட்டிவிட்டானே அவளை? எவ்வளவு திமிர் இருந்தால் அவளும் இப்படி நடந்திருப்பாள்? நன்றிகெட்ட நாயி...

அவள் என்னை இப்படி பழிவாங்கலாமா?

திரண்ட உடம்பு; அவனுக்கு ருசியை ஊட்டிய உடம்பு. அதை மகாராஜன் இப்போது வாரியணைப்பது பல்வேறு காட்சிகளாக விரிகின்றன. கண்களை மூடிப் பார்க்கிறான். கடலின் விரிந்த பரப்பெங்கும் காட்சி பேருருக்கொள்கிறது. அலையின் ஓசைகள் இருவரின் முயக்க ஓங்காரங்களாக ஆகின்றன. செவிகளையும் அடைக்க முடியவில்லை. ஜாஃபர் அலி பக்கத்தில் இல்லாமல் இருந்தால் நன்றாயிருக்கும். அவனை விரட்டிவிட வழி தேடினான். “மாப்ள, நாம அடுத்த வாரம் சந்திப்போம். இப்போ எனக்கு ஒருமாதிரியாயிருக்கு...”

“அப்போ எப்படி வீட்டுக்குப் போவ?”

“இல்ல, நான் இப்ப வீட்டுக்குப் போவல்ல... இங்கினேயே கிடந்து கொஞ்ச நேரம் தூங்கிட்டு வர்றேன்.”

“தனியா தூங்கினா போலீஸ்காரன் புடிச்சிக்கிட்டுப் போயிருவான். நீ தூங்குறவரைக்கும் தூங்கு. நான் இங்குனேயே ஒக்காந்துருக்கேன்.”

ஜாஃபர் அலியை ஓங்கி அறைந்துவிடலாமா என்றிருந்தது. நிம்மதியாய் உட்கார்ந்து புலம்பவிட மாட்டானா இவன்? மகாராஜனை மனத்துக்குள் மானாங்கண்ணியாக அடித்தான், உதைத்தான்; எச்சில் துப்பினான், ஆத்திரம் தீரவில்லை. சபீரை அழைத்து நியாயம் கேட்டான். சபீர் பரட்பரட்டென்று முழியாய் முழித்தான். கபீரின் சிரிப்பொலி கேட்கிறது. சமயம்பார்த்துத் தன்னை நக்கலடிக்கிறான் கபீர். அவன் மேலும் கோபம். ஆனால் மகாராஜன் தான் வாங்கிய அடியைக் கொஞ்சமும் பொருட்படுத்தாமல் ரஹ்மத்துல்லாவை முறைத்துப் பார்க்கிறான். ஓங்கியடித்தாலும் அடித்துவிடுவான் போல. சபீரோ கபீரோ தன் துணைக்கு வாராமல் இப்படி வேடிக்கை பார்ப்பது அவனுக்கு மேலும் சூட்டைக் கிளப்பியது.

எப்பேர்ப்பட்டவனாக இருந்தாலும் சரிதான், மகாராஜன் ஒரு குத்துவிட்டானானால் எதிரியின் மொத்தப் பற்கள் முப்பத்திரண்டும் கழன்றோடிவிடும். யாரை மனத்தில்வைத்து நீ அவனைப் போட்டுக் குத்தினாய் என்று ரஹ்மத்துல்லாவின்

மனம் அவனைக் கேள்விகேட்டது. தொட்டாற்சிணுங்கிபோல் சுருங்கினான்.

காத்தூனைப் போட்டுச் சாத்த வேண்டும். அவள் தனக்கு உரிமைப்பட்ட பொருள். அவளைக் கைபோட, அவளைப் பெண்டாள அவன் இதுவரையிலும் தன் மாலிக் சின்னாப்பாவை மட்டும்தான் அனுமதித்திருக்கிறான். தன் முலைகளையும் பரந்த உடம்பையும் காட்டிக்காட்டி அவனைத் தன் தொடையிடுக்குகளுக்குள் புதைத்துவைத்தவள். இன்று தான் இல்லையென்றதும் கைவிட்டுவிட்டாள்.

“எழுந்திரி ... நேரமாச்சி. போவலாம்,” என்றான் அலி. கடற்கரையின் இருட்டுகளில் ஆண்களும் பெண்களுமாய்க் கட்டித் தழுவுகிறார்கள். பூமியின் பூர்வீக சுகம். ஏதெல்லாமோ சேட்டைகள். சிலர் கட்டிப் புரள்கிறார்கள். திடீரென்று சூரியன் எழுந்து நின்றானானால், அத்தனை பேரும் கள்ளப்பட்டுப் போவார்களே என்று ரஹ்மத்துல்லா நடுங்கினான். அப்படியான வெளிச்சங்கள் சாச்சியுடன் தான் கட்டிப் புரண்டபோது தன் வீட்டிலும் விழவில்லை. ஜாஃபர் அலியுடன் நடந்தான். வீட்டுக்குப் போகவா இப்படியே ஊரைச் சுற்றிவரவா என்று யோசனை. ஜாஃபர் அலி ஒரு பிரிவில் தனித்துச் சென்றதும் வெறும் மனிதன் ஆனான் ரஹ்மத்துல்லா. அவன் நினைத்ததுபோல ரொம்ப தூரம் தனியாகப் போக முடியவில்லை. எப்படியோ சுற்றிவந்தாலும் கடைசியில் தன் வீட்டின் அருகிலுள்ள சாலையில்தான் வந்து நின்றான். அவனுடைய தொய்ந்துபோன நடையும் முகமும் ரஞ்சனிக்கு யாதொரு செய்தியையும் சொல்லவில்லை. வழக்கம்போல் சப்பாத்தியைச் சுட்டுப் போட்டாள். சவக் சவக்கென்று தின்றான். வெளியில் உட்கார்ந்து இரண்டு மூன்று சிகரெட்டுகளை ஊதித் தள்ளினான்.

தனது களஞ்சியத்தையே களவாடிவிட்டான் அந்த அயோக்கியன். ஒருமுறை காறி உமிழ்ந்தான். அதில் எந்தக் காறலும் வரவில்லை.

இருட்டு பெரும் இருளானது.

❍

ஆயிஷாம்மா தட்டுக் குழவியில் வெற்றிலையையும் பாக்கையும் போட்டு இடித்துக்கொண்டிருக்கும்போது சமீரா வந்தாள். “என்ன சமீரா, ஒக்காரேன்.” சட்டென்று பதில் வந்தது, “பெத்தா, நான் சமீரா இல்ல... ஜரீனா.”

“அட நாயனே, என் கண்ணையே ஏமாத்திட்டியே...” என்று சத்தமாய்ச் சொல்லிவிட்டு, “ஒக்காரேன் பிள்ள ...” என்றார்.

இடிபட்ட வெற்றிலையை நன்கு துழாவியெடுத்து வாயில்போட்டு அதக்கினார் ஆயிஷாம்மா. வாயில் வெற்றிலை போனதும் பெத்தாவுக்கு ஏதோ ஒரு சுகமிருக்கத்தான் செய்கிறது என்று ஜரீனா நினைத்தாள். "என்ன வந்து சும்மா உக்காந்திருக்க... நீயும் கொஞ்சம் வெத்தல போடுறியா?"

"அதெல்லாம் வேண்டாம் பெத்தா. சாப்பிட்டு முடிஞ்சி வந்தேன். ஒங்க சின்ன மவன் கடிதமெல்லாம் வருதா பெத்தா?"

ஆயிஷாம்மாவுக்கு ஆச்சரியமாய் இருந்தது, இது என்ன புதுப் பழக்கம்? அடுத்த வீட்டில் பெஞ்சிலும் ஹாஜிராம்மா உட்கார்ந்திருந்தார். அவருக்கும் அதே சம்சயம்தான். இவள் ஏன் அவனை விசாரிக்கிறாள்? பனை ஓலை விசிறிக் கம்பை வைத்து அதன் கருக்கு நுனியால் முதுகைப் பரட்பரட்டென்று தேய்த்துச் சுகம் கண்டுகொண்டிருந்த ஹாஜிராம்மாவுக்கு வந்திருப்பது ஜரீனாவா சமீராவா என்ற குழப்பம் மேலிட்டது. எழுந்து நின்று கட்ட மண்ணைத் தாண்டி எட்டிப் பார்த்தார்.

ஜரீனா போனதும், "என்னவாம்? சாத்தப் புள்ள இப்ப அடிக்கடி எங்க வீட்டத் தாண்டி ஒங்க வீட்டுக்கு வரவும் போவவுமா இருக்குது?" என்று கேட்டார் ஹாஜிராம்மா.

"எனக்கு என்னம்மா தெரியும்?" என்றார் ஆயிஷாம்மா.

"அடுத்தவாட்டி வந்தா நீங்க கேளுங்களேன்."

"என்னத்தம்மா நான் கேக்குறது?"

"நீங்க இப்பிடீத்தானே பேசிக்கிட்டுக் கெடக்கியோ? இவ்வளவு நாளும் இல்லாத புதுமாதிரியா இவளும் அவ தாத்தாக்காரிமாதிரி வரவும் போகவுமா இருக்காள, அது என்னான்னு தெரிஞ்சிக்க வேண்டாமா? நீங்க என்ன பொம்பள?"

"அப்பவும் அவன் என்ன இங்கேயா இருக்கான்?"

"நல்லா இருக்கு ஒங்க பேச்சு."

51

வீட்டு வாசலின் முன் செல்லமக்கா குரல் கேட்டது. காத்தூன் அரண்டார். மனதும் உடம்பும் படபடவென்று வந்தன. அடுப்படிக்குள் கொஞ்சம் பதுங்கலாமென்று பார்த்தார். தெருவீட்டிலிருந்து அடுப்படிக்குள் நுழையும் நேரம்பார்த்து செல்லமக்கா இவள் நழுவுவதைப் பார்த்துவிட்டார். “ஏ காத்தூனு, என்னா உள்ள போற?”

இப்போதுதான் பார்த்ததுபோல “வாங்கத்த,” என்றார் காத்தூன். அவரின் ம்மாவுக்கும் வாசலில் யாரோ நின்று தன் மகளின் பெயர்சொல்லி அழைப்பது தெளிவாகக் கேட்டது. மெதுவாக எட்டிப் பார்த்தார். சரியான வெயிலில் செல்லமக்கா நின்றிருந்ததால் அந்த மெலிந்த உருவம் நன்றாகக் கண்களில் பட்டது. கூட ஒரு சின்னப் பையனும் நிற்கிறான். வந்திருப்பவர் பொட்டு வைத்திருக்கிறார். இவள் அத்தை என்றும் சொன்னாள். அப்படியானால் இவர்தான் தன் புதிய மருமகனின் அம்மாவாக்கும்? இளக்காரம் ஓடியது. முகத்தை வெடுக்கென்று திருப்பித் தெருவீட்டின் சுவரோடு சுவராய் ஆனார்.

காத்தூனுக்கு அடங்கவில்லை. ஏதோ விபரீதமாக நடக்கப்போகிறது. ஊர் நாறப்போகுது. அத்தையை என்ன செய்வதென்று அவருக்குக் கையும் ஓடவில்லை, காலும் ஓடவில்லை. வந்த ஆளை வெளியில் நிற்கவைத்துப் பேசினால் அசிங்கமாகும். அத்தையைச் சமாதானப்படுத்தி அனுப்புவோமென்று வேகமாகச் சென்று செல்லமக்காவையும் அந்தப் பையனையும் கைப் பிடித்துத் தரதரவென்று வீட்டிற்குள் இழுத்துவந்தாள்.

“என்ன அத்த, என்ன விசயமா வந்தீங்கோ? நல்லாருக்கீங்களா?”

“என்ன விசயமா வந்தீங்கோன்னா கேக்குற, ஒண்ணும் தெரியாதவ மாதிரி.”

“தெரிஞ்சா நான் ஏன் கேக்கப்போறன் அத்த?”

“அப்ப ஏன் என்னை மூச்சுக்கு முந்நூறு முறை அத்த அத்தன்னு கூப்பிடற?”

படிக்காத ஒரு பொம்பள இப்படி பிடிபோடுவாளா?

“ஒன் வயசு என்ன, அவன் வயசு என்ன? இது என்ன பழக்கம்? ஒங்க ஊருல, வீட்டுல ஒருத்தருமே ஒன்ன ஒண்ணுமே கேக்கலியா? ஒனக்கு எதுவும் அசிங்கமா தெரியல்லியா?”

“அத்த, இப்ப ஒங்களுக்கு என்ன வேணும்? என்னல்லாமோ பேசிட்டிருக்கீங்க.”

“இங்க பாரு, ஒங்கூட ஒண்ணும் வழக்கு பேச வரல்ல... அந்த மூதிய எங்க? அவன எங்கூட அனுப்பிவய்யி.”

“மூதி கூதின்னுல்லாம் ஒங்க வீட்டுல பேசிக்குங்க. இங்க வந்து ஒங்க வாயக் காட்டக் கூடாது. பொல்லாதவளா மாறிடுவேன்.”

“பேசுற பேச்சப் பாரேன். நீ நடந்துக்கிட்ட முறைக்கு இதையும் கேப்பேன், இதுக்கு மேலேயும் கேப்பேன்.”

செல்லமக்காவின் குரல் உயர்கிறது; இது நல்லதுக்கில்ல. காத்தூன் உடனடியாக அவரை விரட்டிவிட எண்ணினார். இந்தக் கூத்துக்களை ம்மா கண்கொட்டாமல் பார்ப்பது மகளுக்கு அவமானமாக இருந்தது.

“என்ன வேணும்னு இப்ப இங்க வந்து சத்தம் போடுறீங்க?”

“ஒன்கிட்ட எனக்கென்ன பேச்சு? எனக்கு என் மவன்தான் வேணும். அவனை எங்க?”

“இந்தா முந்தானையில ஒளிச்சிவச்சிருக்கேன். ஒங்க மகன காணோம்னா நீங்கதான் தேடிப் பாக்கணும். எங்கிட்ட வந்து கேட்டா?”

“இப்ப அவன் ஒன்கூட இருக்கானா இல்லியா? முதல்ல அதச் சொல்லு.”

“அவங்க இங்க வருவாங்க, போவாங்க அவ்வளவுதான்.. ஆனா என்கூட இல்ல...”

“அப்ப ஊரு உலகத்துல பேசுறவங்கள்லாம் பொய்யா பேசுறாங்க?”

“ஊரு ஒலகம் ஆயிரம் பேசும். அதுக்கெல்லாம் வந்து என்கிட்ட காரணம் கேக்கக் கூடாது.”

“அவன் ஒன்கூட இல்லியாக்கும். சரி, அப்ப நான் இங்குனயிருந்து ஒரு பார்வ பாத்துர்றேன்” என்று உட்காரப் பார்த்தார்.

“இது ஒண்ணும் மடம் இல்ல. ஒங்க இஷ்டத்துக்கு ஒக்கார்றதுக்கு. முதல்ல வீட்ட விட்டு வெளியே போங்க...”

“நானா வீட்டுக்குள்ள வந்தன்? கையப் புடிச்சி நீதானடி இழுத்துட்டு வந்த? இப்ப கதையா பேசுற?”

“இழுத்துட்டு வந்தது தப்புத்தான். இப்ப வெளிய போங்கோ.”

“போவ முடியாது. அவனக் கூட்டிக்கிட்டுத்தான் போவன்.”

“இனிமே அவங்க இங்கதான் இருப்பாங்கோ.”

“அவன் ஏன் இங்க இருக்கணும், அவன் வீடு அங்கல்லா இருக்கு?”

“இனிமே இதுதான் வூடு...”

“ஒரு சின்னப் பய்யன சிரிச்சி இழிச்சி மயக்கிக் கூட்டிட்டு வந்துட்டேல்ல. அத்தே அத்தேன்னு மரியாதையா கூப்புடறதா நெனச்சு மசங்கிட்டேன். அந்த சிதம்பரம் பய அன்னைக்கே சொன்னான். நான்தான் மூதி மூளை கெட்டுப்போயி சும்மா இருந்துட்டேன். இப்ப லோல் படறேன்.”

“முதல்ல ஒங்க பேச்ச நிறுத்துங்க...”

“ஏன் நிறுத்தணும்? என் புள்ள அவன். நான் கூட்டிட்டுப் போவன்.”

“இப்ப அவரு என் மாப்புள்ள...”

“ஒரு சின்னப் பய்யனப் பாத்து என் மாப்புள்ளன்னு சொல்றியே, ஒனக்கு வெக்கமாயில்ல...”

“முதல்ல கிளம்புங்க...”

“நீ இருக்கச் சொன்னாலும் இருக்க மாட்டேன்டி. அவன் வரட்டும்.”

“சொன்னா கேளுங்க... நாலு பேரு நாலு விதமா பாப்பாங்க...”

“கூட்டிட்டு வந்தியே. நாலுபேரு அப்பவும் பாத்திருப்பாங்கதான?”

“நான் ஒன்னும் கூட்டிட்டு வரல்ல. ஒங்க புள்ளையா தான் வந்தாரு.”

“அது ஒரு விவரம்கெட்ட மூதி. ஒன்கூட தொடுப்பு இல்லாமயா வந்தான்?”

“வேண்டாம் அநாவசியமா பேசாதீங்க...”

“என்ன அநாவசியம்... அவன் குலமென்ன கோத்திரம் என்ன? ஒன் குலம் என்ன கோத்திரம் என்ன?”

காத்தூனின் மகள் பள்ளிக்கூடத்திலிருந்து உள்ளே வந்தாள். எதையும் ஏறெடுத்துப் பார்க்காமல் நேராகப் பின்னால் சென்றாள். அடுப்படியில் பலகையைப் போட்டு இடிச்ச புளி மாதிரி உணர்வற்ற முகத்தோடு கண்ணும்மா இருப்பதைப் பார்த்தாள். இவளும் அவளுக்கருகில் உட்கார்ந்தாள். ஒருவர் முகத்தை இன்னொருவரால் பார்க்க முடியவில்லை. ஒன்றுபோல கீழே தொங்கிக்கிடந்தத் தலைகள்.

மகளும் உள்ளே வந்துவிட்டதில் காத்தூனின் திரேக பலம் குறைந்துவிட்டது. உடல் நடுக்கத்தால் தன் குரலை உயர்த்தமுடியாமல் பலவீனமாகிவிட்டது. பேச்சை வளர்த்தினால் நல்லதல்ல. “ஏ ... கைய வுடுர்றீ ... வுடுர்றீ ...” என்ற குரலைக் கண்ணும்மாவும் பேத்தியும் கேட்டார்கள். காச்மூச் குரல்கள். அக்கம்பக்கத்தார் ஓய்விலும் உறக்கத்திலும் இருக்கும் நேரம். கதவை ஒஞ்சரித்திருப்பார்கள். பேசிப்பேசி நேரம் கடத்த முடியாது. தன் முழுப் பலத்தையும் திரட்டி முதலில் அந்தப் பையனைப் பற்றியெடுத்து அப்படியே செல்லமக்காவையும் இழுத்துச் சென்றார் காத்தூன். திண்ணையைவிட்டு இறக்கிப் பையனையும் தெருவில் விட்டார். “மூச்சுக் காட்டாம வந்த வழிபாக்க ஓடிப் போயிருங்க... வம்புதும்பு பண்ணுனீங்க அப்புறம் பொல்லாத வளாயிடுவேன் நான்.” வேகமாகப் படியேறிக் கதவைச் சாத்தினார். பையன் அழுதான். அவனைத் தன் இடுப்பில் தூக்கிவைத்துச் சாபமிட்ட செல்லமக்கா, தெரு மண்ணையள்ளி வீசினார். அவர் குரல் விம்மிப் புடைத்தது. யாரிடமாவது சொல்லி நியாயம் கேட்க வேண்டும். அந்தத் தெரு குறைவான வீடுகளைக் கொண்டிருந்தது. எல்லாக் கதவுகளும் பூட்டப்பட்டிருந்தாலும் சத்தம்போட்டுப் பேசினால் அக்கம்பக்கத்தாருக்குக் கேட்கும். அந்த நம்பிக்கையில் வார்த்தைகளை அள்ளி வீசினார்; நியாயம் கேட்டார். சுடுகுஞ்சியும் இல்லை; ஒரு மரம் மட்டை இருந்தாலாவது அதன் நிழலில் போய் உட்கார்ந்துவிடலாம். ஒரு தெரு இப்படி வெம்பரப்பாகக் கிடந்தால், மனுஷ மக்கள் என்னதான் செய்வது? செல்லமக்கா பரிதவித்தார்... ஒருவர் சைக்கிளில் வேகமாக வந்து வேகமாக அவரைத் தாண்டிச் செல்லப் பார்த்தார். அவரை நிறுத்தி அவரிடம் நியாயம் கேட்டார். அவர் பரக்கப் பரக்கப் பார்த்துவிட்டு அப்புறம் ஒரே அழுத்து... சைக்கிள் பறந்துவிட்டது. செல்லத்துக்கு முட்டிக்கொண்டு வந்தது.

236 களந்தை பீர்முகம்மது

இவ்வளவு நேரமும் பார்க்கப் பரிதாபமாக நின்றிருந்த பையன் இப்போது அழ ஆரம்பித்தான். "வாம்மா போவலாம்..." என்றான். அம்மா பதில் பேசாமல் உறுத்துப் பார்ப்பதைப் பார்த்த பையன் அம்மாவின் முந்தானையைப் பிடித்து இழுத்தான். ஆத்திரத்தில் அவனை நாலு சாத்து சாத்தினார். பையன் ஓலமிட்டவனாக ஓட ஆரம்பித்தான். அவனைப் பிடிக்கப் பாய்ந்தோடினார்.

கையிலகப்பட்ட பொடியனை இடுப்பில் தூக்கிவைத்து, "நாம இப்பிடி ஆயிட்டமே என் செல்லமே..." என்று கதறினார். ஒரு முலையைத் திருகி வீசினார். "நீ உருப்பட மாட்டேடி... என் புள்ளய மயக்கிக் கெடுத்த சண்டாளி... கடவுள் உனக்குத் தண்டனை தருவாரு..." செல்லமக்காவின் குரல் தேய்ந்து மறைந்தது.

❍

மகாராஜனிடம் விஷயத்தைச் சொல்லாமலில்லை. சொன்னார் காத்தூன். ஆனால் அம்மா வருவாளென்று அவன் நினைத்தும் பார்த்ததில்லை. நல்லவேளையாகத் தான் வெளியில் சென்றுவிட்டோம்.

உட்காரவைத்துச் சாப்பாடு போட்டார். நல்ல மாசிச் சம்பல். தேங்காயையும் ஈராய்ங்கத்தையும் நன்றாக அரிந்து துருவிப் போட்டுப் பச்சை மிளகாயையும் அளவாகக் கலந்துவைத்தார். சில நாட்களாக மகாராஜனும் மாமிசமும் கருவாடும் மீனும் முட்டையுமாகச் சாப்பிட ஆரம்பித்தான். நண்பர்கள் வீட்டுக்கு வர மாட்டான் மகாராஜன். தப்பித் தவறி வந்துவிட்டால், தாகமெடுத்தால்கூட ஒரு குவளையில் தண்ணீர் பருக மாட்டான். இதற்காக வேலை மெனக்கெட்டு வீட்டுக்குப் போய்த் தண்ணீர் குடித்துவிட்டு வருவான். அன்றொரு நாள் காத்தூனைக் கட்டிப் பிடித்து முத்தம் கொடுத்தபோது அந்த வாயில் கறிச் சுவையும் கருவாட்டுச் சுவையும் கலந்திருந்தன. கள்ளத்தனமாக வந்து அந்த எச்சிலை அவன் அடிக்கடி உள்வாங்கிக்கொண்டதில் கறிச் சுவைக்குப் பழகிவிட்டான். அவன் குமட்டில் ஒரு குத்துக் குத்தி இப்படிக் கேட்டார், "என்னத்த, கருவாட்டு எச்சிலையெல்லாம் சேத்து முழுங்கிக்கிட்டு நான் சைவப்புள்ளயாக்கும்னு சொல்லிக்கிட்டு அலையிதீயோ..." அந்தக் கேள்வியோடு மகாராஜனின் பிறப்பு வைராக்கியம் முடிந்துபோயிற்று.

❍

காத்தூன் மாப்பிள்ளை மாலிக் கொழும்புவிலிருந்து பறந்தோடி வந்துவிட்டார். வந்துவிட்ட பின் வெளியே தலைகாட்ட முடியவில்லை. பையன் வந்துவிட்டானென்று பிரசிடெண்ட்டும் அவரின் மனைவியும் நேரம்கெட்ட நேரத்தில் மஜீத் வாத்தியார்

வீட்டிற்கு வந்தார்கள். அந்திசாய்ந்து கருக்கல் வந்து அதுவும் முற்றிவிட்டது. பெண்கள் பனைவிளையில் ஒதுங்கும் நேரம். பிரசிடெண்டும் அவரின் மனைவியும் பேசியபடிப் பனைவிளையை ஊடறுத்துவருகையில், ஒதுங்கவிருந்த பெண்களுக்கெல்லாம் ஆத்திரம் வந்தது. "கிழவனும் கிழவியும் வர்ற நேரத்தைப் பாரேன்."

"வேற எப்பதான் இவங்க வெளியில வர முடியும்? இப்படி வந்தாதான நாலு பேரு கண்ணுல படாம வரமுடியும்!"

வீட்டில் எல்லாரும் கூடியிருந்தாலும் பேச்சைச் சரியான முறையில் தொடக்க முடியவில்லை. மஜீத் வாத்தியாருடன் ரகசிய ஆலோசனை. இவர் ஏன் இப்ப வந்தாரென்று குல்தூம் தலைதலையாக அடித்துக்கொண்டார். பிள்ளைகளையும் பேத்தியையும் கண்ஜாடை காட்டி அவரின் கண்களில் பட்டுவிடாமல் போய்விடும்படி ஜாடை காட்டினார். சமீராவும் ஜரீனாவும் குழந்தைகளும் நாசுக்காக ஒதுங்கிவிட்டார்கள். கிழவன் வந்ததுக்கப்புறம் வீட்டில் நாற்றமடிக்கிறதோ இல்லையோ நாற்றத்தைச் சுவாசிப்பதான நினைப்பில் எல்லாரும் மூச்சுமுட்டிக் கிடக்கிறார்கள்.

பிரசிடெண்ட் விசயம் யாருக்கும் தெரியாதில்லையா? அவருக்குப் பெருநோய் வந்துவிட்டது. தோலெல்லாம் சுருங்கிப் போகிறது. மூக்கு சப்பையாகிறது. விரல்கள் கால்களிலிருந்தாலும் கைகளிலிருந்தாலும் ஒருமாதிரியாக மரவட்டைபோல முடங்கலாயின. குரலில்கூடப் பிசிறு தட்டுகிறது. நோயின் வாதையும் உடம்பிலிருந்து வழிகிற மாதிரி தோன்றுகிற சீழும் ஓங்கரிக்க வைப்பதுபோல இருக்கிறது; ஒவ்வொருவரும் அசிங்கப்படுகிறார்கள். கிழவனும் கிழவியும் வேகம் வேகமாகப் பேசி முடித்துவிட்டு வீட்டை விட்டுப் போனால் போதும். ஆனால் பேச்சே இன்னும் தொடக்கமாகவில்லை.

"தேவடியா முண்டை ... குடிபேரைக் கெடுக்கணும்னே வந்து சேந்திருக்கா ... இவ்வளவு தூரம் போயிருக்கே, நீ அடுத்த வீட்டுல ஒக்காந்துக்கிட்டு என்னதாம்ல பண்ணிக்கிட்டிருந்த? எல்லாரும் கண்ணவிஞ்சா போயிக் கெடந்தீங்க?" மஜீத் வாத்தியாரை நோக்கித்தான் இந்தக் கேள்விகள்.

தன்னால் முடிந்த அளவுக்குக் கண்களைச் சிமிட்டிக் கொண்டார் மஜீத் வாத்தியார். பள்ளிக்கூடத்தில் தான் பிள்ளைகளிடம் கேள்வி கேட்பதுபோல இப்போது எல்லாரின் முன்னிலையிலும் வைத்து வாப்பா தன்னைக் கேள்வி கேட்கிறார். மாலிக் என்ன பேச, எதைப் பேச என்று தெரியாமல் முழித்துக்கொண்டிருக்கிறார்.

சபை மௌனமாகக் கலைகிறது. எதற்குக் கூடினோம், என்ன பேசினோமென்று எவருக்கும் தெரியவில்லை. ஏதாவது முடிவு அகப்பட்டதாவென்றால் அதற்கும் ஒன்றும் பதில் கிட்டவில்லை. அனைவரும் ஒருங்குகூடிப் பேந்தப் பேந்த முழித்ததோடு சரி. வீடு நிறைய சீழ் வடிந்திருப்பதாக குல்தூமுக்கு ஒரே அருவருப்பு. "கிழவனார இனிமே இங்க வீட்டுக்கெல்லாம் வரச் சொல்லாதீயோ... புள்ளக் குட்டிகளா இருக்குற இடம். ஒண்ணுலாட்டா ஒண்ணு ஆயிடுச்சின்னா அப்புறம் யாராலயும் ஒண்ணும் செய்ய முடியாது பாத்துக்கோங்க. ஒங்களுக்கு ஏதும் பேசணும்னா நேரா அவங்க வீட்டுக்கே போயிப் பேசிட்டு வாங்கோ..." மஜீத் வாத்தியாருக்குப் புத்திமதி புகட்டினார் குல்தூம்.

குல்தூம் வாளிவாளியாகக் கைப்பம்பில் தண்ணீர் அடித்து வீட்டில் பளாச் பளாச்சென்று வாரி வீசினார். பிளீச்சிங் பவுடரைப் போட்டு நன்றாகக் கலக்கி ஒரு முறைக்கு இரண்டு முறை வீட்டை முதுகொடியக் கழுவினார். அப்பவும் திட்டுத் திட்டாகச் சீழ் எங்கோ பரவிக் கிடப்பதுபோல முகச் சுழிப்பு அவருக்கு. தண்ணீரைப் பெருக்கிவாரித் தள்ளப் பயன்படுத்திய வாரியலை அப்படியே கொண்டுபோய்க் குப்பைத் தொட்டியில் போட்டார்.

நிழல் நதி

52

கபீர் உதாசீனப்படுத்திவிட்டுப் போனதிலிருந்து சமீராவுக்கு மனதும் உடம்பும் தளர்ந்துவிட்டன. அவன் மெட்ராஸ் போகும்போது அவனை வழியனுப்பிவைக்க எல்லாரையும்போல அவளும் போயிருந்தாள். சின்ன வீட்டுக்குள் அவ்வளவு மக்கள் நிற்பார்களென்று அவள் எதிர்பார்க்கவில்லை. கூட்டத்தோடு கூட்டமாகத் தானும் யாரோ ஒருத்திபோல நிற்க வேண்டியிருந்தது அவளைக் கஷ்டப்படுத்தியது. அவனும் ஒருமுறை தான் பார்த்தான். அப்புறம் சமீரா அந்த இடத்தில் இல்லாததுமாதிரி ரொம்பவும் பிகு பண்ணிக்கொண்டான். எல்லாரிடமும் பொதுவாக விடைபெற்றான். இப்படியாக அவன் போனதை மிகுந்த ஏக்கமாகப் பார்த்தாள் சமீரா. பின் தோட்ட வாசலுக்கு வந்து வயல்வெளியைப் பார்த்தாள். அவன் சூட்கேஸையும் பையையும் தூக்கிக்கொண்டுபோவதைப் பார்க்க உயிரைப் பிழிந்தெடுத்தது. இவ்வளவு நாளும் பேசாமலிருந்தாலும் அவனைப் பார்க்கவாவது முடிந்தது.

❍

வாப்பா எல்லா நம்பிக்கைகளையும் கைவிட்டுவிட்டார். மெதுவாக எழுந்து கபீரின் வீட்டுக்குப் போனாள். "பெத்தா, ஒங்க மவன் அட்ரஸத் தாங்கோ."

"எந்த மவன் அட்ரஸும்மா?"

"எந்த மவன் மெட்ராஸுல இருக்காரோ, அந்த மவனோட அட்ரஸ தாங்கோ?"

"இப்போ அது ஒனக்கு எதுக்கும்மா?"

"தாங்கோ ... ஒருத்தி அட்ரஸ கேக்கான்னா பேசாம குடுங்கோ? எதுக்குக் கேள்விமேல கேள்வி கேட்டுக்கிட்டு?"

சமீராவின் அதட்டலில் ஆயிஷாம்மாவுக்கு வெலவெலத்து விட்டது. எவ்வளவு ஆங்காரம்?

அவசரமாகத் தகரப் பெட்டியைத் திறந்தார். ஒரு கடிதத்தை எடுத்துக்கொடுத்தார். ஏமாற்றமாயிருந்தது. முகவரி இல்லை. மறு கடிதம். அதிலும் பேருண்டு, முகவரி இல்லை. பெத்தாவைத் தேடியெடுக்கவிட்டால் இன்றைக்கு முழுதும் தேடினாலும் தேடுவார்போல. “தள்ளுங்க பெத்தா. நீங்க எடுக்குறதுக்குள்ள விடிஞ்சிடும். நான் பாக்குறேன்.”

தேள் கடித்துவிட்டதைப் போல் படபடப்பாகத் தேடினாள் சமீரா. எத்தனையெத்தனை கடிதங்கள்? அவனின் கையெழுத்து அவனைப் போலவே அழகாக இருக்கிறது. எப்படியோ ஒரு கடிதம் கிடைத்தது. பெருமூச்சு வந்து உடம்பு லேசாகி மிதந்தாள்.

“பெத்தா இந்தக் கடிதத்துல அவங்க அட்ரசு இருக்கு... இதை நான் இப்ப எடுத்துட்டுப் போறன். அப்பறமா தாரேன்.”

“இது என்னம்மா என் புள்ள கடிதத்தைக் கொண்டு போறேன்ங்குற?”

“ஒங்க புள்ள கடிதத்தத்தான் கொண்டுபோறன்... ஒங்க புள்ளயக் கொண்டுபோவல...” பேச்சு வெடிப்பாக வந்தது. எல்லாருடைய செவிகளும் அருவமாய் ஆங்காங்கே அலைந்து கொண்டிருப்பது சமீராவுக்குத் தெரியாதுபோலும். தோட்டத்திலே பல பேரும் பல ஜோலிகளாக இருந்துகொண்டிருந்தார்கள். உடனே கடிதத்தைத் தன் ஜாக்கெட்டுக்குள் திணித்தாள். கபீர் மிகுந்த இலகுவாக சமீராவின் முலைகளுக்கிடையில் சிக்கிக்கொண்டான். அவள் ஜில்லென்று குளிர்ந்துபோனாள். தேவதைபோலப் பறந்து சென்றாள் வீட்டுக்குள். இன்ப லாகிரி அவளைச் சாய்த்தது. தன் முலைகளைக் கடிதத்துடன் அழுத்தமாய் இறுக்கிக்கொண்டாள்.

நீண்ட நேரம். தன் முலைகளோடு சேர்ந்து அவனும் கசங்குகிறான். நன்றாகக் கசங்கட்டும்.

“ஏளா என்ன ஒருமாதிரியா கெடக்க... உனக்குப் பசிக்கலையா?” குல்தூம் கேட்டார்.

“இவ்வளவு நேரமும் பசிச்சுது; இப்ப பசிக்கல்ல...” மனத்துக்குள் எண்ணினாள். தன் முலைக்காம்புகளை அவன் வருடுகிறான். நான்கு புறமும் ஆகாயம் விரிந்து கிடப்பதைப் பார்க்கிறாள். தனக்கான பூமியைத் தேட வேண்டுமாக்கும்? இதுவரை இந்த மாதிரியான லாகிரி வெளிக்குள் அவளின் புருஷன்காரன் அவளை அழைத்துச் சென்றதில்லை.

கபீருக்கு எப்படியாகக் கடிதத்தை எழுதுவது? அவனின் கடிதத்தை வாசித்தால் எப்படி எழுத வேண்டுமென்று தெரிந்து கொள்ளலாம். ஒருமுறை வாசித்தாள். அவளுக்குப் பெரிய ஞானமெதுவும் இல்லைதான். ஆனால் அவனுக்கான கடிதத்தைச் சாதாரணமாக எழுத முடியாது. அவளுக்கு ஒன்றும் ஓடவில்லை. இரண்டொரு நாட்கள் பைத்தியம் பிடித்ததுபோல இருந்தது.

தன் அறிவைத் தவிர அவளுக்கு வேறெதுவும் தென்படாத தால் எழுதினாள். நாளாக நாளாகக் காரியம் கெட்டுப் போய்விடலாகாது. தான்தான் தங்கைக்கான மாப்பிள்ளையைப் பேசி முடித்தோமென்ற பெயரும் வர வேண்டும். அப்புறம் வாப்பாவும் தன்னிடமே பாரத்தைப் போட்டுவிட்டதால் தான் எவ்வளவோ உரிமையை எடுத்துக்கொண்டு பேசலாமென்று அவளுக்குத் துணிவும் பிறந்தது.

“அன்புள்ள கபீர், நான் சமீரா எழுதுகிறேன். நீ நலமா? நானும் எங்கள் வீட்டில் எல்லாரும் சுகமே. உன் வீட்டிலும் உன் ம்மா நல்ல சுகமாக இருக்கிறார்கள்.

நீ ஊர் வந்து ரொம்ப நாள் இருந்தாய். நான் உன்னிடம் நிறைய பேச விரும்பினேன். ஆனால் நீ என்னிடம் கொஞ்சமும் பேசவில்லை.

நீ ஊர் வரப்போவதாக பெத்தா சொன்னதும் நான் ரொம்பவும் சந்தோஷப்பட்டேன். நீ வந்த இடத்தில் இப்படி நடந்துகொள்வாயென்று கொஞ்சமும் எதிர்பார்க்கவில்லை. மெட்ராஸில் இருக்கும்போதும் நீ என்னைப் பார்க்க வரவில்லை. நான் ஒவ்வொரு கல்யாண வீட்டிலும் உன்னை எதிர்பார்த்தேன்.

வாப்பா மெட்ராஸுக்கு வந்திருந்தபோது உன்னைப் பார்க்க இரண்டுமுறை உன் கம்பெனிக்கு வந்திருந்தார்கள். அப்போது பார்க்க நீ இல்லாமல் போய்விட்டாய். ஆனால் வாப்பா உன் கம்பெனி ஆட்களிடம் விவரம் சொல்லிவிட்டு வந்திருந்தார்கள். அதனால் நீ எப்படியும் என்னைப் பார்க்க வருவாயென்று ஆசையாய்க் காத்திருந்தேன். உன்னை என் வீட்டுக்கு வரச் சொல்லி வாப்பா சொல்லியிருந்தார்களாம். உன் கம்பெனியில் உன்னிடம் வாப்பா வந்திருந்த விஷயத் தைச் சொல்லவில்லையா? நான் உன்னை ஒவ்வொரு ஞாயிற்றுக்கிழமையன்றும் எதிர்பார்த்தேன். நீ ஏன் என்னைப் பார்க்க வரவில்லை?

இங்கே என் வீட்டில் எல்லாரும் தங்கச்சி ஜரீனாவை உனக்குத்தான் பேச வேண்டுமென்று ஆசைப்படுகிறார்கள். எனக்கும் அதுதான் ஆசையாக இருக்கிறது கபீர். ஜரீனாவுக்கும்

ஆசைதான். அவள் ஒவ்வொரு நாளும் உன் வீட்டிற்குப் போய்வருகிறாள். பெத்தாவுடன் இருந்து வேலையும் பார்ப்பாள்.

உன்னிடம் இதைச் சொல்வதற்காகத்தான் உன் வீட்டிற்குப் பலமுறையும் வந்தேன். ஆனால் நீ என்னிடம் பேசாமல் இருந்துவிட்டாய். இப்போதாவது என் கடிதம் கண்டு நீ பதில் எழுது. நீ பழசையெல்லாம் மனசில் வைத்துக்கொள்ளாதே. நாம் இனிமேல் ஒன்றாகச் சேர்ந்திருக்கலாம்.

நீ எனக்குக் கடிதம் எழுது. பெத்தாவுக்கும் எழுதிப் போடு. உன் கடிதம் பார்த்து நாங்கள் நடந்துகொள்கிறோம்....”

❍

“அவ மனசுல என்ன நினைச்சிக்கிட்டிருக்கா சபீரு? என்னவோ நாம இவங்க வீட்டுலதான் பொண்ணு எடுக்கணுமாமா? அதுக்குத்தான் நான் நாயா அலையிறேனா? எவ்வளவு தெனாவட்டு இருந்தா எனக்கு இப்படியெல்லாம் அவ எழுதியிருப்பா?”

சபீரால் இதற்கு என்ன சொல்ல முடியும்?

சபீருக்கும் இதில் எதுவும் சொல்ல முடியவில்லை. அவன் தொண்டைக் குழியிலும் வார்த்தைகள் உள்ளன. அவற்றை அவனால் இன்னும் சொல்ல முடியவில்லை. இந்நிலையில் சமீரா இப்படி எழுதியிருப்பது அவனுக்குக் குடைச்சல் கொடுப்பதுபோல இருந்தது.

❍

ஆயிஷாம்மாவுக்கு இப்போதுதான் எல்லாம் புரிகிறது. போஸ்ட்மேன் பெருமாள் கடிதத்தைத் தரும்போது அதோ அங்கே ஈராய்ங்கத்தை உரித்துக்கொண்டிருந்த ஜரீனாவின் கண்ணில் அது பட்டது. பெத்தா சொன்னால், அந்தக் கடிதத்தைத் தானே பெத்தாவிடம் வாசிச்சிக் காட்டலாம். ஆனால் பெத்தா அதை ஓலைப் பெட்டியின்மேல் வைத்துவிட்டார். ஜரீனாவால் கண்களை அதிலிருந்து மீட்ட முடியவில்லை. என்ன எழுதியிருப்பார்? கூர் மழுங்கிய கத்தி அவளின் விரலில் வெட்டப் பார்த்தது. ஒரு மாதிரியாக அதிலிருந்து தப்பிவிட்டாள்.

வேலை முடிந்ததும், மெல்லத் தன் வீட்டை நோக்கிப் போனாள். அவள் அங்கிட்டுப் போகவும் ஆயிஷாம்மாள் கடிதத்தை எடுத்துக்கொண்டு அடுத்த வீட்டிற்குப் போனார். கடிதத்தை ஆமீனா வாசித்தபோது உண்மை புரிந்தது. கபீரின் கடிதத்தை ஜரீனா அறிந்தால் அவள் தாங்க மாட்டாள். பாவம், சின்னப் பெண். மகனுக்கும் இவ்வளவு பெரிய வீம்பு வேண்டாம்.

மறுநாள் ஜரீனா வரவில்லை. அவள் வீட்டுப் பின்வாசல் கதவும் திறப்பதாக இல்லை. ஜரீனா மாடிக்குப் போனவள் அதைவிட்டுக் கீழே இறங்கவில்லையென்று சொன்னார்கள். சமீராவும் இடிந்துபோய் உட்கார்ந்துவிட்டாளாம். மஜீத் வாத்தியாருக்கும் அவர் மனைவிக்கும் மூஞ்சிகள் விளங்க வில்லை.

கபீருக்கு என்ன? அவனுக்கு உற்சாகம். ஊர்ச் செய்திகள் காதில் விழவிழ மஜீத் வாத்தியாரைப் பழிவாங்கிவிட்டோ மென்ற ஆங்காரம். "ஊர்பூராவும் இதே பேச்சுதாம்பா கபீரு," என்று சேனா பானா முகம்மது வீட்டு மாப்பிள்ளை சிந்தா வந்து செய்தி சொன்னபோது சமீராவின் முகம் எப்படி போயிருக்குமென்று மனத்துக்குள் படம் வரைந்து களித்துக் கொண்டாடினான்.

53

ரஹ்மத்துல்லா தன் எதிரே வந்து நிற்பா னென்று சபீர் கொஞ்சமும் எதிர்பார்க்கவில்லை. அவன் இம்மாதிரியான கோலத்தில் வந்து நிற்பது வேறு யாரோ மாதிரி இருந்தது. சபீரும்தான் நல்ல மாற்றம். பேங்க் வேலைக்கேற்றபடி ஆள் கொஞ்சம் நிறமாக, பூரித்த உடம்பாக இருந்தான். தலைமயிர்கூட பேங்க் ஆஃபீசருக்கே உரித்தான மாதிரி கொஞ்சம் வழுக்கையை அறிமுகம்செய்து வைத்திருந்தது."எல்லாரையும் தேடிடுச்சி சபீரு. எங்க முதலாளிகிட்ட சொன்னேன். நல்லபடியா போயிட்டு வான்னு சொல்லி அனுப்பிவச்சாரு."

சுலைஹாவுக்கு இப்போதுதான் இவனைத் தெரிகிறது. இரவுச் சாப்பாட்டுக்குப் பின்னாடியும் மொட்டை மாடிக்குப் போய் நீண்ட நேரம் கலகலத்துக்கொண்டிருந்தார்கள்.

"அப்போ நான் கபீர எப்படி பாக்குறது?"

"அவன் நிரந்தரமான இடத்துல இல்லே... ஏதோ சினிமா சான்ஸ் தேடியலைஞ்சிக்கிட்டு இருக்கான். நீ அவன தேடிக் கண்டுபிடிக்கிறது ரொம்ப கஷ்டம். அவனா கடிதம்போடும்போது தான் இந்தந்த இடத்துல இருக்கான்னு நானே தெரிஞ்சிக்குவேன்."

"இவ்வளவு தூரம் வந்துட்டும் அவனப் பாக்காம போறதுன்னா எவ்வளவு கஷ்டமா இருக்கும்?"

"நீ அவனப் பாத்தாலும் அவன் இருக்குற இருப்பைப் பாத்து மனசுக்குக் கஷ்டமாத்தான இருக்கப் போவுது."

ரஹ்மத்துல்லா ஒரு நிமிஷத்துக்குத் தலை குனிந்தான். குரல் கம்மிப் போனாலும், "ஆனாலும் நான் அவன எப்படியாவது பாக்கணும் சபீரு..

.அவன்கிட்ட மன்னிப்பு கேக்கணும். ஜரீனாவக் கல்யாணம் பண்ணச் சொல்லணும்."

"நீ பழைய கதையைப் பேசுற. அவன் எப்பவோ உன் தங்கச்சிய வேண்டாமுன்னு சொல்லிட்டான். சமீரா முட்டிமுட்டிப் பாத்தா. எதுவும் நடக்கல்ல. இப்ப ஜரீனாவுக்கு ஒங்க வூட்டுல மாப்புள பாத்துக்கிட்டிருக்காங்கன்னு சொல்றாங்கோ..."

ரஹ்மத்துல்லா அதிர்ந்த முழியோடு சபீரைப் பார்த்தான். "எனக்கு நம்பிக்கை இருக்கு சபீரு. நான் சொன்னா என் மாப்புள கேப்பான்."

"இப்படித்தான் முன்னாலயும் மாப்புள்ள மாப்புள்ளன்னு சொல்லிக்கிட்டுத் திரிஞ்ச. கடைசில நீதான வேட்டு வச்ச அவனுக்கு."

"அதுக்கெல்லாம்தான் நான் அவன்கிட்ட மன்னிப்பு கேக்கப் போறன். அவன் பெரிய தியாகி சபீரு. அவன் என் தங்கச்சியக் கல்யாணம் பண்ணனும்னா தன்னோட தங்கச்சிய அவன் எனக்குத் தந்திருக்கலாம்தான? அவன் எங்கிட்ட சமீராவ திரும்பத் திரும்பக் கேட்ட மாதிரி நானும் அவன்கிட்ட அவன் தங்கச்சிய திரும்பத் திரும்பக் கேட்டேன். நான் சமீராகிட்டேயும் இதைச் சொன்னேன். ஆனா என் வாழ்க்கைக்காக என் தங்கச்சி வாழ்க்கையப் பாழாக்க மாட்டேன்னு சொல்லி கபீரு ஒத்தக் கால்ல நின்னுட்டான். அதுக்காக என் தங்கச்சியவும் விட்டுக் கொடுத்துட்டானே... எவ்ளோ பெரிய மனசு அவனுக்கு? இப்ப என் கதைய நினைக்கும்போது நல்லவேளையா நம்ம தங்கச்சிய காப்பாத்திட்டோமுன்னு அவன் நினைப்பானா மாட்டானா?" ரஹ்மத்துல்லாவுக்குப் பேச்சு திணறியது. "அவன் மட்டும் என் கண்ணு முன்னால வந்தா நான் அவன் கால்ல விழுந்துருவேன் சபீரு... நீ அவன்கிட்ட இதையெல்லாம் சொல்லு."

ரஹ்மத்துல்லா தோல்விமயமாகத் திரும்பினான். அப்பவும் பரங்கிப்பேட்டையிலிருந்து மெட்ராஸுக்கு வரும் வழியெல்லாம் கபீர் எங்காவது ஓரிடத்தில் நின்றுகொண்டிருக்கலாம் என்று நினைத்திருப்பான்போல! ஏதோ ஓரிடத்தில் அவன் தன் கண்ணுக்குத் தட்டுப்பட்டுவிடுவானென்று கண்மூடித்தனமான நம்பிக்கை. யாராவது எங்காவது கொஞ்சம் ஒல்லியான உடம்போடு நின்றால்கூட அந்த ஆள் ஏன் கபீராக இருக்கக் கூடாதென்று படபடப்பாக உற்றுப் பார்க்கலானான். அப்படி இல்லாமல் ஆனபோது வெறுமை கவிவதுபோலத் துன்புற்றான்.

○

ஃபைரோஸும் காத்தூனும் பேசிக்கொண்டிருந்தார்கள். ம்மாவும் மகளும் தன்னைக் கொஞ்சமும் மதிப்பதில்லை. நாம் ஏன் அந்த அவமானத்தை வாங்கிக்கொண்டு இந்த வீட்டிற்குள்ளே இருக்க வேண்டும்? வேறு வீடு பார்த்துப் போய்விடுவோமென்று ஃபைரோஸிடம் கூறினார் காத்தூன். ஃபைரோஸுக்கு இப்போதெல்லாம் காத்தூன் சொல்வதே வழிமுறை என்றாகிவிட்டது.

மகாராஜன் ஃபைரோஸாக மாறியதும் வள்ளியூருக்குப் போய் ஒரு ஜவுளிக்கடையில் நல்ல சாரங்களாகப் பார்த்து வாங்கினான். வெள்ளைச் சாரம், கலர் சாரம், கைத்துண்டுகள். அவற்றையணிந்து ஆளுயரக் கண்ணாடியில் நின்று பார்த்தபோது கடைசியில் தனக்கும் இப்படியொரு தோற்றம் வந்து சேர்ந்துவிட்டதே என்று குலுங்கக் குலுங்கச் சிரித்தான். “ஏன் சிரிக்கிறியோ” என்று காத்தூன் கேட்டபோது, “இல்லே, சபீரும் ரஹ்மத்துல்லாவும் இந்த மாதிரியெல்லாம் சாரம் கட்டிக்கிட்டு வெள்ளிக்கிழமைக்குப் பள்ளிவாசல் போவும்போது எனக்கு ஆச்சரியமா இருக்கும். காணாததக் கண்டுட்டவனுங்க மாதிரில்லா இப்படி ஓடுறானுவோன்னு எனக்கு நானே சொல்லிக்கிட்டுச் சிரிப்பேன். கடேசில பாரேன். எனக்கே இந்தச் சாரமும் கைத்துண்டும் வந்து சேர்ந்திருச்சி. பள்ளிவாசலுக்கு ஓட வச்சிடுச்சி.”

ஒழுங்காக ஐந்து நேரமும் தொழுகைக்குப் போய்வருகிறான். அமல்களைச் சரியாகக் கடைப்பிடிக்கிறான். ரமழான் நோன்பு முப்பதும் வைத்தான். தன்னைத்தானே பெருமிதமாகப் பார்த்துக்கொண்டான். பெருநாளன்று மார்க்கக் கடமைகளை அனுசரித்துத் தானம் பண்ணவும் பள்ளிவாசலில் வலிந்து சென்று சேவைசெய்யவுமாக இருந்தான். எல்லாருக்கும் ஸலாம் சொன்னான்; முஸாபஹா செய்தான். கல்யாணம் நடக்கும்போது அந்தந்த வீடுகளில் போய் நாலு பெரிய மனிதர்களோடு உட்கார்ந்து பணிவாகப் பேசவும் ஏதோ கல்யாண வீட்டுக் காரியங்கள் செய்யவுமாய் இருக்கிறான்.

தம்பியாகிவிட்டான்; மாப்ளே ஆகிவிட்டான்; மருமகனாகவும் ஆகிவிட்டான். நெய்ச்சோற்றையும் கறி, முட்டைகளையும் நன்றாகச் சாப்பிடப் பழகிக்கொண்டான். ஒருநாள் வந்து சொன்னான், “நான் தலைகுனிஞ்சிக்கிட்டுப் போனாக்கூட எதிர வர்ற பொம்பளங்கோ எனக்கு ஸலாம் சொல்றாங்கோ. வெக்கமா இருந்தாலும் நானும் ஸலாம் சொல்லிடறேன் பாத்துக்கோ,” என்று காத்தூனிடம் சொன்ன மாத்திரத்தில் அவருக்கும் வாய் கொள்ளாச் சிரிப்புத்தான். “எல்லாம் உன் கள்ளச் சிரிப்பால வந்த பவுசுதான்டி” என்று காத்தூனைக் கட்டிக்கொண்டபோது,

இந்த உடம்பு இன்னும் பல ஆண்டுகளுக்குத் தனக்கு வேண்டிய சரீர சுகத்தையும் தந்துகொண்டுதான் இருக்குமென்று தெரிந்துகொண்டான்.

வள்ளியூருக்குப் போய் டாக்டரை ரகசியமாய்ப் பார்த்துப் பேசியபோது வயிற்றில் கரு வளர்வதையறிந்து காத்தூனுக்குக் கிளர்ச்சி உண்டானது. தனக்கு இனி அந்த வரம் வந்து சேராதோ என்று அஞ்சிக் கிடந்திருக்கிறார். ஃபைரோஸிடம் சொன்னார். அவனைப் பக்கத்தில் உட்காரவைத்து அவனின் கைகளையெடுத்துத் தன் வயிற்றில் தடவச் சொன்னார்; முத்தம் கொடுக்கச் சொன்னார்; அவனின் தலையைத் தன் முலைகளோடு புரட்டியெடுத்தார்.

○

தற்செயலாக நாலைந்து பேர் வீட்டுக்கு முன் நின்று சலாம் சொன்னார்கள். காத்தூனுக்குக் காலும் கையும் பதறின; எட்டிப் பார்த்த அவரின் ம்மாவுக்கும் மகளுக்கும்கூட அப்படித்தான். இந்த நேரம் பார்க்கவா ஃபைரோஸும் இல்லாமல் போக வேண்டும்?

அவர்கள் லுஹர்நேரத் தொழுகையை முடித்துவிட்டு ஒரு திட்டமாகத்தான் அங்கு வந்தார்கள். ஃபைரோஸ் இங்குவந்த நாள்முதலாக ஊருக்கு மத்தியில் இருந்தாலும் ஊராரின் கண்களுக்குத் தட்டுப்படாமல்தான் காத்தூன் இருந்துவந்தார். பொதுவெளிப் போக்குவரத்தெல்லாம் முற்றிலும் நின்றுபோயிருந்தன. ஆண்களின் கண்களில்பட வெட்கம், ஒரு மாதிரியான அச்சம்! இப்போது இவர்கள் அனைவரும் திரண்டு வந்திருக்கும் சமயம், தான் ஏதோ அவலமான ஜீவியாக அவர்களின் முன்னால் நிற்க வேண்டியிருப்பதுபோல ஆயிற்று.

ம்மாவிடம் சொன்னார், “போ, போயி அவங்கள்ட்ட என்னான்னு கேளு.”

“மூஞ்சியையும் மோரையையும் பாரு. நீ செஞ்ச கேவலத்துக்கு நான் எப்படிளா அவங்க முன்னால போயி நிக்குறது? என் உசிரையே இஸ்ராயிலு புடுங்குற மாதிரியிருக்கு. நீ போளா.”

கசமுசாவென்று ஒளிவும் மறைவுமாக நின்று அவர்கள் தர்க்கித்துக்கொள்வது இவர்களின் காதுகளில் விழத்தான் செய்தன. “காத்தூனு, நீ வாம்மா... ஒண்ணும் கூச்சப்படாம, பயப்படாம வா. எல்லாம் நல்ல விசயமாத்தான் நாங்க வந்திருக்கோம். பேசாம வா.”

அது ஊக்கமாயிருந்தாலும் ஏதோ அவர்களின் முன் தான் அரைகுறை ஆடையோடு நிற்பதுமாதிரி இருந்தது.

அடுப்படியிலிருந்து காலெடுத்துச் சற்றே அதன் கதவருகில் வந்துவிட்டார். “ஸலாமலைக்கும்” என்றார். பதிலுக்கு அனைவரும் கோரஸாக ஸலாம் சொன்னார்கள்.

“இங்க பாரு, பைரோஸு இப்போ எங்க எல்லாத்தோடயும் ரொம்ப ரொம்ப மரியாதையான புள்ளையா, எல்லாருகிட்டேயும் அவ்வளவு அன்பா நடந்துக்கிறான். அஞ்சு நேரத் தொழுகைக்கும் அவன் தவறாம வர்றதும் பயபக்தியா தொழுவுறதும் பாக்க எங்களுக்கே ஆச்சரியமா இருக்கு, மனசுக்கும் சந்தோஷமா இருக்கு. எல்லாம் சரியாவோ தப்பாவோ நடந்துபோச்சு. இனிமே அதப் பத்தியெல்லாம் எதையும் நினைச்சி மனசக் குழப்பிக்காதீங்கோ. ரெண்டு பேரும் சந்தோஷமா இருங்கோ… குடும்பத்துலேயும் ம்மாவோடயும் புள்ளையோடயும் ஒத்துமையா இருங்கோ…”

காத்தூனுக்கு உச்சி குளிர்ந்ததுபோல இருந்தது. அப்படியே உருகினாலும் உருகிவிடுவோமோ என்று நினைத்தார். “இதச் சொல்லிட்டுப் போவத்தாம்மா நாங்க வந்தோம். அதனால இனிமே ஆக வேண்டிய வேல என்னவோ அதப் பாருங்கம்மா. ஒத்துமையா இருங்கோ. என்ன உதவி வேணும்னாலும் கூச்சப் படாம கேளுங்கோ. நாங்க வர்றோம்” என்று எழுந்தார்கள்.

“நீங்க சொன்னதுல்லாம் ரொம்ப சந்தோஷம். நான் எந்தத் தப்பும் பண்ணியிருந்தாலும் அல்லாவுக்காக என்னைப் பொறுத்துக்கோங்க.”

“அதெல்லாம் ஒண்ணுமில்லேம்மா. ஒன் மவள இனிமே நல்லா படிக்க வச்சி அவள ஆளாக்கப் பாரு. நாங்க வர்றோம்.”

“இவ்வளவு தூரம் வந்துட்டு ஒரு வாயி காப்பித் தண்ணி குடிக்காம போவப் போறீங்கோ. கொஞ்சம் உட்காருங்களேன். இன்னா தந்துர்றேன்” என்று பாய்ந்தார். வீட்டில் பசுமாடு இருப்பது எப்படியான வசதி? கொஞ்ச நேரத்திற்கு முன் கறந்த பாலைக்கொண்டு தானே அறிய முடியாத வேகத்தில் அடுப்பைப் பற்றவைத்து ஏதோ மந்திரம்போட்ட மாதிரி தேநீரை இறக்கிவைத்தார். தோட்டத்திலிருந்து நேற்று கொண்டுவந்திருந்த வாழைப்பழங்கள் இன்று சரியான பக்குவத்தில் இருந்தன. எல்லாவற்றையும் தட்டில்வைத்து அவர்களின் முன்னால் வைத்தார். இவ்வளவு அண்மையில் ஆண்களை நெருங்கி நின்று பல்லாண்டுகள் ஆகிப்போயிருந்தன. எப்போதோ விட்டுப்போயிருந்த கைநடுக்கம் இலேசாக வந்தாலும் ஒருமாதிரியாக வைத்துவிட்டார். தேநீரையும் அவர்தான் பரிமாறியாக வேண்டும். தலையில் முக்காட்டைப் போட்டுக்கொண்டு, முன்பொரு

காலத்தில் தன் கணவனாயிருந்த மாலிக் சிலோனிலிருந்து கொண்டுவந்த சுண்டுக் கோப்பைகளில் தேநீரை ஊற்றி அவர்கள் அனைவரின் முன்னாலும் வைத்தார். அவர்கள் ரசித்துக் குடிக்கும் அந்த நேரத்தில்தான் ஃபைரோஸ் வீட்டிற்குள் நுழைந்தான். அத்தனைபேரையும் ஒருங்கே வீட்டுக்குள் பார்த்ததிலும் ஆளாளுக்கும் போட்டிபோட்டு அவனுக்கு முந்திக் கொண்டு ஸலாம் சொன்னதிலும் ஃபைரோஸ் நெகிழ்ந்துபோய் அவர்களின் முன்னால் உட்கார்ந்துவிட்டான். எல்லாரும் சேர்ந்து பேசும்போது வீடு கல்யாண வீடு மாதிரி கலகலத்தது. வீட்டில் படர்ந்திருந்த இருள் அகன்றது. மறுபடியும் மஃரிப் தொழுகையில் சந்திக்கலாம் என்று சொல்லி விடைபெற்றார்கள்.

54

கபீர் பாதி ஆளாக இருந்தான்; கண்கள் குழிவிழுந்திருந்தன; கைகள் முருங்கைக் குச்சிகள் போல. ஏதோ அவனை அடையாளம் காட்டு வதற்கென்று இருந்த மாதிரிதான் சுருள்சுருளாய்க் கருகருத்திருந்தது தலைமுடி. அவனைப் பார்த்ததும் சபீருக்கு மூச்சடைத்ததுபோல இருந்தது. தன்னையறியாமல் கபீரின் கையைத் தொட்டுப் பார்த்தான். பேசி முடித்த பின் ஏதாவது நல்ல ஹோட்டலுக்குப் போய் வயிறுமுட்ட அவனைச் சாப்பிட வைக்க வேண்டுமென்று எண்ணினான். “நல்ல வேளையா, உன் அட்ரஸே எனக்குத் தெரியாதுன்னு ரஹ்மத்துல்லாகிட்ட சொல்லிட்டன்.”

“அது என்ன நல்லவேளையா...”

“ஆமா கபீரு, இப்படி நீ யாரோ எவனோ மாதிரி அவன் முன்னால நின்னா, கபீரும் நம்மபோல இன்னும் கஷ்டப்பட்டுக்கிட்டுத்தான் இருக்கான்போலன்னு மனசுக்குள்ள சந்தோஷப்பட்டிருப்பான்.”

“சரிதான்... ஆனா நான் ஏன் அவனப் பாக்கப் போறன்?”

“அவனுக்கு இப்போ உன்மேல எந்தக் கோபமும் இல்லே கபீரு.”

“ம் . . . எனக்கும்தான் இப்ப அவன்மேல எந்தக் கோபமும் இல்ல. அதுக்காவ அவனப் பாக்க எனக்கு எந்த ஆசையும் இல்ல . . . அவன் வாழ்க்கையில அவன் நல்லாயிருந்தா போதும் சபீரு...”

“ஆனா அவனுக்கு என்ன ஆசன்னா, நீ ஜரீனாவ கல்யாணம் பண்ணிக்கனும்னு...”

“முடிஞ்சிபோன கத. எப்பவோ எங்கம்மாவுக்கு நான் அதெல்லாம் முடியாதுன்னு எழுதிப் போட்டுட்டேனே. ஊரெல்லாம் செய்தி பரவி

மஜீத் வாத்தியாருக்கு மூக்கறுப்பா போச்சே... அது ஒனக்குத் தெரியாதோ?"

"ஆனா அவ உன் நெனப்புல இருக்காளாமே, அவளுக்கு வேற மாப்பிள்ளய பாக்க அவ சம்மதப்பட மாட்டேங்குறாளாம்."

இப்படியான செய்தி அவன் கவனத்துக்கு வரவில்லை. இது யார் கிளப்பிவிட்ட புரளியென்று தெரியவில்லை.

"ஒனக்கு யார் சொன்னா இத. எனக்கு இந்த விசயம் தெரியாது."

"எல்லாம் ஊர்க்காரங்கதான். எங்க ம்மா போன வாரம் எழுதின கடிதத்துல இந்தச் செய்தி இருந்துச்சி."

"சரி, நீ ஒங்கம்மாவுக்கு எழுதிப் போடு. எனக்கு அப்படியான எந்த நெனப்பும் இல்லேன்னு. பாவம் ஜரீனா. அந்தப் பாவத்த வேற நான் சுமக்கணுமா?"

"கபீரு, உன்னுடைய வீம்புல எந்தப் பிரயோஜனமும் கிடையாது. சமீராவ நீ நெனச்சிக்கிட்டிருக்கிறதுல மட்டும் என்ன வாழுதாம்?"

"ஏதோ வாழுறதாத்தான் நான் நெனக்கிறேன். அந்த விளையாட்டை நான் கடேசிவரைக்கும் விளையாடிப் பாப்பேன் சபீரு..."

"விளையாடிப் பாத்து..?"

"என்னைய அவ மறக்க முடியாம வச்சிக்குவேன்."

"சரி, அதனால என்ன பிரயோஜனம் கபீரு... நீ கொஞ்சம் உருப்படியா யோசிக்க மாட்டியா?"

"என் காதல்ல நான் ஜெயிக்கிறேனா இல்லையான்னு பாக்கணும்."

"அவதான் வேற கல்யாணம்னு ஆயி, புள்ளையவும் பெத்துட்டாள. இனிமே என்ன மாதிரி ஜெயிக்கிறது?"

"அதையெல்லா ஒன்கிட்டே ஏற்கெனவே சொல்லிட்டேமுல்லா. கல்யாணம் நடந்துட்டாப்லேயே காதல் செத்துச் சுண்ணாம்பாப் போயிருமா?"

"சரி, நான் ஒன் பாதைக்கே வர்றேன். அது செத்துச் சுண்ணாம்பாப் போகாதுன்னா நீ ஏன் அவளுக்காக மருகணும்?"

"அத என் கண்ணாலப் பாத்துப் பாத்துச் சந்தோஷப் படத்தான். அவ அனுபவிக்கிற சித்திரவதையக் கண்ணாலப்

பாக்குறது அவ்வளவு சந்தோஷமா இருக்கும்னு நெனக்கிறேன் சபீரு."

"அப்போ நீ அதுக்குத் தகுந்த மாதிரியான வாழ்க்கைய அமைச்சிருக்கணும். "

"பெரிய்ய சினிமா டைரக்டரா ஆகணும்னு அதுக்காகத் தான் முயற்சி பண்றேன். ஆனா அது அதுல ஒரு பகுதிதான். காதலோட உக்கிரத்துக்கு இதெல்லாம் தேவையா? அப்படி இல்லேன்னு நெனக்கிறேன்."

"அதையும்தான் என்னால புரிஞ்சிக்க முடியல்ல. நீ பெரிய ஆளா அவங்க முன்னால வாழ்ந்துகாட்டுனாத்தான நல்லாயிருக்கும்? அவள மறக்க முடியல்லன்னு சொல்றதும் நீதான். அப்புறம் அவள பாக்க முடியாது, பேச்சுவார்த்தை கிடையாதுன்னு சொல்றதும் நீதான். விடுகதைய நீயே போட்டு நீயே அழிக்கிற..."

"அது அப்படித்தான் சபீரு இருக்கும். ஆனா இதுல என்ன சூட்சுமம் இருக்குன்னு சமீராவுக்குப் புரிஞ்சிருக்கும்னு நான் நெனக்கிறேன்."

"அதை எப்படி அவ்வளவு உறுதியா சொல்ற?"

"ஊருல கண்கொண்டு பாத்தேன். அவ எனக்காக அலமழிஞ்சா . . . சுத்திச் சுத்தி வந்தா. பேசணும்னு துடி துடிச்சா. நான்தான் பிடிகொடுக்காம நழுவுனேன். நல்லா பழி வாங்கிட்டேன்."

சுலைஹாவிடம் போய்ச் சொன்னான் சபீர். "அவன் என்னெல்லாமோ சொல்லிட்டிருக்கான் சுலைஹா. ஒங்க அத்தாகிட்டே விவரம் கேட்டு கபீரை நல்லா ஒரு சைக்கியாட்ரிஸ்ட் கிட்ட கூட்டிட்டுப் போவணும். இல்லேன்னா முத்திப் போயி ஒண்ணுல்லாட்டா ஒண்ணு ஆயிப் போவான்."

"அதெல்லாம் ஒன்னும் ஆவ மாட்டாரு . . . ஒங்க சேக்காளி நல்லா தெளிவாத்தான் இருக்காரு..."

"என்ன தெளிவுங்குற? எனக்குக் கொஞ்சம்கூட அவனைப் புரிஞ்சிக்க முடியல்ல. ஏதோ மனநோய் மாதிரி தெரியுது. அவன் என்னவோ அதப் பெரிய கித்தாப்பா நினைக்குறான்."

"என்னால அவங்கள நல்லாப் புரிஞ்சிக்கிட முடியுது..."

அவளை ஏறிட்டுப் பார்த்தான் சபீர். குழம்பினான். தன் பாதை நழுவுமிடத்தைத் தெரிந்துகொள்ள அவனால் முடியவில்லை.

55

சுந்தரம் சார்தான் அந்த யோசனையைச் சொன்னது. ரஞ்சனியையும் குழந்தையையும் அழைத்துக்கொண்டு ரஹ்மத்துல்லா ஊர்சென்று திரும்ப வேண்டும். வருடக் கணக்கில் ஆகிவிட்டது ஊரிலிருந்து வந்து. இன்னும் எல்லாரும் பழைய நினைப்பிலும் கோபத்திலுமே இருப்பார்களென்று எதிர்பார்க்கக் கூடாது. பேரனைப் பார்த்தவுடன் உன் ம்மாவுக்கும் வாப்பாவுக்கும் கனிவு வந்துரும். எல்லாரும் ஐக்கியமாகிவிடலாம். முடிந்தால் ஊருலேயே இருக்க வழியைப் பார்; இல்லைன்னா இங்கேயே திரும்பிடு. நான் ஒரு அண்ணனா எப்போதும் உனக்கு இருப்பேன்.

ரஹ்மத்துல்லாவுக்குப் புல்லரித்தது. அவருடைய யோசனை பலன் தருமென்று அவன் நம்பினான். மறுவார்த்தை பேசாமல் சரி என்று சொன்னான். அவர்தான் ரயிலில் டிக்கெட் ஏற்பாடு செய்தார். கைநிறைய பணத்தைக் கொடுத்தார்.

அப்படியாக வீட்டு வாசலில் வந்து நின்றான். சொந்தத்தில் திருமண விழா ஒன்று ஓரிரு நாள்களில் இருந்தது. அதனால் அவன் வீட்டில் அனைவரும் ஆஜராகியிருந்தனர். வீட்டு வாசலில் இரண்டு மூன்றுபேர் நிற்கிற மாதிரி நிழல்களின் அசைவுகள் இருந்தன. அதை சுமையா பார்த்தாள். எழுந்து நின்று தெருவாசலைப் பார்த்ததும் கூவினாள், “ம்மா, ரஹ்மத்துல்லா காக்கா வந்திருக்கான்.”

எரிமலை வெடித்தது மாதிரி. ஒவ்வொருவரையும் தனித்தனியான பேய்கள் வந்து நின்று அறைந்ததைப் போல! ரஹ்மத்துல்லா ஸலாம் சொல்லி வீட்டிற்குள் நுழைந்தான்; ரஞ்சனியும் அப்படியே ஸலாம் சொன்னாள். சுலைமான் மச்சான் மட்டும் பதில் ஸலாம் சொன்னார்.

சட்டையைக் கழற்றிப் போட்டுப் பாயில் படுத்துக் கிடந்த சௌகத் அலி பாய்ந்துசென்று சட்டையை எடுத்து அணிந்தான். “சுமையா, உடனே கிளம்பு.” நம்ப முடியவில்லை; அடுத்த விநாடி சுமையா தயார். குழந்தையை உடனே தூக்கி இடுப்பில் வைத்தவளாகக் கணவனின் பின் ஏகினாள், பின்வாசல் வழியாக!

சமீராவும் குல்தூமும் முழியாக முழித்தார்கள். சுலைமான் சொன்னார், “சமீரா வா, மாப்பிள்ளைக்கும் ஒங்க மச்சிக்கும் பாய் போடு.” மச்சி என்ற சொல் சமீராவுக்கு அசிங்கமாக இருந்தது. கணவனின் சொல்லுக்கு ஆட்பட்டு உடனே பாய் விரித்தாள். “மாப்பிள்ள உக்காரு... நீயும் ஒக்காரும்மா” என்றவாறே எழுந்து அவளின் கையிலிருந்த குழந்தையிடம் கை நீட்டினார். குழந்தை அரண்டு பின்வாங்கினாலும் சுலைமான் இலாவகமாகக் குழந்தையைப் பற்றியெடுத்தார். “நீ நல்லாயிருக்கியாம்மா . . . உக்காரு.”

தன் வீடு தனக்கு அந்நிய வீடாகிவிட்டது ரஹ்மத்துல்லா வுக்குப் புரிந்தது. தெருவில் வரும்போதும், அதற்கும் முன் வயற்காட்டின் வழியாக வரும்போதும் எதிர்ப்பட்டவர்கள் அவனை அதிர்ச்சியோடு பார்த்தார்கள். இருந்தாலும் சற்றே முகம் மலர நலம் விசாரித்தார்கள். எல்லாரிடமும் நின்று பேசிவிட்டுத்தான் வந்தான். வீடு அதுபோல இல்லை.

சுலைமான் மச்சான் நேரெதிரே பாயை இழுத்துப் போட்டு உட்கார்ந்திருந்து ரஹ்மத்துல்லாவிடம் பல விஷயங்களையும் கேட்டறிந்துகொண்டிருந்தார். கம்மிய குரலோடு ரஹ்மத்துல்லா பதில்களைச் சொல்லிக்கொண்டு வந்தான். சமீரா அதை உற்றுக் கவனித்தாலும் ஒரு வார்த்தையும் தன் வாயிலிருந்து வெளிப்பட்டுவிடக் கூடாது என்று தன்னை இறுக்கிக்கொண்டாள். அடுப்படிக்குப் போய்விட்டார் குல்தூம். ரஹ்மத்துல்லா இதை எதிர்பார்க்கவில்லை. எல்லாருடைய நடத்தையும் சுலைமானுக்கு வருத்தத்தைக் கொடுத்தது. ரஹ்மத்துல்லாவுடன் பேசுவதில் யாருக்கும் எந்த விதமான மனச் சிக்கலும் இருக்கக் கூடதென்றுதான் சுலைமான் தானே முன்கையையெடுத்துத் தன் மாப்பிள்ளையுடன் பேசினார். அதில் எவ்விதமான இளக்கமும் இவர்களிடம் இல்லாமல் போனதில் சுலைமானுக்கு ஏகப்பட்ட வருத்தம். சகலை அடித்துப் பிடித்து ஓடிப் போய்விட்டானே, பின்னாலேயே கொழுந்தியாளும்!

ஜரீனா மெதுவாக எட்டிப் பார்க்க, ரஹ்மத்துல்லா அவளை நோக்கித் தலையைத் திருப்பும் முன் அவள் அடுக்களைச் சுவரோடு ஊர்ந்து மறைந்தாள். அவன் தொண்டை கமறியது. அவன் கவனங்களைத் திசைதிருப்ப மீண்டும் அவனிடம் பேச்சுக் கொடுத்தார் சுலைமான்.

வீட்டில் புதிதுபுதிதாய் இரண்டு மூன்று குழந்தைகளைப் பார்த்தான். இது சமீராவின் குழந்தைகள், இது அலி மாப்பிள்ளையின் குழந்தைகள் எனத் தானே எளிதில் அடையாளம் கண்டு அவர்களைப் பக்கத்தில் அழைத்தான். அவை ஒருவிதமான பீதிக் கண்களோடு பின்வாங்கின. தான் கொண்டுவந்திருந்த பையை எடுத்து அதிலிருந்த பிஸ்கெட், சாக்லேட் பொட்டலங்களை நீட்டினான். சமீரா தன் குழந்தைகளைத் தன் பக்கமாக இழுத்து நிறுத்தப்பார்த்தாள். சுலைமான் அவர்களை விடுவிக்கச் சொன்னார். சமீரா மறுபேச்சுப் பேசாமல் குழந்தைகளை விடுவித்தாள். தன் பிள்ளைகளைக் கூப்பிட்டுத் தாய்மாமனின் பண்டங்களைக் கைநீட்டி வாங்கச் சொன்னார். வாப்பாவின் முகம் பார்த்தபடி அவற்றை வாங்கியவுடன் ரஹ்மத்துல்லா குழந்தைகளை வாரியெடுத்து முத்தினான். பிடியிலிருந்து விடுபட்டுக் குழந்தைகள் ஓடின. அப்பால் நின்று ஏதோ புதுவிதமாகப் பார்த்தன.

பின்வாசலில் சௌகத் அலியின் குரல் கேட்டது. "ஜரீனா, குழந்தையைக் கூப்புட்டு வா. ஜல்தி."

சௌகத் அலி மச்சானின் அதிகாரம் ஜரீனாவுக்குப் புதிது. இப்படியெல்லாம் முகம் சிடுசிடுத்துப் பேசக்கூடிய ஆள் இல்லியே. இவள் உடனே குழந்தையை எடுத்துக்கொண்டு போய் மச்சானிடம் கொடுத்தாள். குழந்தையின் கையிலிருந்த பிஸ்கெட்டுகளையும் சாக்லேட்டையும் பிடுங்கிக் குப்பைக் குழியில் எறிந்தான். ஜரீனா விக்கித்தாள். குல்தூமுக்கு முகம் ஒருமாதிரி ஆனது.

அப்பால் ஓரிரு அடிகள் நகரும்போது சௌகத் அலி இந்தப் பக்கம் பாராமலே உரத்துச் சொன்னான், "அவங்க பம்பாய்க்குப் போற வரைக்கும் இந்த வீட்டுப் பக்கமா சுமையா காலெடுத்துவைக்க மாட்டா."

ரஹ்மத்துல்லா அவமானங்களையெல்லாம் உள்வாங்கினான். குழந்தையின் முதுகில் சௌகத் அடித்திருப்பான்போல. குழந்தையின் அழுகையைக் கேட்டதும் அவனின் குரல்வளை விம்மியது. ரஹ்மத்துல்லாவின் தோற்றமும் அவனின் திணறலும் சுலைமானுக்குப் பெரும் சோகத்தைக் கொடுத்தன. சமீரா சுண்டுக் கோப்பைகளில் தேநீரைப் போட்டுக்கொண்டு வந்து அவர்களின் முன்வைத்தாள். ரஞ்சனிக்கு எதுவும் பிடித்தமாய் இல்லை. தேநீர் ஆறிவிடும்போல இருந்தது. அவரவர் முன்னிருந்த கோப்பைகளில் இருவரின் கவனங்களும் பதியவில்லை.

சுலைமான் சொன்னார், "மாப்பிள்ள, டீ எடுத்துக் குடி. அவளையும் குடிக்கச் சொல்லு." ரஹ்மத்துல்லா அதை ரஞ்சனியிடம் சொல்லும்போது சொற்கள் வெளிவரவில்லை.

அவள் தன் கணவனை ஒருமாதிரியாகப் பார்த்தாள். சுலைமான், "எடுத்துக் குடிம்மா" என்றார். அதன் பின் அதை எடுத்தாள். சமீரா இன்னொரு சுண்டுக் கோப்பையில் கணவனின் முன்னே ஒரு தேநீரை வைத்தாள்.

மஜீத் வாத்தியார் சாப்பாட்டுக்கு வீட்டுக்கு வரும் வழியிலேயே செய்தி போய்விட்டது. நம்ப முடியாத செய்தி. உடனே நடை தளர்ந்தது. கூட வந்துகொண்டிருந்த இல்யாஸ் வாத்தியாரும் மச்சினன் மூசா வாத்தியாரும் சங்கடப்படத்தான் செய்தார்கள். "சரி மச்சான் வந்துட்டாம்லா, இனிமே நாமளா ஒண்ணும் சொல்ல வேண்டாம். நீங்களும் அவன எதுவும் கேட்டுக்காதீங்க. எவ்வளவு நாளு இருக்குறானோ அவ்வளவு நாளு இருந்துட்டுப் போயிறட்டும். நானும் எங்க தாத்தாக்கிட்ட சொல்லி வச்சிர்றேன்," என்றார் மூசா. இல்யாஸ் வாத்தியாரும் அதை ஒப்புக்கொண்டு தலையாட்டியதுபோல இருந்தது.

மஜீத் வாத்தியார் நிலைக்கு மூசா மச்சினன் இப்படியாகச் சொன்னது ஆறுதலாக இருந்தது. அவரால் அவனைப் பார்த்த மாத்திரத்தில் "வா" என்று சொல்ல முடியவில்லை. இலேசாகத் தலையை ஆட்டிக்கொண்டார். ரஹ்மத்துல்லாவுக்கு அதுவே போதும். அவன் தன் புன்னகையை வரவழைத்து வாப்பாவிடம் காட்டுவதற்குள் அவர் சாப்பாட்டின் முன் உட்கார்ந்துவிட்டார். பேச்சு மூச்சில்லாமல் சாப்பாடு இறங்கிற்று.

சாப்பிட்டு முடித்து எழும்போதுதான் ரஞ்சனியின் முகத்தைப் பார்த்தார். "சாப்புடு..." என்று அவளைப் பார்த்துச் சொல்லிவிட்டுப் போய்விட்டார். மாமனாரிடம் கொஞ்சம் பேச வேண்டுமென்று சுலைமான் நினைத்திருந்தார். இப்படி விருட்டென்று சாப்பிட்ட மேனிக்கே ஓடிவிடுவாரென்று நினைக்கவில்லை. இரண்டு வாத்தியார்கள் வருவதற்கும் முன்பே ஓடிவிட்டார்.

○

தான் எதிர்பார்த்ததுபோல இல்லாமல் ரஹ்மத்துல்லா உடன் வேலைக்குத் திரும்பிவிட்டதும் சுந்தரம் புரிந்துகொண்டார். அவன் முகத்தில் ஏற்கெனவே இருந்த தெளிச்சியும் இப்போது வள்ளிசாக இல்லாமல் போயிருந்தது. சுந்தரம் சொன்னார்; "நான் ஒரு அண்ணனா இருக்கேன். நீ இனி அவங்களை நம்பியிருக்க வேண்டாம். ஊரை மறந்துரு. போயி வேலையப் பாரு."

அப்பாவிடம் கதைகதையாய்க் கொட்டித் தீர்த்தாள் ரஞ்சனி. "அவங்கள்லாம் மனுசங்களா? என் புள்ளயக்கூடத் தொட்டுப் பாக்கலியே . . . ஊருக்காரங்ககூட எங்கள்ட்ட முகம்கொடுத்துப் பேசுனாங்க... ஆனா அந்த வீட்டுல அவரோட

பெரிய தங்கச்சியோட மாப்பிள்ளை மட்டும்தான் எங்கள மதிச்சி நடந்தாரு... இனிமே செத்தாலும் அந்தத் திசையில தல வச்சிப் படுக்க மாட்டேம்பா..."

"மனுசங்க அப்படித்தாம்மா இருப்பாங்க. இதா நானும் என் ஊர விட்டு வந்து இத்தினி வருஷமாச்சே... எவனாவது நம்மள வந்து எட்டிப் பாத்தானுவளா? எத்தன கடிதம் போட்டுருப்பேன்.ஒத்த பதில் எவனாவது எழுதியிருப்பானுங்களா? ஒன் கல்யாணத்துக்குக்கூட என் அண்ணன் தம்பி அக்கா தங்கச்சின்னு கடிதம்போட்டதுதான மிச்சம்... ஏதாவது அனுப்பிவச்சிருப்பானுவளா...பாவிப் பசங்க, அப்படியே போயிச் செத்தொழியட்டும்னுதான விட்டுட்டானுவ... நாம ஒழைச்சா நாம பொழைச்சிக்கலாம் தாயி. அவ்வளவுதான்."

அப்பாவிடம் அவள் எதிர்பார்த்த ஆறுதல் இதுவல்ல.

56

ம்மாவின் கடிதம் பிரம்மநாயகம் அண்ண னின் கையெழுத்தில் வந்திருந்தது. மூசி பெத்தா வின் இரண்டாவது பேத்தி அழகாயிருக்கிறாள். கிளிபோல அழகு என்று அடுத்த வீட்டு ஹாஜிரா பெரியம்மா சொல்கிறார். இனியும் நீ தாமசம் செய்யக் கூடாது. உன்னைவிடச் சின்னப் பையன்க ளெல்லாம் கல்யாணம் கட்டிப் பிள்ளையும் குட்டியுமாக ஆகிவிட்டார்கள். நீ இப்படியிருப்பது கொஞ்சமும் நல்லாயில்லை.

ம்மா ஏன் இவ்வளவு கவலைப்படுகிறாள்? தாத்தாவுக்கு இரண்டு பெண் மக்களும் ஓர் ஆண் மகவுமாக ஆயாச்சி. காக்காவுக்கு மூன்று பெண் மக்களும் ஓர் ஆண் மகவுமாயாச்சி. தங்கச்சிக்கு இதில் இரண்டு, அதில் இரண்டு. இவர்களையெல்லாம் செல்லம்பாராட்டி வாழ முயற்சி செய்ய வேண்டியது தானே? தனக்கும் கல்யாணமாகிக் குழந்தை குட்டிகளென்று ஆனால்தான் வாழ்க்கை நிறைவு பெறுமா என்ன? இதையெல்லாம் எப்படி ம்மாவுக்கு எழுதுவது? மனசு ரொம்பவே நோகும். நாயகம் அண்ணன் முகவரியில், தனக்கு நல்ல நேரம் வரும் போது கல்யாணம் கட்டிக்கொள்வதாக எழுதிப் போட்டான்.

கடைசி முயற்சியாக சமீரா தன் தங்கை ஜரீனாவுக்காகப் பெத்தாவிடம் பேசியிருப்பதாக ஒரு பேச்சு. "என் ஜீவனைப் போட்டுத் தொலைக்காம்மா. நான் ஒருத்தி அவனுக்கு எத்தனை கடிதம்தான் எழுதுவேன்? அதுக்கே நான் ஒவ்வொருத்தரையா தேடித் தேடிப் போயி அலைய வேண்டியதாயிருக்கு. ஒருத்தன் போஸ்ட் ஆபீஸ்ல ஒக்காந்துக்கிட்டு ஒரு மனுஷிக்காக எத்தனை கடிதம்தான் எழுதித் தருவான். நான் பெத்த மவனும் இப்படியா பொறுப்பில்லாம இருப்பான்? காலமும் நேரமும் போயிக்கிட்டிருக்கு.

அவன் மூளையில என்னதான் இருக்கோ. எனக்கு ஒன்னும் புடிபடல்லம்மா...”

மஜீத் வாத்தியாரும் பள்ளிக்கூடத்திலிருந்து மத்தியானச் சாப்பாட்டுக்காக வந்தார். அவருக்கு ரோஷம் வந்துவிட்டது. “இவன்தான் நமக்குச் சதமா, ஊரு ஒலகத்துல வேற மாப்பிள்ளையா இல்லாமப் போச்சி? சரி என்னமோ நம்ம வீட்டுல ஒரு கல்யாணம் பண்ண ஆசைப்பட்டுட்டானேன்னு கடைசிப் புள்ளைய குடுத்திரலாம்னு பாத்தா, அவன் என்னவோ மிஞ்சிக்கிட்டுப் போறான். தேவையில்ல. எனக்கு என் புள்ளைக்கு மாப்பிள்ளை பாக்க முடியும். இனிமே அவனப் பத்தி இங்க யாரும் எதுவும் பேசக் கூடாது; நினைக்கவும் கூடாது.”

அவருக்கென்ன, ரொம்ப ரொம்ப சாதாரணமாகச் சொல்லிவிட்டார். சமீராவுக்கும் ஜரீனாவுக்கும் பெரிய மூக்கறுப்பு. சொல்லிவைத்ததுபோல அக்காவுக்கும் தங்கைக்குமாகத் துயரம் பொங்கிவந்தது. யாரோ ஒருவரின் முணுமுணுப்பு மஜீத் வாத்தியாருக்குக் கேட்டது. அவர் கவனத்தைத் திருப்பாமல் சாப்பாட்டில் முழுக் கவனமாக இருந்தார். சாளைக் கருவாட்டை நன்றாக மாசியோடு சேர்த்துப் பொரித்துவைத்திருந்தது. அந்த உப்பு வாடைக்கும் கறுக்முறுக்கான பொரியலுக்குமாக அவர் சோற்றை அள்ளி விழுங்கினார்.

இப்படியெல்லாம் நடந்தும் சில மாதங்கள் விர்ரென்று ஓடிப்போய்விட்டன. ஜரீனாவும் நாளதுவரை தவித்துக்கொண்டே இருந்தாள், கபீரின் மனசு மாறி வந்து விடுமென்று. எதுவும் நடக்காமல் மாதங்கள் கரைந்துவிட்டன.

❍

பெத்தா ஆற்றில் ஊற்று தோண்டித் தண்ணீர் மொண்டு கொண்டிருந்தார். சமீரா தோட்டத்திற்குச் செல்லும் வழியில் பெத்தாவைப் பார்த்தாள். ஒருவார்த்தை சொல்லிவிட்டுப் போய்விடுவோமென்று பெத்தாவின் அருகில் சென்றாள். அந்தப் பித்தளைக் குடத்தை ஏதோ தங்கக் குடமென்று எண்ணுகிற மாதிரி துலக்கிவைத்துப் பெத்தா அதில் தண்ணீர் மொண்டுகிறார். சமீரா பார்த்துக்கொண்டு நின்றாள். “பெத்தா, ஜரீனாவுக்கு மாப்பிள்ள பாக்குறதுக்கு வாப்பாவும் சாச்சாவுமா கல்லிடைக்குறிச்சி வரைக்கும் போயிருக்காங்க.”

“அல்லாட்ட துஆ கேட்டுக்கிறேன்மா.”

சமீரா இந்தப் பதிலை எதிர்பார்த்து வரவில்லை.

அந்தப் பதிலை வாங்கிக்கொண்டு தோட்டத்துக்குப் போனாள். அந்தத் தனிமை அவளை விரட்டியது. கபீரை எதிரே

உட்காரவைத்து வெறித்துப் பார்த்தாள். “என்னைப் பாக்கவும் என்னோடு பேசவும் நீ துடிதுடிச்சிக்கிட்டிருப்பேன்னு நான் ரொம்பவும் தப்பா நினைச்சிட்டேன் கபீரு. நான் நெனச்ச காரியம் எதுவுமே நடக்க முடியாம போயிருச்சே. என் மேல ஒனக்கு இவ்வளவு வெறுப்பு வந்துடுச்சே? என்னை நீ புரிஞ்சிக்க மாட்டியா? கடைசிவரைக்கும் இப்படியே வெந்துவெந்து சாவணுமா நான்? ஒன்னையும் என்னையும் என் காக்காகாரன் பிரிச்சிவச்சிட்டுக் கடேசில அவனும் கேவலப்பட்டு எங்களையும் கேவலப்படுத்தி வச்சிட்டு ஒரேயடியா ஓடிட்டான். எதுக்கெல்லாம் நான் முட்டு கொடுக்கணும்? நான் எப்படியெல்லாம் தவிக்கிறேன்னு ஒனக்குத் தெரியுமா? என் தங்கச்சிய நீ கட்டிக்கிட்டா நாம எப்பவும் ஒண்ணுக்குள்ள ஒண்ணா இருக்கலாமேன்னு அதுக்கும் முட்டிமுட்டிப் பாத்தா, நீ எதுக்குமே சரிப்பட்டு வர மாட்டேங்குறியே? நான் என்ன செஞ்சா ஒனக்குச் சரியாவரும்? அதையாவது வாயத் திறந்து சொல்லேன்.”

சமீராவின் புலம்பல் கேட்டு எதிரில் கபீர் அமைதியாகப் புன்னகையோடு வீற்றிருந்தான்.

“வீட்டுல ரெண்டு தங்கச்சிமார வச்சிக்கிட்டு நான் என்ன செய்ய முடியும்னு நீ கொஞ்சம்கூட யோசிக்க மாட்டியா? நீ கூப்புட்ட இடத்துக்கு என்னால ஓடிவந்துற முடியுமா? ஒன் மனசு என்ன கல்லா?”

தோட்டத்தையடுத்த சோலையில் கிளிகளும் மைனாக்களும் கெஞ்சிக் கொஞ்சிக் கிக்கீ சொல்லியும் சிறகுகளை யடித்துக்கொண்டும் கிளைவிட்டுக் கிளை தாவிக்கொண்டும் சோலையை அசைத்துக்கொண்டிருந்தன. நவ்வாப்பழம் சொத்சொத்தென்று விழும் சத்தம் கேட்டபடியிருந்தது. இந்த நவ்வாப் பழங்களைச் சேலை முந்திவரையில் நிரப்பிக்கொண்டு செல்வாள் சமீரா. இப்போது அதே நவ்வாப்பழத்தின் ஓசை கேட்டாலும் காதில் விழாதவள்போல உட்கார்ந்திருக்கிறாள். கபீர் எப்படியும் பதில் சொல்லிவிடுவானென்று எண்ணியிருந்தாள் போலும்.

❍

“அன்புள்ள சபீர்,” என்று சமீரா கடிதம் எழுதினாள். ஜரீனா வுக்குக் கல்யாணம். அழைப்பிதழையும் இணைத்து அனுப்பி னாள். “கண்டிப்பாக நீயும் உன் மனைவி, மக்களோடு வர வேண்டும். ஜரீனாவும் வேண்டாவெறுப்பாக இந்தக் கல்யாணத்துக்குச் சம்மதித்திருக்கிறாள். கபீருக்கு அழைப்பு அனுப்ப வேண்டாமென்று வாப்பா சொல்லிவிட்டார். நீ வா. உன்னோடு கொஞ்சம் பேச வேணும்போல இருக்கிறது…”

சபீரும் மரியாதையாகப் பதிலனுப்பினான். தான் மட்டுமே வர முடியும். மனைவி, மக்களை அவ்வளவு தூரத்திற்கு இப்போது அழைத்துவர வாய்ப்பில்லை.

கல்யாண வீட்டு வேலைகளில் சமீரா ஈடுபட்டுவிட்டாள். அவளுக்குக் கற்பனைகள் ஓடின. எப்படியும் கபீரிடம் சபீர் இந்தத் திருமணம்பற்றிச் சொல்வான். அவன் ஏன் தனக்கு அழைப்பு வரவில்லையென்று சபீரிடம் ஆத்திரமாகவோ கவலையாகவோ கேட்பான். இப்படிக் கேட்டுவிட்டானானால் அது போதும். அவனுக்குப் பதற்றம் வர வேண்டும். சபீர் கல்யாணத்திற்கு வருவதாக எழுதிவிட்டான். வருபவனிடம் இந்த ஒரு விஷயத்தையாவது சொல்லிவிட வேண்டும். கபீரின் ஆணவத் திற்கு அடிவிழுந்துவிட்டதை, அவனை ஜெயித்துக்காட்டிவிட்டதை இனி ரசித்து அனுபவிக்க வேண்டும். நீ அப்படி போனால் நான் இப்படி வருகிறேன் என்று தன்னை உறுதிப்படுத்தினாள். அதனால்தான் அவனுக்கு அழைப்பு அனுப்ப வேண்டாமென்று வாப்பா இறுகின முகத்தோடு சொன்னபோது சமீராவுக்கும் அது ஏற்றுக்கொள்ளக் கூடியதாக இருந்தது. அவளின் மூச்சு ஏறியிறங்கியது.

❍

சமீராவுக்கு வியப்பு காத்திருந்தது; எல்லாருக்கும் அந்த வியப்பு வந்தது. சபீரோடு கபீரும் ஜரீனாவின் கல்யாணத்திற்காக வந்துவிட்டானென்ற செய்தி திருமண வீட்டில் பரபரப்பாகப் பேசப்பட்டது. கலவையான உணர்ச்சியில் சமீரா திணறினாள். தன்னைப் பைத்தியம் பிடிக்க வைத்துக்கொண்டிருக்கிறான். நிம்மதியாக இருக்க விட மாட்டேன் என்கிறான். எப்படியும் ஜெயித்துவிடுகிறான்; தலை நோவு.

புறவாசலில்தான் ஆக்குப்புரை. கல்யாண வீட்டுச் சமையல் வேலைகளுக்காகப் பின்னால் பெரிய ஓலைப்பரை பந்தல் போடப்பட்டிருந்தது. அவள் அங்கே நின்று ஏதோ முக்கியமான வேலைகளைச் செய்துவருவதைப் போன்ற பாவனையில் கபீர் வீட்டின் பின்வாசலைப் பார்த்துக்கொள்ளத் தவறவில்லை. எப்படியும் குளிக்கவோ வேறு வேலைகளுக்காகவோ அவன் பின்வாசலுக்கு வருவான். இப்போது இது ஒரு வேலையாகிவிட்டது.

மத்தியானச் சாப்பாட்டிற்குப் பின் கல்யாண வீட்டிற்கு சபீர் வந்தான். கபீரைத் தான்தான் அழைத்துவந்ததாகச் சொன்னான். ஜரீனாவின் திருமணம்பற்றி அவனிடம் தகவல் தெரிவித்தவுடன் தனக்கும் சேர்த்து டிக்கெட் போடச் சொன்னானாம் கபீர். குல்தூமுக்கு உள்ளூர வருத்தம் கலந்த மகிழ்ச்சி. சபீர் செய்தியை

உறுதிப்படுத்தியது நல்லதாகப் போயிற்று. சபீர் போனதும் குல்தூம் மெதுவாகப் பின்னால் வந்து கபீர் வீட்டிற்குள் நுழைந்தார். ஆயிஷாம்மா, "வாம்மா," என்றார். "கொழுந்தன் வந்திருக்கிறதா சபீரு சொல்லிட்டுப் போறானே மாமி. கபீரு வந்தா இருக்கான்?" என்று கேட்டார். அவன் அப்போதுதான் கொஞ்ச நேரம் படுக்கலாமென்று பாயை விரித்துக்கொண்டு இருந்தான். அவன் விரிப்பதைப் பார்த்ததும் குல்தூம் உள்ளே நுழைந்தார். அவருக்குச் சொல்ல முடியாத பரிதவிப்பு. 'எனக்கு ஏன் இத்தனை நடுக்கம் வருது' என்று நினைத்தார். கபீரும் உணர்ச்சியை அடக்க வழி தேடினான். மச்சி அருகில் வந்து, "ஸலாமலைக்கும் கொழுந்தன்" என்றார். "வ அலைக்கும் ஸலாம்" என்றான். மச்சியின் முகம் பார்க்கக் கூச்சமாக இருந்தது. தலைகுனிந்தபடியே இருந்தான். குல்தூமின் கண்களைப் பெரும் சோகம் கவ்வியது.

"ஜரீனாவுக்கு நாளைக்குக் கல்யாணம் வச்சிருக்கோம் கொழுந்தன். கண்டிப்பா வாருங்கோ."

மச்சியின் கண்கள் துயரம் மிக்கதாக இருக்கும், அப்படி இருந்தால் மிகவும் நல்லது. கண்களைப் பாராமலிருக்க வழிதேடிக் குனிந்த தலையோடு, "வர்றேன்" என்றான். மச்சி நகராமல் நிற்கிறார். ஏறிட்டு நோக்க முடியவில்லை. "ஒங்களுக்காக ரொம்ப நாளாக் காத்துக் கிடந்தோம் கொழுந்தன்" என்றார். திணறலாயிருந்தது அவனுக்கு. "மச்சிய வெறுத்துட்டீங்களோ கொழுந்தன்" என்று கேட்கிறார். அவன் பதில் சொல்லவில்லை. உதடுகள் ஒருமாதிரி கோணின.

அவர் நின்ற இடம் வெற்றிடமாயிற்று. ஆயிஷாம்மாளுக்கும் பெரும் வேதனையாக இருந்தது. "என் புள்ளைய எல்லாருமா நிம்மதியா இருக்கவிடாம ஆக்கிட்டு இப்ப அவளுவளும் சேர்ந்து அழுதுக்கிட்டிருக்காளுவோ..."

நிக்காஹ் பந்தலில் சபீருக்கு அருகில் கபீரும் வந்து உட்கார்ந்தான். பலரும் பார்த்தார்கள்; சபீரோடு அவனும் வந்திருப்பதை மஜீத் வாத்தியார் நோட்டமிட்டிருந்தாலும், சபீரை இன்முகத்தோடு வரவேற்றுவிட்டு இவனை வேண்டுமென்றே கவனிக்காமல் நழுவினார். மஜீத் வாத்தியார் கம்பீரமாக இருக்கப் பார்க்கிறார். அவர் தளர்வுற்றுச் சரிந்துபோவதைப் புன்னகை மலர்ந்த உள்ளத்தோடு பார்த்து மகிழ்கிறான் கபீர். அவனை நலம் விசாரித்த ஒவ்வொருவரிடமும் அவன் வேண்டுமென்றே வலிந்துசொன்னான், "ஜரீனாவோட கல்யாணத்துக்காவத்தான் வந்தேன்."

ஊற்றுத் தண்ணீர் எடுக்கப்போகிற ஆயிஷாம்மாவைப் பார்த்து செல்லமக்கா கேட்டார், "ஏ மயினி, உன் புள்ளையும் ஹாஜிரா மயினியோட புள்ளையுமா வந்திருக்கானுவளாமே."

"ஒன் வீட்டுக்கு ரெண்டு பேருமா வந்தானுவளாமே, நீதான் இல்லாமப் போயிட்டியாம்..."

"நான் இப்ப வீட்டுலத்தான் இருக்கேன்னு சொல்லு மயினி. என்னையப் பாக்காம மெட்ராஸி போயிறாமே."

கபீரும் சபீரும் உள்ளே நுழையும்போது செல்லமக்கா சொன்னார். "நாலுபேரு அஞ்சு பேருன்னு ஊரு சுத்திக்கிட்டிருந்து, இப்ப கடைசியா ரெண்டு பேரும்னு ஆயிட்டீங்களேய்யா..."

"இந்தப் பாதவத்தி காத்தூனு செஞ்சிவச்ச காரியத்த பாத்தீங்களா? அத்தே அத்தேன்னு ஓயாம ஒழியாம வீட்டு அடுப்படிவரைக்கும் வந்து நின்னு கடேசில அவனையும் ஒக்கல்ல சுமந்துட்டுல்லாய்யா போயிட்டா..? வயசுக்கு வந்த பொண்ண வீட்டுல வச்சிக்கிட்டு ஒரு சின்னப் பையனத் தூக்கிட்டுப் போயிட்டாளே. எந்த ஊருல்லயும் இதபோல அநியாயத்த கேட்டிருப்பியளா?"

"எய்யா நீங்க ரெண்டு பேரும் சேந்து வந்துட்டீங்கள்லா... அப்படியே ஒரு நடை அவனப் போயிப் பாத்துட்டு வந்துருங்க ளேன்... நாசமத்துப் போவானுக்கு ஏன் இப்படி புத்தி போச்சின்னு நாக்கைப் புடுங்குற மாதிரி நாலு கேள்வி கேட்டுட்டு வாங்கய்யா..."

செல்லமக்காவுக்கு ஆறுதலாக இருந்துவிட்டுப் போகலா மேன்னு வந்ததற்கு அவர் இப்படி இருவரின் தலையிலும் ஒரு பாரத்தைத் தூக்கிவைப்பார் என்று எதிர்பார்க்கவில்லை. வீட்டை விட்டு வெளியே வந்ததற்கப்புறமாக இருவரும் யோசனை கலந்தார்கள். சரி, பிரம்மு அண்ணனிடமும் ஒரு வார்த்தை கலந்து பேசிவிடலாமென்று தீர்மானம் செய்து, அவரைச் சென்று பார்த்தபோது அவருக்கு மகாராஜன்மீது நம்பிக்கை வரவில்லை. இருந்தாலும் என்னதான் நடக்கிறதென்று பார்த்துவிடலாமென்று அவரும் ஒத்துக்கொண்டார்.

மறுநாள் மத்தியானச் சாப்பாட்டை முடித்துவிட்டு இருவரும் ஏர்வாடி போனார்கள். இவர்கள் இருவரையும் பார்த்ததும் அவர்கள் இருவருக்கும் அதிர்ச்சியாக இருந்தது. உடனே காத்தூன் சுதாரித்துக்கொண்டார். "கொழுந்தன்மார் ரெண்டுபேரும் ஒண்ணுபோல வந்திருக்கியோ, வாங்க வாங்க."

மகாராஜன் தன் அப்பாவைப் போல தெனாவட்டாக உட்கார்ந்திருந்தான். நாற்காலியில் அட்ணக் கால் போட்டுக்

கெத்தாகத் தோன்றினான். வந்த இருவரையும் யாரோ எவரோ என்று அந்நிய மனுசங்களைப் பார்க்கிற மாதிரி ஒரு பார்வை பார்த்தான். கம்பீரம் குலையவில்லை. காத்தூனுக்கு ஏற்றபடி பெரிய மனுசனாக மாறிவிட முயற்சி செய்கிறானோ என்று கபீர் நினைத்துக்கொண்டான். “ம்... ஒக்காருங்க” என்றான். கையில் ஒரு செங்கோல் கொடுத்திருக்கலாம் – மன்னாதி மன்னன்! காத்தூன் இருவருக்கும் பாய் விரித்தார். வந்திருப்பது யாரென்று அவரின் மகள் எட்டிப் பார்த்துவிட்டுப் பின்னால் போய்விட்டாள். அவள் பெயரை கபீர் மறந்துவிட்டான். “வந்து எட்டிப் பார்த்துட்டுப் போறது ஒங்க மகதானே?” என்று கபீர் கேட்டான். வேண்டுமென்றுதான் கேட்டான். அவளுக்கும்தான் எவ்வளவு அலட்சியம்?

காத்தூனின் வெட்கத்தை இப்போதுதான் முதன்முதலாகப் பார்த்தார்கள் இருவரும். வயிறு மேடிட்டிருந்தது. கபீரும் சபீரும் அதைக் கூர்மையாகப் பார்த்ததாக காத்தூனுக்குத் தோன்றியது. வெட்கம் அரித்துத் தின்றது. வெட்கத்திலிருந்து தோன்றிய அந்தப் புன்னகை கபீருக்குப் பிடித்தாலும் சபீருக்குப் பிடிக்கவில்லை. சேலையால் இழுத்து மூடப் பார்த்தார். அதையும் மீறிக்கொண்டு வயிறு முன்வந்தது. மகாராஜன் எவ்வளவு பெரிய கள்ளன்? தன் மனைவியைக் கூர்மையாக அல்லவா கபீர் பார்க்கிறான்? அவனுக்கு ஆத்திரம் பற்றிக்கொண்டு வந்தது. என்ன செய்யவென்று பல்லை நறநறத்தபடி காத்தூனைப் பார்த்தான். அவர் அவனை நோக்கித் திரும்பாமல் இருவரையும் எப்படியாவது சீக்கிரமாகப் பேசி அனுப்பிவிட வேண்டுமென்ற நோக்கத்தால் அதற்கான சூழலை ஏற்படுத்தப் பார்த்தார்.

“ரெண்டு பேரும் எப்படி ஒன்னா ஊருக்கு வந்துட்டியோ, என்ன விசயம்?”

“ஒங்க மச்சானோட கடைசி மவளுக்குக் கல்யாண மில்லா...” சபீர் சொல்லவும் குறுக்கே பாய்ந்தார் காத்தூன்.

“அப்ப நீரு சரி, கபீர் கொழுந்தன் எதுக்கு வந்தாரு?”

“நானும் அதுக்குத்தான் வந்தேன்.”

“நீரு வரலாமாவே...”

“போவட்டும், வாப்பா செஞ்ச தப்புக்கு இந்தப் புள்ளய நாம ஏன் பகைச்சிக்கிடணும்?”

“அந்தப் புள்ளய ஒமக்குத் தரணும்னுதானே அவரும் ஒம்ம பழைய ஆளும் நெனச்சிருந்தாவோ?”

“அதெல்லாம் வேண்டாம்னு ஆயிடுச்சில்லா?”

“அப்ப எதுக்கு வரணும்?”

“என்னவோ தோணுச்சி, வந்துட்டேன்.”

“எல்லாம் பழைய பாசம்னு சொல்லும்.”

“இனிமே அந்தப் பாசத்த வச்சி என்ன செய்ய? மோர் கடையவா?”

ஃபைரோஸுக்கு இந்தப் பேச்சு இவ்வளவு விரிவாகப் போவதில் விருப்பமில்லை. சபீரோடு உரத்த குரலில் பேசினான். இன்று பார்க்க ஒரு தின்பண்டமும் கைவசம் இல்லை. தெருவிலிறங்கி எங்கோ போனார் காத்தூன்.

சட்டென்று ஃபைரோஸ் கேட்டான், “நீங்க ரெண்டுபேரும் இங்க என்ன நோக்கத்துல வந்திருக்கீங்கோ?”

அந்தத் தோரணை கபீரை மருட்டியது. சபீருக்கு எதுவும் உறுத்தாதோ? “ச்சும்மா ஒன்ன பாத்துட்டுப் போவத்தான். அம்புட்டுத் தூரத்துல இருந்து வந்துட்டோம். சரி, இன்னும் கொஞ்ச தூரம்தானேன்னு கிளம்பிட்டோம்.”

சபீர் இப்படிச் சொன்னதைப் ஃபைரோஸால் ரசிக்க முடியவில்லை. காத்தூன் கைச்சுத்து முறுக்கோடும் வாழைப் பழங்களோடும் உள்ளே வந்து அவர்களின் முன் வைத்தார். உள்ளே போய்த் தேநீரோடு வந்தார். வாயை மூடிக்கொள்வது நல்லதென்று கபீர் வாயை மூடிவிட்டான். சபீரும் ஃபைரோஸும் பலபடப் பேசிக்கொண்டிருந்தார்கள்.

தேநீரை அருந்தி முடிப்பதற்காக ஃபைரோஸ் காத்துக்கொண்டிருந்தான்போல. உடனே எழுந்தான். “சரி வாங்க வெளியே போகலாம்” என்றான். கபீருக்கு என்னவோ மாதிரி இருந்தது. சபீருக்குத்தான் ஒன்றும் புரியவில்லையா அல்லது அவன் எல்லாவற்றையும் நேர்த்தியாகக் கடக்கும் கெட்டிக்காரத் தந்திரசாலியா?

கபீர் எழுந்து காத்தூனை இன்னும் கொஞ்சம் தீர்க்கமாகப் பார்த்தான். அவரும் அப்படித்தான். மூவரும் வெளியேறிச் செருப்பை மாட்டும்போது காத்தூன் வாசற்படி அருகில் வந்துவிட்டார். “சபீரும் ஃபைரோஸும் திண்ணையை விட்டு வெளியே கால் வைத்ததும், காத்தூன் மென்மையான குரலில் கபீரிடம் சொன்னார், “வே கொழுந்தன், இப்பவும் எம் புள்ளை இருக்குவே.. மறந்துராதீரும்.”

“பாக்கலாம் மச்சி” என்றான். “இப்படி இழுத்துவச்சிப் பேசாதீரும் கொழுந்தன். நறுக்குத் தெறிச்சாப்புல சொல்லுங்க.”

“அதுக்கென்ன மச்சி. சொல்லிருவோம். ம்மாட்ட கலந்து பேசிக்கிறேன்.” அவரின் பார்வையில் ஈரம் தென்பட்டது. ஃபைரோஸ் திரும்பிப் பார்த்து, “கபீரு அங்க என்னல பண்ணுற, சீக்கிரம் வா” என்றான். கபீர் அவர்களுடன் நடந்துகொண்டே திரும்பித் திரும்பிப் பார்த்தான். பேச்சு சுவாரசியத்தில் இருவரும் இறங்கிவிட்டதால் கபீரைக் கவனிக்கவில்லை. கபீர் பார்த்த இரண்டு முறையும் காத்தூன் கையசைத்து அவனைப் புன்னகையோடு வழியனுப்பினார்.

ஃபைரோஸ் பேருந்து நிலையத்திற்கு இருவரையும் இழுத்துவந்திருந்தான். பேருந்தில் வரும்போது சபீர் சொன்னான், “கபீரு, ஒன் காத்தூன் மச்சி ஒனக்குப் பொண்ணு தராம வுட மாட்டா போல... நீயும் கட்டிக்கலாம்டே. வயித்துலயும் ஒனக்கு ஒரு கொழுந்தியா இருக்கா. நீ யோகக்காரன்தாம்ப்பா. அப்புறம், இனிமே நீ மகாராஜன மாமான்னுதான் கூப்பிடணும்” என்று சொல்லவும் பேருந்தையும் அதன் பயணிகளையும் மறந்து இருவரும் வயிறு குலுங்கச் சிரித்தார்கள்.

57

கபீர் ம்மாவிடம் கேட்டான். “ஜரீனா கல்யாணத்துக்கு நீ என்னம்மா செஞ்சே?”

“என்ன வாப்பா நீ எங்கிட்ட இப்படி கேக்குற? என் கையில் என்ன இருக்கு? இம்புட்டுத் தூரம் வந்திருக்கியே, நீதான் ஏதாவது குடுத்திருப்பேன்னு நெனச்சிக்கிட்டிருக்கேன்.”

“ஆமாம்மா . . . நானே குடுத்துர்றேன். நீ கவலப்படாத.”

பிரம்மநாயகம் அண்ணன் வீட்டுக்குப் போனான். வேலை முடிந்து சாப்பிட்டு அரை குறையான தூக்கத்தில் குடிசையின் தூணில் அவர் சொக்கிக்கொண்டிருந்தார். காற்று அள்ளி வீசியது. இவன் பூப்போல அவரருகில் உட்கார்ந்தான். உள்ளேயிருந்து குமுதா மைனி வந்தார்.

“என்னய்யா இந்நேரத்துக்கு?”

சத்தத்தில் அண்ணனும் முழித்துவிட்டார். இருவரிடமும் விவரம் சொன்னான்.

“அப்படி என்னதான்யா ஜரீனாவுக்குக் குடுக்கக் கொண்டுவந்திய?”

மைனியிடம் மோதிரத்தை எடுத்துக் காட்டினான். இருவரும் திகைத்தார்கள்.

“இதெல்லாம் ஏம்வே குடுக்கணும்” என்று அண்ணன் வேகமாய்க் கேட்டார். “போவட்டும் அண்ணே... போன முறை ஊரு வந்திருக்கும்போது அந்தப் புள்ள திரும்பத் திரும்ப வீட்டுக்கு வரவும் போகவும் பேசவுமா இருந்துது. அந்தப் புள்ள மனசுல யாரு என்ன விதையத் தூவுனாங்கன்னு தெரியல்ல. அது அதை சதமா நெனச்சிட்டுப் போல... எனக்கு ரொம்பவும் பாவமா இருந்துச்சி. அந்தப் புள்ள மேல நமக்கென்ன வெறுப்பு? அதனால நாம அந்தப் புள்ளக்கு நம்ம அன்பைக் காட்டணும்னு விருப்பப்பட்டேன். அதான் இந்த மோதிரத்த வாங்குனேன்.”

“எய்யா, ஒங்க அம்மாவுக்கு மாசாமாசம் பணம் அனுப்ப வழியக் காணோம். பசியும் பட்டினியுமா ஒங்கம்மா கிடக்குறதப் பாத்தா பாவமாயிருக்கு… அத விட்டுட்டு இதெல்லாம் ஏன் செய்யணும்? ஒங்க ம்மாவுக்குத் தெரியுமா, தெரிஞ்சா ரொம்ப வருத்தப்படுவாங்கள்ல ?” என்றார் குமுதா மைனி.

“ஒம்ம கையில எப்படி இவ்வளவு காசு” என்று பிரம்மு அண்ணன் கேட்டார்.

“கொஞ்சம் சேத்துவச்சிருந்தேன். மீதிய சபீர்ட்ட கடனா வாங்கினேன். எனக்கு ரெயில் டிக்கெட்டும் அவன்தான் எடுத்தான். நாமளும் கடேசில என்னதான் கொண்டுபோவப்போறோம்? சொல்லுங்க பாப்போம்.”

“இதெல்லாம் சும்மா பேசிட்டிருக்காதீங்கய்யா. இப்ப அவங்களுக்குச் செய்யணும்னு ஒங்களுக்கென்ன தலையெழுத்தா?” என்றார் குமுதா.

“ஏதோ கொஞ்ச நாள் பழகிட்டோம்ல மைனி…”

“அதுதான் சமீரா வேண்டாம்னு போயிட்டாள்லா… வேற மாப்பிள்ளையோட போயி அவளும் புள்ளையும் குட்டியுமா ஆயாச்சி. அப்புறமும் ஏன் அதையே நெனச்சிட்டிருக்கணும்?”

அவனுக்கு ஒருமாதிரியாக இருந்தது. தன் ஆசையை மெச்சுவார்கள் என்று பார்த்தால் வம்படியாகப் பேசுகிறார்கள்.

“நான் சொல்லிப்புட்டேன். இதெல்லாம் நல்லதுக்கில்ல கபீரு. இந்த மோதிரத்த ஒன் ம்மாட்ட குடுத்துடு. அவங்களாவது கொஞ்ச நாளைக்கி நிம்மதியா சாப்பிட்டுக்கிட்டிருப்பாங்க,” என்றார் அண்ணன்.

எப்படியெல்லாமோ மனம் கிடந்து குழம்பினாலும், கடைசியில் ‘அஸ்ஸலாமு அலைக்கும்’ சொல்லி மஜீத் வாத்தியார் வீட்டிற்குள் நுழைந்துவிட்டான் கபீர்.

இப்போது அவன் முன் குல்தூம் மச்சி நிற்கிறார்; சமீரா நிற்கிறாள். ரொம்பவும் பேசக் கூடாது. அவன் அவர்கள் இருவரையும் பார்த்தோ பார்க்காமலோ சொன்னான், “ஜரீனாவ பாக்கணும்.”

“அவ இப்ப மேடையில மாப்புள்ளையோட இருக்கா…”

“பரவால்லே… ஒரு அஞ்சு நிமிஷம்தான். வேணும்னா ரெண்டு நிமிஷமா வச்சுக்கிவோம். “

“இப்ப எதுக்குக் கொழுந்தன் அவளப் பாக்கணும்ங்கிறீங்க?”

“அவளுக்கு நான் ஏதும் செய்ய வேண்டாமா?”

இருவரின் முகத்தையும் பார்க்க ஏலாமல் சுவரைப் பார்த்துப் பேசினான் கபீர்.

ம்மாவும் மகளுமாக ஒருவரையொருவர் முகம்பார்த்துக் கண்களால் பேசிக்கொண்டார்கள். சமீரா போய் ஜரீனாவை அழைத்துவந்தாள். கபீர் வந்திருக்கிறான் என்று சொல்லாமல் அழைத்துவந்திருக்க வேண்டும். இவனைப் பார்த்ததும் அவளின் முகம் வாடிவிட்டது. அவள் நின்ற கோலத்தைத் தன்னை மறந்து கபீர் சற்று ஏக்கமாகப் பார்த்தான். அவன் அப்படி பார்ப்பது குல்தூமுக்கு நல்லதாகத் தோன்றவில்லை. "மணக்கோலத்தில் என்னோட சமீராவும் இவ்வளவு அழகாகத்தான் நின்றிருப்பாள், இல்லியா?" இரண்டு கண்களோடு வந்திருக்கிறான்; ஆயிரம் கண்களோடு வந்திருக்க வேண்டும்.

மச்சியின் முகம் என்னவோ மாதிரி ஆனது. ஜரீனா இன்னும் கொஞ்ச நேரம் நின்றால் ஏதாவது ஆகிவிடுமோ என்னவோ?

பேண்ட் பாக்கெட்டுக்குள் கையைவிட்டு அந்த டப்பாவை எடுத்தான். அதைத் திறந்ததும் அவனை ஏறிட்டுப் பார்த்தார்கள்.

"மச்சி, இத எடுத்துப் போடுங்க..."

அவர் தயங்கி நின்றார். மறுபடியும் சொல்லவும் குல்தூம் மச்சி பக்கமாய் வந்து மோதிரத்தை எடுத்து ஜரீனாவின் விரலில் போட்டார். சரியாகப் பொருந்திவிட்டது. ஜரீனாவின் முகம் பார்த்தான். எதுவும் தோன்றவில்லை.

"போய்ட்டு வர்றேன். எல்லாரும் இருங்க ஸலாமலைக்கும்," என்றான். சொல்லி முடித்த மறுகணம் அவன் பாய்ந்துவிட்டான். வந்தவனுக்கு ஒருவாய் காப்பிகூடக் கொடுக்க முடியாமல் போயிற்று. சுவரில் சாய்ந்தபடி மச்சி ரொம்ப நேரம் நின்றார். சமீரா அந்தப் பக்கமாகப் போய் முகம் கழுவினாள். ஜரீனா இறுகின முகமும் தளர்ந்த நடையுமாக ஏணியில் ஏறினாள்.

வெகுதூரம் வந்து நந்தவனத்தில் தனியாளாக உட்கார்ந்தான். வயல்களும் அவற்றின் மீது தவழ்ந்து செல்லும் காற்றும் என்னவெல்லாமோ உணர்த்தின. மணிக்கணக்காக உட்கார்ந்திருந்தான். இந்தத் தனிமை கொடுமையாக இருந்தது; ஏக்கமாக இருந்தது; வெறிச்சிட்டுப் போயிருந்தது; இன்பமாக இருந்தது.

இதுதான் கடைசி அத்தியாயமோ? இனிமேல் இந்தக் கிராமத்தில் தாங்கள் யாரும் நன்றாக இருக்கும் வாய்ப்பு இருக்காதென்று அவன் மனம் ரகசியமாய்ச் சொல்லியது. யார்மீதும் கசப்பு இல்லை; யார்மீதும் கோபம் இல்லை.

நிறைய சம்பாதிக்க வேண்டும். இதுபோல தன்னை வெறுத்தவர்கள், ஒதுக்கியவர்கள், கண்டும் காணாமலிருந்தவர்களின்

களந்தை பீர்முகம்மது

வீட்டு மங்கல நிகழ்வுகள் அனைத்திலும் கலந்துகொள்ள எப்பாடு பட்டாவது வந்துவிட வேண்டும். எல்லாருக்கும் மோதிரம்போட வேண்டும். தான் விரைவில் சினிமாவில் டைரக்டராக ஆகிவிடலாம் என்ற நம்பிக்கை அசையாமல் இருக்கிறது. அப்படியே தன் படங்களுக்கான பாடல்களையெல்லாம் தானே எழுதிவிட வேண்டும். விஸ்வநாதனும் இளையராஜாவும் இசையமைக்க வேண்டும். சுசீலாம்மா பாட வேண்டும். எல்லாரும் அவனை வியந்து பார்ப்பார்கள். அந்த நாள் அருகிலிருக்கிறது.

○

பிரம்மு அண்ணனிடமும் குமுதா மைனியிடமும் அவன் எல்லாம் சொன்னான். அவர்கள் அதை ஆர்வமில்லாமல் கேட்டார்கள். கோபமாக ஆனார்கள். அப்போது கண்மணியின் சின்ன மகன் வந்து அவர்களின் முன் நின்றான். “மாமா, ஒங்கள ஒங்க ம்மா வரச் சொன்னாங்க. சீக்கிரமா போவணுமாம்.”

இப்போதுதானே வந்தான். அதற்குள் என்ன அவசரம்? எட்டி நடைபோட்டான்.

வீட்டிற்குள் சமீரா நின்று ம்மாவிடம் என்னவோ பேசிக்கொண்டிருந்தாள். அவன் திண்ணையில் கால்வைக்கும்போது சமீரா அவனை நோக்கிக் கையை நீட்டினாள். “இந்தாங்க நீங்க நேத்துப் போட்ட மோதிரம்...”

முகத்தில் அறைவதுபோல இருந்தது. கையை நீட்டாமல் கேட்டான், “ஏன் என்ன விஷயம்?”

“வாப்பா திருப்பிக் கொடுக்கச் சொல்லிட்டாங்க...”

பெருத்த அவமானம். ம்மா வெறித்துப் பார்த்தார். மன இருட்டு வெளியே தெரிந்தது.

“என்ன விசயம்?”

“என்ன விசயம்னு தெரியல்ல. வாப்பா கழத்திக் குடுக்கச் சொன்னாங்க.”

“இது அவளுக்குன்னு நான் போட்ட மோதிரம். நான் திருப்பி வாங்க மாட்டேன்னு ஒங்க வாப்பாட்ட போயிச் சொல்லு.”

அவள் அந்த மோதிரத்தை ஏணிப்படியின் அருகிலிருந்த மரப்பெட்டியின் மீது வைத்தாள். தான் மறைவதற்கும் முன்னால் ஒருமுறை கபீரைப் பார்த்தாள். அப்படியே மறைந்துவிட்டாள். அவன் மோதிரம் ஒளிமங்கியிருந்தது. இடிந்துபோய்த் திண்ணையில் உட்கார்ந்தான்.

மறுநாள் மெட்ராஸ் புறப்பட்டுவிட்டான்.

58

ஜரீனாவும் சமீராவும் வாப்பாவிடமிருந்து இவ்வளவு பெரிய மூர்க்கத்தை எதிர்பார்த் திருக்கவில்லை. ம்மாவும் மகள்களுமாக மஜீத் வாத்தியாரிடம் இறைஞ்சினார்கள். அவர் மசிய வில்லை. அதிலும் அவர் சொன்ன விதமே எல்லாரை யும் நிலைகுலைத்தது. "இத அவன் மூஞ்சில தூக்கி வீசிட்டு வா" என்று சொல்லியிருந்தார். அதுவும் சமீராதான் போக வேண்டும்; அவன் மூஞ்சியில் வீசும் பொறுப்பு அவளுக்கு!

அவனிடம் மோதிரத்தை எப்படித் தூக்கி வீசினாளென்று மகளிடம் வாப்பா கேட்கவில்லை; அதை நல்லவேளையென்றுதான் சொல்ல வேண்டும். அவன் மறுநாள் மெட்ராஸுக்குப் புறப்பட்டுப் போனது எல்லாருக்கும் துயரமாக இருந்தது. எப்படியாவது ஒரு சந்தர்ப்பத்தில் தானே நேரடியாகச் சென்று அவனிடம் மன்னிப்புக் கேட்க வேண்டுமென்று சமீரா எண்ணியிருந்தாள். குல்தூமுக்கு இம்மட்டுக்காவது அவன் வந்தானே என்கிற மனநிறைவு உண்டாகியிருந்தது.

புது மாப்பிள்ளைக்காரன் கண்ணும் கருத்து மாக இருந்திருக்கிறான். "நேத்து விரல்ல கிடந்த மோதிரத்தக் காணோமே, எங்கே" என்று ஜரீனா வைப் பார்த்துக் கேட்டதும் அவளுக்குக் கையும் ஓடவில்லை, காலும் ஓடவில்லை. என்ன சொன்னால் சரியாயிருக்கும். "எங்க தாத்தாவக் கூப்புட்டு வாரேன்" என்று கீழே இறங்கினாள்.

"மோதிரத்தப் போட்டவருக்கும் வாப்பாவுக்கும் அவ்வளவு ஒத்துவராது மச்சான். அதான் வாப்பா திருப்பிக் குடுக்கச் சொல்லிட்டாரு," என்றாள் சமீரா.

"அத நீங்க என்கிட்டே கேட்டுக்கிட்டுல்லா திருப்பிக் குடுத்திருக்கணும்?"

மாப்பிள்ளை இலகுவான ஆளைப் போலத் தெரிந்தார். கேள்வியைக் கேட்கும்போது அவர் முகம் போன போக்கும் சொன்ன விதமும் தாத்தா, தங்கை இருவருக்கும் நன்றாக இல்லை. மாப்பிள்ளை கேட்ட விவரத்தைப் போய்ச் சொன்னதும், மஜீத் வாத்தியார் சொன்னார், "கா பவுன் மோதுரம்தானே ... கொஞ்சம் பொறுக்கச் சொல்லு. ரெண்டு நாள்ல அவ விரல்ல போட்டுர்றேன்."

மாப்பிள்ளை அடங்கிவிட்டார். மற்றவர்களால் அடங்க முடியவில்லை.

மோதிரம் திரும்ப வந்த விஷயம் ம்மாவுக்கும் தனக்கும் மட்டுமே தெரிந்தது; வேறு யாருடைய கவனத்துக்கும் போய்விடக் கூடாது. சபீரிடம் இறக்கிவைத்தால் கபீருக்கு அமைதி கிடைக்கும். அவன் காரைக்காலுக்கு மாற்றலாகிப் போயிருந்தான். அந்த ஊர் கபீருக்குப் பிடித்திருந்தது. காலார இருவரும் வெவ்வேறு தெருக்கள் வழியாக அலைந்தார்கள். ஊர்க் கதையைப் பேசிக்கொண்டு வந்தான் கபீர். போகிற வருகிற வழியிலெல்லாம் தெருவில் எதிர்ப்படுகிறவர்கள் சபீரைப் பார்த்ததும் ஸலாம் சொல்லுவதும், இவன் மற்றவர்களுக்குச் சொல்லுவதும் நின்று பேசுவதுமாகப் போனது. இப்படியாகத் தெருவில் அலைந்தபடி பேசியதில் கபீருக்கு அவனிடம் பேசிய திருப்தி உண்டாகவில்லை. எங்கோ ஓரிடத்தில் எதிரில் ஒருவரையொருவர் நோக்கியபடி உட்கார்ந்து பேசியிருந்தால் சபீர் ஆறுதலாய் ஏதாவது சொல்லியிருப்பான். கபீர் எதிர்பார்த்து வந்த ஆறுதல் அவனுக்குக் கிடைக்கவில்லை.

சாப்பிட்டு முடித்ததும் கபீரும் சபீரும் சுலைஹாவும் மொட்டை மாடியில் உட்கார்ந்து பேசினார்கள். கபீர் மீது சுலைஹாவுக்கு வருத்தங்கள் உண்டு தன் தங்கையை நிராகரித்துவிட்டானே என்று. ஆனால் பாசமும் நேசமும் குறையவில்லை. "எங்க புள்ளைங்களும் நாலாம் வகுப்பு அஞ்சாம் வகுப்புன்னு போயாச்சி. ஆனா நீங்க என்ன நினைப்புல இப்படி தனிக்கட்டையா இருக்கீங்கன்னு தெரியல்ல. காலாகாலத்துல கல்யாணம் கட்டி, புள்ளையும் குட்டியுமா ஆனாத்தான நாளைக்கு நம்ம காலத்துலேயும் நிம்மதியா இருக்க முடியும்? இப்படியே சினிமா அது இதுன்னு அலைஞ்சிக்கிட்டிருந்தா மனசும் உடம்பும் என்னத்துக்காகும்? ஊருல ஒங்க ம்மாவோட வேதனைய நீங்க புரிஞ்சிக்கவே மாட்டீங்களா? வயசான காலத்துல அவங்களப் போட்டுக் கஷ்டப்படுத்துறீங்களே!"

"நீ ஒன் வாழ்க்கையவும் சினிமா மாதிரியே நினைக்க கபீரு? நான் சொல்றத நல்லா கேட்டுக்கோ, நீ சினிமாவுல பெரிய ஆளா வரணும்னுதான் நாங்களும் ஆசப்படறோம். அதுக்காக

இனிமேலும் நீ கல்யாணம் பண்ணத் தாமதம் பண்ணக் கூடாது. ஒன் சக்திக்கு ஏத்தபடி எவளையாவது கல்யாணம் பண்ணு முதல்ல... இல்லே, என்கிட்ட சொல்லு. நானே ஒனக்கு நல்ல பொண்ணா பாத்துச் சொல்றேன்."

"என் தங்கச்சிய வேணாம்னீங்க. இப்ப அவளுக்கும் வேற மாப்பிள்ளயப் பாத்துக் கட்டிக்குடுத்து அவளும் குழந்தையைப் பெத்துட்டாளே..."

மெட்ராஸ் வந்த பின்னரும் சபீரும் சுலைஹாவும் பேசியதுதான் மீண்டும் மீண்டும் கவனத்திற்கு வந்தது. தன் பாரத்தையும் இறக்க முடியாமல், வேறொரு பாரத்தையும் சுமந்துவந்துவிட்டான்.

59

சுந்தரம் ஒருநாள் கம்பெனிக்கு வந்தார். நாற்காலியில் அமர்ந்தார். பணம் அனுப்புவதற்காக டிராஃப்ட் எடுக்கச் சொல்லி ரஹ்மத்துல்லாவிடம் பணத்தை எடுத்துக்கொடுத்தார். அவன் பணத்தை எண்ணுவதைப் பார்த்தார். ரூபாயைச் சரியாய்த் தான் கொடுத்தோமா என்று சிறு சந்தேகம். பின் மேசையில் என்ன காரணத்தினாலோ சுந்தரம் குனிவதுபோல இருந்தது. தலையைச் சாய்த்தார்; ஆடி அடங்கிவிட்டார்.

ரஹ்மத்துல்லாவுக்கு எல்லாமும் முடிவடைந்த மாதிரிதான். நிறுவனத்தில் வேலைபார்த்த ஒவ்வொருவரும் கலங்கித் திகைத்து நின்று விட்டார்கள். இதற்குப் பெயரும் வாழ்க்கைதானோ?

மீனாட்சிக்கும் வாழ்க்கை முடிந்துபோனது. அவரையே நம்பி வாழ்ந்த வாழ்க்கை. அவரின் நிழல் நிரந்தரமானதென்று அதனுள் நின்று இயங்கியவர். அடுத்து என்ன அடியெடுப்பு, எத்தனை அடியென்றும் அவரால் சிந்திக்க முடியவில்லை. நிறுவனத்தில் வேலைபார்ப்பவர்கள் அனைவரும் விசுவாசிகள். சுந்தரத்தின் நிழலில் வேலைபார்ப்பதில் சுகம்கண்டு வாழ்ந்துவந்தவர்கள். அவர்கள் எல்லாரும் நீங்க நடத்துங்க என்று சொன்னார்கள். ரஹ்மத்துல்லாவும் இறைஞ்சினான். மீனாட்சி நீண்டு யோசித்தார். ஊரிலிருந்து சுந்தரத்தின் தம்பியை வரவழைத்தார். அவர் ஊரில் அரசு உத்தியோகத்தராக இருப்பவர். நல்ல பதவி உயர்வு அவருக்காகக் காத்திருக்கிற நேரம். அவர் நீண்ட நேரம் யோசிக்கவில்லை. மைனியிடம் உறுதியாகச் சொன்னார், 'நிறுவனத்தை விற்றுவிட்டு ஊர்ப்பக்கமாக வந்துவிடுங்கள்.' அதையும் செய்து முடிப்பதற்கு மீனாட்சிக்கு உதவி தேவைப்பட்டது. சுந்தரத்திற்கு ஏற்கெனவே நெருக்கமாயிருந்த தமிழ்நாட்டு நண்பர்களிடம் விவரம் சொல்லி உதவிகேட்டு, அவர்களின் ஆதரவில் நிறுவனத்தை

விற்றார். பணிபுரிந்த ஒவ்வொருவருக்கும் நியாயமான தொகையைக் கையளித்தார்; ஊருக்குக் கிளம்பினார். அனைவரும் ரயில் நிலையம் சென்று வழியனுப்பும்போது ரஹ்மத்துல்லா மைனியின் கால்களைத் தொட்டுக் கும்பிட்டான். நிறைந்த மனத்தோடு மீனாட்சி அவனை அன்புடன் அரவணைக்க விரும்பினார். சின்னப் பிள்ளை போல அழுகிற ரஹ்மத்துல்லாவுக்குத் தான் எந்த வகையிலும் ஆறுதல் சொல்ல முடியாது. தான் அழாமல் இருந்தாலே போதும். ரயில் கிளம்பி மறையும்வரை ரஹ்மத்துல்லா அந்தத் திசையை நோக்கி நின்றான். ஏனையவர்கள் ரயில் நகர்ந்ததும் கலைந்துவிட்டிருந்தனர். அவர்கள் ஒன்பது பேரும் மீண்டும் ஒருநாள்கூட ஒன்றாய்க் கூட முடியாமல் போயிற்று.

ரஹ்மத்துல்லா தன் குடிசைக்குத் திரும்பித் தன் மனத்தைச் சாந்தப்படுத்த ஒருசில நாட்கள் நன்றாகக் குடித்தான். மீனாட்சி மைனி கொடுத்த வகையில் அவன் வைத்திருந்த பணத்தையெல்லாம் ரஞ்சனி பத்திரப்படுத்திக்கொண்டாள். கொஞ்சம் நகைகள் வாங்கிவைத்தாள். அதையும் அவன் எடுத்துக்கொண்டுபோய்க் குடித்துவிடக் கூடாதென்று படாத பாடுபட்டு ஓர் இடத்தைத் தேடிப் பிடித்துப் பதுக்கினாள். சுந்தரம் சார் இல்லாத இடம் அவளுக்கும் வெற்றிடமாகத்தான் தெரிந்தது. அவர் இல்லையென்றால் ரஹ்மத்துல்லா என்னத்துக்கு ஆவான் என்கிற கவலை.

○

60

மும்தாஜின் வாப்பாவும் ம்மாவுமாக நெருங்கிய உறவினர் இறப்புக்காக ஏர்வாடிக்குப் போயிருக்கிறார்கள். மும்தாஜ் அங்குதான் இருந்தாள். மெட்ராஸில் நல்லபடியாகச் சம்பாதிக்க முடியவில்லையென்று அவளின் கணவன், மனைவி மக்களை அழைத்துக்கொண்டு சொந்த ஊருக்குப் போயிருந்தான். துஷ்டி விசாரித்துவிட்டு மகள் வீட்டுக்குப் போன இடத்தில் மும்தாஜ் கொந்தளித்துவிட்டாள். "இப்படி ஒரு வக்கில்லாத மனுசனுக்குப் போயி என்னைக் கட்டிவச்சி என் வாழ்க்கைய கஷ்டப்படுத்திட்டியளே" என்று திட்டினாள். "அல்லாவுக்குப் பயந்து பேசு. இப்படியெல்லாம் வீட்டுக்காரரத் திட்டினா அல்லா பொறுக்க மாட்டான். நல்ல ஒழுக்கமுள்ள ஒரு முஸ்லிம் பொண்ணு இப்படி பேசக் கூடாது, தெரியுதா" என்று ம்மாவும் வாப்பாவும் சமாதானப்படுத்தியது இன்னும் கடுங்கோபத்தை அவளுக்கு ஏற்படுத்திவிட்டது. அவள் பேசுவது வாப்பாவையும் ம்மாவையும் கலங்கவைத்தது.

"நான்தான் ஒருத்தர மனசார விரும்பினேனே. நீங்க ஏன் என்னை அவருக்குக் கட்டிக்குடுக்கல்ல? பெரிய கௌரவம், அது இதுன்னு சொல்லி என்னை ஏமாத்திட்டுக் கடேசில ஒரு சமையல்காரருக்குத் தான கட்டி வச்சிருக்கீங்க? இப்ப அவரு பேங்குல வேலை, மானேஜருன்னு பெரிய உத்தியோகத்துக்குப் போயிட்டாரு. ஊரெல்லாம் அவருக்கு மரியாதை கொடுக்குது. ஒங்க மருமவனுக்கு என்ன மரியாத கெடச்சிருக்குன்னு சொல்லுங்களேன் பாப்போம்."

"கல்யாணம் காட்சின்னாதான் இவரு வேலைக்குப் போறாரு. கிடைக்கிறதுல கொஞ்சம் சாராயத்த வாங்கிக் குடிக்கணும். அப்பறம் நானும் எம் புள்ளையளும் பட்டினி கெடக்கணும். என்னைக்காவது அதப் பத்தி யோசிச்சிருப்பீங்களா?

இன்னைக்கு நீங்கள்லாம் காக்காவும் தம்பியும் கடைவச்சி சம்பாதிக்குறதுல சொகுசா இருந்துக்கிட்டீங்க. நான் ஒருத்தி தூரா தூரத்துல கெடக்குறேன்."

வாப்பாவும் ம்மாவும் துக்கத்தோடு ரயில் ஏறினார்கள். அடுத்த நான்கைந்து நாட்களில் மும்தாஜின் தம்பி உதுமான் வந்தான். மூட்டை முடிச்சுக்களைக் கட்டினான். தாத்தாவையும் மருமக்களையும் கூட்டிக்கொண்டு மெட்ராஸுக்குப் போய் விட்டான்.

தர்பாரை முடித்துவிட்டு மாப்பிள்ளைக்காரன் வழக்கம் போல ராத்திரி வந்திருக்கிறான். பூட்டு தொங்கும் கதவு. ஆட்டிப் பார்த்தான். திறந்துதான் கிடக்கிறது. மெதுவாக உள்ளே நுழைந்தான். இன்றைக்குப் பார்க்க மின்விளக்கு சுவிட்ச் எங்கேயெங்கே என்று தடவினான். விளக்கு எரிந்ததும் காலி வீடு தெரிய,போதை அடுத்த விநாடியில் கலைந்துபோனது. வெளியே வந்தான். இவனின் நாடகத்தை அக்கம்பக்கத்து வீட்டார் ரசித்துக்கொண்டிருந்தார்கள். இவன் யாரிடம் கேட்பது என்று தெரியாமல் ஒவ்வொரு வீட்டு வாசலையும் பார்த்தான். யாரோ சொன்னார்கள், "அவ தம்பிக்காரன் வந்து எல்லா தட்டுமுட்டுச் சாமான்களையும் லாரியில போட்டுட்டு அவளையும் ஒன் புள்ளங்களையும் கூட்டிக்கிட்டுப் போயிட்டாம்பா."

❍

ஐஸ்ஹவுஸ் சென்று உறவினர்களைப் பார்த்துவிட்டு வரும்போது கபீர், மும்தாஜைப் பார்த்தான். இவ்வளவு கதைகளையும் அவள் அப்போது சொன்னாள். கபீர் சொன்னான், "மும்தாஜு, நீ ஏர்வாடிக்குக் குடும்பத்தோட போனதே எனக்குத் தெரியாதே. சபீருக்கும் தெரியாதுன்னுதான் நெனக்கிறேன். அவனுக்குத் தெரிஞ்சிருந்தா இந்நேரம் சொல்லி யிருப்பானே..."

"ஒங்களுக்குத் தெரியல்லேன்னா அவங்களுக்கு எங்கே தெரியப்போவுது?"

"ஆமா, அவனுக்கும் இன்னும் ஒன் நினைப்பு தீரல்ல. என்னவோ எங்க ரெண்டு பேரு கதையும் இப்படியாயிட்டு. சரி, இப்ப பேசி என்னாவப் போவுது? ஒன் தம்பிக்கு இவ்வளவு பெரிய மனசு இருந்திருக்கு பாரு. நான் ஒன் தம்பியைக் கேட்டதாச் சொல்லு."

" தம்பியும் இங்கதான் சொந்தக்காரங்க வீட்டுலதான் நிக்கான். இப்ப வருவான். நீங்க பாத்துப் பேசிட்டுப் போங்க. நீங்க சொன்னா அவனுக்கு சந்தோஷமா இருக்குமில்லியா?"

உதுமான் வரும்வரை பேசிக்கொண்டிருந்தார்கள். வெளியே வந்தவன் கபீரைப் பார்த்ததும் ஓடிவந்து கைகுலுக்கினான். கபீரைத் தனியே அழைத்துச் சென்று பேசினான் உதுமான். "காக்கா எனக்கு நீங்க ஒரு உபகாரம் பண்ணனும்; நான் சபீர் காக்காவப் பாக்கணும். அவங்களோட ஒரு காரியம் ஆக வேண்டியிருக்கு. அவங்கள்ட்ட என் கடைக்கு வரச் சொல்லிச் சொல்லுவீங்களா?"

"கடிதம் எழுதட்டுமா?"

"சரி காக்கா. அவங்கள அடுத்த வாரமோ இல்ல வசதிப்பட்ட நாள்லயோ என்னப் பாக்கச் சொல்லுங்க. ஆனா எவ்வளவு நாளானாலும் அவங்க என்னைப் பாக்க வந்திறணும். அது ரொம்ப முக்கியம்."

அவன் தம்பி ஒரு காரில் வந்திருந்தான். அவனுடையதுதான் போல. அவர்களின் தொழில் ரொம்ப சிறப்பாக இருப்பதாக கபீர் கேள்விப்பட்டிருந்தான். இவர்கள் நன்றாக இருக்கும்போது உடன்பிறந்தாளையும் கவனிக்கத்தானே வேண்டும்? "காக்கா, நீங்களும் எங்ககூட வாங்க. நான் ஒங்கள எக்மோர்ல இறக்கி விட்டுர்றேன்" என்றான்.

இறக்கிவிடும்போது மும்தாஜ் சொன்னாள், "காக்கா, சீக்கிரமா நீங்க ஒரு கல்யாணம் பண்ணிக்கோங்க. எவ்வளவு நாளைக்கு இப்படியே இருக்கப்போறீங்க காக்கா. ஒங்களப் பாத்தா மனசெல்லாம் வேகுது."

கார் போய்விட்டது. கபீர் அதையே பார்த்துக்கொண்டிருந்தான்.

❍

அடுத்த ஞாயிறு மும்தாஜின் சின்னத் தம்பியைப் பார்க்கப் போனான் சபீர். "நீயும் வா," என்று கபீரைப் பதில் கடிதம் போட்டு அழைத்திருந்தான். "அப்படியெல்லாம் முடியாது. அவன் உன்னைத்தான் அழைச்சான். ஏதாவது இருக்கும் உங்களுக்குள்ள. அங்க நான் வந்தா அவ்வளவு நல்லா இருக்காது சபீர்."

ஒவ்வொரு வாரமாக எதிர்பார்த்ததில் இன்றாவது வந்தாரே. "காக்கா, என் வண்டியில ஏறுங்கோ." என்று சபீரைக் காரில் ஏறச் சொன்னான் உதுமான்.

வண்டி எங்கேயோ போகிறது.

"தம்பி நாம எங்க போறோம்?" அவன் நன்றாகவும் மரியாதையாகவும் பேசியபடி வண்டியை ஓட்டுவதால், சபீரும் இயல்பாக இருந்து பேசினான். மெட்ராஸை விட்டுவிட்டு

ஊரகப் பகுதிக்குள் வண்டி வந்திருக்கிறது. கலகலப்பான இடம். "தாத்தா தாத்தா" என்று கதவைத் தட்டினான். சபீருக்கு உடம்பெல்லாம் வேர்த்து விறுவிறுத்துவிட்டது.

மும்தாஜ் கதவைத் திறந்ததும் ஓர் அரசியைப் போல அவளை மீண்டும் பார்க்க முடிந்தது. "காக்கா வாங்க," என்று சபீரை உள்ளே அழைத்தான் உதுமான். அவள் ஒருவிதமான வெட்கத்தில் உள்ளே நகர்ந்தாள். முகத்தை நன்றாக இழுத்து மூடிக்கொண்டாள். இவரை ஏன் தம்பி அழைத்துவந்திருக்கிறான்? அவளால் புரிந்துகொள்ள முடியவில்லை. தாங்க முடியாத அளவுக்கு வெட்கம்.

நாற்காலிகளை அவளும் தம்பியுமாக இழுத்துப்போட்டு உட்காரவைத்தார்கள். வீடு நன்றாக இருந்தது; நறுவிசாகவும் இருந்தது. மும்தாஜ் பூரித்த முகத்தோடு இருந்தாள். "நல்லா யிருக்கியா" என்று அவன் விசாரித்தான். "நல்லாயிருக்கேன்; வீட்டுல மச்சியும் புள்ளைங்களும் நல்லாயிருக்காங்களா?" சபீர் குழைந்த மனத்தோடு பதில் சொன்னான். ஏர்வாடியிலிருந்து தாத்தாவை அதிரடியாக அழைத்துவந்த கதையை சபீரிடம் விவரித்தான் உதுமான்.

"காக்கா நாங்கள்லாம் சின்னப் புள்ளையா கெடந்தப்போ, மும்தாஜ் தாத்தாவுக்கு மாப்புள்ள பாத்துக் கல்யாணம் பண்ணி வச்சிட்டாங்க. அவ கல்யாணத்துல பந்தக்கால புடிச்சிக்கிட்டு நின்னோம். அவ்வளவுதான். இப்ப விவரமான பொறவுதான் தெரியுது. அவ வாழ்க்கை ஒண்ணும் நாங்க நெனச்ச மாதிரியில்ல. சொந்த ஊராச்சி, தெரிஞ்ச மனுசங்களா ஆச்சேன்னுதான் கொடுத்திருக்காங்க வாப்பாவும் ம்மாவும். ஆனா கதை எங்கெங்கோ போயி எப்படியெப்படியோன்னு ஆயிருச்சி. இப்ப அவரு எங்கேயோ கெடக்காரு; இவ எங்கேயோன்னு வந்தாச்சி. இனி அதப் பத்திப் பேசி எந்தப் பிரயோஜனமும் இல்லே காக்கா."

"ஆனா நீங்க எங்க தாத்தாவக் கல்யாணம் பண்ண விரும்பி, ம்மாட்ட போயிப் பேசியிருக்கீங்கோ. ம்மா பழைய காலத்து மனுஷி. இங்கே எங்களுக்கெல்லாம் என்ன சொத்துப்பத்து இருந்துச்சின்னு ம்மா ஒங்ககிட்ட எடுத்தெறிஞ்சிப் பேசினாங்களோ, அத இன்னிக்கு வரயிலும் கொஞ்சம்கூடப் புரிஞ்சிக்க முடியல்ல. நீங்க இன்னும் அந்த மன வருத்தத்துலேயே இருக்கீங்கோ. அது எனக்குக் கஷ்டமாயிருக்கு. நிச்சயமா தாத்தாவுக்கும் கஷ்டமாத்தான் இருக்கு. அவளும் ஒங்கள பாக்குற நேரத்துல ஒங்ககிட்ட பேசாமப் பேசாம ஒதுங்கிடுறா ... அதெல்லாம் வருத்தத்துனால அப்படியாயிடுச்சி. எல்லாம் போவட்டும்

காக்கா. இனிமே என்ன செய்ய? நீங்க எங்க மேலேயோ தாத்தா மேலேயோ கோவத்த வச்சிக்க வேண்டாம். அவளும் ஒங்கள்ட்ட ஏனோதானோன்னு இருந்துக்க வேண்டாம்."

"நான் ஒன்னும் நினைக்கல. ஆனா ஒன் தாத்தாதான் முகத்தை முறிச்சிட்டுப் போயிடுறா. அன்னக்கிப் பாரேன், என்னைய நிக்க வச்சிட்டே கபீர்ட்ட பேசுறா. எங்கிட்ட மூச்சுக்கூட காட்டல. நான் நல்லா சாப்பிடவும் மனசில்லாம பசியோட ஊருக்குப் போய்ட்டேன். ஆனா அங்க கபீரு கதை என்னன்னா, சமீரா மூச்சுமுட்டிக்கிட்டு நிக்குறா ... கபீரு நழுவிநழுவிப் போயிடுறான். அந்தக் கத அப்படி, இந்தக் கத இப்படி."

"அப்படித்தான் எல்லாம் நடக்கும்போல இருக்கு காக்கா. பாருங்களேன், நீங்க எங்க வீட்டு வாசப்படி ஏறி எங்க ம்மாட்ட பொண்ணு கேக்குறீங்க. அவங்க முடியாதுன்னுட்டாங்க. ஆனா இன்னொரு இடத்துல ஒங்கள வலியக் கூப்புட்டு ஒக்காரவச்சி, அவங்களாவே பொண்ணும் குடுத்து, வேலைக்கும் ஏற்பாடு செஞ்சி. . . இன்னைக்குப் பாருங்க, நீங்க எம்புட்டு ஒசரத்துக்குப் போயிட்டீங்க. ஒங்க புள்ளையளுவுல்லாம் படிப்புலயும் மார்க்கு வாங்குறதுலயும் எப்படி ஃபர்ஸ்ட் கிளாசா வந்துருக்குன்னு பாருங்களேன். ஊருல எல்லாரும் ஒங்களையும் ஒங்க பொண்டாட்டியவும் புள்ளைங்களையும் என்னமா மெச்சி மெச்சிப் பேசுறாங்கோ. அதான் எல்லாம் அல்லாவோட குதரத்து. இதுல நாம என்ன செய்ய முடியும்?

"தாத்தாவுக்கு இப்ப ரொம்ப வருத்தம். நான் நெனச்ச மாப்புள்ளக்கு என்னக் கட்டிக் குடுக்காம ஜம்பமா பேசிக்கிட்டு, கடேசில ஒரு சமயல்காரக் கையாளுக்கு முடிச்சிப்போட்டு வச்சிட்டீங்களே ... நீங்கள்லாம் நல்லாயிருப்பீங்களான்னு ஒரே மூக்க சிந்துற வேலையா போச்சி. அதனால நீங்க ரெண்டு பேரும் மனசு விட்டுப் பேசிக்கீங்க. நான் வெளியே நின்னுக்கிடறேன். நாளைக்கும் பின்னேயும் நமக்கு உறவும் அன்பும் வேணும்; ஆதரவு வேணும். நீங்க ரெண்டு பேரும் அத மனசுல வச்சிக்கோங்க."

அவன் நகர்ந்தான். தெருவில் இறங்கி வீட்டுக்குக் கிழக்கும் மேற்குமாக அலைந்தான். எதிரே ஒரு பெட்டிக் கடை இருந்தது. எப்போதோ விட்டுவிட்ட சிகரெட் பழக்கம். இப்போது ஒன்றைப் பற்றிக்கொண்டால் அல்லாஹ் ஒன்றும் கோவப்பட்டுவிட மாட்டான். சிகரெட் வாங்கிப் பற்றவைத்தான். என்னவோ சிகரெட் ஸ்பரிசமே புதிதாய் இருப்பதுபோல இருந்தது. மூச்சை நன்றாக இழுத்துவிட்டான். புகை மெல்ல எழுந்து சின்னச் சின்ன வளையமாகவோ நீள்போக்கில் வடிவமற்றோ பரவி மறைவதை ரசித்தான். ஒரு தொழுகையாளியாக நீண்ட நாட்களின் பின்

இப்படியொரு சீரிய சுவாசம்; ரசனை! இன்று தொட்டது இன்றோடு போகட்டும், மீண்டும் சிகரெட்டை ஸ்பரிசிக்கக் கூடாதென்று உறுதிசெய்து வாசலின் அருகில் போய் நின்றான். இருவரின் பேச்சுக் குரலும் ரொம்பவும் பழகிவந்ததுபோல இருந்தது. கனைத்துக்கொண்ட பின் சிறிது நேரம் வெளியில் நின்றான். பின் வீட்டினுள் நுழைந்தான்.

"தாத்தா ரெண்டு பேருக்கும் நல்லா டீ போட்டுத் தா. கொஞ்சம் ரெஸ்ட் எடுத்துட்டு அப்படியே போயிர்றோம்."

ஆவிபறந்த தேநீர்க் கோப்பைகள் நறுமணத்தைப் பரப்பின.

61

கபீரின் இயக்குநர் பிரகாஷ் படப்பிடிப்புக்குத் தயாரான நிலையில் இருந்தார். அவர் தென்காசியைச் சேர்ந்தவர். ஓரிரு வெற்றிப்படங்கள் கொடுத்திருந்தார். அவருடைய முந்தைய படத்தில் அவருடைய துணையாக கபீர் இணைந்திருந்தான். தன் மாவட்டத்துக்காரன் என்ற வகையில் தன்னுடைய அடுத்த படத்திற்கு அவர் கபீரையும் உடன் வைத்துக்கொண்டார். தன் சொந்தக் கிராமத்தையொட்டிய பகுதிகளில் படப்பிடிப்பு நடத்தத் தீர்மானம் செய்திருந்தார். கபீரும் போனான். வசன வேலைகளில் தனக்குப் பெரிய பக்கபலமாய் அவன் இருப்பானென்று நம்பினார். அவன் தன்னால் ஆன மட்டுக்கும் தன் பங்களிப்பைச் செய்தான். இயக்குநருக்குப் பிடித்தமானதாக இருந்ததை அவருடைய முகக் குறிப்பில் தெரிந்துகொண்டான். ஒருமாதம் முகாமிட்டிருந்து படப்பிடிப்பை நடத்தி எல்லாரும் மெட்ராஸுக்குப் புறப்பட்டபோது கபீர் தன் ஊரைப் பார்க்க நடையைக் கட்டினான். அதற்கேற்றாற்போல பேருந்தும் நின்றிருந்தது. ஏதோ இவனுக்காகக் காத்திருந்ததுபோல இவன் அதில் ஏறியதும் அது புறப்பட்டது. இரண்டு மணிநேரத்தில் வீடுவந்து சேர்ந்தான்.

படப்பிடிப்பில் இருக்கும்போதே ம்மாவுக்கு இரண்டு கடிதங்கள் போட்டிருந்தான். ம்மாவுக்கும் தன்னைப் பற்றி நம்பிக்கை வர வேண்டும். அவன் கடிதமும் தினத்தந்தியில் வந்த செய்தியும் ஒத்துப் போனதால் கிராமத்தில் எல்லாருக்கும் ஆச்சரியம் தொற்றிக்கொண்டது. சிலருக்கு மகிழ்ச்சி. படப்பிடிப்பு முடிந்ததும் ஊருக்கு வரும்படியும், எல்லாரும் அவனைப் பார்க்க ஆவலோடு காத்திருப்பதாகவும் மகிழ்ச்சிப் படபடப்போடு ம்மா ஒரு கடிதத்தை அனுப்பிவைத்தார். ம்மாவுக்காக பிரம்மு அண்ணன் மகிழ்ச்சியோடு எழுதி முடித்தபின் கீழே சிலவரிகளை

அவர் தன் பேரிலும் எழுதிக்கொண்டார். படப்பிடிப்பு முடிந்து அப்படியே மெட்ராஸ் போய்விடக் கூடாது, ஊருக்கு வந்து எல்லாரிடமும் படப்பிடிப்புச் செய்திகளை ஒன்றுவிடாமல் சொல்லிவிட்டுத்தான் போகவேண்டுமென்று ஒரு கட்டளைபோல அண்ணன் எழுதியிருந்தார்.

எல்லாச் செய்திகளும் அப்போதே பரபரப்பை ஏற்படுத்தி விட்டன. இந்த முறை அவனுக்குத் தங்களின் பெண்ணைப் பேசிமுடித்திட வேண்டுமென்ற ஆர்வமும் வேகமும் பலரின் கழுத்தையும் பிடித்துத் தள்ளின. அவன் வருவதற்கும் முன்னாலேயே ஆயிஷாம்மாவைப் பார்க்கவும் பார்த்துப் பேசவுமாகக் குறைந்தபட்சம் ஏழெட்டுப் பெண்வீட்டுக்காரர்கள் முற்றுகையிட்டிருந்தனர். தென்காசிப் படப்பிடிப்பில் கபீரின் வேகத்தைப் பார்த்துவிட்ட ஒருவர், அங்கிருந்தே கார்பிடித்துத் தன் குடும்பத்தோடு கபீரின் வீட்டிற்கு வந்துவிட்டார். படித்துக்கொண்டிருக்கிற மகளுக்கு எவ்வளவு வரதட்சணை கொடுத்தும் கபீரைத் தங்கள் வீட்டு மாப்பிள்ளை ஆக்கிக்கொள்ள தயாராக இருந்தார் அந்த ஆசாமி. அவர் வந்த வேகமும் செய்திகளைச் சொன்ன விதமும் சொந்தக் கிராமத்து மக்களைக் கிளர்ச்சியுற வைத்துவிட்டன. ஆயிஷாம்மாவுக்கு யாரை எப்படி அணுக வேண்டுமென்று எப்படித் தெரியும்? பெரிய மகளும் சின்ன மகளுமாக அவ்வப்போது ஓடிவந்து ம்மாவுக்குத் துணையாக இருந்து ஒவ்வொருவரிடமும் பேசி அனுப்பினார்கள்.

கபீர் ஊர்வந்த அடுத்த விநாடி செய்தி கிராமத்தைச் சுற்றிவரலானது. எல்லாரும் அவன் வீட்டிற்கு வந்தார்கள். தனக்கு இவ்வளவு மவுசு இருக்கிறதாவென்று அவனுக்கும் திணறல்தான். இவ்வளவு நாளும் தான் சினிமாத் துறையில் இருப்பதாகச் சொன்னாலும் யாரும் அதை நம்ப வில்லை. இன்றைக்குத்தான் அது உண்மையென்று தெரிந்து கொள்கிறார்கள்போல! நம்ம கொழுந்தன் சினிமாவில் இருக்கிறானா, படப்பிடிப்பு நடந்திருக்கிறதா என்ற மகிழ்ச்சியோடு கிராமத்தில் பெருகிக் கிடந்த மச்சிமார்கள் வேலை மெனக்கெட்டு கைவேலை, கால்வேலையையெல்லாம் போட்டுவிட்டு ஓடோடி வந்து விசாரித்தார்கள். வடக்குத் தெருவில் அத்தக் கடைசியாக இருந்தவர்களும் அரசல்புரசலாக வந்து பார்க்கவும் கேட்கவுமாய் இருந்தார்கள். “என்னவோய் நடந்துச்சி? கொஞ்சம் கதையச் சொல்லும் கொழுந்தனாரே” என்று மச்சிகளும் தங்களின் அழகைக் கூடுதலாகக் காட்டி விசாரிக்கலானார்கள். எல்லாரிடமும் கதையைக் கொஞ்சம் கொஞ்சம் சொன்னான். தான் எழுதிக்கொடுத்த வசனங்களை எடுத்துவிட்டான். உண்மையில் இவன் திறமைக்காரன்தான் என்று மெச்சினார்கள் மச்சிமார்கள்.

எவரும் அவ்வளவு சீக்கிரமாக வீட்டை விட்டுப் போக வில்லை. ஒவ்வொருத்தராய்ப் புதுசுபுதுசாய் வரும்போதும் அவரவர்களோடு சேர்ந்தும் பேசித்தீர்த்த கதைகளை மீண்டும் பேசிப் பேசிச் சாயம் பூசினார்கள்.

கபீரிடம் ஆயிஷாம்மா சொன்னார், "குல்தூமுக்கு ரொம்பவும் உடம்பு சரியில்லாமப் போயி, நேத்துதான் நாவர்கோவிலு மத்தியாசு ஆஸ்பத்திரியிலிருந்து வீட்டுக்கு வந்திருக்காப்பா.நாங்க எல்லாரும் போய்ப் பார்த்துட்டு வந்தோம். நான் அவளை விசாரிக்கப் போனா அவ ஒன்னையத்தான் விசாரிக்கிறா. என்னைக் கொழுந்தன் முழுசா மறந்துட்டானே. நான் என்ன பாடுபட்டேன், எவ்வளவு வேதனைப்பட்டேன்னு அவனுக்குக் கொஞ்சமாவது தெரியவா செஞ்சுதுன்னு கண்ணீர் வுடுறா. பாக்கப் பாவமா இருந்துச்சி. பழசு எல்லாத்தையும் மறந்துரு மவனே. அதையே நெனச்சிக்கிட்டிருந்தா ஒரு பிரயோசனத்துக்கும் ஆவாது.நீ வந்த மட்டுக்கும் அவளப் போய்ப் பார்த்து விசாரிச்சிட்டு வா."

எதிரிகளை வெற்றிகொள்ளும்வரைக்கும் அவர்கள் நல்ல உடல்நலத்தோடு இருக்க வேண்டும். அது இல்லையென்றால் தான் ஆடுவதற்குச் சரியான களம் இருக்காது. கபீருக்கு அப்படியொரு கணக்கு உண்டு. அவன் தாமதமில்லாமல் போனான். கதவைத் திறந்தது சமீரா. இவள் இங்குதான் இருக்கிறாளா? மெட்ராஸில் இருப்பதாகக் கேள்விப்பட்டிருந்தான். இவள் இங்கு வருவதும் மெட்ராஸ் போவதும் ஒரு கணக்குக்குத் தட்டுப்படாதுபோல! இருப்பினும் தான் ஊரில் இருக்கும்போதெல்லாம் இவளும் இங்கிருப்பதுதான் அவனுக்கும் ஏற்ற சம்பவமாக இருக்கிறது. அப்படியே ஒவ்வொரு முறையும் நடக்கட்டும்.

சமீராவின் பார்வை ஒருமுறை அவனை விழுங்கியது. தான் படப்பிடிப்பிலிருந்து வந்திருப்பதால், இவளும் அனைத்தையும் கேள்விப்பட்டு ஏங்கியேங்கி மருகியிருப்பாள் தானே என்று எண்ணிக் கறுவிக்கொண்டான்.அந்தக் கித்தாப்பைக் களைந்துவிடாமல் அவ்வளவு இறுக்கமாகவும் தோரணையாகவும் அவளைப் பார்த்தான்.

மறுபடியும் எவ்வளவு அலட்சியமாகத் தன்னைத் தாண்டிச் செல்கிறான்? அவனை நலம் விசாரித்தபோதும் தன்னிடம் எதையும் சொல்லாமல் ஏதோ கித்தாப்பில் போகிறான்.துவண்ட மனத்தோடு பின் சென்றாள்.

மச்சியை நெருங்கினான். இவனைக் கண்டதும் குல்தூம் மலர்ந்த முகத்தோடு படுக்கையிலிருந்து எழ முயன்றார். அவருக்கு மிகவும் சிரமமாக இருந்தது. அவனை ஏக்கத்தோடு

நிழல் நதி

பார்த்தார். அவன் மச்சியைக் கைத்தூக்கி எழுப்பிவிடலாம் என்று ஆசைப்பட்டான். ஆனால் நகரவில்லை. அவர் ஒருவாறு எழுந்து உட்கார்ந்ததும் இவன் அருகில்போய் அமர்ந்தான். குல்தூமுக்கு விவசாரம் வந்தது. அவன் என்னவோ எண்ணியபடி மச்சியின் கையைப் பற்றினான். அவர் உடனே உடைந்து அழுதார். அழவிட்டு அவரைப் பார்த்தான். "நல்லாயிருக்கியா கபீரு? மச்சியை ஞாபகம் வச்சிருக்கியா?" அவன் தலையை ஆட்டினான். படப்பிடிப்பிலிருந்து வந்தபின் இவர்களெல்லாம் தன்னை எப்படிப் பார்க்கிறார்கள் என்பதை உளவாளிபோல நோட்டமிட்டான். ஒவ்வொருவரின் முழியும் பேச்சும் அவனைத் திருப்திக்குள்ளாக்கத் தவறவில்லை. இப்போதே இப்படியென்றால், இன்னும் எவ்வளவு இருக்கு? அந்த வகையில் மச்சியின் அழுகையையும் கண்ணீரையும் கொஞ்ச நேரத்திற்காவது வேடிக்கை பார்க்க விரும்பினான். மனசு தளர்ந்து தொய்யும்போதும் அதை நிமிர்த்தியெடுத்தான்.

சமீரா தனக்குப் பின்னால் அமைதியாக நிற்கிறாள்; அவள் அப்படியே நிற்கட்டும்; பேசக் கூடாது. மச்சிக்கு உண்மையில் என்ன பிரச்சினையென்று தன் ம்மாவிடம் கபீர் கேட்டபோது அவரால் அவ்வளவு விசாலமாகச் சொல்ல முடியவில்லை. அதை மச்சியிடமே கேட்டால் இப்போதைய சூழலுக்கு நன்றாக இருக்குமென்று தெரிந்தது. மென்மையான குரலில் கேட்டான். அதில் பாசம் இழைந்துவருவதாக குல்தூம் நினைத்தார். பேசுவதற்கு நல்ல வாய்ப்பு வந்ததாக நினைத்து, எல்லாவற்றையும் சொன்னார். ஆஸ்பத்திரிக்குப் போன நாள்முதல் வந்த நாள்வரை!

அவன் பொறுமையாகக் கூர்ந்து கேட்பது மச்சிக்குப் பிடித்திருந்தது. பல ஆண்டுகளாகத் தன்னை உதாசீனம் செய்தவன் இவன்தான்; குல்தூமுவினால் நம்ப முடியவில்லை. சமீரா அவன் முன் தேநீரை வைக்கும்போது அந்தக் கையை மட்டும் பார்த்தான். வளையலும் மோதிரமுமாக வாளிப்பும் வனப்புமான அந்தக் கை! தனியழகும் நிறமும் சுடர்விட்டு அவன் முகத்தை உராய்ந்தன. எல்லா கௌரவத்தையும் வெட்கத்தையும் விட்டுப்போட்டு அக்கையை அப்படியே எடுத்துத் தன் கைகளுக்குள் பொதிந்துகொள்ள வேணும்போன்ற தகிப்பு. அது அவன் உள்ளுக்குள் நெருப்பைப் பற்றவைத்தது; கொஞ்சமாய்க் கருகினான். ஆஸ்துமா நோயாளிபோல நெஞ்சு ஏறியிறங்கியது.

"சினிமா வேலையா தென்காசிக்கு வந்திருக்கிறதா சொன்னாங்களே, அப்படியா கொழுந்தன்?"

தன் வேகத்திற்கு முட்டுக்கட்டை போட்டதுபோல வந்த மச்சியின் குறுக்கீடு எரிச்சலாய் இருந்தது.

“ஆமா மச்சி . . .” என்று அவன் சொன்னது கிணற்றுக் குரல்போல் மேலெழும்ப முடியாமல் முடங்கிநின்றது.

வேறு ஏதாவது கேட்பாரா என்று காத்திருந்தான். கேட்டால் நன்றாக உறைக்கிற மாதிரி ஏதாவது சொல்லிவிட வேண்டுமென்று மனத்தை ராவி எடுத்தான்; ஒரு மீசையை நெய்வார்த்துத் தடவினான்.

“நல்லா பேரோடும் புகழோடும் வா கபீரு. நான் இவ்வளவு நாளும் ஒன் நினப்பாத்தான் இருந்துருக்குறேன்; இனிமேலும் நான் அப்படித்தான் இருப்பேன் கொழுந்தன். அதெல்லாம் ஒனக்குத் தெரியாது” என்று அவர் மூச்சை இழுத்துப் பிடித்துச் சொன்னபோது உள்ளத்து மீசையை ஏதோ ஒரு கை மழித்துவிட்டுச் சென்றது; மச்சியைக் கனிவோடு பார்த்துத் தலையாட்டினான்.

இன்னொரு சின்ன பெண் உள்ளே வரக் கண்டான். அவள் இன்னொரு சமீராவாக அவனின் பார்வைக்குப் படுகிறாள். “இது யாரு?”

“சமீராவோட பெரிய பொண்ணு. ரெண்டாம் வகுப்பு படிக்கிறா.” அவளை நேராகப் பார்த்தான். “எனது மகள்” என்ற சொற்கள் எழுந்துவந்தன; அதை உடனே அழிரப்பரால் அழித்தான்.

சூழல்கள் திரண்டுவந்து தன்னைச் சோதிப்பதுபோல நினைத்தான். வருங்காலத்தின் கதாசிரியனாக, ஓர் இயக்குநனாகத் தான் உடனே விலகிவிட வேண்டும். மயக்க வெளியில் காந்தங்கள் தன்னைச் சூழ்ந்திருப்பதால் அதன் ஈர்ப்பு விசைகளை எப்படி தவிர்ப்பது என்று மெதுவாக யோசித்தான்.

சமீராவின் மகளைப் பக்கமாகக் கைநீட்டி அழைத்தான்; யோசித்தபடி நின்றாள் அவள். சமீரா சொன்னாள், “போம்மா, கூப்புடுறாங்கள்லா.”

பக்கத்தில் வந்ததும் அவளைத் தொட்டுத் தலையைத் தடவினான்; மனம் பலவாகப் பெருகியது. தன் பையில் பணம் இருப்பதை உறுதிசெய்து, ஐம்பது ரூபாயைக் கொடுத்தான். “ஏ அப்பா, எதுக்கு இவ்வளவு பணம்? அஞ்சு ரூவா குடுத்தா போதாதா,” என்றாள் சமீரா. அது வாங்க மறுத்தது. “வாங்கிக்கோம்மா” என குல்தூம் சொன்னதும், வாங்கிக்கொண்டது. மெதுவாக எழுந்தான். “என்ன கொழுந்தன், ஒக்காருங்களேன். இப்ப என்ன அவசரம்?”

“ஒங்களத்தான் பாக்க வந்தேன். பாத்துட்டேன். அப்புறம் வேற என்ன மச்சி?”

“படம் வந்தா அதுல ஒன் பேரு வருமோ?”

"நிச்சயமா வரும் மச்சி."

"சரிப்பா. அதப் பாக்க எனக்குக் கொடுத்துவைக்கணும்."

"பாப்பீங்க மச்சி. கண்டிப்பா பாப்பீங்க. ஒங்களுக்கு இன்னும் நெறைய காலம் இருக்கு. ஒருமுறை சுகமில்லாம போயிடுச்சிங்குறதுனாலேயே எல்லாம் முடிஞ்சிட்டதாக நெனச்சிராதீங்க.நீங்க நல்லாயிருக்கணும்.நானும் நல்லாயிருப்பேன் மச்சி!"

"வாரேன்" என்றான். உடன் அவன் கைகளைப் பற்றிக் கொண்டார். கை நெகிழ்ந்ததும் திரும்பிப் பாராமல் நடந்தான். அவன் போவதைப் பார்க்க மனமில்லாமல் கண்களை மூடினார்.

அவர் மனதில் அவனின் நினைவுகள் அலையடிக்கலாயின. கண் திறந்தபோது எதிர் நாற்காலி வெறுமையாக இருந்தது. அவன் பிரதிமையை எடுத்து அதில் மீண்டும் மீண்டும் நிரப்பினார்.

சமீரா அவனை வழியனுப்பிவைக்கிற மாதிரி பின்னாலேயே போனதை குல்தூம் வெறிச்சிட்டு நோக்கினார். கதவை உடனே மூட முடியாமல் அவள் நின்றதையும் பார்த்தார்.

'மூணு பெண் மக்களைப் பெற்றெடுத்தும் உன்னப் பறிகொடுத்துட்டேனே கபீரு.'

62

ரஹ்மத்துல்லா வந்தபோது குழந்தைகள் வீட்டில் விளையாடிக்கொண்டிருந்தன. ரஞ்சனி வீட்டில் இல்லை. அம்மாவை எங்கே என்று கேட்டான். அம்மா வெளியில் போயிருப்பதாகச் சொல்லின. "சாமான் வாங்கப் போயிருக்காளா அம்மா" என்று அவன் கேட்டபோது தலையாட்டின அவை. அவன் போதையில் இருந்தான்; சுவரில் கிறங்கிச் சாய்ந்தான். எவ்வளவு நேரமோ? குழந்தைகள் அவனைத் தட்டியெழுப்பின. அப்பா பசி என்றன; பதறியடித்து எழுந்தான். இன்னுமா அவள் வரவில்லை? அம்மா வரல்லியா என்று கேட்டான். 'வரல்ல' என்று அவர்கள் சொன்ன சொல், இடி போன்று தலையில் விழுந்தது. இருட்டு கவிந்துவிட்டிருந்தது. குழந்தைகளுக்கு அவசரம் அவசரமாகச் சோறுபோட்டு, இருக்கும் குழம்பையும் ஊற்றிக்கொடுத்தான். வெளியே வந்து பார்த்தான். நகரம் களைத்துச் சோர்வாகித் தூக்கத்தில் விழுகிறதாக இருந்தது. ஒவ்வொரு விநாடியும் வேகவேகமாக அடித்துக்கொண்டிருந்த இதயம் சமநிலைப்படாமல் ஏறியேறி இறங்கியது. வீட்டுக்கும் காம்பவுண்ட் வெளிக்குமாகத் திரும்பத் திரும்ப நடந்தான். குழந்தைகள் சாப்பிட்டுவிட்டு அப்படியே உறங்கிவிட்டன. மாமனார் இருமிக்கொண்டிருந்தார். அவரிடம் எதையும் கேட்காமல் குடிசையில் நுழைந்தான்.

காலையில் தன் குழந்தைகளை மடியில்போட்டு அழுதான். அவை ஒன்றும் தெரியாமல் முழித்தன. அம்மா அம்மா என்றன. திகிலடித்து உட்கார்ந்திருந்தார் கிழவர். பக்கத்துக் குச்சு வீடுகளிலிருந்து ஒவ்வொருத்தராக வந்து கேள்விகள் கேட்டபோது அவனின் நிலைக்கு எல்லாரும் இரங்கினார்கள்.

◯

ரஹ்மத்துல்லா இரண்டு குழந்தைகளோடு தன் அலுவலக வாசலில் வந்து நிற்பதைப் பார்த்தான் சபீர். பெரும் பதற்றத்தோடு நெருங்கினான். ரஹ்மத்துல்லாவும் அவன் குழந்தைகளும் நின்ற கோலத்தைப் பார்த்தபோது சபீருக்கு ஏதோ பிடிபட்டது மாதிரி இருந்தது. ரஹ்மத்துல்லாவைக் கட்டிப் பிடித்தான். சபீர் கட்டியணைத்ததும் அவனுக்குள் புதுத் தெம்பு உண்டாயிற்று. அலுவலகத்தில் சொல்லிவிட்டு, அவர்கள் மூவரையும் அழைத்துக்கொண்டு முதலில் ஒரு ஹோட்டலுக்குச் சென்றான். வயிறு நிறையச் சாப்பிட்டன குழந்தைகள். சாப்பிட முடியாமல் தவித்த ரஹ்மத்துல்லாவைப் பலதும் சொல்லித் தேறுதல்படுத்திச் சாப்பிட வைத்தான்.

அவனும் குழந்தைகளும் சாப்பிடுவதைப் பார்த்தபோது சபீருக்கு உலகம் வெறுப்பாகிவிட்டது. அவர்களுக்குத் தங்குமிடம் ஏற்பாடு செய்துவிட்டு, கதையைக் கேட்டான்.

குழந்தைகளை அழைத்துக்கொண்டு களக்காட்டுக்குப் போகிறான். அங்கு அவர்களைத் தன் பெற்றோர்களின் பொறுப்பில் விட்டுவிட்டுப் பம்பாய் திரும்பும் திட்டத்தில் இருப்பதாகச் சொன்னான் ரஹ்மத்துல்லா. அன்று இரவு முழுவதும் அவனுக்கு ஆறுதல் சொல்லி, மறுநாள் அவன் கையில் பணமும் கொடுத்துப் பேருந்தில் ஏற்றி வழியனுப்பினான் சபீர்.

63

ஊரில் நல்ல மழை பெய்திருந்தது. ஈரமும் பசுமையும் அவனைக் குளிர்வித்தன. அதை ஏதோ நல்ல அறிகுறியாக நினைத்தான்.

குழந்தைகளோடு இறங்கியதும் அவனுக்குப் பெரும் நிம்மதி தோன்றிற்று. இந்தக் குழந்தைகளை அழைத்துக்கொண்டு வயலில் இறங்கினான். வரப்புகள் சொதசொதத்துக் கிடந்தன. தன் குழந்தைகளோடு மூட்டை முடிச்சுகளையும் தூக்கிக்கொண்டு சகதியில் வழுக்கி விழாமல் போவதை வடக்குத் தெருவின் தோட்டத்தில் விளையாடிக்கொண்டும் பேசிக்கொண்டும் இருந்த பலரும் பார்த்தார்கள். ரஹ்மத்துல்லா என்ன குழந்தைகளோட மட்டும் வர்றான், பொண்டாட்டியை எங்க?

ம்மாவுக்குக் கையும் ஓடவில்லை, காலும் ஓடவில்லை. இதென்ன கூத்து, மறுபடியும் வந்திருக்கிறான்? அவனாகத்தான் ம்மாவின் முன் வந்து நின்று நலம் விசாரித்தான். எதையும் யூகிக்க முடியவில்லை. ரஹ்மத்துல்லாவுக்கும் இலேசாகத் தன்னை ஆசுவாசப்படுத்திக்கொள்ள முடிந்தது. வீட்டில் யாரும் அந்நேரம் இல்லாதது ஒருவகைக்கு நல்லதுதான். தோட்டத்திலுள்ள மரங்களிலிருந்து பக்குவமான கொய்யாக்களைப் பறித்துவந்து பேரன், பேத்திகளிடம் குல்தூம் கொடுத்தார். இந்தியில் எதையெல்லாமோ பேசுவதைக் கொஞ்ச நேரம் பார்த்தார். தேநீர்போட்டு அவன் முன்னால் வைத்தார். “எங்க ஒம் பொண்டாட்டிய?”

“அவ வரல.”

பேச்சு முடிந்தது. மஜீத் வாத்தியார் வரும் வரைக்கும் அமைதி. அவன் குழந்தைகளோடு ஏதேதோ பேசியவனாக இருந்தான். தானறியாத மொழியில் தன் வாரிசுகள் பேசுவதைக் கேட்க என்னவோ போல இருந்தது குல்தூமுக்கு.

மஜீத் வாத்தியாருக்கு அது தன் வீடுதானா என்று சந்தேகம். முசாஃபிர் மடத்துக்குள் தான் நுழைந்துவிட்டதாக உணர்ந்தார். சீக்கிரமாகச் சாப்பிட்டுவிட்டுச் சீக்கிரமாகப் பள்ளிக்கூடம் ஓடிவிட வேண்டும். அவர் சாப்பிடும்போது அவன் சொன்னான், முழுக் கதையையும். அவர் அதிர்ச்சியோடு கேட்டார். பாம்பு காலைச் சுற்றிய கதையாகிவிட்டது?

குழந்தைகளைப் பார்த்தார். அந்த முகங்களைப் பிடிக்க வில்லை. எப்படிச் சமாளிப்பது? “எனக்குக் கடிதம் போடாம ஏன் வந்தே?”

“கடிதம் போட்டா நீங்க ஏத்துக்க மாட்டீங்க” எனத் தனக்குள் சொன்னான்.

“இவங்கள்லாம் பாஷை தெரியாத புள்ளங்க... இங்க வச்சி இவங்கள மேய்க்கிறதுக்கு யாருமில்ல. ஒங்க ம்மாவக் கனப் பாடுபட்டுக் காப்பாத்திக் கொண்டுவந்திருக்கு. அவளால இவங்கள ஓட்டி மேய்க்க முடியாது. நான் வேணும்னா உன் செலவுக்குக் கொஞ்சம் ரூபா தாரேன். நீ இவங்களக் கூப்பிட்டுக்கிட்டுப் பம்பாய்க்கே போயிடு . . .”

ரஹ்மத்துல்லா வாப்பாவின் கால்களில் விழுந்து இறுக்கமாகப் பற்றினான். “வாப்பா, நான் என்ன தப்பு செஞ்சிருந்தாலும் என்னை நீங்க மன்னிச்சிக்கிடுங்க. நான் இதுங்களக் கூப்புட்டுக்கிட்டு எங்க போவன்? என் புள்ளங்க இப்படி அநாதையானதப் பாத்தா எனக்கு நெஞ்செல்லாம் வெடிக்கிற மாதிரி இருக்கு வாப்பா. என்னையும் எம்புள்ளைங்களையும் காப்பாத்துங்க. நான் மாசாமாசம் புள்ளங்க செலவுக்கு என்னால் ஏண்டதை அனுப்பித் தர்றேன்,” என்றான். இவன் பேசுவதைக் கேட்டுக்கொண்டே நின்றால் ஒன்றும் செய்ய முடியாது. அந்தச் சமயம் பார்க்க இல்யாஸ் வாத்தியாரும் மூசா வாத்தியாரும் வந்தார்கள். மூசா மாமாவின் கால்களைப் பற்றிக்கொள்வதும் நல்லது; பற்றினான். “மாமா, வாப்பாட்ட சொல்லுங்க மாமா. நான் எவ்வளவோ தப்பப் பண்ணிட்டேன். இனிமே நான் அப்படியெல்லாம் நடக்க மாட்டேன். என் தப்பையெல்லாம் நீங்க எல்லாருமா சேர்ந்து மன்னிச்சிக்கிடுங்கோ. என் புள்ளங்களக் காப்பாத்துங்க.”

மூசா வாத்தியார் திகைத்தார். “நீ கால விடு ரஹ்மத்துல்லா. எழுந்திரி.”

“இல்ல, நீங்க உறுதிசொல்லுங்க மாமா. நான் எழுந்திரிக்க மாட்டேன்.”

"சரி, நான் சொல்றன். பள்ளிக்கூடத்துக்குப் போற வழியில பேசிட்டுப் போறோம். நீ முதல்ல எழுந்திரி," என்று அவனைத் தூக்கிவிட்டார்.

மனப்பாரம் குறைந்துவிட்டது. குழந்தைகளை ஆரத் தழுவி முத்தங்கள் கொடுத்து, கிடைத்த ரயில்களில் ஏறியேறி பம்பாய் வந்தான். பம்பாய் ஸ்டேஷனில் இறங்கினான். எல்லாருக்கும் ஒரு வீடு இருக்கிறது; மனைவி மக்களும் இருக்கிறார்கள்! அவர்கள் விரைந்து போகிறார்கள்; மகிழ்ச்சிப் பரபரப்பில் ஓடுகிறார்கள். அவனுக்குப் பம்பாய் வெறுமை யான நிலமாகத் தெரிந்தது. சூரிய வெளிச்சம் தவிர வேறு வெளிச்சமில்லை. முதன்முதலாகப் பாஷை தெரியாமல் வந்தபோதுகூட இப்படித் தோன்றவில்லை. ஒன்றும் தோன்றாமல் நின்றான். ஏதோ ஒன்று தள்ளிக்கொண்டு போனது.'

○

குழந்தைகளைப் பராமரிப்பது குல்தூமுக்குப் பெரும் சிரமமாயிற்று. பாஷை தெரியாமல் இன்னும் சிரமம். அதுகளைக் காலைக்கடன்களைக் கழிக்கவைத்துக் கொண்டுவருவதற்குள் அவருக்கு மூச்சு முட்டிற்று. காலையில் குளிக்கவைத்துச் சாப்பிட வைத்து அனுப்பியதும் அந்த இரண்டும் தெருவுக்கு ஓடிப் போய் மற்ற பிள்ளைகளோடு விளையாட முயன்றன. பாஷை தெரியாத குழந்தைகளோடு ஓடி விளையாடினால், வேறு ஏதோவொரு பாஷை கிடைக்கும்போல. குழந்தைகளுக்கு நன்றாகப் பொழுதுபோயிற்று.

சுமையாவைக் கொஞ்சம் ஒத்தாசைக்கு அழைப்பார். அவள் இறுகிய முகத்துடன் வந்து இறுகிய முகத்துடன் திரும்புவாள். முன்பெல்லாம் மத்தியானச் சாப்பாடு முடிந்ததும், ம்மாவைத் தேடி வருவாள் சுமையா. இருவரும் பாடுபேசிவிட்டு, அப்படியே வெறும் தரையிலேயே கொட்டாவி விட்டபடி படுத்துஉறங்கிவிடுவார்கள். நல்லா தூக்கம் போகும். இப்போது இதுகள் படுத்துகிற பாட்டுக்கு தன் வீட்டுக்குப் போகாமல் இருக்கப் பழகிப் பார்க்கிறாள் சுமையா.

குல்தூமுக்கு ஆத்திரம் பற்றி வந்தது. "ஏளா, மனுஷிக்கு இருக்கிற பொசமுட்டு காணாதுன்னா, நீ வேற கிடந்து அடைஞ்சிக்கிற? கொஞ்சம் ஒத்தாசைக்கு வந்துட்டுப் போனா என்னளா கெட்டுப்போயிரும்" என்று ம்மா கடுகடுத்தபின் வழக்கம்போல வந்து திரும்ப வேண்டியதாயிற்று.

வாப்பாவிடம் ரஹ்மத்துல்லா சொல்லிவிட்டு வந்த வாக்கைக் காப்பாற்ற வேண்டும். அதனால் எங்கெல்லாமோ வேலைக்குப் போனான். ஏதோ கிடைக்காமலில்லை. தன் மாமனார்

293

நிழல் நதி

ராமசாமியை கவனிக்க வேண்டும். அவர் ரஹ்மத்துல்லாவையே தான் பெற்ற பிள்ளையாக நினைத்துக்கொண்டார். பழைய மாதிரி அவரால் ஓடியாடிச் சாட முடியவில்லை. இருமல் வேறு. மருமகனுக்குப் பாரமாகிவிட்டோமென்ற நோக்கில் மிகவும் சிரமப்பட்டார். இவனை விட்டால், எங்காவது அனாதையாகப் போய்ச் சாக வேண்டும். தன் கழுத்தை அறுத்துவிட்டு மகள் போயிருந்தால் நன்றாயிருக்குமே என்று அவ்வப்போது நினைத்துக் கொள்வார் அவர்.

ரஹ்மத்துல்லா தன்னாலான பணத்தை வாப்பாவுக்கு மணியார்டர் செய்துவந்தான். அந்தத் தொகை மஜீத் வாத்தியாருக்கு உவப்பைத் தரவில்லை. "இதையாவது அனுப்பிவைக்கானேன்னு சந்தோஷப்பட்டுக்கோங்க" என்று குல்தூம் சொன்னதின் பேரில் முணுமுணுப்பை விட்டார்.

64

சமீரா மெட்ராஸில் இருந்தாள். ரஹ்மத்துல்லா காக்கா தன் குழந்தைகளைத் தங்கள் வீட்டில் விட்டுவிட்டுப் போனது அவளைத் துணுக்குறச் செய்தது. அந்த நிமிஷத்திலிருந்து அவள் பலவிதமான யோசனைகளில் சிக்கினாள். வாப்பாவுக்கு ஓரிரு கடிதங்கள் எழுதினாள். வாப்பாவின் பதில்கள் அவ்வளவு திருப்திகரமாய் இருந்ததில்லை. மறுமுறை எப்போது ஊருக்குப் போக முடியுமென்று தவியாய்த் தவித்தாள். அதற்கொரு நல்ல வாய்ப்பு. கணவர் வீட்டு வகையில் ஏர்வாடியில் ஒரு திருமணம் இருந்தது. சுலைமான் தான் மட்டுமே போய்விட்டு வரலாமென்றுதான் திட்டமிட்டிருந்தார். அவருக்குப் போதுமான விடுமுறையும் இருக்கவில்லை. சமீரா பிடிவாதம் பிடித்துத் தானும் ஏர்வாடிக்கு வருவதாக நச்சரித்தாள். அப்படிப் போனால் ஓர் எட்டுவைத்துத் தன் வீட்டுக்கும் போய் வந்துவிடலாம்.

கணவருக்கு அலுவலக வேலைகள் நெருக்கடியாய் இருந்ததினால், அவர் மறுநாள் மெட்ராஸ் புறப்பட்டுவிட்டார். சமீரா பெற்றோரின் வீட்டுக்கு வந்தாள். வரும் வழியில் காக்காவின் குழந்தைகள் தெருப்பிள்ளைகளோடு விளையாடுவதைக் கவனித்தாள். இந்தப் பிள்ளைகள் இந்த அளவுக்கு மற்ற பிள்ளைகளோடு ஒட்டிகொண்டுவிட்டனவா என்று அவளுக்கு வியப்பாக இருந்தது. வந்த முதல் நாள் சும்மா இருந்துவிட்டு, மறுநாள் வாப்பாவிடமும் ம்மாவிடமும் சொன்னாள், “இந்தப் புள்ளங்கள நாம எத்தன நாளைக்கு வச்சிக் காப்பாத்த முடியும்? அதெல்லாம் சரிப்பட்டு வராது. நீங்க இதுங்கள மறுபடியும் அவன்கிட்டயே வுட்டுட்டு வந்துடுங்கோ” என்றாள். குல்தூமுக்கு அதிர்ச்சியாக இருந்தாலும் வாப்பாவுக்கு அவள் அப்படி சொன்னது பிடித்திருந்தது. அவர் தன் தரப்புக்குப் பேச மேலும் ஒருத்தரை எதிர்பார்த்திருந்தார். சமீரா

இப்படிச் சொன்னதும் அவருக்குத் தெம்பு கூடிற்று. இதைத்தான் சுமையாவின் மாப்பிள்ளை சௌகத் அலியும் சொல்லியபடி இருந்தார். இப்போது தன் மச்சி சொன்னதும், "நான் அன்னைக்கே சொன்னேம்லா" என்று சுமையாவிடம் கூறினார்.

மஜீத் வாத்தியாருக்கு உடனடியாகக் காரியத்தில் இறங்கிவிட வேண்டுமென்ற விருப்பம் உண்டானது. பெரிய மகளும் சின்ன மருமகனும் தன் கருத்துக்கு ஆதரவாக இருப்பதால், அதற்கான ஏற்பாட்டில் இறங்கினார். தன் தம்பி ஜாஃபர் அலிக்கு ரஹ்மத்துல்லா இருக்கும் இடம் நன்றாகத் தெரியுமென்று சௌகத் அலிக்குத் தெரியும். அவன் மாமாவிடம் அந்த முகவரியைக் கொடுத்தான். குழந்தைகளை அழைத்துக்கொண்டு போனால், தன் தம்பியின் மூலம் ரஹ்மத்துல்லாவைக் கண்டு ஒப்படைத்துவிடலாம். இதற்கும் மேல் வேறென்ன வேண்டும்? மஜீத் வாத்தியார் உற்சாகமாகிவிட்டார். குழந்தைகளை வாப்பா அழைத்துச் செல்லும் தருணத்திலேயே தானும் அவரோடு மெட்ராஸுக்குப் போய்விடலாமென்று சமீரா திட்டமிட்டாள்.

ஒரு வாரத்திற்குள் தன் பேரக் குழந்தைகளை அவர் வயல்களின் வரப்பு மேட்டில் கூட்டிக்கொண்டுபோவதைத் தத்தமது வீடுகள், தோட்டம் துரவுகளில் நின்று பலரும் பார்த்தார்கள். பெரிய மகளும் சின்ன மருமகனும் சொல்லித்தான் அவர் குழந்தைகளை அழைத்துக்கொண்டு போகப்போகிறார் என்ற செய்தி ஏற்கெனவே பரவியிருந்தது. அவர்கள் மிகவும் துயரத்தோடு அந்தக் காட்சியைப் பார்த்துக்கொண்டிருந்தார்கள். பாழும் கிணற்றில் தள்ளவா இப்படி இழுத்துக்கொண்டு போகிறார் இந்த வாத்தியார் என்று வேதனைப்பட்டார்கள். தன் குழந்தைகளோடு சமீராவும் வாப்பாவைப் பின்தொடர்ந்து செல்வதை எல்லாரும் பார்த்தார்கள். அவர்கள் வயல் வரப்புகளைத் தாண்டி, பழைய ரைஸ் மில் பகுதிக்குள் நுழைந்து தங்களின் கண்களிலிருந்து மறைந்ததைப் பார்த்து ஒவ்வொருவரும் மனம் குலைந்தார்கள்.

உம்மு குல்தூமைத் தேற்ற யாருமில்லை. கையில் மூட்டை முடிச்சுகளை எடுத்துக்கொண்டு போயிட்டு வாரேன் என்று மஜீத் வாத்தியார் சொன்னதும் அதுவரை யாதொரு உணர்வுமற்றிருந்த குல்தூம் திடீரென்று உடைந்து அழுதார். பேரப் பிள்ளைகளின் அப்பாவித்தனமான முகங்கள் அவரை மருட்டிவிட்டன. அவரின் அழுகைச் சத்தம் சிலரின் காதுகளில் விழுந்தது.

65

நல்ல குடிபோதையில் மிகச் சிறந்த தூக்கத்தில் கிடந்தான் ரஹ்மத்துல்லா. மகனின் குரல் மட்டும் தான் கேட்கிறது என்று அவன் எண்ணியிருந்தா னானால் இதுவும் கனவுதான் என்று அவன் நினைத்திருப்பான். மகளின் குரலும் கேட்டது. தொடுகை உணர்வும் இருந்தது. துள்ளியெழுந்தான்.

நம்ப முடியவில்லை. மகள் நிற்கிறாள், மகன் நிற்கிறான், வாப்பா நிற்கிறார், ஜாஃபர் அலியும் நிற்கிறான். கண் பார்வை பிசிறில்லாமல் இருக்கிறது. கொடுங்கனவு. குழந்தைகளைக் கட்டியணைத்துக்கொண்டான். முத்தங்கள் கொடுத்தான். இதைப் பார்த்து ஜாஃபர் அலிக்கு உடம்பு உதறிற்று. ரஹ்மத்துல்லா சாரத்தை இறுக்கிக்கட்டி "உட்காருங்க" என்றான் வாப்பாவைப் பார்த்து; அவர் உட்காரவா வந்தார்?

"ஒன் புள்ளங்கள பத்தரமா பாத்துக்கோ. நான் வர்றேன்."

"வாப்பா, என்ன வாப்பா இப்படி சொல்லு றீங்கோ. இந்தப் புள்ளங்கள இந்த ஊருல வச்சிக் காப்பாத்த எனக்கு யாரு வாப்பா இருக்கா? பெரிய மனசுபண்ணிக் கூட்டிட்டுப் போங்க வாப்பா."

"இல்லப்பா, அங்க யாருக்கும் சரிப்பட்டு வரல்ல. ஒன் குழந்தைங்கள நீதான் காப்பாத்தணும். பக்குவமா நடந்துக்க."

"நான் வேலக்குப் போயிட்டா இந்தக் குழந்தைங்களப் பாக்கவோ சாப்பாடு குடுக்கவோ ஒருத்தரும் இல்லே வாப்பா. என் பாவத்தையெல்லாம் மறுபடியும் மன்னிச்சிக்கோங்கோ வாப்பா. தயவு செய்து கூட்டிட்டுப் போங்கோ... என் புள்ளைங்களை அநாதையாக்கிடாதீங்கோ வாப்பா. நான் ஒங்க காலப் புடிச்சிக் கெஞ்சுறேன்."

“இல்லேப்பா அங்க சமீராவும் சுமையா மாப்புள்ளயும் சம்மதிக்க மாட்டேங்குறாங்க.”

“வாப்பா, என் புள்ளைங்களும் ஒங்களுக்குப் பேரப் புள்ளங்கதான வாப்பா. ஒங்க பேரப்புள்ளங்க இங்க அநாதை யானா ஒங்களுக்கு வேதனையா இருக்காதா வாப்பா?”

மஜீத் வாத்தியார் வசனங்களைக் கேட்க வரவில்லை. அவர் வெளியேறினார். ஜாஃபர் அலி பின்தொடர்ந்தான். வாப்பா வேகமாக நடக்கக்கூடியவர். ரஹ்மத்துல்லா பின்னாலே ஓடினான், “வாப்பா, புள்ளைங்களுக்குச் சாப்பாடு வாங்கிக் குடுக்கக்கூட கையில பைசா இல்ல. ஏதாவது தந்துட்டுப் போங்கோ வாப்பா.”

மஜீத் வாத்தியார் கல்மனசுக்காரரல்ல. பையிலிருந்து எடுத்த வேகத்தில் இருநூறு ரூபாயாக வந்துவிட்டது. அது அதிகமான தொகைதான். சரி, இத்தோடு போய்த் தொலையட்டும்.

அவர் கொடுத்தபோது அவன் வாங்கிய விதம் ஜாஃபரை உலுக்கியது. உடன் நேராய்ப் பார்த்துவிட்டுப் புறப்பட்டார். ஜாஃபர் சொன்னான், “மாப்புள்ள, நான் மாமாவ அனுப்பிவச்சிட்டு அப்புறமா வர்றேன்.”

இரவு முழுவதும் ரஹ்மத்துல்லா யோசித்தான். புரண்டான். குழந்தைகளைக் காணக் காண நெஞ்சம் உடைந்து குருதி பெருகியது.

கழிவிரக்கம் ஓடியது. சபீருக்கு எழுதுவதைத் தவிர வேறு வழியில்லை. அவனிடம் யோசனை கேட்டு எழுதினான்; பண உதவி கேட்டு எழுதினான். ‘குழந்தைகளை விட்டு நகர முடியாது. வேலைக்குப் போக வழியில்லை. நீ எனக்குக் கொஞ்சம் பணம் அனுப்பு.’ மீனாட்சி மைனிக்கும் குழந்தைகளின் நிலையைச் சொல்லிக் கடிதம் எழுதினான்.

இதென்ன இவன் என்னவெல்லாமோ எழுதியிருக்கிறான்? எதையும் யோசிக்க, நினைத்துப் பார்க்க முடியவில்லை. சமீராவுக்கு என்ன நேர்ந்தது? நல்ல வேளை கபீர் தப்பித்தான். இவளுக்காகவா அவன் உருகியுருகி மாய்ந்துகொண்டிருக்கிறான்?

மனைவிக்குத் தெரியாமல் ஐந்நூறு ரூபாய் அனுப்பி உதவினான். குழந்தைகளை மெட்ராஸில் எங்காவது விடுதிகளில் சேர்க்க முடியுமா என்று சிலரிடம் யோசனை கேட்டான். எல்லாரும் ஏதாவதொரு வழியைக் கூறினார்கள். அதனைப் பெரும் நம்பிக்கையாக சபீர் எடுத்துக்கொண்டான். ரஹ்மத்துல்லாவுக்குப் பெரும் ஆறுதலைச் சொல்லிக் கடிதம் எழுதினான். “எப்படியும் ஒரு நல்ல காலம் பிறக்கும். பொறுமையாய் இரு.”

மீனாட்சி மைனியிடமிருந்தும் பதில் வந்தது. மனம் பதறப் பதற எழுதியிருந்தார்.

"... உன் குழந்தைகளை ஆளாக்கிக் கொண்டுவர வேண்டிய பொறுப்பு எனக்கும் உண்டு. நான் என்னாலான எல்லா உதவிகளையும் செய்வேன். அவர்கள் படித்து முன்னுக்கு வர வேண்டும். முடிந்தால் நான் என் ஊருக்கே கூட்டி வருவேன். கவலைப் படாதே இப்போது என்னாலான சிறு தொகையை மணியார்டர் செய்திருக்கிறேன்..."

66

கபீருக்கு எழுத வேண்டும் என்று சபீர் நினைத்தான். ஆனால் அவன் எந்த முகவரியில் இருக்கிறானோ? வேலை மெனக்கெட்டு இதற்காக மெட்ராஸுக்குப் போய் அவனைத் தேடிக்கொண்டிருக்க முடியாது. மனத்தளவில் தாங்க முடியாத துயரம். ஏதோ ஒரு தூண்டலில் கடிதம் எழுதினான். போய்ச் சேர்ந்தால் சேரட்டும்; இல்லையென்றால் என்றைக்கு அவனைப் பார்க்க முடிகிறதோ அன்றைக்குச் சொல்லலாம்.

கடிதம் போய்ச் சேர்ந்தது. கபீர் அன்று ஷூட்டிங் முடிந்து களைப்புடன் தன் அறைக்கு வந்தான். ஓரளவுக்குத் திரைத்துறையில் தான் தேறிவிட்டோமென்று அவனுக்குத் தெரிந்தது. அந்த உற்சாகம் அவனைத் தன் இருப்பிடத்திற்கு இழுத்துவந்தது. சபீரின் கடிதத்தை அவனுடைய அறையில் தங்கும் இன்னொரு நண்பன் எடுத்துவைத்திருந்தான். உடைத்துப் பார்த்தபோது மனம் கொந்தளித்துப் புரண்டது. மீண்டும் ஒருமுறை வாசித்துப் பார்த்ததில் தான் படித்ததும் புரிந்துகொண்டதும் சரியாகத்தான் இருப்பதாக அவனுக்குத் தோன்றியது. சபீருக்குப் பதில் கடிதம் எழுதுவதா அல்லது அப்படியே சமீராவின் வீட்டைத் தேடி ஓடுவதா என்ற குழப்பமும் பதற்றமுமாக மனம் அலைபாய்ந்தது. அவ்வளவு பொறுமையாகத் தன்னால் இருக்க முடியாது.

தனக்குத் திரைத்துறையின் நம்பிக்கைகள் பலமாகி வளர்ந்துவரும் சூழலில், நடந்து முடிந்த இந்த அவக்கேடு அவனைப் பிளப்பதுபோல வதைத்தது. தனக்கு இதற்கும் மேலான கஷ்ட நஷ்டங்கள் வரப் போவதில்லை. ரஹ்மத்துல்லாவையும் அவனுடைய குழந்தைகளையும் மெட்ராஸுக்கே வரவழைத்துக் கொள்வது நல்லதென்று எண்ணினான். பம்பாயில் அவன் வாழ்க்கை இனிமேல் துளிர்விட

வாய்ப்பே இல்லை. கூடுமான வரையில் தன்னோடு அவனை இருத்திக்கொள்ள முடியும். யாராவது பெரிய தயாரிப்பாளரைத் தன் இயக்குநர் மூலம் அணுகி இரண்டு குழந்தைகளையும் ஏதாவது விடுதிகளில் வைத்துப் பராமரிக்கவும் பள்ளிக்கூடத்திற்கு அனுப்பிவைக்கவும் முடியும்.

ஆனால் அதனைவிட முக்கியமானதும் அவசரமானதுமான வேலை சமீராவை உடனடியாகப் பார்ப்பது. அவளை எப்படி, எங்கே பார்ப்பதென்று ஒன்றும் தெரியவில்லை. சபீர் எத்தனையோ முறை அவளைப் பார்த்த கதைகளையும் அவளின் வீட்டுக்குச் சென்றுவந்த கதைகளையும் சொல்லியிருக்கிறான். ஒருபோதும் அவள் இருக்கும் முகவரியைத் தெரிந்துகொள்ள கபீர் விரும்பியதில்லை.

மறுநாள் காலையில் கோயம்பேடு போய்விட்டான். எப்படி முகவரியைக் கண்டுபிடிப்பது? சபீர் அலுவலகத்தில்தான் இருப்பான். அவனுக்குப் போன் போட்டான். அவன் சொன்ன வழியை மனத்தில் போட்டுக்கொண்டு ஒவ்வோர் அடியாக முன்னேறினான்.

சபீர் சொன்ன வழித்தடம் சரியாக வந்துகொண்டிருந்தது. கிட்ட நெருங்க நெருங்க, அவளை எட்டிப் பிடித்துவிடுவதான நம்பிக்கை. அதோ அதுதான் அவளின் வீடு. சபீர் சொன்னது காதில் ஒலித்துக்கொண்டே இருக்கும்போது அந்த வாசலில் போய் நின்றான். பக்கத்து வீட்டில் ஆள் இருக்கிறார்கள். கபீர் அந்த வீட்டு வாசலில் நின்று "சார்," என்றான். உள்ளிருந்து ஒரு பெண்ணும் பையனும் எட்டிப்பார்த்தார்கள். இவன் விவரம் சொன்னதும், அந்தப் பெண் யோசனை செய்தாள். "எதுக்கு சார் பாக்க வேணும்?" "அவங்க எனக்குத் தெரிஞ்சவங்கதான். நீங்களே வேணும்னா உள்ளே போய் அவங்கள வெளியே கூட்டிட்டு வாங்களேன். நான் வெளியவே நின்னுக்கிறேன்."

கபீரை ஒருமுறை நன்றாகப் பார்த்துவிட்டு அவளின் வீட்டில் நுழைந்தாள். சமீரா வேகமாக வந்தாள்.

கபீரைப் பார்த்ததும் அவளால் தாங்க முடியவில்லை. மிக மிக நல்ல நேரம்பார்த்து வந்திருக்கிறான். எத்தனை வருஷத்து எதிர்பார்ப்பு? முகமும் அகமும் மலர்ந்துவிட்டது சமீராவுக்கு!

"வாங்க, வாங்க."

இன்பப் பதற்றத்தில் அவள் திக்குமுக்காடினாள். அவசரம் அவசரமாக நாற்காலியை இழுத்துப் போட்டாள். சேலைத் தலைப்பால் துடைத்தாள். "உக்காருங்க."

நிழல் நதி

அவனுடைய பார்வை தீவிரமாயிருந்தது. அதில் ஏதோ ஒன்று இருப்பதாக சமீரா ஊகம் செய்தாள். உடம்பு புல்லரித்தது.

"இன்னைக்குத்தான் வழி தெரிஞ்சிதாக்கும்?"

"தேவப்பட்டா வழி தெரிஞ்சிரும்..."

"அப்போ நான் இன்னைக்குத்தான்..."

"வேண்டாம், ரொம்பப் பேச வேண்டாம். நான் ஒன்னும் ஒங்கிட்ட கொஞ்சி விளையாடிட்டுப் போறதுக்கு வரல்ல."

அதிர்ந்து போய்ப் பீதியோடு அவனைப் பார்த்தாள். பாதுகாப்பாகச் சில அடிகள் பின்னகர்ந்தாள். உடல் ஆடியது.

"ஒங்க வீட்டுக்கு அனாதைங்களா வந்த பச்ச மண்ணுங்கள நீ விரட்டிவிட்டியாமே, அப்படியா?"

"ஒங்களுக்கு அந்தக் கத..."

"முதல்ல வாய மூடு. ஒன்கிட்ட நான் கதை கேக்கவும் வரல்ல. விரட்டிவிட்டியா இல்லியா?"

"வாப்பாவுக்கும் ம்மாவுக்கும் ரொம்ப கஷ்டமான..."

"ஒரே கேள்விதான். விரட்டிவிட்டியா, இல்லையா?"

ஏதாவது செய்துவிடுவானோ என்று பயந்து நடுங்கினாள். தான் தனியாக இருப்பது குலைநடுக்கத்தை உண்டாக்கிற்று. இன்னும் பின் நகர்ந்தாள்.

"நான் சொல்ற காரணத்தை கொஞ்சம் கேளுங்க..." அவளின் குரலில் பீதி உறைந்தது.

"இங்க பார், இதுல எந்தக் காரணமும் கெடயாது. நீ விரட்டிவிட்டியா இல்லையா, அத மட்டும் சொல்லு."

வாயடைத்துப் போனது. அவளின் கையும் காலும் நடுங்குவதைப் பார்த்தான். சமீராவுக்கு வேர்த்து விறுவிறுத்தது.

"நீயெல்லாம்...?"

அவன் உடம்பும் நடுங்கியது. நாக்கு குழற ஆரம்பித்தது. சமீரா உருவம் குலைந்துவிடுமோ என்று அஞ்சினான். விருட்டென்று வெளியே ஓடி வந்துவிட்டான்.

தெருவில் யாருமில்லை. நடுக்கத்தில் கீழே விழுந்து விடுவோமோ என்று பயம் வந்துவிட்டது. அடுத்த வீட்டுப் பெண் இன்னும் அவள் வீட்டு வாசலில் நின்றுகொண்டிருப்பதைப் பார்த்தான். நன்றி சொல்ல வாய் வரவில்லை. பற்கள் கிட்டித்துப்

போயின. விருட்டென்று பாய்ந்தான். கொஞ்ச தூரத்தில் ஒரு பழைய கடை பூட்டிக் கிடந்தது. மெதுவாய் உட்கார்ந்தான். நடுக்கம் தீருமா தீராதா என்று தெரியவில்லை. யாரோ ஒரு சிலர் அவன் அங்கே உட்கார்ந்திருப்பதைப் பார்த்துவிட்டுச் சென்றார்கள். அவனின் பார்வை வெறித்து நிலைத்தது. தள்ளியிருந்த ஒரு டீ ஸ்டாலில், விவித் பாரதியிலிருந்து பாடல் ஒலிபரப்பாகிக் கொண்டிருந்தது. ஏதோ ஒரு காதல் பாடல். அதன் வரிகள் உடைந்து உடைந்து அவன் செவிகளில் விழுந்தன. தன்னை அறியாமல் எழுந்தான். இன்னும் உடல் நடுக்கம் தீரவில்லை. சுவரைப் பற்றி நின்றான். ஒவ்வொருவரும் பொம்மைகளைப்போல போகவும் வரவுமாய் இருக்கிறார்கள். மனத்திலிருந்த வண்ணங்களெல்லாம் உதிர்ந்துவிட்டன. நேற்றுவரை பார்த்த பூமி இது இல்லை.

இதுநாள்வரை தன்னை உற்றுக் கவனித்துவந்த சமீராவின் கண்கள் வெளிறிப் போயிருப்பது தெரிகிறது. அவற்றில் எந்த ஒளியும் இல்லை.

கபீர் நடந்தான். அவன் நிழல் அவனைப் பின்தொடரவில்லை.

●

நிழல் நதி